കാശ്മീരിന്റെ കഥ

kashmeerinte kadha

•

k sivasankaran nair

•

first chintha edition
november 2008

•

second edition
may 2013

•

typesetting & published
chintha publishers, thiruvananthapuram

•

printed

•

cover
black mole

•

price
rupees one hundred and sixty five only

വിതരണം

ദേശാഭിമാനി ബുക്ക് ഹൗസ്

H O തിരുവനന്തപുരം–695 035
www.chinthapublishers.com
chinthapublishers@gmail.com

ബ്രാഞ്ചുകൾ

ഹെഡ്ഡാഫീസ് ബ്രാഞ്ച് കുന്നുകുഴി • ഓവർബ്രിഡ്ജ് തിരുവനന്തപുരം • കെ എസ് ആർ ടി സി ബസ് സ്റ്റേഷൻ ആലപ്പുഴ • കെ എസ് ആർ ടി സി ബസ് സ്റ്റേഷൻ എറണാകുളം • മച്ചിങ്ങൽ ലെയ്ൻ തൃശൂർ • ഐ ജി റോഡ് കോഴിക്കോട് • കെ എസ് ആർ ടി സി ബസ് സ്റ്റേഷൻ കോഴിക്കോട് • എൻ ജി ഒ യൂണിയൻ ബിൽഡിങ് കണ്ണൂർ • സെൻട്രൽ ബസ് ടെർമിനൽ കോംപ്ലക്സ് താവക്കര കണ്ണൂർ

CR - 1268 / 3199

കാശ്മീരിന്റെ കഥ

കെ ശിവശങ്കരൻ നായർ

ചിന്ത പബ്ലിഷേഴ്സ്
തിരുവനന്തപുരം-695 035
വില : ₹ 165

കെ ശിവശങ്കരൻ നായർ

ജനനം 1928. എഞ്ചിനീയറിങ്ങിൽ ബിരുദാനന്തരബിരുദം. കേരള സ്റ്റേറ്റ് പൊതുമരാമത്തു വകുപ്പിൽ സൂപ്രണ്ടിങ് എഞ്ചിനീയർ, കേരള ഹെൽത്ത് റിസർച്ച് ആന്റ് വെൽ ഫെയർ സൊസൈറ്റി മാനേജിങ് ഡയറക്ടർ എന്നീ നില കളിൽ പ്രവർത്തിച്ചു. ചരിത്രഗവേഷണത്തിൽ ഏർപ്പെട്ടിരി ക്കുന്നു. അമ്പതിലേറെ ഗവേഷണ പ്രബന്ധങ്ങളും ചരിത്ര ഗ്രന്ഥങ്ങളും രചിച്ചിട്ടുണ്ട്.

വേണാടിന്റെ പരിണാമം, മാർത്താണ്ഡവർമ്മ മുതൽ മൺറോ വരെ, അനന്തപുരി നൂറ്റാണ്ടുകളിലൂടെ, പ്രാചീന കേരളത്തിന്റെ രാഷ്ട്രീയ ചരിത്രം, ന്യൂഹാഫ് കണ്ട കേര ളം, കേരളം ഒരു ലന്തക്കാരന്റെ ദൃഷ്ടിയിൽ, വാണിജ്യത്തി ലൂടെ പാരതന്ത്ര്യം, പ്രാചീനകേരളം എന്നിവയാണ് പ്രസി ദ്ധീകരിച്ച മറ്റു പുസ്തകങ്ങൾ.

ഉള്ളടക്കം

രണ്ടാം പതിപ്പിനെപ്പറ്റി

പത്തുവർഷം മുമ്പ് പ്രസിദ്ധീകരിച്ച *കാശ്മീരിന്റെ കഥ*യുടെ ആദ്യ പതിപ്പ് വളരെ വേഗം വിറ്റുതീർന്നുവെങ്കിലും രണ്ടാം പതിപ്പ് പ്രസിദ്ധീകരിക്കാൻ ഇത്രയും താമസമുണ്ടായതിനു കാരണം അതിവേഗം മാറിക്കൊണ്ടിരുന്ന ജമ്മു-കാശ്മീർ രാഷ്ട്രീയമാണ്. ജമ്മു-കാശ്മീർ രാഷ്ട്രീയം സ്ഥിരത പ്രാപിക്കുന്നു എന്നു തോന്നിയപ്പോഴൊക്കെ പെട്ടെന്നു കറുക്കുന്നതായി കണ്ടു. അപ്പോഴൊക്കെ സംഭവവികാസത്തിന്റെ പരിണാമം അറിയാൻ പ്രകാശനം മാറ്റിവച്ചു.

ബി ജെ പി സർക്കാർ ആറ്റംബോംബ് പരീക്ഷണം നടത്തി ലോക രാഷ്ട്രങ്ങളിൽനിന്ന് ഒറ്റപ്പെടുകയും കാശ്മീർ പ്രശ്നത്തിൽ ഇന്ത്യ തിരിച്ചടി നേരിടുകയും ചെയ്തു. അതിനുമുമ്പുനടന്ന പൊതു തിരഞ്ഞെടുപ്പിൽ 54 ശതമാനം പേർ വോട്ടു രേഖപ്പെടുത്തിയതും ഫറൂഖ് അബ്ദുള്ളയുടെ നേതൃത്വത്തിൽ വമ്പിച്ച ഭൂരിപക്ഷത്തോടുകൂടി നാഷണൽ കോൺഫറൻസ് അധികാരത്തിൽ വന്നതും കാശ്മീർ പ്രശ്നത്തെ തണുപ്പിച്ചപ്പോഴാണ് ഇന്ത്യ പെട്ടെന്ന് വിമർശനവിധേയമായത്. എങ്കിലും പ്രധാനമന്ത്രി വാജ്പേയി വീണ്ടും സമാധാനശ്രമങ്ങൾക്ക് മുൻകൈ എടുത്തതും ലാഹോറിലേക്ക് ബസ് യാത്ര നടത്തിയതും പാക് പ്രധാനമന്ത്രി നവാസ് ഷെറീഫ് അനുകൂലമായി പ്രതികരിച്ചതും പ്രശ്നപരിഹാരം ദൂരെയല്ല എന്നു തോന്നിച്ച സമയത്താണ് ഗ്രന്ഥത്തിന്റെ ആദ്യപതിപ്പ് പുറത്തിറങ്ങിയത്.

പെട്ടെന്നാണ് സമാധാനശ്രമങ്ങൾക്ക് വീണ്ടും തിരിച്ചടിയേറ്റത്. പാക് സൈന്യാധിപൻ ജനറൽ മുഷറഫ് ആസൂത്രണം ചെയ്ത കാർഗിൽ ആക്രമണമാണ് അതിന് കാരണം. തുടർന്ന് നവാസ് ഷെറീഫ് സർക്കാരിനെ അട്ടിമറിച്ച് ജനറൽ മുഷറഫ് അധികാരം പിടിച്ചെടുത്തുവെങ്കിലും

ലോകരാഷ്ട്രങ്ങളുടെ സമ്മർദത്തിനു വഴങ്ങി മുഷറഫ് സമാധാന പുനഃസ്ഥാപനത്തിന്റെ ആദ്യപടിയായി ഉച്ചകോടി ചർച്ചകൾക്കായി ആഗ്രയിലെത്തി. ഇത്തവണ ബി ജെ പിയിലെതന്നെ തീവ്രവാദികൾ അവസാന നിമിഷം സമാധാനശ്രമത്തെ അട്ടിമറിച്ചു. വഞ്ചി വീണ്ടും തിരുനക്കരെ എത്തിനിൽക്കവെയാണ് ലോകരാഷ്ട്രങ്ങളുടെ സമ്മർദഫലമായി സമാധാനശ്രമങ്ങൾ പുനരാരംഭിച്ചത്. ഇത്തവണ സമാധാനശ്രമം തകർത്തത് കാശ്മീരിലെ ഭീകരവാദികളാണ്, ഇന്ത്യൻ പാർലമെന്റിനു നേരെയുണ്ടായ ആക്രമണത്തിലൂടെ ഭീകരർക്ക് പാക് ഐ എസ് ഐയുടെ പിന്തുണയുണ്ടായിരുന്നു എന്ന അറിവ് മുഷറഫിനെ പരുങ്ങലിലാക്കി.

ജനപ്രീതി തങ്ങൾക്കനുകൂലമാണെന്നു ധരിച്ച് കാലാവധി പൂർത്തിയാകുംമുമ്പ് തിരഞ്ഞെടുപ്പിനു മുതിർന്ന ബി ജെ പി മുന്നണി അധികാരത്തിനു പുറത്താവുകയും പാകിസ്ഥാനിൽ ജനിച്ചുവളർന്ന ഡോ. മൻമോഹൻ സിങ് പ്രധാനമന്ത്രിയായി കോൺഗ്രസ് മുന്നണി അധികാരത്തിൽ വരികയും ചെയ്തു. ദില്ലിയിൽ ജനിച്ചു വളർന്ന ജനറൽ മുഷറഫും പടിഞ്ഞാറൻ പഞ്ചാബിൽ ജനിച്ചു വളർന്ന മൻമോഹൻ സിങ്ങും സാമ്പത്തിക വികസനത്തിനു മുൻതൂക്കം നൽകിയതും ഇരുരാഷ്ട്രങ്ങളെയും അടുപ്പിക്കാൻ ശ്രമിച്ചതും കാശ്മീർ പ്രശ്നത്തിനു പരിഹാരം വിദൂരമല്ലെന്ന തോന്നലുളവാക്കി. 2004 ലെ ജമ്മു–കാശ്മീർ പൊതുതിരഞ്ഞെടുപ്പിൽ കൂടുതൽ വോട്ടർമാർ പങ്കെടുത്തത് പാകിസ്ഥാന്റെ കാശ്മീർ നയത്തെ മയപ്പെടുത്താതിരുന്നില്ല. അതിന്റെ ഫലമാണ് ജമ്മു–കാശ്മീരിനെ ഏഴായി വിഭജിക്കണമെന്ന മുഷറഫിന്റെ നിർദേശമുണ്ടായത്. കാശ്മീർ പ്രശ്നപരിഹാരത്തിന് ഏതറ്റംവരെയും പോകാൻ താൻ തയാറാണെന്നും മുഷറഫ് പ്രഖ്യാപിച്ചു. അതു കാശ്മീരിലെയും പാക്കിസ്ഥാനിലെയും തീവ്രവാദികളെ പ്രകോപിപ്പിക്കുകയും രണ്ടുപ്രാവശ്യം മുഷറഫ് വധശ്രമത്തിനു വിധേയനാവുകയും ചെയ്തു. കാശ്മീരിലെ വിഘടനവാദികളുടെ സംഘടനയായ ഹുറിയത്ത് കോൺഫറൻസ് രണ്ടായി പിളരുകയും മിതവാദികൾക്ക് മേൽക്കൈ നേടാൻ കഴിയുകയും ചെയ്തു. തീവ്രവാദി ഗ്രൂപ്പിന്റെ നേതാവായ സയ്യിദ് ഷാ ഗിലാനിക്ക് പാകിസ്ഥാന്റെ പിന്തുണ ലഭിച്ചില്ല. ഈ സാഹചര്യത്തിൽ സമീപഭാവിയിൽ സമാധാനം കൈവരുമെന്നു പ്രതീക്ഷ ഉണർന്നു. രണ്ടാം പതിപ്പ് അച്ചടിക്കു നൽകുമ്പോൾ ഇതായിരുന്നു സ്ഥിതി.

എന്നാൽ, ഇതെഴുതുമ്പോൾ സ്ഥിതിഗതികൾ വീണ്ടും മാറുകയാണ്. ഇന്ത്യയിലെ ഇതര സംസ്ഥാനങ്ങളിൽനിന്നുള്ള കുടിയേറ്റം കാശ്മീരിൽ കാശ്മീരികളുടെ ശതമാനത്തിൽ കുറവു വരുത്തുകയാണെന്നും ക്രമേണ കാശ്മീരികൾ ഒരു ന്യൂനപക്ഷമായി മാറുമെന്നും മറ്റുമുള്ള ഗിലാനിയുടെ മുറവിളിക്ക് കാശ്മീർ താഴ്വരയിൽ ഫലം കണ്ടുതുടങ്ങി. യഥാർഥത്തിൽ പാക്കിസ്ഥാനിൽനിന്നുള്ള കുടിയേറ്റംമൂലം ജമ്മു–കാശ്മീരിലെ ഷിയാ വിഭാഗം എൺപതു ശതമാനത്തിൽ നിന്ന് അമ്പതു ശതമാനമായി കുറയുകയായിരുന്നു. വിഘടനവാദികൾ പൊതുവെ സുന്നിക

ളാണ്. ജമ്മുവിൽ വിശ്വഹിന്ദു പരിഷത്തിന്റെയും ബജ്രംഗ്ദളിന്റെയും പ്രവർത്തനങ്ങൾ വിഭാഗീയത വളർത്താൻ ഏറെ സഹായിച്ചിട്ടുണ്ട്. അമർനാഥ് ക്ഷേത്രത്തെ വലിയൊരു തീർഥാടനകേന്ദ്രമായി വളർത്താനും അതുമൂലം ഹിന്ദു കുടിയേറ്റം പ്രോത്സാഹിപ്പിക്കാനും ശ്രമിക്കുന്നത് ഗിലാനിയുടെ വാദത്തിനു കരുത്തുനൽകുന്നു. കാശ്മീർ ഗവർണർ എസ് കെ സിൻഹയുടെ സമ്മർദത്തിനു വഴങ്ങി അമർനാഥ് ക്ഷേത്രത്തിന് 100 ഏക്കർ സ്ഥലം താൽക്കാലികമായി നൽകാൻ ജമ്മു-കാശ്മീർ സർക്കാർ ഉത്തരവായത് ഹിന്ദു കുടിയേറ്റം പ്രോത്സാഹിപ്പിക്കാനാണെന്ന് ഇസ്ലാമിക തീവ്രവാദികൾ പ്രചരിപ്പിച്ചത് മുസ്ലിങ്ങൾ പൊതുവെ അംഗീകരിച്ചു. കലാപങ്ങൾ വ്യാപകമായി. പുതിയ ഗവർണർ വോഹ്റ മുന്നുത്തരവ് പിൻവലിച്ചെങ്കിലും വിഘടനവാദം കരുത്താർജിച്ചുകഴിഞ്ഞു. കോൺഗ്രസുമായി ബന്ധം വിച്ഛേദിച്ച് പി ഡി പി സർക്കാരിന്റെ പതനത്തിന് വഴിവച്ചുവെങ്കിലും ഇരു പാർട്ടികളും ഇപ്പോൾ പരുങ്ങലിലാണ്. വർഗീയ സമരങ്ങളിലൂടെ ബി ജെ പി ജമ്മുവിൽ കരുത്തുനേടാൻ ശ്രമിക്കുന്നത് വിഘടനവാദത്തിനു ശക്തി കൂട്ടുകയാണ്. അടുത്ത തിരഞ്ഞെടുപ്പിൽ 60–70 ശതമാനം വോട്ടർമാർ പങ്കെടുക്കുമെന്നുള്ള പ്രതീക്ഷയ്ക്കിപ്പോൾ മങ്ങലേറ്റിരിക്കുകയാണ്. ജമ്മു-കാശ്മീർ രാഷ്ട്രീയ സുസ്ഥിരത കൈവരിക്കുംവരെ കാത്തിരിക്കാതെ ഈ രണ്ടാംപതിപ്പ് പുറത്തിറക്കുകയാണ്.

ഈ പുസ്തകത്തിന് ഒരു ആസ്വാദനം എഴുതിയ ശ്രീ പി ഗോവിന്ദപ്പിള്ള അവർകൾക്കും ഇതു പ്രസിദ്ധീകരിക്കാൻ തയാറായ ചിന്ത പബ്ലിഷേഴ്സിനും എന്റെ ഹൃദയം നിറഞ്ഞ നന്ദി.

തിരുവനന്തപുരം
28.11.2008

കെ ശിവശങ്കരൻ നായർ

അവതാരിക

പി ഗോവിന്ദപ്പിള്ള

ഇന്ത്യൻ യൂണിയനിലെ പ്രശ്നസംസ്ഥാനമായ ജമ്മു-കാശ്മീരിനെക്കുറിച്ച് അറിവും ഉൾക്കാഴ്ചയും കൊണ്ടു സമ്പന്നമായ ഈ പുസ്തകം രചിച്ച കെ ശിവശങ്കരൻ നായർ പഠനവും പരിശീലനവും കൊണ്ടു മികവുറ്റ ഒരു എഞ്ചിനീയറാണ്. ഇപ്പോൾ സർക്കാർ സേവനത്തിൽനിന്ന് വിരമിച്ച് പ്രലോഭനങ്ങൾക്ക് വഴങ്ങാതെ പഠനവും ഗവേഷണവും ഗ്രന്ഥരചനയുമായി ധന്യമായ വിശ്രമജീവിതം നയിച്ചുവരുന്നു. പക്ഷേ, അദ്ദേഹത്തിന്റെ പഠന-ഗവേഷണങ്ങളും ഗ്രന്ഥരചനയും എഞ്ചിനീയറിങ്ങിനെക്കുറിച്ചല്ല. കേരളത്തിന്റെയും അതിലും വിശേഷിച്ച് ദക്ഷിണകേരളത്തിന്റെയും പ്രാചീന - മധ്യകാല ചരിത്രമാണ് ഇദ്ദേഹത്തിന് പ്രിയങ്കരമായ വിഷയം. *വേണാടിന്റെ പരിണാമം* തുടങ്ങി ഈ മേഖലയിൽപ്പെട്ട മൗലികവും ശ്രദ്ധേയവുമായ പല ഗ്രന്ഥങ്ങൾ അദ്ദേഹം എഴുതി പ്രസിദ്ധീകരിച്ചിട്ടുണ്ട്. പലതും പല പതിപ്പുകൾ വിറ്റഴിഞ്ഞ് അവയുടെ ജനപ്രീതി വെളിവാക്കിയിട്ടുമുണ്ട്.

പല പ്രഗത്ഭമതികൾ വിജയകരമായി കൈകാര്യം ചെയ്തിട്ടുള്ള വിഷയമാണ് കേരളത്തിന്റെയും തെക്കൻ കേരളമായ തിരുവിതാംകൂറിന്റെയും ചരിത്രം. വൈക്കത്ത് പാച്ചു മൂത്തതും ദിവാൻ പേഷ്ക്കാർ ശങ്കുണ്ണി മേനോനും മാന്വൽ രചയിതാക്കളായ നാഗമയ്യയും ടി കെ വേലായുധനും വില്യം ലോഗനും മുതൽ ഇളംകുളം കുഞ്ഞൻപിള്ളയും കെ എം പണിക്കരും ടി ഐ പുന്നനും വരെ. പാഠപുസ്തക രചയിതാക്കളായ കുളത്തു അയ്യർ, ടി കെ ജോസഫ് തുടങ്ങിയവരെ ഇവിടെ പരിഗണിക്കേണ്ടതില്ല. ഇവരിൽത്തന്നെ പല വീക്ഷണഗതിക്കാർ ഉണ്ടെങ്കിലും അവരെല്ലാം യോജിക്കുന്ന മേഖലകളും ഉണ്ട്. എന്നാൽ ശിവശങ്കരൻ നായരാകട്ടെ ഇവരിൽ നിന്നെല്ലാം വ്യത്യസ്തമായ ഒരു നിലപാടാണ്

സ്വീകരിക്കുന്നത്. ആ നിലപാടിനെ 'പേട്രിയോട്ടിക്, ആന്റി കൊളോണിയൽ' നാഷണലിസ്റ്റ് (ദേശാഭിമാനപരം, അധിനിവേശവിരുദ്ധം, ദേശീയം) എന്നൊക്കെ വിശേഷിപ്പിക്കാം. ഉദാഹരണത്തിന് സാധാരണ ചരിത്രകാരന്മാർ അതിമാനുഷനായ തിരുവിതാംകൂർ സംസ്ഥാന സ്ഥാപകനായി പ്രകീർത്തിക്കുന്ന അനിഴം തിരുനാൾ മാർത്താണ്ഡവർമ്മ എങ്ങനെയാണ് വിദേശശക്തികൾക്കു കേരളത്തിൽ വാതായനങ്ങൾ മലർക്കെ തുറന്നു കൊടുത്തത് എന്ന് ശിവശങ്കരൻ നായർ തെളിവുസഹിതം വിവരിക്കുന്നു. 'ഭജനം മൂത്ത് ഊരായ്മയാകുന്നു" എന്ന ചൊല്ലുപോലെ കച്ചവടത്തിന് വന്നവർ രാജ്യം പിടിച്ചടക്കിയത് എങ്ങനെയെന്നും കേരളത്തിലെ രാജാക്കന്മാരും അവരുടെ ദളവാ – ദിവാൻ പ്രഭൃതികളും ഈ അതിക്രമത്തിന് കൂട്ടുനിന്നത് എങ്ങനെയെന്നും മറ്റും ശിവശങ്കരൻ നായർ രേഖകൾ നിരത്തി വാദിക്കുമ്പോൾ നാമെല്ലാം ഇന്നുവരെ വായിച്ച ചരിത്രങ്ങളിലെ വികലവീക്ഷണം നമ്മെ അമ്പരപ്പിക്കും.

ശിവശങ്കരൻ നായർ തന്റെ നിരീക്ഷണങ്ങൾ അവതരിപ്പിക്കുന്നത് ആധികാരിക രേഖകളുടെയും പുരാലിഖിതങ്ങളുടെയും സഹായത്തോടെയാണ്. സുഖകരമായ വസ്തുതയുടെ നേർക്കും തെളിവുണ്ടെങ്കിൽ അദ്ദേഹം കണ്ണടയ്ക്കുന്നുമില്ല. ശിവശങ്കരൻ നായരുടെ ഈ സ്വഭാവമാണ് ഇവിടെ ഞാനവതരിപ്പിക്കുന്ന ജമ്മു–കാശ്മീരിനെക്കുറിച്ചുള്ള ഗ്രന്ഥത്തിലുടനീളം പ്രകടമാകുന്നത്. പ്രാചീന ചരിത്രവും അതിനാവശ്യമായ പുരാലിഖിതങ്ങളും പഴകി പൊടിഞ്ഞുതുടങ്ങിയ കടലാസ് കുറിപ്പുകളും മാത്രമല്ല സമകാലിക ചരിത്ര വസ്തുതകളും തന്റെ ധിഷണയ്ക്കും തൂലികക്കും ഇണങ്ങുമെന്ന് അദ്ദേഹം ഈ കൃതിയിലൂടെ തെളിയിക്കുന്നു. മാത്രമല്ല അധികാരിവർഗത്തിന് രുചിക്കാത്ത കയ്പ്പേറിയ സത്യങ്ങൾ വിളിച്ചു പറയാനും ശിവശങ്കരൻ നായർക്കു മടിയില്ല.

ഇന്ത്യാമഹാരാജ്യത്തെ വിഭജിച്ച് രക്തപ്പുഴയിലും അഭയാർഥി പ്രവാഹത്തിലും തള്ളിയ ബ്രിട്ടീഷ് മേൽക്കോയ്മ വീണ്ടും ഇന്ത്യയെ ശിഥിലീകരിക്കാൻ ലക്ഷ്യമിട്ട് അപകടകരമായ ഒരു വകുപ്പ് ബ്രിട്ടീഷ് പാർലമെന്റ് പാസാക്കിയ നിയമത്തിൽ എഴുതി ചേർത്തിരുന്നു. ബ്രിട്ടീഷുകാർ നേരിട്ട് ഭരിക്കുന്ന പ്രവിശ്യകളും നാട്ടുരാജാക്കന്മാർ എന്ന പേരിൽ അറിയപ്പെട്ടിരുന്ന സാമന്തന്മാരുടെ മേൽക്കോയ്മയായി ഭരിക്കുന്ന അറുന്നൂറോളം നാട്ടുരാജ്യങ്ങളുമാണ് സ്വാതന്ത്ര്യലബ്ധിക്കുമുമ്പ് ഉണ്ടായിരുന്നത്. "ബ്രിട്ടീഷുകാർ അവരുടെ ഭരണാധികാരം പിൻവലിച്ച് പാകിസ്ഥാൻ മുസ്ലിംലീഗിനും ഇന്ത്യയെ ഇന്ത്യൻ നാഷണൽ കോൺഗ്രസിനും നാട്ടുരാജാക്കന്മാർക്കുണ്ടെന്നു വാദിക്കപ്പെട്ടിരുന്ന പരമാധികാരം അതാത് നാട്ടുരാജാക്കന്മാർക്കും ലഭ്യമാകും വിധം" എന്നായിരുന്നു ബ്രിട്ടീഷുകാരുടെ കുത്സിത നിയമവ്യാഖ്യാനം. സ്വതന്ത്രമാകുന്ന നാട്ടുരാജ്യങ്ങൾക്ക് അവരുടെ ഇഷ്ടപ്രകാരം പാകിസ്ഥാനിലോ ഇന്ത്യൻ യൂണിയനിലോ ലയിക്കാം. അങ്ങനെ ലയിക്കാനാഗ്രഹിക്കുന്നില്ലെങ്കിൽ സ്വതന്ത്ര പരമാധികാര രാജ്യങ്ങളായി സ്വയം പ്രഖ്യാപിച്ച് തുടരാം. ഇതായിരുന്നു അപകടകരമെന്ന് നേരത്തെ വിശേഷിപ്പിച്ച വഞ്ചനാവ്യവസ്ഥ. ഈ വികൃതവ്യവസ്ഥ

പ്രകാരം ഇന്ത്യയാൽ ചുറ്റപ്പെട്ട ഒരു നാട്ടുരാജ്യത്തിന് വേണമെങ്കിൽ പാകിസ്ഥാനിൽ ലയിക്കാം. അതുപോലെ, പാകിസ്ഥാനാൽ ചുറ്റപ്പെട്ട നാട്ടുരാജ്യത്തിന് ഇന്ത്യയിലും. രാജാവ് മുസ്ലീമായ ജുനാഗഡ്ഢും ഹൈദരാബാദും അങ്ങനെ പാകിസ്ഥാനിൽ ലയിക്കാൻ മുതിരുകയും ചെയ്തു. തിരുവിതാംകൂറാകട്ടെ, ദിവാൻ സർ സി പി രാമസ്വാമി അയ്യരുടെ നേതൃത്വത്തിൽ ഒരു സ്വതന്ത്ര പരമാധികാരരാജ്യമായി പ്രഖ്യാപനം നടത്തി. ജനകീയ തിരുത്തിന്റെയും ഇന്ത്യൻ സൈനികശക്തികളുടെയും മുന്നിൽ ഈ അട്ടിമറി യത്നങ്ങൾ തോൽപ്പിക്കപ്പെട്ടു എന്നത് ചരിത്രം.

വൈചിത്ര്യമാർന്ന ഈ തിരക്കഥയിൽ ജമ്മു-കാശ്മീർ നാട്ടുരാജ്യത്തിന്റെ സ്ഥിതി കൂടുതൽ വിചിത്രമായിരുന്നു. ഒരു വശത്തു പാകിസ്ഥാനും മറുവശത്ത് ഇന്ത്യയും അതിർത്തി കുറിക്കുന്ന അതിമനോഹരമായ ഈ നാട്ടുരാജ്യത്തിലെ ജനങ്ങൾ ബഹുഭൂരിപക്ഷവും മുസ്ലിങ്ങളും രാജാവ് ദോഗ്ര വംശത്തിൽ പിറന്ന ഹരിസിങ് എന്ന ഹിന്ദുവുമായിരുന്നു. പാകിസ്ഥാനിലോ ഇന്ത്യയിലോ ചേരാതെ ഒരു സ്വതന്ത്ര രാഷ്ട്രം രൂപീകരിച്ച് രാജവാഴ്ച നടത്താനാണ് ഹരിസിങ് ആഗ്രഹിച്ചത്. എന്നാൽ, ജമ്മു-കാശ്മീരിലെ ബഹുഭൂരിപക്ഷം മുസ്ലിങ്ങളെയും ഹിന്ദുക്കളെയും നയിച്ചിരുന്നത് ഉത്തിഷ്ഠമാനും ദേശസ്നേഹിയുമായ ഷൈഖ് അബ്ദുള്ളയുടെ നാഷണൽ കോൺഫ്രൻസ് ആയിരുന്നു. ഒരു മതാധിഷ്ഠിത രാഷ്ട്രമായ പാകിസ്ഥാനിൽ ജനാധിപത്യവും മതേതരത്വവും പുലരില്ലെന്ന് വിശ്വസിച്ചിരുന്ന (ആ വിശ്വാസം ശരിയെന്ന് ചരിത്രം തെളിയിച്ചു) ഷൈഖ് അബ്ദുള്ളയും നാഷണൽ കോൺഫറൻസും ഇന്ത്യൻ യൂണിയനിൽ ചേരാനാണ് താൽപ്പര്യപ്പെട്ടത്. ഈ ജനഹിതത്തെ ധിക്കരിക്കാൻ ഹരിസിങ് ധൈര്യപ്പെട്ടില്ല. കുറെയേറെ ചാഞ്ചാട്ടങ്ങൾക്കും അറച്ചുനിൽപ്പിനുംശേഷം ജമ്മു-കാശ്മീർ ഇന്ത്യയിലാണ് ലയിച്ചത്. അങ്ങനെ ലയിച്ചു എങ്കിലും മറ്റു സംസ്ഥാനങ്ങൾക്ക് ഇല്ലാത്ത ചില പ്രത്യേക അവകാശങ്ങൾ ജമ്മു-കാശ്മീരിനുവേണ്ടി ഭരണഘടനയിൽ എഴുതിച്ചേർത്തിരുന്നു. അങ്ങനെ ജനങ്ങളുടെയും ഇവരുടെ നേതാക്കന്മാരുടെയും താൽപ്പര്യപ്രകാരം നടന്ന ലയനം ഇപ്പോൾ കാശ്മീർ ജനതയ്ക്ക് അരോചകമായിത്തീർന്നതെങ്ങനെയാണ്? ഇതെല്ലാം സ്വതഃസിദ്ധമായ സത്യനിഷ്ഠയോടെ ശിവശങ്കരൻനായർ ഈ പുസ്തകത്തിൽ പടിപടിയായി വിവരിച്ചുപോകുമ്പോൾ നെഹ്റുവും, ഇന്ദിരാഗാന്ധിയും തൊട്ടുള്ള ഭരണാധികാരികൾക്കു രുചിക്കാൻ ഇടയില്ല. 1977 വരെ ഇന്ത്യൻ യൂണിയൻ അടക്കി വാഴുകയും പിന്നീട് ഇടവിട്ടിടവിട്ട് കേന്ദ്രത്തിൽ വാണരുളുകയും ചെയ്ത കോൺഗ്രസിന്റെയും അതിന് പകരക്കാരായി വരാൻ കച്ചകെട്ടിയ സംഘപരിവാറിന്റെയും ജനാധിപത്യവിരുദ്ധവും ഭരണഘടനാവിരുദ്ധവും ആയ അതികേന്ദ്രീകൃത സ്വേച്ഛാധിപത്യ നടപടികളാണ് ഇന്നത്തെ ദുരവസ്ഥക്ക് കാരണം.

ഇതിൽ നിന്നെല്ലാം സിദ്ധിക്കുന്നത് ഇന്ന് ജമ്മു-കാശ്മീർ വർഗീയതയുടെ വിളയാട്ടവും ഭീകരതയുടെ കബന്ധകേളിയും കൊണ്ടു ബീഭത്സമായിട്ടുണ്ടെങ്കിൽ അതിന്റെ ഉത്തരവാദിത്വം പാകിസ്ഥാനു മാത്ര

മല്ല ഇന്ത്യൻ ഭരണാധികാരികൾക്കും കൂടിയാണ്. ശിവശങ്കരൻ നായർ ഇവയെല്ലാം തെളിവുകൾ സഹിതം യുക്തിയുക്തമായി സമർഥിക്കുന്നു.

സമകാലിക രാഷ്ട്രീയ പ്രശ്നങ്ങളെയും ചരിത്രത്തെയും കുറിച്ച് വേണ്ടത്ര ഗ്രന്ഥങ്ങൾ ഇല്ലാത്ത മലയാളഭാഷയിൽ ശിവശങ്കരൻ നായരുടെ ഈ കൃതി സവിശേഷ പ്രശംസ അർഹിക്കുന്നു. ദൃശ്യമാധ്യമങ്ങളിലും അച്ചടിമാധ്യമങ്ങളിലും പതിവായി വരുന്ന തലവാചകങ്ങളുടെയും ശിഥില വർത്തമാനങ്ങളുടെയും യാഥാർഥ്യങ്ങൾ ഗ്രഹിക്കാൻ ഈ കൃതി ഉപകാരപ്രദമായിരിക്കും. പ്രാചീന ചരിത്രകഥകളോടൊപ്പം ഈ വിധമുള്ള സമകാലിക പ്രശ്നങ്ങളെക്കുറിച്ചും കൃതഹസ്തനായ ശിവശങ്കരൻ നായരിൽനിന്ന് ഇനിയും പുസ്തകങ്ങൾ ലഭിക്കുമാറാകട്ടെ എന്ന ആശംസയോടെ വിലപ്പെട്ട ഈ ഗ്രന്ഥം അനുവാചകസമക്ഷം അവതരിപ്പിച്ചുകൊള്ളുന്നു.

1

ഭൂമിയും മനുഷ്യരും

ഭൂമിയിലെ പറുദീസ

ഭൂമിയിലൊരു പറുദീസയുണ്ടെങ്കിൽ അതിവിടെ, അതിവിടെ, അതിവിടെ എന്ന കവിവാക്യം കാശ്മീരിനെ സംബന്ധിച്ചിടത്തോളം ഒട്ടും അതിശയോക്തിയല്ല. പ്രകൃതിസൗന്ദര്യത്തിൽ കേരളത്തോടു കിടനിൽക്കുന്നുണ്ടെങ്കിലും രണ്ടും വ്യത്യസ്തമാണ്. എങ്ങു നോക്കിയാലും പച്ചയാണ് കേരളത്തിന്റെ പ്രത്യേകത. എന്നാൽ ബഹുവർണ പുഷ്പങ്ങൾ കൊണ്ടുള്ള കമ്പളം പുതച്ചാണ് കാശ്മീരിന്റെ കിടപ്പ്. സുന്ദരികളുടെയും സുന്ദരന്മാരുടെയും നാട്. ശിശിരർത്തുവിലെ കടുത്ത തണുപ്പു മാറിയാൽ മൂന്നു ഋതുക്കളിലും സുഖപ്രദമായ കാലാവസ്ഥ. വടക്കും കിഴക്കും, തെക്കുപടിഞ്ഞാറും ഉയർന്ന മലകളാൽ ചുറ്റപ്പെട്ട് ഝലം നദിയുടെ ഇരുവശവുമായി സ്ഥിതി ചെയ്യുന്ന കാശ്മീർത്താഴ്വരയ്ക്ക് കേരളോൽപ്പത്തിപോലെ മറ്റൊരു ഉൽപ്പത്തിക്കഥയുണ്ട്; അവിടം മുഴുവൻ നാഗങ്ങൾ കാത്തു സൂക്ഷിച്ച ഒരു അഗാധ തടാകമുണ്ടായിരുന്നത്രെ. തടാകത്തിൽ ജലോത്ഭവൻ എന്നൊരു അസുരൻ ഉത്ഭവിച്ച് നാഗങ്ങളെ കൊന്നു തിന്നു തുടങ്ങി. നാഗങ്ങളുടെ പിതാവായ കപിലമഹർഷി ശിവനോട് രക്ഷയ്ക്കഭ്യർഥിച്ചു. തടാകത്തിന്റെ വടക്കു പടിഞ്ഞാറു ഭാഗത്തെ കര മുറിച്ചു കളഞ്ഞ ശിവൻ തടാകത്തിലെ ജലം ചോർത്തിക്കളഞ്ഞ് അസുരനെ പുറത്തു വരുത്തി വധിച്ചു.*

ഇപ്പറഞ്ഞതു കാശ്മീർ താഴ്വരയുടെ കാര്യമാണ്. ജമ്മു

---

* കാശ്യപപുരമാണ് കാശ്മീരമായതെന്നാണ് ഐതീഹ്യം. കാശ്മീരത്തിന്റെ (കുങ്കുമം) നാടായതുകൊണ്ട് കാശ്മീരമെന്നു പേർ ലഭിച്ചതെന്നാണ് അഭിജ്ഞമതം. കുങ്കുമച്ചെടി കാശ്മീരിൽ സാർവത്രികമാണ്.

കാശ്മീർ സംസ്ഥാനത്തിന്റെ ഹൃദയഭാഗം മാത്രമാണ് കാശ്മീർ താഴ്വര. അതിനു ചുറ്റും വ്യത്യസ്ത ഭൂപ്രകൃതിയുള്ള പ്രവിശ്യകളാണുള്ളത്. വടക്കു പടിഞ്ഞാറു ഭാഗത്തെ മുസഫറാബാദ് കാശ്മീരിന്റെ ഭാഗമാണെങ്കിലും കാശ്മീർത്താഴ്വരയുടെ ഭാഗമല്ല. മുസഫറാബാദിനും കാശ്മീരിനും വടക്ക് വിസ്തൃതമായ ജിൽജിത് സ്ഥിതി ചെയ്യുന്നു. സമുദ്രനിരപ്പിൽ നിന്ന് 6000 അടി മുതൽ മേലോട്ടു പൊക്കമുള്ള ആ പ്രദേശം മഞ്ഞു മലകളും താഴ്വരകളും നിറഞ്ഞതും അതിശൈത്യം മൂലം ജനസാന്ദ്രത വളരെ കുറഞ്ഞതുമാണ്. കാശ്മീരിനു വടക്കും കിഴക്കും ഭാഗങ്ങളിൽ ആണ്ടിലേറെക്കാലവും തണുത്തുറഞ്ഞു കിടക്കുന്ന ലഡാക് പ്രവിശ്യയാണ്. അതിന്റെ വടക്കു പടിഞ്ഞാറെ ഭാഗത്തിനെ ബാൾടിസ്താൻ എന്നും വടക്കു കിഴക്കു ഭാഗത്തിനെ അക്സായ്ചിൻ എന്നും പറയുന്നു. ലഡാക്കിന്റെ വടക്ക് ചൈനയുടെ സിങ്കിയാങ് പ്രവിശ്യയും കിഴക്ക് ടിബറ്റും സ്ഥിതി ചെയ്യുന്നു. പഴയ കാശ്മീരിനെയും ജമ്മുവിനെയും തമ്മിൽ വേർതിരിച്ചത് പീർപഞ്ചാൽ മലനിരയാണ്. കാശ്മീരിന്റെ തെക്കും തെക്കു പടിഞ്ഞാറുമായി ജമ്മു സംസ്ഥാനം സ്ഥിതി ചെയ്യുന്നു. ഉധംപൂർ, കത്യാ, ജമ്മു, റിയാസി, മിർപൂർ, പൂഞ്ച് എന്നിവയാണ് ജമ്മുവിന്റെ പ്രവിശ്യകൾ (ചിത്രം. ഒന്ന്)

പഴയ ജമ്മു സംസ്ഥാനത്തിന്റെ തലസ്ഥാനം ജമ്മുവും കാശ്മീരിന്റേത് ശ്രീനഗറുമായിരുന്നു. ജമ്മുവും കാശ്മീരും 19–ാം നൂറ്റാണ്ടിൽ ഒന്നായ ശേഷം ജമ്മു കാശ്മീരിന്റെ വേനൽക്കാല തലസ്ഥാനം ശ്രീനഗറും ശീതകാല തലസ്ഥാനം ജമ്മുവുമാണ്. ലഡാക്കിന്റെ തലസ്ഥാനം ലേഹും ജിൽജിത്തിന്റെ തലസ്ഥാനം ജിൽജിത്തും. ഉധംപൂർ, കത്യാ, ജമ്മു, റിയാസി, മിർ പൂഞ്ച്, മുസഫറാബാദ് എന്നിവ അതാതു പ്രവിശ്യാ തലസ്ഥാനങ്ങൾ കൂടെയാണ്. 1947നു മുമ്പ് ശ്രീനഗറിലേക്കുള്ള പ്രധാന പ്രവേശനമാർഗമായിരുന്ന മുസഫറാബാദ്–ശ്രീനഗർ രാജപാതയിലെ രണ്ടു പ്രധാന പട്ടണങ്ങളാണ് ഉറി, ബാരമുള്ള എന്നിവ. ശ്രീനഗറിനെപ്പോലെ ഝലം നദീതീരത്ത് ജമ്മു ശ്രീനഗർ റോഡിലുള്ള മറ്റൊരു പ്രധാന നഗരമാണ് അനന്തനാഗ്.

ടിബറ്റിൽ നിന്നു കമ്പിളിവസ്ത്രങ്ങൾ അഫ്ഗാനിസ്ഥാനിലേക്കും അവിടെ നിന്നും വിവിധ കമ്പോളങ്ങളിലേക്കും അയച്ചുകൊണ്ടിരുന്നത് ലേഹ് – ശ്രീനഗർ വഴിയായിരുന്നു. അങ്ങനെയാണ് ശ്രീനഗർ ഒരു നല്ല വാണിജ്യകേന്ദ്രമായി ഉയർന്നത്. പക്ഷേ, ലേഹിൽ നിന്നു ശ്രീനഗറിലേക്കു മനുഷ്യനും മൃഗങ്ങൾക്കും പോകാൻ ദുർഗമമായ ഒരു നടപ്പാത മാത്രമേ ഉണ്ടായിരുന്നുള്ളൂ. ശ്രീനഗറിനു 18 നാഴിക വടക്കു മാറിയുള്ള ഗന്തർബാൽ എന്ന പട്ടണത്തിലെത്തിയാൽ പിന്നെ ശ്രീനഗർ വരെ നല്ല റോഡുണ്ട്. 1947–ൽ ജമ്മുവിനെയും ശ്രീനഗറിനെയും ബന്ധിപ്പിക്കുന്ന പാത ഉണ്ടായിരുന്നുവെങ്കിലും അതു ബനിഹാൽ ചുരം കടന്നു പോകേണ്ടിയിരുന്നതിനാൽ ശീതകാലത്തു മഞ്ഞുവീണു യാത്രായോഗ്യമല്ലാതായിത്തീർന്നിരുന്നു. ജമ്മുവിൽ നിന്നും അഖ്നൂർ, മീർപൂർ, രജൗറി,

പൂഞ്ച് എന്നീ പട്ടണങ്ങൾ വഴി ഉറിയിലെത്താനും രാജപാത ഉണ്ടായിരുന്നുവെങ്കിലും പൂഞ്ചിനും ഉറിക്കും ഇടയിൽ ഹാജിപീർചുരം വഴി വേണം പീർ പഞ്ചാൽ മലനിര കടന്നു പോകേണ്ടിയിരുന്നത്. അതുകൊണ്ട് ശീതകാലത്ത് അതും ഉപയോഗയോഗ്യമായിരുന്നില്ല. ജമ്മുവിൽ നിന്ന് ശ്രീനഗറിലേക്ക് എല്ലാകാലത്തും സുഗമമായമാർഗം പശ്ചിമപഞ്ചാബിലെ വാസിറാബാദ്, റാവൽപിണ്ടി (ഇപ്പോഴത്തെ ഇസ്ലാമാബാദ്) മുറി എന്നീ പട്ടണങ്ങൾ വഴി മുസഫറാബാദ്, ഉറി, ബാരമുള്ള എന്നീ കാശ്മീരി നഗരങ്ങൾ കടന്നുപോകുന്നതാണ്.* ജമ്മു കാശ്മീർ പ്രശ്നത്തെ ഏറ്റവും വഷളാക്കിയ ഭൂമിശാസ്ത്ര ഘടകം ഇതാണ്.

ഇന്ത്യാവിഭജനത്തെത്തുടർന്ന് ഇന്ത്യയുടെ ഭാഗമായിത്തീർന്ന കിഴക്കൻ പഞ്ചാബിൽനിന്ന് ജമ്മുവിലേക്കു പോകാൻ മധോപൂർ, കത്യാ, സാംബോ എന്നീ ചെറു പട്ടണങ്ങൾ വഴി ഒരു റോഡുണ്ടായിരുന്നുവെങ്കിലും ആ റോഡിൽ രവി നദിക്കും മറ്റു നിരവധി ചെറുനദികൾക്കും കുറുകെ പാലങ്ങളൊന്നും ഇല്ലായിരുന്നു. ഈ നദികളിൽ മഴക്കാലത്തെ ജലപ്രവാഹം ശക്തമായിരുന്നതിനാൽ വാഹനയാത്ര അസാധ്യമായിരുന്നു. ജമ്മുവിനു കിഴക്കൻ പഞ്ചാബുമായി ബന്ധമുണ്ടായതു തന്നെ പഞ്ചാബ് വിഭജനത്തിനു ചുമതലപ്പെടുത്തിയിരുന്ന റാഡ്ക്ലിഫ് സായ്പ് കാട്ടിയ ഔദാര്യം കൊണ്ടോ പിശകു കൊണ്ടോ ആണ്. ജമ്മുവിനെയും ഇന്ത്യൻ യൂണിയനെയും തമ്മിൽ ബന്ധിപ്പിക്കുന്നത് അവിഭക്ത പഞ്ചാബിലെ ഗുരുദാസ്പൂർ ജില്ലയാണ്. അതു മുസ്ലീം ഭൂരിപക്ഷ ജില്ലയായിരുന്നു എന്നു മാത്രമല്ല അതിലെ നാലു താലൂക്കുകളിൽ മൂന്നിലും മുസ്ലീം ഭൂരിപക്ഷമാണുണ്ടായിരുന്നത്. ഹിന്ദു ഭൂരിപക്ഷമുള്ള പത്താൻകോട്ട് താലൂക്കിനൊപ്പം മുസ്ലീം ഭൂരിപക്ഷമുള്ള ഗുരുദാസ്പൂർ, ബട്ടാല എന്നീ താലൂക്കുകൾ കൂടെ കിഴക്കൻ പഞ്ചാബിനു വിട്ടുകൊടുത്തതുകൊണ്ടു മാത്രമാണ് ഇന്ത്യയിൽ നിന്നു ജമ്മു കാശ്മീരിലേക്കു പാലങ്ങളില്ലാത്ത ഒരു റോഡെങ്കിലും ലഭിച്ചത്.

പുരാവൃത്തം, കൽഹണനിലൂടെ

ക്രി. 1148–49 ൽ രചിക്കപ്പെട്ട കൽഹണന്റെ *രാജതരംഗിണി*യാണ് കാശ്മീരിന്റെ ആദ്യകാല ചരിത്രത്തിലേക്കു വെളിച്ചം വീശുന്ന കൃതി. കേരളത്തിലെ അതുലന്റെ *മൂഷികവംശ*കാവ്യത്തിനു *രാജതരംഗിണി*യേക്കാൾ കാൽനൂറ്റാണ്ടെങ്കിലും പഴക്കമുണ്ടെങ്കിലും ഭാരതത്തിലെ ആദ്യത്തെ ചരിത്ര കാവ്യമായി പരിഗണിക്കപ്പെട്ടുപോന്നത് *രാജതരംഗിണി*യാണ്. *മൂഷിക വംശ*കാവ്യം ഒരു രാജവംശത്തിന്റെ മാത്രം കഥയാണ്. അതിലെ അവസാന രാജാവിന്റെ സദസ്യനാണ് കവിയെന്നതുകൊണ്ട് ഒരു ചരിത്രകാരനുവേണ്ട നിഷ്പക്ഷത അതുലനുണ്ടായിരു

---

* ചിത്രം 1 കാണുക

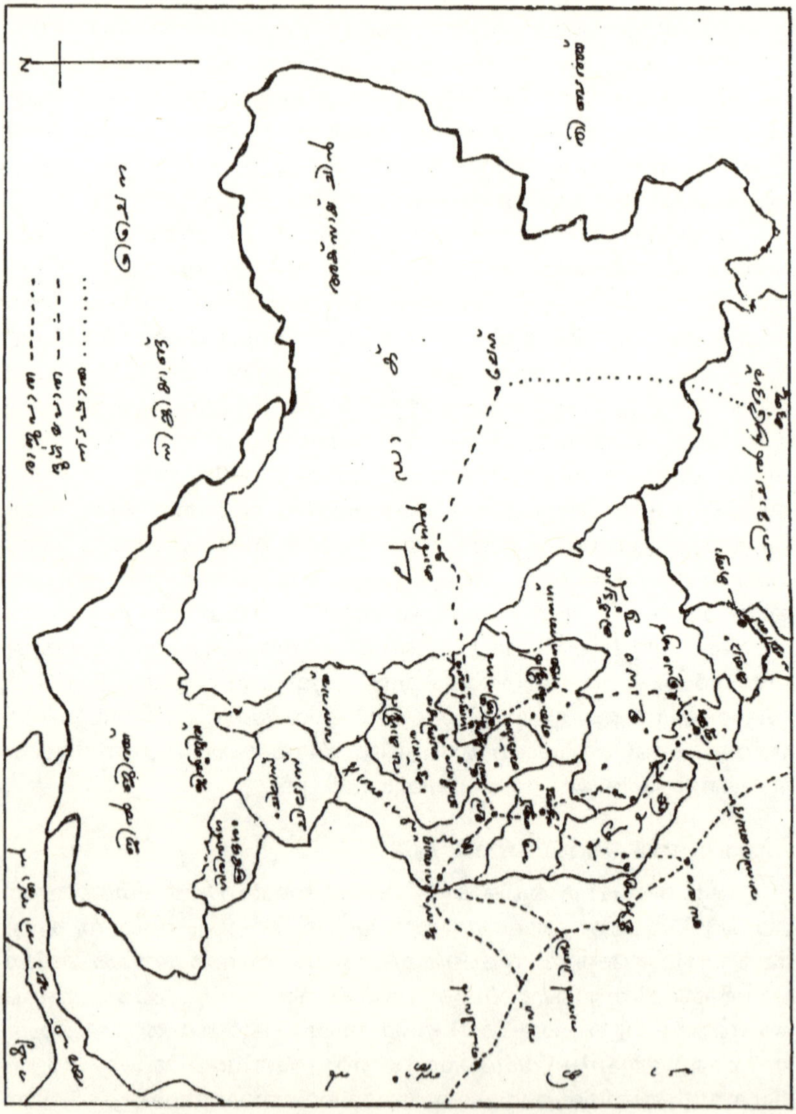

ജമ്മു കാശ്മീർ, ഇന്ത്യാ പാക് വിഭജനകാലത്ത്

ന്നിരിക്കില്ല. *രാജതരംഗിണി*യിൽ പരാമർശിക്കപ്പെടുന്നത് കാശ്മീരിൽ ആധിപത്യം വഹിച്ചിരുന്ന നിരവധി വിദേശ വംശങ്ങളുടെ ചരിത്രമായ തുകൊണ്ട് കൽഹണന് ആരോടും വിധേയത്വമില്ലായിരുന്നു. എട്ടു കാണ്ഡങ്ങളുള്ള *രാജതരംഗിണി*യുടെ ആദ്യത്തെ മൂന്നുകാണ്ഡങ്ങൾ ഇതിഹാസങ്ങളാണ്. പിന്നീടുള്ളവ യഥാർഥ ചരിത്രവുമായി പൊരുത്തപ്പെട്ടിരിക്കുന്നു. കുറഞ്ഞത് പതിനൊന്നു മുൻകാലകൃതികളെ ആശ്രയിച്ചാണ് *രാജതരംഗിണി* രചിക്കപ്പെട്ടത്.

ശ്രീകൃഷ്ണന്റെ എതിരാളിയായിരുന്ന ഗോനന്ദനെന്ന രാജാവിൽ നിന്നാണ് *രാജതരംഗിണി* ആരംഭിക്കുന്നത്. ഗോനന്ദന്റെ മൂന്നു പിൻഗാമികൾക്കു ശേഷം അർജുനന്റെ പിൻഗാമികളായ പാണ്ഡവവംശത്തിലെ 23 തലമുറ അവിടെ ഭരണം നടത്തിപ്പോന്നു. ചന്ദ്രഗുപ്തമൗര്യൻ (322–298 ബി സി) ഗ്രീക്കു സാമ്രാജ്യത്തെ ഇന്ത്യയുടെ അതിർത്തി കടത്തി തന്റെ മൗര്യസാമ്രാജ്യം ഗാന്ധാരം (അഫ്ഗാനിസ്താനിലെ കാണ്ഡഹാർ) വരെ വ്യാപിപ്പിച്ചു. അദ്ദേഹത്തിന്റെ പുത്രൻ ബിന്ദുസാരന്റെ കാലത്ത് തക്ഷശില മൗര്യസാമ്രാജ്യത്തിനെതിരെ കലാപക്കൊടി ഉയർത്തി. കലാപം അടിച്ചമർത്താനായി ബിന്ദുസാരൻ തന്റെ രണ്ടാമത്തെ പുത്രനും ഉജ്ജയിനിയിലെ ഭരണാധികാരിയും ആയിരുന്ന അശോകനെ അങ്ങോട്ടയച്ചു. തക്ഷശിലയിലെ കലാപം അടിച്ചമർത്തിയശേഷം അശോകൻ കാശ്മീരും കീഴടക്കി. അശോകനാണ് ശ്രീനഗർ പട്ടണം സ്ഥാപിച്ചതെന്നും ഐശ്വര്യസമൃദ്ധമായ 96000 ഭവനങ്ങൾ തുടക്കത്തിൽ തന്നെ അവിടെ ഉണ്ടായി എന്നും കൽഹണൻ പറയുന്നു.

ക്രി മു 261 ലെ കലിംഗയുദ്ധത്തിനുശേഷം അശോകൻ ബുദ്ധമതം സ്വീകരിച്ചു. പാടലീപുത്രത്തിൽ നടന്ന മൂന്നാം ബുദ്ധ ഭിക്ഷു സമ്മേളനത്തിൽ വച്ച് മജ്ജന്തികനെന്ന തേരനെ കാശ്മീരം, ഗാന്ധാരം എന്നീ പ്രദേശങ്ങളിലെ മതപ്രചാരണത്തിനു നിയോഗിച്ചതായി *മഹാവംശം* എന്ന സിംഹള ചരിത്രത്തിൽ കാണുന്നു. ഇത് ഒരുപക്ഷേ അശോകനു മുമ്പു നടന്ന സംഭവമായിരിക്കണം. എന്തെന്നാൽ അശോകന്റെ പുത്രനായ ജലൂകൻ ബുദ്ധമത വിരോധിയായിരുന്നുവെന്നും കാശ്മീരിൽ ശൈവദർശനവും നാഗാരാധനയും അദ്ദേഹം പ്രോത്സാഹിപ്പിച്ചതായും കാണുന്നു. ക്രിസ്തുവർഷാരംഭം വരെ കാശ്മീരിൽ ശൈവമതത്തിനായിരുന്നു സ്വാധീനം എന്നു വ്യക്തമാണ്. കാശ്മീരിന്റെ ഉത്ഭവം സംബന്ധിച്ച കഥ തന്നെ നാഗാരാധനയ്ക്കും ശൈവമതത്തിനും കാശ്മീരിലുണ്ടായിരുന്ന സ്വാധീനമാണ് സൂചിപ്പിക്കുന്നത്. ജലോത്ഭവനെ വധിച്ച് നാഗങ്ങളെ രക്ഷിക്കാൻ ശിവൻ അവതരിച്ചു എന്നത് ശൈവനിർമിതമായ കഥയാണെന്നു വ്യക്തമാണ്. നാഗഭൂഷണനായ ശിവൻ സൂചിപ്പിക്കുന്നത് നാഗാരാധനയും ശൈവമതവും തമ്മിലുള്ള ബന്ധമാണ്. അശോകൻ പോലും ഒട്ടേറെ ക്ഷേത്രങ്ങൾ കാശ്മീരിൽ പണിയിച്ചു എന്നാണു കാണുന്നത്. മജ്ജന്തികനെ കാശ്മീരിലേക്കു നിയോഗിച്ചുവെങ്കിലും ബുദ്ധമതത്തിനു കാശ്മീരിൽ ക്രിസ്തുവിനു മുമ്പു

പ്രചാരം സിദ്ധിച്ചില്ലെന്നാണ് കരുതേണ്ടത്. ഗാന്ധാരത്തിലും മറ്റും ബുദ്ധമതം പ്രചരിപ്പിക്കാൻ ഒരുപക്ഷേ മജ്ജന്തിക തേരനു കഴിഞ്ഞിരിക്കണം. എന്തെന്നാൽ, കാശ്മീരിലേക്കു ബുദ്ധമതം വ്യാപിപ്പിച്ചത് ഗ്രീക്കോബാക്ട്രിയനായ മിനാൻഡർക്കു (ബി സി 160–150) മുമ്പല്ല.*

ബാക്ട്രിയയിലെ ഗ്രീക്കു വംശജനായ ഡെമീട്ര്യസ് (ദത്തമിത്രൻ) ഗാന്ധാരം വഴിയാണ് ഇന്ത്യയിലേക്കു സാമ്രാജ്യം വ്യാപിപ്പിച്ചത്. ഡെമീട്ര്യസിന്റെ ജാമാതാവായ മിനാൻഡരുടെ (മിനിന്ദൻ) തലസ്ഥാനം ജമ്മുവിന്റെ അതിർത്തിയിലുള്ള സഗാല (സിയാൽകോട്ട്) ആയിരുന്നു. മിനാൻഡർ ബുദ്ധമത ഭക്തനായിരുന്നു. എങ്കിലും കുശാനവംശത്തിലെ കനിഷ്കൻ (ക്രി. 78–120) ആയിരുന്നു കാശ്മീരിൽ ബുദ്ധമതത്തിനു നല്ല പ്രചാരമുണ്ടാക്കിയത്. കുശാനന്മാരും ബാക്ട്രിയയിൽ നിന്നു ഗാന്ധാരം വഴി ഇന്ത്യയിൽ അധികാരം വ്യാപിപ്പിച്ചവരാണ്. കനിഷ്കന്റെ രാജധാനി പെഷവാർ (പുരുഷപുരം) ആയിരുന്നു. ശ്രീനഗറിലെ കുന്തളവന വിഹാരത്തിൽ വച്ച് കനിഷ്കൻ സംഘടിപ്പിച്ച ബുദ്ധമതസമ്മേളനമാണ് മഹായാന ബുദ്ധമതം മധ്യേഷ്യ, ടിബറ്റ്, ചൈന, കൊറിയ, ജപ്പാൻ എന്നിവിടങ്ങളിലേക്കു വ്യാപിക്കാൻ കാരണമായത്. ബുദ്ധമത പ്രചാരകന്മാരായ കുമാര ജീവൻ, യാസൻ, വിമലാക്ഷൻ, സംഘഭൂതി, ഗൗതമസംഘൻ, ധർമ്മയാസൻ, ബുദ്ധയാസൻ, ബുദ്ധജീവൻ എന്നിവർ കാശ്മീരിൽ നിന്ന് നാലാം നൂറ്റാണ്ടിന്റെ അന്ത്യത്തിലും അഞ്ചാം നൂറ്റാണ്ടിലും ചൈനയിൽ മതപ്രബോധനങ്ങൾ നടത്തിയതായി കാണുന്നതുകൊണ്ട് അഞ്ചാം നൂറ്റാണ്ടിലും കാശ്മീരിൽ ബുദ്ധമതം ശക്തമായിരുന്നു എന്നു വേണം കരുതാൻ.

ആറാം നൂറ്റാണ്ടിന്റെ തുടക്കത്തിൽ ശൈവമതത്തിന്റെ തിരിച്ചു വരവായി. കാശ്മീരിൽ നീചരിൽ നീചനെന്നു കുപ്രസിദ്ധി നേടിയ മിഹിരഗുലൻ (511–542) ആണ് ശൈവമതത്തിന്റെ പ്രചാരകൻ എന്നതിൽ വിസ്മയം തോന്നിയേക്കാം. മംഗോളിയയിൽ നിന്ന് യൂറോപ്പിലേക്കും ഇന്ത്യയിലേക്കും വെട്ടുകിളികളെപ്പോലെ ഇരച്ചുകയറിയ അപരിഷ്കൃതരായ ഹൂണന്മാരിലൊരാളായിരുന്നു മിഹിരഗുലൻ.

ശിവന്റെ രണ്ടു ഭാവങ്ങളാണ് ഗോരക്ഷകനായ പശുപതിയും സംഹാര ദേവതയായ രുദ്രനും** രുദ്രൻ ഒരു ദുർദ്ദേവതയായിട്ടാണ് ഒരു കാലത്ത് ആരാധിക്കപ്പെട്ടത്. സംഹാരരുദ്രൻ ഒരുപക്ഷേ ഹൂണന്മാരുടെ ദേവനായിരുന്നിരിക്കാം. സംഹാരരുദ്രന്റെ അവതാരമാണോ എന്നു തോന്നും വിധം ആയിരുന്നു മിഹിരഗുലന്റെ പ്രവൃത്തികൾ. ബുദ്ധ

---

* ബുദ്ധസഹയാത്രികനായ ആനന്ദന്റെ ശിഷ്യൻ മജ്ജന്തികൻ കാശ്മീരിലെ 60,000 ഗ്രാമങ്ങളിൽ ശാന്തി പരത്തുമെന്നുള്ള ബുദ്ധപ്രവചനം ഒരു കെട്ടുകഥയായി മാത്രമേ സ്വീകരിക്കാനാവൂ.

** അശോകന്റെ കാലത്ത് പശുപത ശൈവദർശനമായിരുന്നു കാശ്മീരിൽ പ്രചരിച്ചിരുന്നത്. അശോകേശ്വരക്ഷേത്രവും ഭൂതേശക്ഷേത്രവും പശുപതിക്ഷേത്രങ്ങളായിട്ടാണ് അശോകൻ നിർമിച്ചത്.

സന്യാസിമാരെ പീഡിപ്പിക്കുകയായിരുന്നു സഗല തലസ്ഥാനമാക്കിയിരുന്ന മിഹിരഗുലന്റെ വിനോദം. സഹികെട്ട സഹോദരൻ അയാളെ സ്ഥാന ഭ്രഷ്ടനാക്കി. കാശ്മീർ രാജാവ് അയാൾക്ക് അഭയം നൽകി. പിന്നീട് തന്റെ രക്ഷകനായ രാജാവിനെ വധിച്ച് അയാൾ കാശ്മീർ രാജാവായി. ഹാജിപീർ ചുരം വഴി പീർപഞ്ചാൽ പർവ്വതനിര കടക്കവെ മിഹിരഗുലന്റെ ആനകളിലൊന്ന് കാൽവഴുതി താഴ്വരയിലേക്കു വീണു. വീഴുമ്പോൾ ആന പുറപ്പെടുവിച്ച ദീനരോദനം മിഹിരഗുലനെ ഏറെ രസിപ്പിച്ചു. ആ ശബ്ദം കേൾക്കാൻ വേണ്ടിമാത്രം നൂറാനകളെ താഴ്വരയിലേക്കു മറിച്ചിടാൻ അയാൾ ഉത്തരവായത്രെ. കഥകൾ ഇനിയും പലതുണ്ട്. ക്രി. 625 വരെ മിഹിരഗുലന്റെ പിൻഗാമികൾ കാശ്മീർ ഭരിച്ചു.

ക്രി. 625–ൽ കാർക്കോട വംശത്തിലെ ദുർലഭ വർദ്ധനൻ അധികാരത്തിൽ ഏറി. ആ വംശത്തിലെ ലളിതാദിത്യനായിരുന്നു കാശ്മീരിലെ ഏറ്റവും പ്രതിഭാശാലിയായ ഭരണാധികാരി. ശൈവ–ബുദ്ധമതങ്ങൾക്ക് തുല്യപരിഗണനയാണുണ്ടായിരുന്നത്. രാജാവ് ശൈവനായിരുന്നുവെങ്കിലും സൈന്യം മിക്കവാറും ബുദ്ധമതാനുയായികളുടേതായിരുന്നു. സാഹിത്യത്തിനും ശില്പകലയ്ക്കും പ്രോത്സാഹനം ലഭിച്ചു. ശില്പസുന്ദരമായ മാർത്താണ്ഡ ക്ഷേത്രം അദ്ദേഹത്തിന്റെ സംഭാവനയാണ്. ലളിതാദിത്യന്റെ 37 വർഷത്തെ ഭരണം ശാന്തിയുടെയും ഐശ്വര്യത്തിന്റെയും കാലമായിരുന്നു. എന്നാൽ ലളിതാദിത്യനു ശേഷം കാർക്കോടകഭരണം അശക്തന്മാരുടെയും ദുർവൃത്തന്മാരുടെയും ഉപജാപകന്മാരുടേതുമായിരുന്നു. പത്തും പതിനൊന്നും നൂറ്റാണ്ടുകളിൽ ശൈവമതത്തിന്റെയും ഭരണത്തിന്റെയും അധഃപതനമാണ് കാശ്മീർ കണ്ടത്. നല്ല ഭരണാധികാരികളെന്നു പറയുന്നവർ പോലും അധാർമ്മികതയിൽ മികച്ചു നിന്നു. മദ്യപാനിയും വിഷയാസക്തനുമായിരുന്ന ക്ഷേമഗുപ്തന്റെ ഭാര്യ ദിദ്ദ ഒരു വിധം നല്ല ഭരണം കാഴ്ചവച്ച ആളായിരുന്നു. ക്രി. 958 ൽ ഭർത്താവിന്റെ മരണശേഷം അവരുടെ ഭരണമായിരുന്നു. ഭർത്താവു ജീവിച്ചിരുന്ന കാലത്തും അവരാണു രാജ്യകാര്യങ്ങൾ നോക്കിയിരുന്നത്. അതിനുശേഷം ബാലനായ പുത്രന്റെ പേരിലും. 981ൽ തന്റെ പൗത്രനെ വധിച്ച ശേഷം ഭരണം നേരിട്ടേറ്റെടുത്തു. 1089 മുതൽ 1101 വരെ ഭരണം നടത്തിയ ഹർഷൻ ജനസമ്മതനായി ഭരണം നടത്തി. അഫ്ഗാനിസ്ഥാനുമായി നല്ല ബന്ധം സ്ഥാപിച്ച് അവരുടെ മാതൃകയിൽ നല്ലൊരു സൈന്യം രൂപീകരിക്കാൻ വേണ്ടി തുർക്കിയിൽ നിന്നു സൈനിക പരിശീലകരെ വരുത്തി. ചെലവു ദുർവഹമായപ്പോൾ കണ്ടതിനും കേട്ടതിനുമെല്ലാം നികുതി ചുമത്തി. ഹർഷന്റെ സദസ്യരിലൊരാളുടെ പുത്രനായ കൽഹണൻ പറയുന്നത് അമേദ്യത്തിനു പോലും നികുതി ചുമത്താൻ അയാൾ മടിച്ചില്ലെന്നാണ്.

ക്രി. 1320 വരെ ദിഗ്വിജയികളിൽ നിന്ന് കാശ്മീർ രക്ഷപ്പെട്ടു നിന്നത് ദുർഗ്ഗമമായ പീർപഞ്ജാൽ പർവതനിരയുടെ തണലിലാണ്. ക്രി. 1015 ലും 1021 ലും കാശ്മീരിലേക്കു കടക്കാൻ ഗസ്നി മഹ്മൂദ് ശ്രമി ച്ചെങ്കിലും

തൊസമൈദാൻ ചുരം കടക്കാൻ കഴിഞ്ഞില്ല. മംഗോളിയൻ സാഹസികരായ ചെങ്കിസ്ഖാനും ഹലകുഖാനും അവ്വണ്ണം തന്നെ, കാശ്മീരിലേക്കു കടക്കാൻ കഴിഞ്ഞില്ല. രാഷ്ട്രീയമായും സാമൂഹികമായും കാശ്മീർ അധഃപതിച്ചിരുന്ന കാലമായിരുന്നു പത്തും പതിനൊന്നും പന്ത്രണ്ടും നൂറ്റാണ്ടുകളെങ്കിലും കാശ്മീരിനെ രക്ഷിക്കാൻ പ്രകൃതി ശക്തികളുണ്ടായിരുന്നു. എന്നാൽ ക്രി 1320 ൽ മംഗോളിയനായ ദുലച്ചയെ തടഞ്ഞുനിറുത്താൻ ആ ശക്തികൾക്കു കഴിഞ്ഞില്ല. അശ്വാരൂഢരും കാലാളുമായി 17,000 ഭടന്മാരോടൊപ്പം ബാരമുള്ള ചുരം വഴി കാശ്മീരിലേയ്ക്ക് ഇരച്ചു കയറിയ ദുലച്ച ക്രൂരത കൊണ്ട് അവിടത്തെ ദുർഭരണത്തിനു അന്ത്യം കുറിച്ചു. ഭീരുവായിരുന്ന സഹദേവൻ എന്ന കാർക്കോടരാജാവ് കിഷ്ട്വാറിലേക്ക് ഓടിക്കളഞ്ഞു. എട്ടുമാസം മംഗോളിയർ കാശ്മീരിൽ കൊള്ളയും കൊള്ളിവയ്പും ബലാൽസംഗവും ഒരു തടസ്സവുമില്ലാതെ തുടർന്നു നടത്തി. അതിനുശേഷം ബനിഹാൾ ചുരവും ഹിമപാതവും മംഗോളിയരുടെ അന്ത്യംകുറിച്ചു. ഒരു കണക്കിനു ദുലച്ചയുടെ വരവ് ഗുണമായി. സർവവും നഷ്ടപ്പെട്ടെങ്കിലും ഒപ്പം കാർക്കോടവംശവും അപ്രത്യക്ഷമായി.

ഇസ്ലാം കാശ്മീരിൽ

പത്താം നൂറ്റാണ്ടിന്റെ മധ്യത്തിൽ ഘസ്നിയിലെ സാബക്ടിജിൻ പഞ്ചാബ് കീഴടക്കിയെങ്കിലും ഘസ്നി സുൽത്താന്മാരുടെ അധികാരം കാശ്മീരിലേക്കു വ്യാപിച്ചില്ല. 11–ാം നൂറ്റാണ്ടിന്റെ തുടക്കത്തിൽ ഘസ്നി മഹ്മൂദ് നിരവധി തവണ ഇന്ത്യ ആക്രമിച്ചെങ്കിലും അദ്ദേഹത്തിനും അതിനായില്ല. മുഹമ്മദ് ഘോറി എന്ന അഫ്ഘാൻ രാജാവ് (1176–1206) ഇന്ത്യയിൽ അധികാരം സ്ഥാപിച്ചുവെങ്കിലും കാശ്മീരിനുമേൽ ആധിപത്യം സ്ഥാപിക്കാൻ കഴിഞ്ഞില്ല. എങ്കിലും, പതിനൊന്നാം നൂറ്റാണ്ടു മുതലെങ്കിലും ഇസ്ലാം കാശ്മീരിൽ ഊറിയിറങ്ങി. ഏറെക്കാലമായി കെട്ടിക്കിടന്ന ജലം പോലെ ബുദ്ധ–ശൈവമതങ്ങൾ കാശ്മീരിൽ മലീമസമായിക്കൊണ്ടിരുന്നപ്പോൾ ഇളംകാറ്റെന്ന പോലെ പേർഷ്യൻ ഇസ്ലാമിക സംസ്കാരം കാശ്മീരിലേക്കു വീശുകയായിരുന്നു. ഇസ്ലാമിലെ സൂഫി ദർശനമാണ് കാശ്മീരിലേക്ക് ഊർന്നുകയറിയത്.അതിനു ശൈവദർശനവുമായി വേഗം ഇഴുകിച്ചേരാൻ കഴിഞ്ഞു. പൗരോഹിത്യവും ദുഷിച്ച ക്ഷേത്ര സംസ്കാരവും അധഃപതനത്തിലേക്കു നയിച്ച കാശ്മീർ ജനതയ്ക്ക് 14–ാം നൂറ്റാണ്ടിൽ ബോധോദയം ഉണ്ടാക്കിയ പത്മാവതി ഇസ്ലാമിൽ നിന്നാണ് പാഠങ്ങൾ ഉൾക്കൊണ്ടത്. സംസ്കൃതം ഉപേക്ഷിച്ചു കാശ്മീരി ഭാഷയിലെഴുതിയ അവരുടെ *വാക്യം* ഉദ്ഘോഷിച്ചത്: 'ശിവൻ എങ്ങും ഉണ്ട്; ഹിന്ദുവിനെയും മുസ്ലീമിനെയും രണ്ടായി കാണാതിരിക്കുക; തന്നത്താനറിയാൻ മനസു വയ്ക്കുക; അതാണു ദൈവത്തിലേക്കുള്ള നേരായ വഴി' എന്നാണ്. അവരെ 'ലല്ലേശ്വരി' എന്നു ഹിന്ദുക്കളും 'ലല്ലാഅരീഫാ' എന്നുമുസ്ലീങ്ങളും വാഴ്ത്തി. ശൈവ പൗരോഹിത്യം

ദുരിതം വിതച്ച കാശ്മീരി മനസിന് ഇസ്ലാം ആശ്വാസം അരുളിയതിന്റെ ഉത്തമോദാഹരണമാണ് സന്യാസിനിയായ പത്മാവതിയുടെ ജീവിതം.

മറ്റു പലേടത്തെയും പോലെ വാൾമുനയിലൂടെയല്ല ഇസ്ലാം കാശ്മീരിൽ കടന്നു വന്നത്. കുബ്ളായ്ഖാന്റെ മരണശേഷം മധ്യേഷ്യ ഇസ്ലാമിനധീനമായി. അവിടെ നിന്ന് പാമീർ പീഠഭൂമി വഴി ഇസ്ലാം കാശ്മീർ താഴ്വരയിലേക്കു ഊറിയിറങ്ങുകയായിരുന്നു. 14–ാം നൂറ്റാണ്ടിന്റെ തുടക്കത്തിൽ സഹദേവന്റെ സചിവന്മാരിലൊരാളായിരുന്ന സയിദ്ബിലാൽഷാ 1327 ൽ അന്തരിക്കുന്നതിനു മുമ്പ് രാജാവിന്റെ അനുജനും സേനാനായകനും ഇസ്ലാം സ്വീകരിച്ചു കഴിഞ്ഞു. ബുൾബുൾഷാ എന്ന പേരിലറിയപ്പെട്ട ബിലാൽഷായ്ക്ക് കാശ്മീരിൽ ഇസ്ലാമിന്റെ വേരുറപ്പിക്കാൻ കഴിഞ്ഞു. അതിനെത്തുടർന്നാണ് കാശ്മീർ മുസ്ലീം രാജാക്കന്മാരുടെ ഭരണത്തിലായത്.

ദുലാച്ചയുടെ ആക്രമണകാലത്ത് നാടുവിട്ടോടിപ്പോയ സഹദേവൻ മടങ്ങി വരാത്തതു മൂലം ശ്രീനഗർ കോട്ടയുടെ അധിപനായ രാമചന്ദ്രയിൽ കാശ്മീർ ഭരണം നിക്ഷിപ്തമായി. രാമചന്ദ്രയുടെ കീഴിൽ സേവനം അനുഷ്ഠിക്കാൻ വടക്കു പടിഞ്ഞാറൻ പ്രവിശ്യയിലെ സ്വാറ്റിൽ നിന്ന് ഷാമിർ എന്നൊരു പ്രഭുവും ലഡാക്കിൽ നിന്നു റിഞ്ചിൻ എന്നൊരു പ്രഭുവും ശ്രീനഗറിലെത്തി. രാമചന്ദ്രയുടെ വിശ്വസ്തന്മാരായിരുന്ന ഇവർ രണ്ടുപേരും പരസ്പരം അടുക്കുകയും ചെയ്തു. റിഞ്ചിൻ, രാമചന്ദ്രയുടെ മകൾ കോട്ട എന്ന രാജകുമാരിയുടെ കാമുകനായി. ഷാമിറിന്റെ ഒത്താശയോടുകൂടി രാമചന്ദ്രയെവധിച്ച് റിഞ്ചിൻ ഭരണാധിപനായി. ബുദ്ധമതാനുയായിയായ റിഞ്ചിന് രാജാവാകാൻ ഹിന്ദുവാകേണ്ടിയിരുന്നു. എന്നാൽ ചാതുർവർണ്യത്തിനു പുറത്തു നിന്നൊരാളെ ഹിന്ദുവാക്കാൻ സാധ്യമല്ല എന്നു പറഞ്ഞ് ബ്രാഹ്മണർ കൈയൊഴിഞ്ഞു. അങ്ങനെ ഇസ്ലാമിലേക്കു മതപരിവർത്തനം ചെയ്യാൻ റിഞ്ചിൻ നിർബന്ധിതനായി. സുൽത്താൻ സദ്രുദീൻ എന്ന പേര് സ്വീകരിച്ചു. കോട്ട രാജകുമാരി അദ്ദേഹത്തിന്റെ ഭാര്യാപദം സ്വീകരിച്ചു. എട്ടു മാസത്തെ മംഗോളിയൻ ഭീകരവാഴ്ചയിൽ ശ്വാസം മുട്ടിയ ജനത്തിനു റിഞ്ചിൻ സമാധാനം നൽകി. 1320–ൽ റിഞ്ചിൻ അപകടത്തിൽ മരിച്ചപ്പോൾ മുൻ രാജാവായ സഹദേവന്റെ അനുജൻ ഉദയനദേവനെ കോട്ടയും ഷാമിറും ശ്രീനഗറിലേയ്ക്ക് ക്ഷണിച്ച് രാജാവായി വാഴിച്ചു. കോട്ട അയാളുടെ ഭാര്യാപദം സ്വീകരിച്ചു. എന്നാൽ, അചല എന്ന തുർക്കി സൈനികനേതാവിന്റെ ആക്രമണം ഉണ്ടായപ്പോൾ ഉദയനദേവനും നാടു വിട്ടോടി. കോട്ടയും ഷാമിറും അചലയെ രാജാവായി സ്വീകരിച്ചു. അചല സ്വന്തം സുരക്ഷിതത്വത്തിൽ ശ്രദ്ധിക്കാതായപ്പോൾ മിന്നലാക്രമണത്തിൽ കോട്ടയുടെയും ഷാമിറിന്റെയും സൈന്യംതുർക്കികളെ നിർമ്മാർജ്ജനം ചെയ്തു. 1338–ൽ ഉദയനദേവൻ മരിച്ചപ്പോൾ കോട്ടറാണി സ്വയം രാജ്ഞിയായി പ്രഖ്യാപിച്ചു. രാജ്ഞിയെ ഷാമിർ എതിർക്കുകയും അവരുടെ കോട്ട ഉപരോധിക്കുകയും ചെയ്തു. രാജ്ഞി കീഴടങ്ങി ഷാമിറിനെ രാജാവാക്കാമെന്നും താൻ അയാളുടെ ഭാര്യയായിരുന്നുകൊള്ളാമെന്നും സമ്മതിച്ചു. വിവാഹശേഷം ഷാമിർ

റാണിയെ വധിച്ചു എന്നാണ് കൽഹണനുശേഷം കാശ്മീർ ചരിത്രകാരനായിരുന്ന ജോനരാജാപണ്ഡിറ്റ് പറഞ്ഞിട്ടുള്ളത്. സുൽത്താൻ ഷംസുദീൻ എന്ന പേരിൽ ഷാമിർ കാശ്മീർ ഭരണാധികാരിയായി 1342 വരെ ഭരിച്ചു.

ഷാമിറിന്റെ പൗത്രൻ സിന്ധിലേക്കും അഫ്ഗാനിസ്ഥാനിലേക്കും സൈനിക നീക്കങ്ങൾ നടത്തി വിജയം വരിച്ചുവെങ്കിലും കാശ്മീർ സാമ്രാജ്യം സ്ഥാപിക്കാനുള്ള ശ്രമം വിജയിച്ചില്ല. 1398 ൽ സമർഖണ്ഡിൽ നിന്ന് തൈമൂറിന്റെ സൈന്യം ഇന്ത്യയിൽ ദിഗ്വിജയം നടത്തിയപ്പോൾ കാശ്മീർ സുൽത്താനായിരുന്ന സിക്കന്തർ ഭീംബറിൽചെന്നു സമാധാനം വിലയ്ക്കു വാങ്ങാൻ ശ്രമം നടത്തി. തൈമൂറിന്റെ പ്രതിനിധി ഒരു ലക്ഷം രൂപയും 30,000 കുതിരകളുമെന്ന അസാധ്യമായ വിലയാണ് സമാധാനത്തിനാവശ്യപ്പെട്ടത്. അത്രയും ദ്രവ്യം നേടാൻ സിക്കന്തർക്കും അയാളുടെ ഉപദേഷ്ടാക്കളായ മുള്ളാമാർക്കും ജനങ്ങളെ വിശേഷിച്ചും ഹിന്ദുക്കളെ ഹിംസിക്കേണ്ടതായി വന്നു. ഹിന്ദുക്കളെ പീഡിപ്പിക്കലോളം വരെ അതുചെന്നെത്തി. ബലംപ്രയോഗിച്ച് ഹിന്ദുക്കളെ മതപരിവർത്തനം നടത്തി. സ്ത്രീകൾ നെറ്റിയിൽ കുങ്കുമപ്പൊട്ടു ചാർത്തുന്നതും സംഗീതവും നിരോധിക്കപ്പെട്ടു. ഹിന്ദുക്കളുടെ മേൽ ജസിയ എന്ന നികുതി ഏർപ്പെടുത്തി. തന്റെ പ്രതിനിധി ആവശ്യപ്പെട്ട വമ്പിച്ച ദ്രവ്യം ആവശ്യമില്ലെന്നും തന്റെ മേൽക്കോയ്മ കാശ്മീർ അംഗീകരിച്ചാൽ മതിയെന്നും തൈമൂർ അറിയിച്ചുവെങ്കിലും ഹിന്ദുക്കളുടെ നേരെയുള്ള അതിക്രമങ്ങൾ ഇരുപതുവർഷം അഭംഗുരം തുടർന്നു. അപ്പോഴേക്കും കാശ്മീർപണ്ഡിറ്റുകൾ കൂട്ടംകൂട്ടമായി നാടുവിട്ടു. കാശ്മീർ താഴ്വരയിൽ അവശേഷിച്ചത് വെറും പതിനൊന്നു ഹിന്ദുകുടുംബങ്ങളാണ്.

മുസ്ലീം പുരോഹിതന്മാർ ഹിന്ദുക്കളെ മാത്രമല്ല മുസ്ലീങ്ങളെയും വെറുപ്പിച്ചു. വെറുക്കപ്പെട്ട സുൽത്താൻ ആലിഷായെ 1420–ൽ അയാളുടെ അനുജൻ ഒരു ജനകീയ വിപ്ലവത്തിൽ സ്ഥാനഭ്രഷ്ടനാക്കി. സെയ്നുൽ അബ്ദീൻ എന്ന പേരിൽ സുൽത്താൻ പദവിയേറ്റ ഷാഹിഖാൻ അരനൂറ്റാണ്ടു കാലത്തെ ഭരണത്തിൽ ഹിന്ദു–മുസ്ലീം ഐക്യം പുനഃസ്ഥാപിക്കുകയും നാട്ടിൽ സമാധാനവും ഐശ്വര്യവും കൈവരുത്തുകയും ചെയ്തു. ബലമായി മതപരിവർത്തനം ചെയ്യപ്പെട്ടവരെ തിരികെ സ്വമതത്തിലേക്കു പോകാൻ ഏർപ്പാടു ചെയ്തു. മതകാര്യങ്ങളിൽ സർക്കാർ ഇടപെടരുതെന്നു വിലക്കി. സൈനുൽ അബ്ദീൻ ജനപ്രീതി നേടി ബദ്ഷാ (വലിയ രാജാവ്) എന്നറിയപ്പെട്ടു. കാശ്മീരിൽ അത്തരം ഒരു ഭരണാധികാരി പിന്നീടുണ്ടായില്ല.

കാശ്മീർ വിദേശാധിപത്യത്തിൽ

ദില്ലി സുൽത്താനത്തിന് കാശ്മീരിന്റെ മേൽ ആധിപത്യം സ്ഥാപിക്കാൻ കഴിഞ്ഞില്ലെങ്കിലും മുഗൾഭരണത്തിന് കഴിഞ്ഞു. 1586 ൽ കാസിം ഷായുടെ നേതൃത്വത്തിലുള്ള മുഗൾ സൈന്യം ശ്രീനഗറിലെത്തി

അക്ബർ ചക്രവർത്തിയെ കാശ്മീരിന്റെ മേൽക്കോയ്മയായി പ്രഖ്യാപിച്ചു. ബദ്ഷാ കൈവരിച്ച 'കാശ്മീരിയത്' (കാശ്മീർ ദേശസ്നേഹം) അദ്ദേഹത്തിന്റെ പിൻഗാമികൾ അടുത്ത നൂറുവർഷം കൊണ്ടു കളഞ്ഞുകുളിച്ചതാണ് കാശ്മീരിനെ അടിമത്തത്തിലേക്കു നയിച്ചത്. കാശ്മീർ മുഗൾസാമ്രാജ്യത്തിലെ കാശ്മീർ സുബയായി സുബേദാർമാരുടെ (ഗവർണർമാർ) ഭരണത്തിലായി. സുബേദാർമാർ മിക്കവരും നല്ല ഭരണാധികാരികളായതുകൊണ്ട് 1707 ൽ അറംഗസീബിന്റെ മരണം വരെ കുഴപ്പങ്ങളൊന്നും ഉണ്ടായില്ല. മുഗൾ സാമ്രാജ്യത്തിലെ ചിട്ടയുള്ള ഭരണക്രമം കാശ്മീരിനും ഗുണം ചെയ്തു. കാശ്മീർ ഇന്ത്യയുടെ അവിഭാജ്യ ഘടകമായി ഒരു നൂറ്റാണ്ടിനു മേൽ നിലനിന്നത് ഇക്കാലത്തു മാത്രമായിരുന്നു.

കാശ്മീരിനെ ദുരിതപൂർണമാക്കിയാണ് മുഗൾഭരണം അവസാനിച്ചത്. 1707 മുതൽ 1717 വരെ രണ്ടു ഗവർണർമാരുടെ ദുർഭരണം അന്ത്യത്തിന്റെ തുടക്കം മാത്രമായിരുന്നു. കാശ്മീരിലെ മുഖ്യ പുരോഹിതനായി നിയമിക്കപ്പെട്ട മഹ്ത്താബിഖാൻ ഹിന്ദുക്കളെയും ഷിയകളെയും ദ്രോഹിച്ചതായിരുന്നു അടുത്ത പടി. കുങ്കുമപ്പൊട്ടും തലക്കെട്ടും കുതിരസവാരിയും അവർക്കു നിരോധിച്ചു. നല്ല വസ്ത്രങ്ങൾ ധരിക്കുന്നതു പോലും അവർ നിരോധിച്ചു. 1720 ൽ ഹിന്ദുക്കളും ഷിയാകളും മുഖ്യപുരോഹിതനെതിരെ കലാപമുണ്ടാക്കി അയാളെ വധിച്ചു. അയാളുടെ പുത്രൻ മുള്ളാ ഷറാഫുദീൻ വർദ്ധിച്ച വീര്യത്തോടെ പകപോക്കൽ തുടർന്നു. ഷിയാകളുടെ സാദിബാൽ കോളനി ചുട്ടു നശിപ്പിച്ചു. അക്രമങ്ങൾ അതിരു കടന്നപ്പോൾ ദില്ലിയിൽ നിന്നും സമദ്ഖാൻ എന്ന പ്രതിപുരുഷൻ ശ്രീനഗറിലെത്തി ഷറാഫുദ്ദീനെയും അയാളുടെ 50 മുഖ്യ കൂട്ടാളികളെയും പിടികൂടി വരിവരിയായി തൂക്കിലിട്ടു. 1724 ലും 1735 ലും 1746 ലും ഉണ്ടായ കടുത്ത ക്ഷാമം പാമ്പു കടിച്ചവനെ തേളുകുത്തിയ മട്ടാക്കി.

അതിനുശേഷം അഫ്ഘാൻ നുകത്തിൻ കീഴിൽ കാശ്മീരികൾ അനുഭവിച്ച ദുരിതങ്ങളുമായി തട്ടിച്ചു നോക്കുമ്പോൾ ഇതുവരെയുള്ള ദുരിതങ്ങൾ നിസ്സാരമെന്നു വേണം കരുതാൻ. 1739 ൽ നാദിർഷാ ഇന്ത്യ ആക്രമിച്ചപ്പോൾ കാശ്മീരിലെ ഇനായത്തുള്ള ആ പേർഷ്യൻ വിജിഗീഷുവിന്റെ മേൽക്കോയ്മ സ്വീകരിച്ചുവെങ്കിലും കാശ്മീരികൾ അത് അംഗീകരിച്ചില്ല. നാദിർ ഷാ 1747 ൽ വധിക്കപ്പെട്ടപ്പോൾ പേർഷ്യൻ കമാന്റർമാരിലൊരാളായ അഹമ്മദ് ഷാ അബ്ദാലി അഫ്ഘാൻ ഭരണാധികാരിയായി സ്വയം പ്രഖ്യാപിച്ചു. 1748ൽ ഒരു സൈന്യത്തെ അയാൾ കാശ്മീരിലേയ്ക്കയച്ചുവെങ്കിലും വിജയിച്ചില്ല. 1752ൽ പഞ്ചാബു മുഴുവൻ നിയന്ത്രണത്തിലാക്കിയശേഷം 1753 ലാണ് കാശ്മീർ കീഴടക്കാൻ അഫ്ഘാൻ സൈന്യത്തിനു കഴിഞ്ഞത്. തുടർന്ന് 67 വർഷത്തെ കിരാത ഭരണമാണ് അഫ്ഘാൻ ഗവർണർമാർ കാശ്മീരിൽ കാഴ്ച വച്ചത്. 1754 ൽ സുഖ്ജീവൻമാൽ എന്നൊരാൾ കാശ്മീരിനു സ്വാതന്ത്ര്യം പ്രഖ്യാപിച്ച് ദില്ലിയിലെ മുഗൾ ചക്രവർത്തി ഷാ ആല

മിനോട് കൂറു പ്രഖ്യാപിച്ചു. 1761– ൽ മൂന്നാം പാനിപ്പറ്റ് യുദ്ധത്തിൽ വച്ച് അബ്ദാലി ദില്ലിയുടെ സഹായികളായ മറാത്തികളെ തോല്പിച്ച് പഞ്ചാബിൽ അധികാരം പുനഃസ്ഥാപിച്ചു. അടുത്ത വർഷം സുഖ്ജീവൻമാൽ പിടികൂടപ്പെടുകയും വധിക്കപ്പെടുകയും ചെയ്തു. കാശ്മീരിലെ അഫ്ഘാൻ ഗവർണറായിരുന്ന ബുലന്ദ് ഖാൻ ബൻസായ് അഫ്ഘാൻ സന്ദർശനത്തിനായി പോയപ്പോൾ ബൻസായിയുടെ പ്രതിനിധിയായിരുന്ന ഖട്ടക് ഭരണം ഏറ്റെടുക്കുകയും നാട്ടിനെ പൊതുവെയും ഹിന്ദുക്കളെ പ്രത്യേകിച്ചും ദ്രോഹിക്കുകയും ചെയ്തു. പിന്നീടു വന്ന ഗവർണർ കരിംദാദ് തികഞ്ഞ സ്വേച്ഛാധികാരിയായിരുന്നു. കരിംദാദും അയാളുടെ പുത്രൻ ആസാദ് ഖാനും ജനദ്രോഹത്തിൽ തുല്യരായിരുന്നു. ഇതിനിടയിൽ ജമ്മുവിലെ രാജാരഞ്ജിത് ദേവ് കാശ്മീർ ആക്രമിക്കുകയും ജനം അയാളെ സ്വാഗതം ചെയ്യുകയും ചെയ്തു. പക്ഷേ രഞ്ജിത് ദേവ് യുദ്ധത്തിൽ പരാജയപ്പെട്ടു. തുടർന്ന് അസദ് ഖാൻ കാശ്മീരിൽ അഫ്ഘാൻ ഭരണത്തിനെതിരെ സ്വാതന്ത്ര്യം പ്രഖ്യാപിച്ചു. ജനങ്ങൾ വെറുത്ത ആസാദ് ഖാനെ പിടികൂടി വധിക്കാൻ അഫ്ഘാൻ സൈന്യത്തിനു പ്രയാസമുണ്ടായില്ല. അബ്ദാലിയെ തുടർന്ന് പുത്രൻ തൈമൂർ അഫ്ഘാൻ ഷാ ആയി. 1793ൽ തൈമൂർ ഷാ അന്തരിച്ചതിനെ തുടർന്ന് അഫ്ഘാൻ സാമ്രാജ്യം ക്ഷയോന്മുഖമായി. തൈമൂറിന്റെ പിൻഗാമിയായ സമൻ ഷായെ അട്ടിമറിച്ച് 1801 ൽ ഷാ മുഹമ്മദ് അഫ്ഘാൻ രാജാവായി. അതോടുകൂടി അന്ന് കാശ്മീരിലെ അഫ്ഘാൻ ഗവർണറായിരുന്ന അട്ടാ മുഹമ്മദ് ഖാൻ സ്വാതന്ത്ര്യം പ്രഖ്യാപിച്ചു. 1803ൽ ഷാ മുഹമ്മദിനെ അട്ടിമറിച്ച് ഷാ ഷൂജ അഫ്ഘാനിസ്ഥാനിൽ ഭരണം പിടിച്ചെടുത്തു. കാശ്മീരിലെ അട്ടാമുഹമ്മദ്ഖാനെതിരെ പടപുറപ്പെട്ട ഷാഷൂജ പരാജയം വരിച്ചു.

സിഖ് മേധാവിത്വം

തൈമൂർ ഷായുടെ ഭരണകാലത്ത് പഞ്ചാബ് പ്രവിശ്യയിൽ ഭരണരംഗത്ത് സിക്കുകാർക്ക് പ്രാമുഖ്യം ലഭിച്ചു.1798ൽ പഞ്ചാബിലെ അഫ്ഘാൻ ഗവർണറായിരുന്ന അഹമ്മദ് ഖാൻ ബക്ഷി വധിക്കപ്പെട്ടു. തുടർന്ന് സിക്കുകാരുടെ ഒരു പ്രമാണിയെ ലാഹോറിൽ ഗവർണറായി നിയമിക്കാൻ സമൻ ഷാ നിർബന്ധിതനായി. 'സിഖ് ഖത്സ'യിൽ അന്ന് ഒരു ഡസൻ പ്രധാനികളായിരുന്നു ഉണ്ടായിരുന്നത്. അവരിൽ ഏറ്റവും ധീരനും യുദ്ധതന്ത്രജ്ഞനും ഉദാരനും ആയിരുന്ന സുക്കർച്ചക്കിയായിലെ രഞ്ജിത് സിംഗിനെ 1799 ൽ ലാഹോറിലെ അഫ്ഘാൻ ഗവർണറായി അംഗീകരിച്ചു. രഞ്ജിത് സിംഗ് പഞ്ചാബിലെ ഇതര സിഖ് നേതാക്കളെയെല്ലാം ബലപ്രയോഗത്തിലൂടെ സ്വന്തം കൊടിക്കീഴിൽ കൊണ്ടുവന്നു. കാശ്മീരിൽ അട്ടാമുഹമ്മദിനോടു പരാജയപ്പെട്ട ഷാ ഷൂജ ലാഹോറിലെത്തി രഞ്ജിത്സിംഗിനെ അഭയം പ്രാപിച്ചു. പിന്നീട് അട്ടാമുഹമ്മദുമായി സമാധാനമുണ്ടാക്കി ഷാ ഷൂജ ശ്രീനഗറിലേക്കു പോയി. അഫ്ഘാൻ പടനായകനായ ഫത്തേമുഹമ്മദ് ഖാൻ രഞ്ജിത് സിംഗിന്റെ

സഹായത്തോടു കൂടി കാശ്മീർ കീഴടക്കാൻ പുറപ്പെട്ടു. സംയുക്ത സൈന്യം കാശ്മീർ ആക്രമിച്ചു. ഷാ ഷൂജയും അട്ടാമുഹമ്മദും രഞ്ജിത്സിംഗുമായി സമാധാനം സ്ഥാപിച്ചു. പക്ഷേ, ഫത്തേമുഹമ്മദ് കാശ്മീരിനെ കീഴടക്കി വീണ്ടും അതിനെ അഫ്ഘാൻ പ്രവിശ്യയാക്കി മാറ്റി. അഫ്ഘാൻ ഭരണകാലത്ത് കാശ്മീരി പണ്ഡിറ്റുകൾക്ക് ഭരണ തലത്തിൽ നല്ല സ്വാധീനം ആയിരുന്നു. ഒടുവിലത്തെ അഫ്ഘാൻ ഗവർണറായിരുന്ന മുഹമ്മദ് അസിംഖാന്റെ കാലത്ത് ദുർഭരണത്തിനു പുറമെ ക്ഷാമവും നാടിനെ വലച്ചു. മന്ത്രിമാരിലൊരാളായിരുന്ന ബീർബാൽധാർ ഗവർണറുടെ അപ്രിയത്തിനു കാരണമാവുകയാൽ നാടു വിട്ട് ജമ്മു രാജാവായ ഗുലാബ് സിംഗിനെ അഭയം പ്രാപിച്ചു.

1757 ലെ പ്ലാസി യുദ്ധത്തിൽ ആരംഭിച്ച ഇംഗ്ലീഷുകാരുടെ ഇന്ത്യയിലെ വിജയചരിത്രം 1803– ൽ ദില്ലി പാദുഷയുടെ മേൽ അധികാരം സ്ഥാപിച്ചതോടു കൂടി പഞ്ചാബിന്റെ കിഴക്കൻ അതിർത്തിവരെ വ്യാപിച്ചുകഴിഞ്ഞിരുന്നു. ബ്രിട്ടീഷ് സാമ്രാജ്യത്തിനു നേരെ ഫ്രാൻസ് ഭീഷണി ഉയർത്തിയിരുന്നതുകൊണ്ടും റഷ്യ അവർക്കൊപ്പം നിന്നതു കൊണ്ടും ഇതിനകം പഞ്ചാബിലെ മഹാരാജാവായിത്തീർന്നിരുന്ന രഞ്ജിത് സിംഗിനെ പിണക്കാതെ സ്വന്തം വശത്തു നിറുത്താനായിരുന്നു ഇംഗ്ലീഷുകാർ തുനിഞ്ഞത്. ഇംഗ്ലീഷ് പ്രതിനിധികൾ ലാഹോറിലും കാബൂളിലും പോയി 1806ൽ കരാറുണ്ടാക്കി. കരാറനുസരിച്ച് സട്ലജ് നദിക്കു വടക്ക് കാറകോറം വരെയും പടിഞ്ഞാറ് അഫ്ഘാൻ അതിർത്തിവരെയും പഞ്ചാബിന്റെ മഹാരാജാവായി രഞ്ജിത് സിംഗ് അംഗീകരിക്കപ്പെട്ടു. എങ്കിലും, സട്ലജ്ജിനു തെക്കും രഞ്ജിത് സിംഗ് ചില സൈനിക നീക്കങ്ങൾ നടത്തിയതുകൊണ്ട് 1808ൽ കരാറു പുതുക്കേണ്ടി വന്നു. എങ്കിലും കാശ്മീർ പഞ്ചാബിന്റെ ഭാഗമായില്ല. അങ്ങനെയിരിക്കെയാണ് കാശ്മീരിൽനിന്നു ബീർബാൽധാർ രഞ്ജിത് സിംഗിന്റെ സാമന്തനായിരുന്ന ജമ്മുവിലെ ഗുലാബ് സിംഗിനെ സഹായത്തിന് സമീപിച്ചത്. ഗുലാബ് സിംഗിന്റെ സഹോദരൻ രാജാധ്യാൻ സിംഗ് രഞ്ജിത് സിംഗിന്റെ പ്രധാനമന്ത്രിയായിരുന്നു. കാത്തിരുന്ന ഒരവസരമാണ് രഞ്ജിത് സിംഗിന് കൈവന്നത്. സിഖ് സൈന്യത്തിന്റെ തലവനായി കിരീടാവകാശിയായ ഖരക് സിംഗും ദോഗ്രാ സൈന്യത്തിന്റെ തലവനായി ഗുലാബ് സിംഗും ഭിംബാർ രജൗറി വഴി കാശ്മീർ താഴ്വരയിലേക്ക് പുറപ്പെട്ടു. ഷോപ്പിയാനിയിൽ വച്ച് നടന്ന യുദ്ധത്തിൽ അഫ്ഘാൻ പട തുരത്തപ്പെട്ടു. 67 വർഷത്തെ ഭരണത്തിനു ശേഷം അഫ്ഘാൻ ഭരണം കാശ്മീരിൽ അവസാനിച്ചു. 5 നൂറ്റാണ്ടു കാലത്തെ മുസ്ലീം ഭരണവും അതോടെ കാശ്മീരിൽ അവസാനിച്ചു. കാശ്മീർ ഹിന്ദുക്കളും സിക്കുകാരും ചേർന്നുള്ള ഗൂഢാലോചനയുടെ ഫലമാണ് മുസ്ലീം ഭരണം അവിടെ അവസാനിച്ചത് എന്ന ആരോപണം ഉണ്ട്.

സിക്ക് ഖത്സയുടെ സ്ഥാപനം തന്നെ ഇസ്ലാമിന്റെ ആധിപത്യത്തിനെതിരെ ഇന്ത്യൻ സമൂഹത്തെ സംരക്ഷിക്കുന്നതിനായിരുന്നല്ലോ.

എന്നാൽ ബീർബാൽധറിന്റെ ഒളിച്ചോട്ടം ഇസ്ലാമിനെതിരായ നീക്കമായിരുന്നില്ല. അഫ്ഘാൻ ആധിപത്യത്തിനെതിരെ കാശ്മീരികളുടെ പ്രതികരണമായിരുന്നു അത്. ബീർബാൽ ധാറിന്റെ കൂറിൽ രഞ്ജിത്സിംഗിനു വിശ്വാസമുണ്ടായിരുന്നില്ല. അതുകൊണ്ട് ബീർബാലിന്റെ പുത്രൻ കാക്ധരെ ലാഹോറിൽ ബന്ദിയായി വച്ചുകൊണ്ടാണ് പഞ്ചാബി സൈന്യം കാശ്മീരിലേക്ക് യുദ്ധത്തിനു പോയത്. യുദ്ധാനന്തരം ബീർബാൽ ധർ തന്റെ റവന്യൂ വകുപ്പിലെ പഴയ ലാവണത്തിലേക്ക് മടങ്ങുകയാണുണ്ടായത്. അഫ്ഘാൻ ഭരണാധികാരികൾ അപരിഷ്കൃതരും ക്രൂരന്മാരുമായിരുന്നു. പക്ഷേ അവർ സിക്കുകാരെപ്പോലെ മതവൈരാഗ്യം ഉള്ളവരായിരുന്നില്ല. സിക്ക് മേൽക്കോയ്മയ്ക്കു കീഴിൽ മുസ്ലീങ്ങൾ പീഡിപ്പിക്കപ്പെട്ടു. പള്ളികൾ പലതും പിടിച്ചെടുത്തു. അവ ഹിന്ദു ദേവാലയങ്ങളുടെ സ്ഥാനത്ത് പണിയിക്കപ്പെട്ടവയാണെന്നതാണ് കാരണമായി പറഞ്ഞത്. പ്രസിദ്ധമായ ഷാഹമദാൻ പള്ളി നശിപ്പിക്കപ്പെടാതെ പോയത് ബീർബാൽധാർ ഇടപെട്ടതുകൊണ്ടു മാത്രമായിരുന്നു. ഗോവധം നിരോധിക്കപ്പെട്ടു. പശുവിനെ കൊല്ലുന്നവർ മരണശിക്ഷയ്ക്കു വിധേയരായി. മുസ്ലീം കർഷകർ പീഡിപ്പിക്കപ്പെട്ടതു കാരണം നാട്ടിൽ ക്ഷാമം ഉണ്ടായി. അധിക നികുതി ചുമത്തിയതിനെതിരെ പ്രതിഷേധിച്ച ബീർബാൽ ധാർ പിരിച്ചുവിടപ്പെടുകയും അയാളുടെ മുതൽ കണ്ടുകെട്ടപ്പെടുകയും ചെയ്തു. രഞ്ജിത് സിംഗിന്റെ പുത്രൻ ഷേർ സിംഗ് കാശ്മീർ ഭരണാധികാരിയായിരിക്കെ ഉണ്ടായ ക്ഷാമത്തിൽ ജനസംഖ്യ ഒന്നു പകുതിയായി കുറഞ്ഞു. ഏറെപ്പേർ ചത്തൊടുങ്ങുകയും മറ്റുള്ളവർ നാടുവിട്ടുപോകുകയും ചെയ്തതാണ് കാരണം. മകന്റെ ദുർഭരണത്തിൽ സഹികെട്ട രഞ്ജിത് സിംഗ് അയാളെ മാറ്റി പകരം മിയാൻ സിംഗ് എന്നയാളെ കാശ്മീർ ഗവർണറായി നിയമിച്ചു. മിയാൻ സിംഗ് മുൻഗണന നൽകിയത് രാജ്യവ്യാപനത്തിനാണ്. വർദ്ധിച്ച സൈനിക ചെലവുമൂലം ഖജനാവു കാലിയായി. മുസ്ലീങ്ങളുടെ ആദരവു നേടാൻ മിയാൻസിംഗിനു കഴിഞ്ഞതുമില്ല. ഗുലാംമുഹിയുദ്ദീൻ എന്നൊരാളെ മിയാൻ സിംഗിനു പകരമായി കാശ്മീർ ഗവർണറായി നിയമിച്ചു. മുൻ ഗവർണർമാരുടെ കാലത്ത് അടച്ചിട്ട ജുമാ മസ്ജിദ് പുതിയ ഗവർണർ തുറന്നുകൊടുത്തു.

ജമ്മു കാശ്മീരിന്റെ പിറവി

പഞ്ചാബിന്റെ ഭാഗമായിരുന്ന ജമ്മുവിലെ ഫ്യൂഡൽ പ്രഭുക്കന്മാർ രജപുത്രരിൽപ്പെട്ട ദോഗ്രകളായിരുന്നു.* രണവീരന്മാരും സ്വാതന്ത്ര്യപ്രേമികളുമായിരുന്ന അവരെ അടക്കിനിർത്തുന്നതിന് അവരിലൊരാളും

* ദോഗിരഥ് എന്നതിന്റെ രൂപഭേദമാണ് ദ്രോഗ്ര. ദോഗിരഥിന് 'രണ്ടു തടാകം' എന്നർഥം. മാൻസർ, സിരോയിൻസർ എന്നീ തടാകങ്ങളുടെ തീരത്താണ് കുടിയേറ്റക്കാരായ രജപുത്രർ അവരുടെ കോളനി സ്ഥാപിച്ചത്. അതുകൊണ്ട് ദോഗിരഥ് എന്ന് അവർ അറിയപ്പെട്ടു.

രഞ്ജിത് സിംഗിന്റെ പടനായകന്മാരിലൊരാളുമായിരുന്ന ഗുലാബ് സിംഗിനെ അവിടത്തെ ജഗീർദാറായി നിയമിച്ചു. 1821 ൽ ഗുലാബ് സിംഗിനെ ജമ്മു രാജാവായി മഹാരാജാ രഞ്ജിത് സിംഗ് നിയമിച്ചു. 1842 ൽ കാശ്മീർ ഗവർണർ ഗുലാം മൊഹിയുദ്ദീനുമൊത്ത് ജിൽജിത്തും, ബാൾട്ടിസ്ഥാനും ലഡാക്കും പഞ്ചാബിന്റെ കീഴിൽ കൊണ്ടുവരുന്നതിന് ഗുലാബ് സിംഗിന് സാധിച്ചു. ജിൽജിത്തിന്റെ ഭരണാധികാരിയായി അവിടത്തെ ചെറുകിട രാജാക്കന്മാരിലൊരാളെ നിയമിച്ചു. ലേഹിലെ രാജാവിനെ തടവുകാരനാക്കി.

1839–ൽ മഹാരാജാ രഞ്ജിത് സിംഗ് മരിച്ചതിനെത്തുടർന്ന് അന്തഃപുരത്തിലെ ഉപജാപങ്ങൾ കാരണം ലാഹോർ സർക്കാർ ദുർബലമായി. റാണിമാരിലൊരാളായ ജിൻഡാനും അവരുടെ കാമുകൻ ലാൽ സിംഗും ചേർന്ന് ഭരണം കൈയടക്കാനും ശ്രമം തുടങ്ങി. 1841 ൽ അഫ്ഘാൻ രാജാവുമായുള്ള യുദ്ധത്തിൽ ബ്രിട്ടീഷ് സൈന്യം ജലാലബാദിലെ കോട്ടയിൽ കുരുങ്ങിക്കിടക്കുകയായിരുന്നു. അവരെ രക്ഷിക്കാൻ പഞ്ചാബിന്റെ സഹായം അഭ്യർഥിച്ചുകൊണ്ട് മേജർ ഹെൻട്രി ലോറൻസ് പെഷവാറിലെത്തി. അന്ന് ഗുലാബ് സിംഗും രണ്ടു സഹോദരന്മാരും ആയിരുന്നു ലഹോർ ഭരണത്തിന്റെ തലപ്പത്ത് ഉണ്ടായിരുന്നത്. ഗുലാബ് സിംഗ് ഒരു സൈന്യത്തെ നയിച്ച് ജലാലബാദ് കോട്ട ഉപരോധിച്ചിരുന്ന അഫ്ഘാൻ സേനയെ ഓടിച്ചു കളഞ്ഞു. പിന്നീട് ഇന്ത്യയിലെ ബ്രിട്ടീഷ് ഭരണത്തിന്റെ ഉയർന്ന നിലകളിലെത്തിയ ഹെൻട്രി ലോറൻസും ഗുലാബ്സിംഗും സൗഹൃദത്തിലായി. ലഹോറിലെ അധികാര മത്സരത്തിൽ റാണിജിൻഡാനും അവരുടെ കാമുകനും വിജയിക്കുകയും ഗുലാബ് സിംഗ് തടവുകാരനാവുകയും ചെയ്തു. തടവിൽ നിന്ന് രക്ഷപ്പെട്ട അദ്ദേഹത്തെ ജമ്മുവിലെ പ്രഭുക്കന്മാർ തങ്ങളുടെ രാജാവായി വീണ്ടും സ്വീകരിച്ചു. ഇക്കാലത്ത് സാർ ചക്രവർത്തിയുടെ കീഴിലുള്ള റഷ്യയും പേർഷ്യയും ചേർന്ന് ബ്രിട്ടനെതിരെ വെല്ലുവിളിയുയർത്തിയതുകൊണ്ട് പഞ്ചാബിനെ തങ്ങളുടെ ചൊൽപ്പടിക്ക് നിർത്തേണ്ടത് ബ്രിട്ടന് ആവശ്യമായിരുന്നു. ഇത് ബ്രിട്ടനും പഞ്ചാബുമായി യുദ്ധത്തിലെത്തിച്ചേരാൻ ഇടയാക്കി. പഞ്ചാബ് സേനയെ നയിക്കാൻ ഗുലാബ് സിംഗ് ഇല്ലാതെ പോയി. നിഷ്പക്ഷത പാലിച്ച ഗുലാബ് സിംഗ് പഞ്ചാബ് ഭരണകൂടത്തിന്റെ ഏകകണ്ഠമായ നിർബന്ധത്തിന് വഴങ്ങി സിക്ക് സൈന്യത്തെ നയിച്ചു. വിജയിച്ചില്ലെങ്കിലും ഒരു ത്രികക്ഷികരാറിന് ഇംഗ്ലീഷ്കാർ തയ്യാറായി. അതിൻ പ്രകാരം, ജമ്മു, കാശ്മീർ, ലഡാക്ക്, ബാൾട്ടിസ്ഥാൻ, ജിൽജിത്ത് എന്നിവ പഞ്ചാബിൽ നിന്ന് വേർപ്പെടുത്തി. ഗുലാബ് സിംഗ് അവയുടെ മഹാരാജാവായി നിയമിക്കപ്പെട്ടു. കാശ്മീർ, ലഡാക്ക്, ബാൾട്ടിസ്ഥാൻ, ജിൽജിത്ത് എന്നീ പ്രദേശങ്ങളുടെ വിലയായി 75 ലക്ഷം രൂപ രണ്ട് ഗഡുക്കളായി ഗുലാബ് സിംഗ് നൽകണമെന്ന് വ്യവസ്ഥ ചെയ്തു. നാമമാത്രമായ കപ്പം നൽകി ഇംഗ്ലീഷുകാരുടെ സാമന്തനായിരിക്കാനാണ് ആദ്യം വ്യവസ്ഥ ചെയ്തിരുന്നതെങ്കിലും 75 ലക്ഷം രൂപ വിലയായി നൽകി

സ്വതന്ത്രഭരണാധികാരിയായിരിക്കാനാണ് ഗുലാബ് സിംഗ് പിന്നീട് ഒരുമ്പെട്ടത്.

വിൽക്കപ്പെട്ട നാടും ജനതയും

റഷ്യയോടും തിബത്തിനോടും സാമീപ്യമുള്ള ലഡാക്ക്, ബാൾട്ടിസ്ഥാൻ, ജിൽജിത്ത് എന്നിവ തങ്ങളുടെ വിശ്വസ്തനായ ഒരാളുടെ കീഴിലായിരിക്കണമെന്ന ഉറപ്പാണ് ലഹോർ കരാർ (1845) കൊണ്ട് ബ്രിട്ടൺ നേടിയത്. 75 ലക്ഷം രൂപ കൊടുത്ത് 84, 471 ചതുരശ്രനാഴിക സ്ഥലവും അതിലെ 25 ലക്ഷം ജനങ്ങളെയും വിലയ്ക്ക് വാങ്ങിയത് ഒരു നഷ്ടക്കച്ചവടം ആയാണ് ഗുലാബ് സിംഗിന് അനുഭവപ്പെട്ടത്. കാശ്മീരികൾ പൊതുവെ ദരിദ്രരും നിരക്ഷരരും ആയിരുന്നു. മുടക്കിയ പണത്തിന് പലിശയെങ്കിലും നേടണമെന്ന് തോന്നിയ ഗുലാബ് സിംഗ് അതിനുള്ള മാർഗങ്ങളെല്ലാം തേടി. അദ്ദേഹത്തെ സന്ദർശിക്കാൻ വരുന്നവരോടെല്ലാം ഗുലാബ് സിംഗ് ഫീസ് വാങ്ങിയിരുന്നത്രെ. വലിയ വിലകൊടുത്ത് സ്വതന്ത്ര രാജാവാകാൻ ശ്രമിച്ചുവെങ്കിലും സാർ ഖരീദ് (വിലപിടിപ്പുള്ള അടിമ) മാത്രമാണ് താനെന്ന് ഗുലാബ് സിംഗിന് ബോധ്യപ്പെട്ടു തുടങ്ങി. ഒരു ബ്രിട്ടീഷ് പ്രതിനിധി(റസിഡന്റ്)യെ വയ്ക്കാൻ ദില്ലി ഭരണകൂടം സമ്മർദ്ദം ചെലുത്തിയെങ്കിലും മഹാരാജാവ് വഴങ്ങിയില്ല. വിനോദ സഞ്ചാരികളായി ധാരാളം വെള്ളക്കാർ പതിവായി കാശ്മീരിലെത്തിയതുകൊണ്ട് അവരെ സ്വീകരിച്ചു ബഹുമാനിക്കേണ്ടത് മഹാരാജാവിന് സ്ഥിരം തൊഴിലായി. മഹാരാജാവ് സാർഖരീദ് ആയപ്പോൾ കാശ്മീർ ജനത അടിമയുടെ അടിമകളാവുകയായിരുന്നു.

1856–ൽ പിതാവിനെ പിൻതുടർന്ന് അധികാരത്തിലേറിയ രൺബീർ സിംഗ് പിതാവിനെപ്പോലെ തന്നെ ഇംഗ്ലീഷുകാരുടെ അടിമയായിരുന്നു. "ശിപായി ലഹള" അടിച്ചമർത്താൻ സൈന്യത്തെ അയച്ചുകൊടുത്ത് കനത്ത സാമ്പത്തിക നഷ്ടം അയാൾ വരുത്തിവെച്ചു. അതുകൊണ്ട് റസിഡന്റിനെ അയയ്ക്കുന്ന കാര്യത്തിൽ ഇംഗ്ലീഷ്കാർ തൽക്കാലം നിർബന്ധം പിടിച്ചില്ല. എങ്കിലും, 1870 ൽ കാശ്മീരിൽ വരുന്ന വെള്ളക്കാരുടെ ആവശ്യമെന്നമട്ടിൽ സ്പെഷ്യൽ ഡ്യൂട്ടി ഓഫീസറായി ഒരു വെള്ളക്കാരനെ നിയമിച്ചു. 1872–ൽ ദോഗ്രകളും ഇംഗ്ലീഷുകാരും ഉള്ള നിയമവകുപ്പ് നിലവിൽ വന്നു. അപ്പോഴും കാശ്മീരികൾക്ക് അതിൽ പ്രാതിനിധ്യം നൽകിയില്ല. 1877 ൽ സ്പെഷ്യൽ ഡ്യൂട്ടി ഓഫീസറെ ദില്ലിയുടെ പ്രതിനിധിയാക്കി. സാറിസ്റ്റു റഷ്യയുടെ ദേശവ്യാപനനയത്തിന് തടയിടാൻ ഒരു ബ്രിട്ടീഷ് പ്രതിനിധി ശ്രീനഗറിൽ ഉണ്ടായിരിക്കണമെന്ന് നിർബന്ധിച്ചു തുടങ്ങിയെങ്കിലും "രൺബീർ സിംഗിന്റെ കാലം വരെ" അത് വേണ്ടെന്നുവച്ചു. രൺബീർസിംഗ് അന്തരിച്ച ഉടൻ തന്നെ പിൻഗാമിയായ പ്രതാപ സിംഗിന്റെ പ്രതിഷേധത്തെ വകവെയ്ക്കാതെ ഒരു ബ്രിട്ടീഷ് റസിഡന്റ് കാശ്മീരിൽ നിയമിതനായി.

രണ്ടാമത്തെ റസിഡന്റായി വന്ന പ്ളൗഡൻ ദുർഭരണക്കാരനായ

രാജാവിനെ മാറ്റണമെന്നു ശുപാർശ ചെയ്തു. ബ്രിട്ടീഷ് പത്രങ്ങളും ചില പാർലമെന്റ് അംഗങ്ങളും ഇതിൽ പ്രതിഷേധിച്ചു. ഇതെല്ലാം ബ്രിട്ടീഷ് കോയ്മ ശക്തമാക്കുന്ന ഒരു ഭരണഘടന കൊണ്ടുവരാനുള്ള തന്ത്രങ്ങ ളായിരുന്നു. രാജാവ് സ്ഥാനം ഒഴിഞ്ഞ് ഒരു റീജൻസി കൗൺസിലിനെ അധികാരം ഏൽപ്പിക്കാനും 1889 ൽ ഏർപ്പാടായി. മഹാരാജാവിന്റെ അനു ജൻ അമർ സിംഗ് കൗൺസിലിന്റെ അധ്യക്ഷനായി നിയമിക്കപ്പെട്ടു. ഇത് മനഃപൂർവം ഒരു കുടുംബ കലഹം സൃഷ്ടിക്കാനായിരുന്നു. ജിൽജി ത്തിന്റെ ഭരണം ഏജൻസി വ്യവസ്ഥയിൽ ഇംഗ്ലീഷുകാർ ഏറ്റെടുത്തു (1889). അഫ്ഘാൻ അതിർത്തി വരെ റഷ്യൻ അധികാരം വ്യാപിച്ചതു കൊണ്ട് പ്രതിരോധം ശക്തിപ്പെടുത്തി. 1891–ൽ റഷ്യൻ പിന്തുണയോടെ കലാപക്കൊടിയുയർത്തിയ ഹുൺസാ–നഗർ രാജാവിനെ (ജിൽജിത്ത്) അടിച്ചമർത്തി. ഭരണം കൂടുതൽ കാര്യക്ഷമമാക്കിയശേഷം പ്രതാപ്സിം ഗിനെ കൗൺസിലധ്യക്ഷനായും അമർസിംഗിനെ വൈസ് പ്രസി ഡന്റായും നിയമിച്ചു. അഞ്ചുപേരുള്ള കൗൺസിലിൽ മൂന്നാം സ്ഥാനവും പ്രയോഗത്തിൽ ഒന്നാം സ്ഥാനവും ഒരു യൂറോപ്യനായിരിക്കണമെന്നും തീരുമാനിക്കപ്പെട്ടു. 1905 ൽ ദില്ലി സർക്കാരും അഫ്ഘാനിസ്ഥാനുമായുള്ള ബന്ധം മെച്ചപ്പെട്ടതുകൊണ്ട് ആ വഴിയുള്ള ഭീഷണി ഇല്ലാതായി. വടക്ക് പടിഞ്ഞാറൻ അതിർത്തി പ്രവിശ്യ ആ വർഷം സ്ഥാപിച്ച് അഫ്ഘാനി സ്ഥാനും പഞ്ചാബും തമ്മിലുള്ള സാമീപ്യം ഇല്ലാതാക്കി. കാശ്മീർ രാജാ വിന് റഷ്യയുമായി ബന്ധപ്പെടാൻ സാധ്യമല്ലാതായതുകൊണ്ട് പ്രതാ പ്സിംഗിന് മഹാരാജ പദവി തിരിച്ചു നൽകി. എങ്കിലും ഭരണകാര്യങ്ങ ളിൽ റസിഡന്റിന്റേതായിരിക്കും അവസാനവാക്ക് എന്നതായിരുന്നു സ്ഥിതി. ഒന്നാം ലോകമഹായുദ്ധത്തിന് ദോഗ്ര സൈന്യത്തെ അയച്ച് മഹാരാജാവ് ഇംഗ്ലീഷുകാരെ സഹായിച്ചു. അതിന്റെ പ്രതിഫലമായി തന്റെ പരമാധികാരം തിരിച്ചുനൽകണമെന്ന് മഹാരാജാവ് ആവശ്യപ്പെട്ടു വെങ്കിലും വൈസ്രോയി അതിൻമേൽ തീരുമാനമൊന്നുമെടുത്തില്ല.

ദാരിദ്ര്യവും അമിതനികുതികളും ജനങ്ങളെ പൊറുതിമുട്ടിച്ചിരുന്നു. ജനങ്ങൾക്കും സർക്കാരിനും തമ്മിൽ ഒരു ബന്ധവും ഉണ്ടായിരുന്നില്ല. ഭരണത്തെ തങ്ങളുടെ നിയന്ത്രണത്തിൽ നിർത്തണമെന്നല്ലാതെ പ്രജ കളുടെ കാര്യത്തിൽ ബ്രിട്ടീഷ് സർക്കാരിന് താൽപ്പര്യമുണ്ടായിരുന്നില്ല. ഇംഗ്ലീഷുകാരോട് കൂറുള്ളവരെ മാത്രം ഉദ്യോഗത്തിൽ നിയമിക്കാൻ രണ്ട് ഏർപ്പാടുകളുണ്ടാക്കിയിരുന്നു. ഭരണഭാഷ പേർഷ്യൻ ആയിരുന്നതുമാറ്റി ഉറുദുവാക്കി. മെട്രിക്കുലേഷൻ പാസായവർക്കുമാത്രം മേലുദ്യോഗം എന്നാക്കി. ഇവ രണ്ടും കാശ്മീരി പണ്ഡിറ്റുകൾക്കും ദോഗ്രകൾക്കും ഇല്ലായിരുന്നു. ഉദ്യോഗങ്ങൾ പഞ്ചാബികൾക്ക് കുത്തകയായി. പണ്ഡി റ്റുകളും ദോഗ്രകളും യോഗ്യതകൾ സമ്പാദിച്ചപ്പോഴും പഞ്ചാബി കൾക്കായി മുൻഗണന. അതിനെതിരെ പരാതി ഉയർന്നപ്പോൾ “മുൽക്കി”കൾക്ക് (നാട്ടിൽഭൂമിയുള്ളവർ) മാത്രം ഉദ്യോഗം എന്ന ഉത്ത രവുണ്ടായി. അപ്പോൾ പഞ്ചാബികൾ നാട്ടിൽ ഭൂമി വാങ്ങിച്ച് മുൽക്കിക

ളായി. പിന്നീട് വിദേശികൾ ജമ്മുകാശ്മീരിൽ ഭൂമി വാങ്ങുന്നതിനെ നിരോധിച്ച് ഉത്തരവായി. ഭൂരിപക്ഷക്കാരായ മുസ്ലീം കർഷകർ ഭൂവുടമകളായിരുന്നില്ല. മുസ്ലീങ്ങൾ അങ്ങനെ ഉദ്യോഗങ്ങളിൽ നിന്നും ഒഴിവാക്കപ്പെട്ടു. സൈന്യത്തിൽ അവർക്ക് ദോഗ്രാ ഭരണാരംഭം മുതൽ ജോലി നൽകിയിരുന്നില്ല. 1924 ൽ വൈസ്രോയി റീഡിംഗ് പ്രഭു കാശ്മീർ സന്ദർശിച്ചപ്പോൾ മുസ്ലീങ്ങൾ സങ്കടഹർജി അദ്ദേഹത്തിന് നൽകി. കർഷകന് ഭൂമിയുടെ ഉടമാവകാശം നൽകണം, സർക്കാർ ഉദ്യോഗങ്ങളിൽ ന്യായമായ പ്രാതിനിധ്യം നൽകണം, നിർബന്ധ ഊഴിയം നിർത്തലാക്കണം, മുമ്പ് സംസ്ഥാന സർക്കാർ പിടിച്ചെടുത്ത മുസ്ലീം പള്ളികൾ തിരിച്ചു നൽകണം. വൈസ്രോയി ദില്ലിക്ക് മടങ്ങിയ ഉടനെ പരാതിക്കാർക്ക് നേരേ സർക്കാരിന്റെ ഉരുക്ക് മുഷ്ടി പ്രയോഗിക്കപ്പെട്ടു. പരാതിക്കാരുടെ സ്വത്തുക്കൾ മുഴുവൻ സർക്കാർ കണ്ടുകെട്ടി*. രാജാവിന്റെ ഉപദേഷ്ടാവായിരുന്ന ബാനർജി ഇതിൽ പ്രതിഷേധിച്ച് രാജിവച്ചു പോയി.

അന്തരീക്ഷം കൊടുമ്പിരിക്കൊണ്ടിരിക്കുമ്പോഴാണ് 1925–ൽ പ്രതാപ് സിംഗ് അന്തരിക്കുകയും സഹോദരപുത്രൻ ഹരി സിംഗ് അധികാരമേൽക്കുകയും ചെയ്തത്. ആജ്മീറിലെ മേയോ കോളേജിൽ നിന്നു വിദ്യാഭ്യാസം പൂർത്തിയാക്കിയ ഹരി സിംഗ് ആധുനിക ആശയഗതികളുള്ള ആളായിരുന്നു. ജനം പല നല്ലകാര്യങ്ങളും അദ്ദേഹത്തിൽ നിന്നും പ്രതീക്ഷിച്ചു. പക്ഷേ തന്റെ മുൻഗാമികളെപ്പോലെതന്നെ അദ്ദേഹവും ഉപദേഷ്ടാക്കൾ തീർത്ത ദന്തഗോപുരത്തിലേക്ക് വേഗം പിൻവാങ്ങി. മർദ്ദിതർ സർക്കാറിനെതിരെ ആരംഭിച്ച പ്രതിഷേധം ഹിന്ദു സർക്കാറിനെതിരെ മുസ്ലീം ഭൂരിപക്ഷത്തിന്റെ പ്രതിഷേധമായി രൂപംകൊള്ളുകയായിരുന്നു. ആലിഗാർ മുഹമ്മദൻ ആംഗ്ലോ ഓറിയന്റൽ കോളേജിൽ** നിന്ന് ബിരുദം നേടിയ കുറെ യുവാക്കൾ ശ്രീനഗറിലെ ഒരു റീഡിംഗ് റൂമിൽ സമ്മേളിക്കുക പതിവായി. അതിൽ നിന്നും റീഡിംഗ് റൂം പാർട്ടി രൂപംകൊണ്ടു. സാമ്പത്തിക ദുരിതം മൂലം പൊറുതി മുട്ടിയ മുസ്ലീം സമുദായവും അഭ്യസ്തവിദ്യരും തൊഴിൽരഹിതരും ആയ ഹിന്ദു യുവാക്കളും ചേർന്ന് 1931 ന്റെ തുടക്കം മുതൽ നിസ്സംഗമായ ഭരണത്തിനെതിരെ സമരം ആരംഭിച്ചു. ഇംഗ്ലീഷുകാരും സമരക്കാരോട് അനുഭാവം കാട്ടി. കലങ്ങിയ വെള്ളത്തിൽ മീൻപിടിക്കുക മാത്രമായിരുന്നു അവരുടെ ഉദ്ദേശ്യം. 1930 ഡിസംബറിൽ അഖില കാശ്മീർ മുസ്ലീം കോൺഫറൻസ് ലഹോറിൽവച്ചു കൂടി. തീപ്പൊരി പ്രസംഗങ്ങൾ കേട്ട് ആവേശം കൊണ്ട ചില മുസ്ലീം യുവാക്കൾ ശ്രീനഗറിലേക്ക് മടങ്ങുന്ന വഴി ജമ്മുവിൽ ലഹള ഉണ്ടാക്കി. സർക്കാർ അതിനെ ശക്തിയായി നേരിട്ടു. പലരും അറസ്റ്റി

* സാംസ്കാരിക പ്രസിദ്ധീകരണങ്ങൾ മാത്രമല്ല 'വന്ദേമാതരം' പോലും നിരോധിക്കപ്പെട്ടു. നവീന ആശയങ്ങൾ പുറത്തു നിന്ന് വരാതെയിരിക്കാൻ അതിർത്തികൾ അടച്ചു.

** ഇപ്പോഴത്തെ ആലിഗർ മുസ്ലീം യൂണിവേഴ്സിറ്റിയുടെ മുൻഗാമിയായിരുന്നു സർ സെയ്ദ് അഹമ്മദ് സ്ഥാപിച്ച മുഹമ്മദൻ ആംഗ്ലോ ഓറിയന്റൽ കോളേജ്.

ലായി ജയിലിലായവരുടെ മുമ്പിൽ ഒരു പൊലീസുകാരൻ *ഖുറാൻ* വലിച്ചു കീറികാണിച്ചു. ജമ്മുവിലെ ഒരു പള്ളിയിൽ ഖുത്ബ ചൊല്ലുന്നതിനെ വിലക്കി. "ഇസ്ലാം അപകടത്തിൽ" എന്ന മുറവിളി ജമ്മുത്തെരുവിൽ ഉയർന്നു.

1931 മാർച്ച് മാസത്തിൽ ശ്രീനഗറിലെ മിർവെയ്സ് (മുഖ്യ പുരോഹിതൻ) അന്തരിച്ചു. അദ്ദേഹത്തിന്റെ ശവസംസ്കാരത്തിൽ ആയിരക്കണക്കിന് മുസ്ലീങ്ങൾ പങ്കെടുത്തു. പുതിയ മിർവെയ്സായി സ്ഥാനമേറ്റ യൂസഫ് ഷാ റീഡിംഗ് റൂം പാർട്ടിയിലെ ഒരു അംഗമായിരുന്നു. പള്ളികളിലൂടെ മതതീവ്രവാദം പ്രചരിപ്പിക്കാൻ പുതിയ മിർവെയ്സ് നേതൃത്വം നൽകി. ഏതു നിസ്സാര സംഭവവും കലാപത്തിനു വഴിതെളിക്കുമെന്ന അവസ്ഥയിലായിരിക്കുമ്പോഴാണ് പ്രഭാഷണ ചതുരനായ അബ്ദുൾ ഖാദർ എന്ന ആളുടെ അറസ്റ്റ് നടന്നത്. ശ്രീനഗറിലേക്ക് സ്ഥലം മാറിവന്ന ഒരു വെള്ളക്കാരന്റെ പഞ്ചാബി പാചകക്കാരനായിരുന്നു ജനങ്ങളെ ആവേശംകൊള്ളിക്കാൻ വാക്ചാതുര്യമുള്ള അബ്ദുൾ ഖാദർ. ഒരു തീപ്പൊരി പ്രസംഗത്തിനാണ് അയാൾ അറസ്റ്റ് ചെയ്യപ്പെട്ടത്. അയാളുടെ വിചാരണയ്ക്ക് സാക്ഷ്യം വഹിക്കാൻ വമ്പിച്ച ജനക്കൂട്ടം എത്തിയതുകൊണ്ട് വിചാരണ ജയിലിൽ വെച്ചാക്കി. ആയിരക്കണക്കിന് ജനം അകത്ത് കടക്കുവാനായി ജയിൽ ഗേറ്റിൽ തടിച്ചുകൂടി. പോലീസ് അവരെ തടഞ്ഞു. കല്ലേറുണ്ടായി പോലീസ് വെടിവെച്ചു. 21 പേർ മരിച്ചു. മൃതശരീരങ്ങളും വഹിച്ചുകൊണ്ട് പ്രകടനക്കാർ തെരുവുചുറ്റി. കടകൾ കൊള്ള ചെയ്യപ്പെട്ടു. ഹിന്ദുക്കൾ ആക്രമിക്കപ്പെട്ടു. ആദ്യമായി രാജാവിനെതിരെ നടന്ന സമരം ആയിരുന്നു അത്. ജൂലയ് 13 ആദ്യത്തെ പോലീസ് വെടിവയ്പ്; ആദ്യമായി മുസ്ലീം സമുദായം ഒന്നായി സംഘടിച്ച പ്രക്ഷോഭണം; കർഷകരും നെയ്ത്തുകാരും ആയിരുന്നു അവരിൽ അധികവും. കാശ്മീരിന് വെളിയിലുള്ള ഒരു മുസ്ലീമിനെ കൊണ്ട് അന്വേഷണം നടത്തണമെന്ന് റസിഡന്റ് നിർദേശിച്ചു. മഹാരാജാവ് അത് നിരസിച്ചു. കാശ്മീരി ജഡ്ജിയെ കൊണ്ട് അന്വേഷിപ്പിക്കാമെന്ന ഹരിസിംഗിന്റെ നിർദേശം ഇംഗ്ലീഷ്കാർക്കും സ്വീകാര്യമായില്ല. മന്ത്രിസഭയിലെ ബ്രിട്ടീഷ്കാരൻ രാജിവെച്ചു രാജാ ഹരികൃഷ്ണ കൗൾ പ്രധാനമന്ത്രിയായി നിയമിതനായി. അദ്ദേഹം പ്രക്ഷോഭകരുമായി ചർച്ച നടത്തി ഒത്തുതീർപ്പുണ്ടാക്കാൻ ശ്രമിച്ചു. തികച്ചും വർഗീയ ലഹളയായി മാറുമായിരുന്ന പ്രക്ഷോഭണത്തെ കശ്മീരിയത്തിനു വേണ്ടിയുള്ള മതേതര പ്രക്ഷോഭണമായി മാറ്റിയെടുക്കാൻ വശ്യവചസ്സായ ഒരു യുവാവിനു കഴിഞ്ഞു. പിൽക്കാലത്ത് കാശ്മീരിൽ മാത്രമല്ല ഇന്ത്യൻ ഉപഭൂഖണ്ഡത്തിൽ മുഴുവൻ അധികായനായി ഉയർന്ന ആ യുവാവ് തികഞ്ഞ മതഭക്തനായ ഒരു മുസ്ലീം ആയിരുന്നു.

ഒരു നേതാവിന്റെ ഉദയം

1905ൽ ഷാൾ നെയ്ത്തുകാരുടെ കുടുംബത്തിൽ ജനിച്ച ഷേക് മുഹമ്മദ് അബ്ദുള്ളയുടെ പിതാമഹൻ ഒരു കാശ്മീരി പണ്ഡിറ്റായിരുന്നു.

ദോഗ്രാ ഭരണത്തിൽ പീഡിപ്പിക്കപ്പെട്ടിരുന്ന ഇസ്ലാമിലേക്ക് മതം മാറാൻ ഈ കാശ്മീരി ബ്രാഹ്മണന് പ്രലോഭനത്തിന്റെ ആവശ്യം ഒന്നും ഉണ്ടായിരുന്നില്ല. അലിഗാറിലെ കോളേജിൽ നിന്ന് സയൻസിൽ ബിരുദാനന്തരബിരുദം നേടിയ ഷേക്കിന് ഒരു സ്കൂളിലെ അധ്യാപകനായിട്ടാണ് ജോലി ലഭിച്ചത്. കടുത്ത വിവേചനം മൂലം സിവിൽ സർവ്വീസ് നിയമനം ലഭിക്കാത്തതിൽ പ്രതിഷേധിച്ച് അദ്ദേഹം അധ്യാപക ജോലി രാജി വെച്ചു. റീഡിംഗ് റൂം പാർട്ടിയിൽ മിർവെയ്സായി പിന്നീട് നിയമിതനായ യൂസഫ് ഷായോടൊപ്പം അംഗമായിരുന്നു. ഒന്നാംകിട വാഗ്മി ആയിരുന്ന ഷേക്ക് പള്ളികളിലെ പ്രഭാഷണങ്ങളിലൂടെ ജനഹൃദയം ആകർഷിച്ചു. തുടർന്നു പൊതുയോഗങ്ങളിലും ജാഥകളിലും നേതൃത്വം തെളിയിച്ചു. ഉറുദു പണ്ഡിതൻ സർ മുഹമ്മദും ഒത്തു ജമ്മുകാശ്മീർ മുസ്ലീം കോൺഫറൻസിന് രൂപംനൽകി (1930). അതിന്റെ ആദ്യത്തെ പ്രസിഡന്റായി 1931 ജൂലായ് 13-ാം തീയതി സർക്കാരിനെതിരായി നടന്ന പ്രക്ഷോഭത്തിന് നേതൃത്വം നൽകി. 1931 ജൂൺ 21നും സെപ്തംബർ 24 നും ഇടയ്ക്ക് പല തവണ അറസ്റ്റ് ചെയ്യപ്പെട്ടു. പ്രക്ഷോഭണങ്ങൾ നേരിടാൻ സർക്കാർ അടിയന്തരാവസ്ഥ പ്രഖ്യാപിച്ചു. (നോട്ടിഫിക്കേഷൻ 19 -6). കൂട്ട അറസ്റ്റുകളും വെടിവയ്പുകളും നിത്യസംഭവങ്ങളായി.

നാടാകെ കലാപത്തിലേക്ക് നീങ്ങിയപ്പോൾ ദില്ലിസർക്കാർ ശക്തമായി ഇടപെടാൻ തീരുമാനിച്ചു. 24 മണിക്കൂറുകൾക്കകം 4 കാര്യങ്ങൾ ചെയ്യണമെന്ന് രാജാവിനോട് കർശനമായി നിർദേശിച്ചു. (1) മുസ്ലീങ്ങൾക്ക് കടുത്ത എതിർപ്പുള്ള ഗോവധ നിരോധനം, ഖുത്ത്ബാ നിരോധനം, ആസാൻ നിരോധനം എന്നിവ ഉടനെ എടുത്തുകളയണം (2) ഒരു ബ്രിട്ടീഷ് ഓഫീസറുടെ നേതൃത്വത്തിൽ നിഷ്പക്ഷാന്വേഷണം (3) ഒരു ഐ സി എസ് കാരനെ പ്രധാനമന്ത്രിയായി നിയമിക്കുക (4) ഇപ്പോഴത്തെ പ്രധാനമന്ത്രി ഹരികൃഷ്ണ കൗളിന്റെ സഹോദരൻ ദയാകൃഷ്ണ കൗളിനെ പുറത്താക്കുക. അടിയന്തരാവസ്ഥ പിൻവലിച്ചു. ഗ്ലാൻസി എന്ന ബ്രിട്ടീഷുകാരന്റെ അധ്യക്ഷതയിൽ രണ്ട് മുസ്ലീങ്ങളും രണ്ട് ഹിന്ദുക്കളും ഉൾപ്പെട്ട ഒരന്വേഷണ കമ്മീഷനെ നവംബർ മാസത്തിൽ നിയമിച്ചു. 1932 മാർച്ച് മാസത്തിൽ കമ്മീഷന്റെ റിപ്പോർട്ട് വന്നു. റിപ്പോർട്ടിലെ പ്രധാന ശുപാർശകൾ ഇവയായിരുന്നു; ഖുത്ത്ബായും ആസാനും അനുവദിക്കുക. ഏതു മതത്തിനെതിരായ അപമാനവും കഠിനമായി ശിക്ഷിക്കപ്പെടണം. വിദ്യാഭ്യാസത്തിലും ഉദ്യോഗത്തിലും മുസ്ലീങ്ങൾക്കെതിരെ ഉണ്ടായിരുന്ന വിവേചനം അവസാനിപ്പിക്കണം. ശുപാർശകളെല്ലാം സ്വീകരിക്കപ്പെട്ടു. ഗ്ലാൻസിയുടെ നേതൃത്വത്തിൽത്തന്നെ ഒരു ഭരണപരിഷ്കരണ കമ്മിറ്റിയെ നിയമിച്ചു. ഒരു നിയമസഭ ഉണ്ടാവണമെന്ന് ആ കമ്മിറ്റി നിർദേശിച്ചു. നിയമസഭയുടെ വിശദാംശങ്ങൾ നിർദേശിക്കാൻ ഒരു ഫ്രാഞ്ചൈസ് കമ്മിറ്റിയെ 1932 മെയ് മാസത്തിൽ നിയമിച്ചു.

അന്തരീക്ഷം തണുത്തപ്പോൾ തന്റെ സംഘടന വെറും വർഗീയ

സംഘടന മാത്രമായിരിക്കുന്നത് ശരിയല്ല എന്ന് ഷേക്ക് അബ്ദുള്ളയ്ക്കും അനുയായികളായ ബക്ഷിഗുലാം മുഹമ്മദ്, ഗുലാം മുഹമ്മദ് സാദിക് എന്നിവർക്കും തോന്നിത്തുടങ്ങി. ജമ്മുകാശ്മീർ മുസ്ലീം കോൺഫറൻസിൽ ഹിന്ദുക്കൾക്കും പ്രാതിനിധ്യം വേണമെന്ന് 1932 ഒക്ടോബറിൽ ഷേക്ക് നിർദേശിച്ചു. ഒരു ന്യൂനപക്ഷം അതിനെ എതിർത്തു. അവർക്ക് നേതൃത്വം നൽകിയത് മിർ–വെയ്സ് യൂസഫ്ഷാ ആയിരുന്നു. പാർട്ടി രണ്ടായി. വരാൻ പോകുന്ന നിയമസഭയിലേക്കുള്ള തിരഞ്ഞെടുപ്പിന് തയ്യാറെടുക്കുകയായിരുന്നു ഷേക്കും കൂട്ടരും. ബാർജോർദലാലിന്റെ അധ്യക്ഷതയിലുള്ള ഫ്രാഞ്ചൈസ് കമ്മിറ്റിയുടെ നടപടികൾ അസാധാരണമായി നീണ്ടുപോകുന്നത് മുസ്ലീം കോൺഫറൻസിൽ സംശയങ്ങളുയർത്തി. 1933 മാർച്ചിൽ നിയമ ലംഘനത്തിന് ഷേക്ക് ആഹ്വാനം നൽകി. ഫ്രാഞ്ചൈസ് ഓഫീസറായി ഐവോ എലിയട്ട് എന്ന ഐ സി എസ് ഓഫീസർ നിയമിതനായി. 1934 ഏപ്രിൽ 24–ാം തീയതി അദ്ദേഹത്തിന്റെ ശുപാർശ പ്രകാരം പ്രജാമണ്ഡലം എന്ന നിയമസഭ അനുവദിച്ചുകൊണ്ട് പ്രഖ്യാപനം ഉണ്ടായി. അനുദ്യോഗസ്ഥ ഭൂരിപക്ഷമുള്ള 75 അംഗ നിയമസഭയാണ് ശുപാർശചെയ്യപ്പെട്ടിരുന്നത്. എന്നാൽ അനുദ്യോഗാംഗങ്ങൾ 60 പേരുണ്ടെങ്കിലും അതിൽ 27 പേർ നാമനിർദ്ദേശം ചെയ്യപ്പെടുന്നവരും ബാക്കിയുള്ളവർ മാത്രം തിരഞ്ഞെടുക്കപ്പെടുന്നവരുമായിരുന്നു. ഫലത്തിൽ രാജപക്ഷത്തിന് ഭൂരിപക്ഷം; എന്തെന്നാൽ തിരഞ്ഞെടുക്കപ്പെടുന്നവരിൽ 21 പേർ മുസ്ലീങ്ങളും 10 പേർ ഹിന്ദുക്കളും 2 പേർ സിക്കുകാരും എന്ന വ്യവസ്ഥയുണ്ടായിരുന്നു. പ്രതിവർഷം കുറഞ്ഞത് 400 രൂപ വരുമാനമുള്ളവർക്കു മാത്രം വോട്ടവകാശം ഉണ്ടായിരുന്നതിനാൽ ജനസംഖ്യയിൽ 97 ശതമാനത്തിനും വോട്ടില്ല. സ്ത്രീകൾക്കും നിരക്ഷരർക്കും വോട്ടില്ല. സൈന്യം, ഭരണഘടന, കൊട്ടാരച്ചെലവ് എന്നിവ നിയമസഭയുടെ അധികാരപരിധിയിൽ പെടില്ല. നിയമസഭയുടെ ശുപാർശകൾ തള്ളിക്കളയാൻ രാജാവിന് അധികാരമുണ്ടായിരിക്കും. അത് ചോദ്യം ചെയ്യപ്പെടാനാവില്ല. ഇത്തരം ഒരു നിയമസഭ നിരുപയോഗമാണെന്നറിയാമായിരുന്നെങ്കിലും തങ്ങളുടെ ജനപ്രാതിനിധ്യം തെളിയിക്കാൻ 1934 ഒക്ടോബറിലെ തിരഞ്ഞെടുപ്പിൽ ഷേക്കും കൂട്ടരും പങ്കെടുത്തു. 21 മുസ്ലീം സീറ്റുകളിൽ 19 എണ്ണത്തിലും അദ്ദേഹത്തിന്റെ കക്ഷി വിജയിച്ചു. ഇന്ത്യയുടെ ഇതരഭാഗങ്ങളിൽ പുതിയ ഒരു ഭരണഘടനയ്ക്ക് കോൺഗ്രസ് സമ്മർദ്ദം ചെലുത്തി വരുകയായിരുന്നു. അതിന്റെ ചുവടുപിടിച്ചു ജമ്മുകാശ്മീരിലും ഉത്തരവാദഭരണം വേണമെന്ന് ഷേക്കും കൂട്ടരും ആവശ്യം ഉന്നയിച്ചു. പക്ഷേ ഇംഗ്ലീഷുകാർക്ക് കാശ്മീർ ഭരണകാര്യത്തിൽ താൽപ്പര്യം കുറയാൻ ഒരു കാരണമുണ്ടായി. കമ്യൂണിസ്റ്റ് റഷ്യ കാശ്മീരിന്റെ വടക്കൻ അതിർത്തിക്ക് സമീപം നടത്തിയ വികസന പ്രവർത്തനങ്ങൾ ബ്രിട്ടനെ ഭയപ്പെടുത്തിയിരുന്നു. ജിൽജിത്തിലുണ്ടായിരുന്ന ഏജൻസി വ്യവസ്ഥ അവസാനിപ്പിച്ച് ജിൽജിത്തിനെ പാട്ടമായി ഏറ്റെടുക്കാൻ ബ്രിട്ടൺ താൽപ്പര്യം പ്രകടിപ്പിച്ചു. 60 വർഷത്തെ

പാട്ടത്തിന് ജിൽജിത്തിനെ ബ്രിട്ടന് ഏൽപ്പിച്ചുകൊടുക്കാൻ 1935 മാർച്ച് മാസത്തിൽ കരാറായി. അതിനുപകരമായി കാശ്മീർ കാര്യങ്ങളിൽ ഇംഗ്ലീഷുകാർ ഇടപെടാതായി. അതോടുകൂടി ഇംഗ്ലീഷ് പഞ്ചാബി പത്രങ്ങൾക്ക് കാശ്മീരിൽ താൽപ്പര്യം കുറഞ്ഞു. തന്മൂലം സർ മുഹമ്മദ് ഇക്ബാൽ പ്രസിഡന്റായിരുന്ന അഖിലേന്ത്യ കാശ്മീർ കമ്മിറ്റിയുടെ പ്രസക്തിയും നഷ്ടപ്പെട്ടു.

1936 തുടക്കത്തിൽ കേണൽ കോൾവിന് പകരം സർ എൻ. ഗോപാലസ്വാമി അയ്യങ്കാർ ജമ്മുകാശ്മീർ പ്രധാനമന്ത്രിയായി നിയമിക്കപ്പെട്ടു. അദ്ദേഹം തന്റെ മുൻഗാമിയെക്കാൾ ജനകീയ അഭിലാഷങ്ങളോട് കൂടുതൽ ആനുകൂല്യം പ്രകടിപ്പിച്ചു. ആ വർഷം മെയ് 8–ാം തീയതി ഷേക്ക് അബ്ദുള്ളയുടെ നേതൃത്വത്തിലുള്ള ജമ്മുകാശ്മീർ മുസ്ലീം കോൺഫറൻസ് ഉത്തരവാദഭരണ ദിനം ആചരിച്ചു. ഹിന്ദുക്കളും സിക്കുക്കാരും അതിൽ പങ്കെടുത്തതുകൊണ്ട് അത് വൻ വിജയമായി. 1937 ലെ ഉത്തരവാദഭരണദിനത്തിൽ ബക്ഷി ഗുലാം മുഹമ്മദിന്റെയും ഗുലാം മുഹമ്മദ് സാദിക്കിന്റെയും നേതൃത്വത്തിൽ തൊഴിലാളികളും ജാഥയിൽ പങ്കെടുത്തു. 1938 ജൂൺ മാസത്തിൽ ജാതിമതഭേദമെന്യേ എല്ലാവർക്കും മുസ്ലീം കോൺഫറൻസിൽ പങ്കെടുക്കാൻ കർമ്മസമിതിയിൽ പ്രമേയം പാസായി. 1939 ജൂൺ മാസത്തിൽ മുസ്ലീം കോൺഫറൻസ് എന്നതിനു പകരം നാഷണൽ കോൺഫറൻസ് എന്ന് പാർട്ടിക്ക് പേരിട്ടു. 179 പ്രതിനിധികൾ രാത്രിമുഴുവൻ ചർച്ച ചെയ്ത് പേരിലെ മാറ്റം അംഗീകരിച്ചത് ഷേക്കിന്റെ അസാമാന്യ സ്വാധീനം മൂലമായിരുന്നു. നാഷണൽ കോൺഫറൻസിന്റെ ആദ്യ സമ്മേളനത്തിന് നെഹ്രു അയച്ചുകൊടുത്ത സന്ദേശത്തിൽ ഇന്ത്യയുടെ വിശാല സ്വാതന്ത്ര്യത്തിനൊപ്പം കാശ്മീർ ജനതയും സ്വതന്ത്രമാകുമെന്ന് പറഞ്ഞിരുന്നു (അതിന് 2 വർഷം മുമ്പു തന്നെ ഷേക്ക് നെഹ്രുവിന്റെ ഉറ്റ അനുയായി ആയിത്തീർന്നിരുന്നു). ആ സമ്മേളനം കാശ്മീരിന് ഉത്തരവാദ ഭരണവും പ്രായപൂർത്തിയായവർക്കെല്ലാം വോട്ടവകാശവും, ബഡ്ജറ്റ് പാസ്സാക്കാൻ നിയമസഭയ്ക്ക് അധികാരവും ആവശ്യപ്പെട്ടു. തെരഞ്ഞെടുക്കപ്പെട്ടവരുടെ എണ്ണം 33 ൽ നിന്ന് 40 ആയി ഉയർത്തിയെങ്കിലും തൽപ്പരകക്ഷികൾക്ക് മുൻതൂക്കം ലഭിക്കുന്നതായിരുന്നു അപ്പോഴും നിയമസഭ.

ഗവൺമെന്റ് ഓഫ് ഇന്ത്യ ആക്ടിന് 1935 ആഗസ്റ്റ് 4 ൽ രാജകീയ അംഗീകാരം ലഭിച്ചു. അതിന്റെ അടിസ്ഥാനത്തിൽ ഇന്ത്യയിലെ ബ്രിട്ടീഷ് പ്രവിശ്യകളിൽ നടന്ന തിരഞ്ഞെടുപ്പിൽ മുഹമ്മദാലി ജിന്നയുടെ നേതൃത്വത്തിലുള്ള മുസ്ലീം ലീഗിന് കനത്ത പരാജയമുണ്ടായത് മുസ്ലീങ്ങൾക്കുള്ള പ്രത്യേക രാഷ്ട്രം എന്ന ദ്വിരാഷ്ട്ര വാദം ജിന്ന ഉന്നയിക്കാൻ കാരണമായി. നെഹ്രു അതിനെ നിശിതമായി എതിർത്തു. 1940–ൽ നെഹ്രുവും വടക്ക് പടിഞ്ഞാറൻ പ്രവിശ്യയിലെ ബാദ്ഷാ ഖാനും (ഖാൻ അബ്ദുൾ ഗാഫർ ഖാൻ എന്ന അതിർത്തിദേശ ഗാന്ധി) ഷേക്കിന്റെ അതിഥികളായി കാശ്മീർ സന്ദർശിച്ചു. തുടർന്ന് ഷേക്ക് അബ്ദുള്ള ഗാന്ധിജി

യുടെയും നെഹ്രുവിന്റെയും അനുയായിയായി ദ്വിരാഷ്ട്ര വാദത്തെ എതിർത്തു. 1941–ൽ അഖിലേന്ത്യാസംസ്ഥാന ജന കോൺഫറൻസിൽ നാഷണൽ കോൺഫറൻസും അംഗമായി. 1946–ൽ ഷേക്ക് അതിന്റെ പ്രസിഡന്റാവുകയും ചെയ്തു. അതിനു മറുപടിയെന്നോണം മുസ്ലീംലീഗ് ജമ്മു–കാശ്മീർ മുസ്ലീംലീഗിനെ ഗുലാം അബ്ബാസിന്റെ നേതൃത്വത്തിൽ പുനഃസൃഷ്ടിച്ചു. പക്ഷേ അതിന് കാശ്മീരിൽ കാര്യമായ അനുയായികൾ ഉണ്ടായിരുന്നില്ല. 1942 ആഗസ്റ്റിൽ ഗാന്ധിജിയുടെ ക്വിറ്റിന്ത്യാ ആഹ്വാനം ഉണ്ടായപ്പോൾ അതിനെതിരായ സർക്കാരിന്റെ മർദനനടപടികളെ നാഷണൽ കോൺഫറൻസ് ശക്തിയായ ഭാഷയിൽ അപലപിച്ചു. രണ്ടാം ലോകമഹായുദ്ധത്തിൽ കാശ്മീരിന്റെ ഉദാരമായ പിന്തുണ ബ്രിട്ടീഷ് ഗവൺമെന്റിന് ലഭിച്ചതുകൊണ്ട് അവിടത്തെ ആഭ്യന്തര പ്രശ്നങ്ങളിൽ ദില്ലി സർക്കാർ തീരെ താൽപ്പര്യം കാട്ടിയില്ല.

1944–ൽ നാഷണൽ കോൺഫറൻസ് കാശ്മീരിന് ഒരു പുതിയ ഭരണഘടന വാഗ്ദാനം ചെയ്തു. സമത്വം, സ്വാതന്ത്ര്യം, ജനായത്തം, ഭൂമി കർഷകന്, സോഷ്യലിസ്റ്റ് സാമ്പത്തിക വ്യവസ്ഥിതി, തൊഴിലാളിക്ക് സംരക്ഷണം എന്നിവ അതിലെ പ്രധാന വ്യവസ്ഥകളായിരുന്നു; നെഹ്രുവിന്റെ ആദർശങ്ങളോട് കടപ്പാട് എന്നു വ്യക്തം. പുതിയ ഭരണ വാഗ്ദാനം നാഷണൽ കോൺഫറൻസിന് വലിയ ഗുണം ചെയ്യുമെന്ന് മനസിലാക്കിയ ജിന്ന ആ വർഷം വേനൽക്കാലത്ത് കാശ്മീരിലെത്തി. നാഷണൽ കോൺഫറൻസ് ജിന്നയെ ശത്രുവായി കാണാതെ അദ്ദേഹത്തിന് സ്വീകരണം നൽകി. സ്വീകരണ യോഗത്തിൽ പ്രമുഖ ഇന്ത്യൻ നേതാവെന്ന് ഷേക്ക് അബ്ദുള്ള ജിന്നയെ പ്രകീർത്തിച്ചു. ഹിന്ദുക്കളെയും സിക്കുകാരെയും കൂടെനിർത്താതെ കാശ്മീരിന്റെ പ്രശ്നങ്ങൾക്ക് പരിഹാരം കാണാനാവില്ലെന്ന് ഷേക്ക് പ്രസംഗിച്ചു. ജാതിമതഭേദമെന്യേ എല്ലാവരും യോജിക്കുന്നതിൽ ജിന്ന സംതൃപ്തി പ്രകടിപ്പിച്ചു. പിന്നീട് മുസ്ലീം കോൺഫറൻസ് നൽകിയ സ്വീകരണത്തിൽ മുസ്ലീങ്ങൾ മുസ്ലീം കോൺഫറൻസിന്റെ കൊടിക്കീഴിൽ അണിനിരക്കാൻ ആഹ്വാനം ചെയ്യുകയാണ് അദ്ദേഹം ചെയ്തത്. മുസ്ലീം കോൺഫറൻസിന്റെ വാർഷികയോഗത്തിൽ പങ്കെടുത്ത ജിന്ന നാഷണൽ കോൺഫറൻസിനെ ഒരു കൂട്ടം തെമ്മാടികൾ എന്നു വിശേഷിപ്പിച്ചു. കാശ്മീർ കാര്യങ്ങളിൽ അനാവശ്യമായി ഇടപെടുന്ന സ്വഭാവം മാറ്റിയില്ലെങ്കിൽ ജിന്നയ്ക്ക് അന്തസായി മടങ്ങിപ്പോകാനാകില്ലെന്ന് ഷേക്ക് മറ്റൊരിടത്തു പ്രസംഗിച്ചു. മുസ്ലീം ലീഗും നാഷണൽ കോൺഫറൻസും തികച്ചും എതിർചേരികളായി. ഹിന്ദു മഹാസഭാ സ്ഥാപകനായ വി ഡി സവർക്കർ ആ വർഷം തന്നെ കാശ്മീരിലെത്തി 'ഹിന്ദുരാഷ്ട്ര'ത്തിനുവേണ്ടി കാശ്മീരി പണ്ഡിറ്റുകളുടെ പിന്തുണ നേടാൻ ശ്രമിച്ചു. കാശ്മീർ യുവക് സഭയുടെ പ്രസിഡന്റ് എസ് എൻ ഫൊട്ടേദാർ, ഹിന്ദുമത മൗലികവാദം മുസ്ലീംമത മൗലികവാദത്തിന് തുല്യം കാശ്മീരിന് അന്യമാണെന്ന് തുറന്നടിച്ചു. ജമ്മു–കാശ്മീർ ജനത ബഹുഭൂരിപക്ഷവും ഷേക്കിന്റെ പിന്നിൽ മതേതരത്വത്തിനും

കാശ്മീരിയത്തിനും വേണ്ടി ഉറച്ചുനിന്നു.

1944 ഒക്ടോബറിൽ നിയമസഭാംഗങ്ങളിൽ നിന്ന് ഒരു ഹിന്ദുവിനെയും ഒരു മുസ്ലീമിനെയും മന്ത്രിസഭയിലേക്ക് എടുക്കാമെന്ന് ഹരി സിംഗ് സമ്മതിച്ചു. നാഷണൽ കോൺഫറൻസിലെ മീഴ്സാ അഫ്സൽ ബേഗ് അതിൻപ്രകാരം മന്ത്രിസഭയിൽ പൊതുമരാമത്ത് മന്ത്രിയായി നിയമിതനായി. ഹിന്ദുമന്ത്രിയെ ഹരി സിംഗ് തന്നെ നിർദേശിച്ചു. തന്റെ സഹമന്ത്രിമാരും ഉദ്യോഗസ്ഥന്മാരും തന്നെ കാര്യമാക്കുന്നില്ലയെന്ന് അഫ്സൽ ബേഗിന് പെട്ടെന്ന് ബോധ്യമായി. മഹായുദ്ധം അവസാനിച്ചു കഴിഞ്ഞതിനാൽ തടവിലായിരുന്ന കോൺഗ്രസ് നേതാക്കന്മാർ 1945 ജൂൺ മാസത്തിൽ മോചിതരായി. ആ മാസം തന്നെ സിംല സമ്മേളനത്തിൽ വച്ച് വൈസ്രോയി വേവൽ പ്രഭു അധികാര കൈമാറ്റത്തെപ്പറ്റി രാഷ്ട്രീയനേതാക്കന്മാരുമായി ചർച്ച ചെയ്തു. നാഷണൽ കോൺഫറൻസും ഇന്ത്യൻനാഷണൽ കോൺഗ്രസും ഒത്തുപ്രവർത്തിക്കാൻ ഏർപ്പാടായി. ആഗസ്റ്റ് മാസം നടന്ന നാഷണൽ കോൺഫറൻസിന്റെ വാർഷികയോഗത്തിൽ നെഹ്രു, മൗലാനആസാദ്, ബാദ്ഷാഖാൻ തുടങ്ങിയ ഒട്ടേറെ കോൺഗ്രസ് നേതാക്കന്മാർ പങ്കെടുത്തു. കോൺഗ്രസ് നേതാക്കന്മാർക്ക് വമ്പിച്ച വരവേൽപ്പാണ് കാശ്മീരിൽ ലഭിച്ചത്. ആഗസ്റ്റ് 4-ാം തീയതിയിലെ പ്രഭാഷണത്തിൽ ഷേക്ക് അബ്ദുള്ളയെ ഷേർ-ഇ-കാശ്മീർ (കാശ്മീർ സിംഹം) എന്ന് നെഹ്രു വിശേഷിപ്പിച്ചു. ആ പേര് ഷേക്കിന് പിൽക്കാലത്ത് സ്ഥിരമായി. നാഷണൽ കോൺഫറൻസിൽ നിന്ന് മാറിനില്ക്കാതെ ധാരാളമായി അതിൽ അംഗങ്ങളാകാൻ നെഹ്രു ഹിന്ദുക്കളെ ആഹ്വാനം ചെയ്തു; അല്ലെങ്കിൽ എന്നും അവർക്ക് രാജാവിന്റെ അടിമകളായി കഴിയേണ്ടി വരുമെന്നും അദ്ദേഹം ഉദ്ബോധിപ്പിച്ചു. എൻ. ഗോപാലസ്വാമി അയ്യങ്കാർ ആ വർഷം കാശ്മീർ പ്രധാനമന്ത്രിപദം രാജിവെച്ചു.

1946 മെയ് 12-ാം തീയതി ക്യാബിനറ്റ് മിഷൻ ഇറക്കിയ ഒരു മെമ്മോറാണ്ടത്തിൽ ഇങ്ങനെ പറഞ്ഞിരുന്നു: “ബ്രിട്ടൻ ഇന്ത്യയുടെ മേലുള്ള പരമാധികാരം ഒഴിയുമ്പോൾ സംസ്ഥാനങ്ങൾ ബ്രിട്ടന് നൽകിയിരുന്ന അവകാശങ്ങൾ സംസ്ഥാനങ്ങൾക്ക് തിരിച്ചുകിട്ടുന്നതാണ്”. കാശ്മീരിനെ സംബന്ധിച്ചിടത്തോളം അതിനെ ദോഗ്രകളുടെ അനിയന്ത്രിത അധികാരത്തിന് വിട്ടുകൊടുക്കുക എന്നതാണ് ഫലം. മഹാരാജാവിന് നേരെയുള്ള നാഷണൽ കോൺഫറൻസിന്റെ, വീക്ഷണം കർക്കശമായി. 40 ലക്ഷം ജനങ്ങളെ സ്വേച്ഛാധികാരിയായ ഒരു രാജാവിന് വിട്ടുകൊടുക്കാൻ ഒരു വിലയാധാരത്തിനും (1846 ൽ കാശ്മീർ വിലയ്ക്ക് വാങ്ങിയത്) സാധിക്കുകയില്ലായെന്ന് ഷേക്ക് പ്രഖ്യാപിച്ചു. ക്വിറ്റിന്ത്യാ പ്രസ്ഥാനത്തെ അനുകരിച്ച് “ക്വിറ്റ് കാശ്മീർ” പ്രഖ്യാപനം ഉണ്ടായി. ദോഗ്ര രാജാവ് കാശ്മീർ വിട്ട് ഒഴിയണം. നിയമസഭാംഗങ്ങളായ മന്ത്രിമാർ രണ്ടുപേരും രാജിവെച്ചു. ഗോപാലസ്വാമി അയ്യങ്കാർക്ക് ശേഷം പലരും പ്രധാനമന്ത്രിമാരായി. ഒടുവിൽ രാമചന്ദ്രകാക് എന്ന സ്വദേശി ആ പദ

വിയിലെത്തി. ഒരു കോളേജ് ലൈബ്രേറിയനായി ഉദ്യോഗത്തിൽ പ്രവേശിച്ച അയാൾ രാജസേവയിലൂടെയാണ് ആ പദവിയിലെത്തിയത്. അയാളുടെ ഭാര്യ ഇംഗ്ലീഷുകാരി ആയിരുന്നതിനാൽ ദില്ലിസർക്കാരിലും സ്വാധീനം അയാൾക്ക് ഉണ്ടായിരുന്നു. ക്വിറ്റ് കാശ്മീർ പ്രസ്ഥാനത്തെ ബലപ്രയോഗം കൊണ്ട് നേരിടാൻ തന്നെ കാക് തീരുമാനിച്ചു. മെയ് 20–ാം തീയതി ഷേക്ക് അബ്ദുള്ളയും പ്രധാന നേതാക്കന്മാരും അറസ്റ്റിലായി. ബക്ഷി ഗുലാംമുഹമ്മദും ഗുലാംമുഹമ്മദ് സാദിക്കും ഒളിവിൽ പോയി. 3 ദിവസത്തിനകം 20 പേർ പോലീസ് വെടിവെയ്പ്പിൽ മരിക്കുകയും അനേകം പേർക്ക് പരിക്കേൽക്കുകയും ചെയ്തു. കാശ്മീരിലെ കൂട്ട അറസ്റ്റുകളെപ്പറ്റി അറിഞ്ഞ നെഹ്രു ക്യാബിനറ്റു മിഷനുമായുള്ള കൂടിയാലോചന നിർത്തിവെച്ച് കാശ്മീരിലേക്ക് കുതിച്ചു. കാശ്മീർ അതിർത്തിയിൽ വച്ച് അദ്ദേഹം ശ്രീനഗറിലേക്ക് പോകുന്നതിനെ കാശ്മീർ സർക്കാർ തടഞ്ഞു. കോൺഗ്രസ് വർക്കിംഗ് കമ്മിറ്റിയിൽ സംബന്ധിക്കാൻ ഉടൻ മടങ്ങണമെന്ന് ഡൽഹിയിൽ നിന്ന് അദ്ദേഹത്തിന് നിർദേശം ലഭിച്ചു. ജൂൺ 20–ാം തീയതി ആരംഭിക്കുന്ന ഷേക്കിനെതിരായ വിചാരണയിൽ പ്രതിരോധം സംഘടിപ്പിക്കാനായിരുന്നു അദ്ദേഹം എത്തിയത്. വിചാരണ ജൂലായ് മാസത്തിലേക്ക് മാറ്റിവച്ചതുകൊണ്ട് അദ്ദേഹം ദില്ലിക്ക് മടങ്ങി. ജൂൺ 18 മുതൽ 20 വരെ വൈസ്രോയി മൗണ്ട്ബാറ്റൺ പ്രഭു ശ്രീനഗറിൽ ഉണ്ടായിരിക്കുകയും ഷേക്കിനെ മോചിപ്പിക്കാൻ അദ്ദേഹം താൽപ്പര്യപ്പെടുകയും ചെയ്തുവെങ്കിലും ഹരിസിംഗ് കൂട്ടാക്കിയില്ല. ജൂലായ് 22–ാം തീയതി വിചാരണ ആരംഭിച്ചു. നെഹ്രുവും പ്രസിദ്ധ അഭിഭാഷകനായ ആസഫ് ആലിയും ഷേക്കിന് വേണ്ടി ഹാജരായി. പക്ഷേ ഷേക്കിനെതിരായിരുന്നു വിധി.

2

1947

സ്വാതന്ത്ര്യവും വിഭജനവും

ക്രി. 1945–ൽ ലേബർ പാർട്ടി ബ്രിട്ടനിൽ അധികാരത്തിൽ വന്നതോടുകൂടി ഇന്ത്യ സ്വാതന്ത്ര്യത്തിലേക്ക് അടുക്കുകയായിരുന്നു. മുഹമ്മദാലി ജിന്നയുടെ ദ്വിരാഷ്ട്ര വാദം മൂലം കാര്യങ്ങൾ മുന്നോട്ടു നീങ്ങിയില്ല. ഇന്ത്യാ വിഭജനത്തെ ഇന്ത്യൻ നാഷണൽ കോൺഗ്രസ് ശക്തിയായി എതിർത്തു. ഒരു പരിഹാരം കണ്ടെത്തി ഇന്ത്യക്ക് സ്വാതന്ത്ര്യം നൽകണം എന്ന നിർദേശത്തോടുകൂടി ബ്രിട്ടീഷ് പ്രധാനമന്ത്രി ആറ്റ്ലി, ലൂയി മൗണ്ട് ബാറ്റൺ പ്രഭുവിനെ ഇന്ത്യയിലെ ഒടുവിലത്തെ വൈസ്രോയിയായി നിയമിച്ചു. 1947 മാർച്ച് മാസം 24–ാം തീയതി അദ്ദേഹം തന്റെ പുതിയ ദൗത്യം ഏറ്റെടുത്തു. പണ്ഡിറ്റ് ജവഹർലാൽ നെഹ്റുവുമായി ഉറ്റ സൗഹൃദം പുലർത്തിയിരുന്ന മൗണ്ട് ബാറ്റന് തന്റെ ദൗത്യം നിർവ്വഹിക്കാൻ ഏറെ തിടുക്കമായിരുന്നു. വിഭജനം ഒഴിവാക്കാൻ മൗണ്ട് ബാറ്റൻ ഉറ്റു ശ്രമിച്ചുവെങ്കിലും ജിന്ന തന്റെ ലക്ഷ്യത്തിൽ ഉറച്ചുനിന്നു. വിഭജനത്തെ മഹാത്മാഗാന്ധി മുക്തകണ്ഠം എതിർത്തെങ്കിലും കോൺഗ്രസ് പാർട്ടി മറ്റൊരു മാർഗവും കാണാത്തതുകൊണ്ട് അതിനെ അനുകൂലിച്ചു. 1947 ജൂൺ 3–ാം തീയതി വിഭജനത്തിനുള്ള മൗണ്ട് ബാറ്റൻ പ്ലാൻ തയ്യാറായി. 1948 ജൂൺ മാസത്തിൽ വിഭജനം പൂർത്തിയാക്കാനായിരുന്നു ആദ്യം ലക്ഷ്യമിട്ടിരുന്നതെങ്കിലും 1947 ആഗസ്റ്റ് 15–ാം തീയതി തന്നെ പുതിയ ഭരണ വ്യവസ്ഥ നിലവിൽ വരുത്താനാണ് പിന്നീട് തീരുമാനിച്ചത്. കാലദൈർഘ്യം കൂടുതൽ പ്രശ്നങ്ങൾക്ക് കാരണമാകുമെന്ന് കരുതിയിരിക്കാം. തന്റെ ദൗത്യം വളരെ വേഗം നിർവഹിച്ചതിലുള്ള ഖ്യാതി മൗണ്ട് ബാറ്റൻ ആഗ്രഹിച്ചിരിക്കാം. നേതാക്കന്മാരുടെ അധികാരദാഹവും കാരണമായിരുന്നിരിക്കാം. ഒരു വർഷത്തെ സാവകാശമുണ്ടായിരുന്നുവെ

ങ്കിൽ ഒരുപക്ഷേ കാശ്മീർ പ്രശ്നം രൂപംകൊള്ളുമായിരുന്നില്ല എന്നു തോന്നിപ്പോകും.

1947 ജൂൺ 17–ാം തീയതി ഗവൺമെന്റ് ഓഫ് ഇന്ത്യ ആക്ട് ബ്രിട്ടീഷ് പാർലമെന്റ് പാസ്സാക്കി. അതിൻപ്രകാരം ഇന്ത്യയിലെ 565 നാട്ടുരാജ്യങ്ങളുടെ മേൽ ബ്രിട്ടീഷ് ഗവൺമെന്റിനുണ്ടായിരുന്ന പരമാധികാരം അവസാനിച്ചു. ആഗസ്റ്റ് 15–ാം തീയതി നിലവിൽ വരുന്ന രണ്ട് ഡൊമിനിയനുകളിൽ (ഇന്ത്യയും പാകിസ്ഥാനും) ഒന്നിനോടു കൂടിച്ചേരാൻ നാട്ടുരാജ്യങ്ങൾക്ക് അവകാശമുണ്ടായിരുന്നു. അതിനുവേണ്ടി നാടുവാഴിയുടെ തീരുമാനം മാത്രം മതിയായിരുന്നു. ജനഹിതം നോക്കേണ്ട ആവശ്യമില്ല. എന്നാൽ അത്തരം കൂടിച്ചേരലിന് മുമ്പ് ബ്രിട്ടീഷ് ഗവൺമെന്റുമായി നാട്ടുരാജ്യങ്ങൾക്ക് കസ്റ്റംസ്, ഗതാഗതം, പോസ്റ്റും ടെലഗ്രാഫും തുടങ്ങിയ കാര്യങ്ങളിലുണ്ടായിരുന്ന ബന്ധം തൊട്ടടുത്ത ഡൊമിനിയനുമായി നിലനിർത്താൻ വേണ്ടി തൽക്കാലം ഉടമ്പടി ഉണ്ടാക്കേണ്ടിയിരുന്നു. ഇന്ത്യയും പാകിസ്ഥാനും ജമ്മു കാശ്മീരിന്റെ അയൽരാജ്യങ്ങളായിരുന്നതുകൊണ്ട് ഇടക്കാല ഉടമ്പടിയുടെ നക്കൽ രണ്ടു രാജ്യങ്ങൾക്കും മഹാരാജാവ് ആഗസ്റ്റ് 12–ാം തീയതി ഒപ്പിട്ടയച്ചുകൊടുത്തു. പാകിസ്ഥാൻ കരാർ ഒപ്പിട്ട് അംഗീകരിച്ചു. കൂടുതൽ ചർച്ച വേണമെന്നു പറഞ്ഞ് ഇന്ത്യ ജമ്മു കാശ്മീർ പ്രധാനമന്ത്രിയെ ദില്ലിയിലേക്ക് ക്ഷണിച്ചു. അതു നടന്നില്ല. ജമ്മു കാശ്മീർ ഇന്ത്യയിൽ ലയിക്കണമെന്ന താല്പര്യം ഷേക് അബ്ദുള്ളയുടെ കീഴിലുള്ള ജമ്മുകാശ്മീർ നാഷണൽ കോൺഫറൻസിനല്ലാതെ ഇന്ത്യക്കുണ്ടായിരുന്നില്ല.

സ്വിറ്റ്സർലന്റിന്റെ മാതൃകയിൽ സ്വതന്ത്ര പദവി നിലനിർത്താനായിരുന്നു മഹാരാജാവിന്റെ മോഹം. രാജവാഴ്ചയ്ക്കെതിരെ പോരാടുന്ന ഷേക് അബ്ദുള്ളയുടെ സുഹൃത്താണ് പണ്ഡിറ്റ് നെഹ്റു എന്നതുകൊണ്ട് ഇന്ത്യയുമായി സംയോജനം രാജാവിന് തീരെ ഹിതകരമല്ലായിരുന്നു. ഭൂമിശാസ്ത്രപരമായും സാമൂഹ്യമായും കാശ്മീരിന് പാകിസ്ഥാനോടാണ് അടുപ്പം. പാകിസ്ഥാന്റെയുള്ളിൽ ജമ്മു കാശ്മീരിന് സ്വതന്ത്ര പദവി അനുവദിക്കാമെന്ന് ജിന്ന മഹാരാജാവിനോട് വാഗ്ദാനം ചെയ്തിട്ടുണ്ടായിരുന്നു. ഷേക് അബ്ദുള്ളയുടെ കടുത്ത ശത്രുവായിരുന്ന പ്രധാനമന്ത്രി രാമചന്ദ്രകാക്കിന് പാകിസ്ഥാനോടായിരുന്നു കൂടുതൽ താൽപ്പര്യം. ഇംഗ്ലീഷുകാർക്കും ഇംഗ്ലീഷുകാരുടെ പത്രങ്ങൾക്കും സ്വാതന്ത്ര്യ സമരക്കാരായ കോൺഗ്രസുകാരോട് പൊതുവെ എതിർപ്പാണുണ്ടായിരുന്നത്. ഇതൊക്കെയാണെങ്കിലും ഒരു മുസ്ലീം രാഷ്ട്രമായി ഉടലെടുത്ത പാകിസ്ഥാനിൽ ലയിക്കുന്നത് മഹാരാജാവിന്റെ ദോഗ്ര -രജപുത്ര പാരമ്പര്യത്തിന് രുചികരമായിരുന്നില്ല.

സ്വതന്ത്രനായി നിൽക്കാൻ മഹാരാജാവിനെ പ്രേരിപ്പിച്ച മറ്റൊരു വസ്തുതയും ഉണ്ടായിരുന്നു. ഇന്ത്യയിലെ ഇതര രാജാക്കന്മാരെപ്പോലെ ജമ്മു കാശ്മീർ മഹാരാജാവ് പൂർണമായ അർഥത്തിൽ ബ്രിട്ടീഷ് സാമന്തൻ ആയിരുന്നില്ല. കാശ്മീർ രാജാക്കന്മാർ ഇംഗ്ലീഷുകാർക്കു കപ്പം

കൊടുക്കുകയോ ഒരു ബ്രിട്ടീഷ് റസിഡന്റിനെ സ്വീകരിക്കുകയോ ചെയ്തിരുന്നില്ല.* രാജാവിനെതിരെ ജനകീയ സമരം ഉണ്ടായപ്പോൾ ഇന്ത്യാഗവൺമെന്റ് കാശ്മീരിന്റെ ആഭ്യന്തരകാര്യത്തിൽ ഇടപെട്ടു എന്നത് ശരിയാണ്. സ്വന്തം നിലനില്പ്പിനു വേണ്ടി അതനുവദിക്കപ്പെട്ടു എന്നുമാത്രം. എങ്കിലും, രണ്ടാം ലോകമഹായുദ്ധ കാലത്ത് രാജാവ് ബ്രിട്ടീഷ് ഗവൺമെന്റിനെ ആളും അർഥവും നൽകി സഹായിച്ചതു കൊണ്ട് കുറച്ചുകാലമായി മഹാരാജാവിന് പൂർണ ആഭ്യന്തര സ്വാതന്ത്ര്യം അനുവദിച്ചിരുന്നു. ആ സ്വാതന്ത്ര്യം തുടർന്നും നിലനിർത്താനായിരുന്നു അദ്ദേഹം ആഗ്രഹിച്ചത്.

എന്നാൽ രാജാവ് സ്വതന്ത്രനായി നിൽക്കുന്നത് പാകിസ്ഥാനോ മൗണ്ട് ബാറ്റൻ പ്രഭുവിനോ ഇഷ്ടമായിരുന്നില്ല. നാഷണൽ കോൺഫറൻസാകട്ടെ ഇന്ത്യയോടുള്ള സംയോജന കാര്യത്തിൽ ശാഠ്യം പിടിക്കുകയും ചെയ്തു. ആഗസ്റ്റ് 15 വരെ രാജാവ് ലയനക്കാര്യം തീരുമാനിക്കാതിരുന്നതുകൊണ്ട് ഒരു സൗഹൃദ സന്ദർശനത്തിനെന്ന നിലയിൽ മൗണ്ട് ബാറ്റൻ പ്രഭു സെപ്റ്റംബർ 18–ാം തീയതി ശ്രീനഗർ സന്ദർശിച്ചു. മൂന്ന് ദിവസം മഹാരാജാവുമൊത്ത് വിനോദയാത്രകൾ നടത്തി. നാലാം ദിവസം ഗൗരവപൂർണമായ ചർച്ചയ്ക്കൊരുങ്ങിയപ്പോൾ മഹാരാജാവ് അസുഖം ഭാവിച്ച് ചർച്ച ഒഴിവാക്കി. മഹാരാജാവിന് പാകിസ്ഥാനോട് ലയിക്കുവാനാണ് താൽപ്പര്യമെങ്കിൽ അങ്ങനെ ചെയ്യുന്നതിന് ഇന്ത്യക്ക് തീരെ എതിർപ്പില്ലെന്ന് പറയാൻ സർദാർ പട്ടേൽ മൗണ്ട് ബാറ്റനെ അധികാരപ്പെടുത്തിയിരുന്നു. അക്കാര്യം കാശ്മീർ പ്രധാനമന്ത്രിയെ അറിയിച്ചതിനു ശേഷമാണ് മൗണ്ട് ബാറ്റൻ ദില്ലിയിലേക്ക് മടങ്ങിയത്.

പാകിസ്ഥാന്റെ സമ്മർദ തന്ത്രം

ജമ്മു കാശ്മീരും പാകിസ്ഥാനും തമ്മിൽ ഇടക്കാല ഉടമ്പടി ഉണ്ടാക്കിയെങ്കിലും പാകിസ്ഥാനിൽ നിന്ന് ജമ്മു കാശ്മീരിലേക്കുള്ള അവശ്യ സാധനങ്ങളുടെ വരവ് ആഗസ്റ്റ് 15–നു ശേഷം പെട്ടെന്നു നിലച്ചു. അരി, പഞ്ചസാര, ഉപ്പ്, പെട്രോൾ, മണ്ണെണ്ണ എന്നിവയ്ക്കു കടുത്ത ക്ഷാമമായി. ഇവയെല്ലാം പാകിസ്ഥാനിൽ നിന്നാണ് ലഭിക്കേണ്ടിയിരുന്നത്. പാക് സർക്കാരുമായി സമ്പർക്കം പുലർത്തിയപ്പോൾ തങ്ങൾ ഇതൊന്നും നിരോധിച്ചിട്ടില്ലെന്ന മറുപടിയാണ് ലഭിച്ചത്. ക്ഷാമം ദുസ്സഹമായപ്പോൾ മഹാരാജാവ് പ്രതിഷേധിച്ചു. പാകിസ്ഥാനിൽ നിന്ന് കാശ്മീരിലേക്കു വരാൻ ലോറിക്കാർ മടിക്കുന്നതുകൊണ്ടാണ് സാധന ദൗർലഭ്യം എന്നും തങ്ങൾക്ക് ഇക്കാര്യത്തിൽ ഒന്നും ചെയ്യാനില്ല എന്നുമാണ് മറുപടി കിട്ടിയത്. പാകിസ്ഥാനിൽ നിന്നല്ലാതെ അവശ്യസാധനങ്ങൾ ജമ്മു കാശ്മീരിന് ലഭിക്കുകയില്ലെന്നു മഹാരാജാവിനെ ബോധ്യപ്പെടുത്താനായിരുന്നു ഈ തന്ത്രം. പാകിസ്ഥാന്റെ സഹായത്തോടെയല്ലാതെ ജമ്മു കാശ്മീ

---

* കുറച്ചുകാലം റസിഡന്റുമാരെ വച്ചുവെങ്കിലും അതു പിന്നീട് മതിയാക്കി.

രിന് നിലനിൽപ്പില്ലെന്നും അതുകൊണ്ട് പാകിസ്ഥാനുമായി സംയോജനത്തിന് ഉടൻ നടപടിയുണ്ടാകണമെന്നുമാണ് സമ്മർദ്ദ തന്ത്രത്തിന്റെ ഉദ്ദേശ്യം.

മുസ്ലീം ഭൂരിപക്ഷമുള്ള ജമ്മുകാശ്മീർ ജനഹിതം മാനിക്കാതെ ഇന്ത്യയുമായി സംയോജനം ഉണ്ടാക്കിയാലുള്ള ഭവിഷ്യത്ത് മഹാരാജാവിനും ഇന്ത്യൻ യൂണിയനും വ്യക്തമാക്കിക്കൊടുക്കുകയായിരുന്നു ജുനഗാദിനോടും ഹൈദരാബാദിനോടും പാകിസ്ഥാൻ അനുവർത്തിച്ച നയം. കാശ്മീരിൽ മുസ്ലീം ഭൂരിപക്ഷവും ഹിന്ദുരാജാവും എന്നപോലെ മേൽപ്പറഞ്ഞ രണ്ടുരാജ്യങ്ങളിലും മുസ്ലീം ഭരണാധികാരികളും ഹിന്ദു ഭൂരിപക്ഷവുമാണ് ഉണ്ടായിരുന്നത്. രണ്ടു നാട്ടുരാജ്യങ്ങളും ഇന്ത്യൻ യൂണിയനോടു സാമീപ്യമുള്ളവയായിരുന്നെന്നു മാത്രമല്ല അവ രണ്ടിനും പാകിസ്ഥാനോട് സാമീപ്യവും ഇല്ലായിരുന്നു. ജുനഗാദിലെ നവാബ് ജനഹിതത്തെയും സ്വന്തം ദിവാനായിരുന്ന ഖാൻ അബ്ദുൾ ഖാദർ മുഹമ്മദ് ഹുസൈനിന്റെ ഉപദേശത്തെയും അവഗണിച്ചുകൊണ്ട് ആഗസ്റ്റ് 15-ാം തീയതി പാകിസ്ഥാനോട് സംയോജനത്തിനു നീട്ടയച്ചു. മുഹമ്മദ് ഹുസൈനെ മാറ്റി തൽസ്ഥാനത്ത് കറാച്ചിയിലെ മുസ്ലീം ലീഗ്കാരനായ ഷാനവാസ് ഭൂട്ടോയെ (മുൻ പാക് പ്രധാനമന്ത്രി സുൽഫിക്കർ അലി ഭൂട്ടോയുടെ പിതാവ്) നിയമിക്കുകയും ചെയ്തു. സംയോജനം തങ്ങൾ അംഗീകരിച്ചതായി പാകിസ്ഥാൻ സർക്കാർ ഇന്ത്യാഗവൺമെന്റിനെ അറിയിച്ചത് സെപ്റ്റംബർ 13-ാം തീയതി മാത്രമായിരുന്നു. പാകിസ്ഥാന് ഒരു ബാധ്യത മാത്രമായിത്തീരാവുന്ന ജുനഗാദിന്റെ സംയോജനത്തെ പാകിസ്ഥാൻ അംഗീകരിച്ചത് മനഃപൂർവം ഇന്ത്യയെ പ്രകോപിപ്പിക്കാൻ മാത്രമായിരുന്നു എന്ന് ജിന്നയുമായി അക്കാര്യം ചർച്ച ചെയ്ത ചീഫ് ഓഫ് സ്റ്റാഫ് ഇസ്മേയ് പ്രഭു, മൗണ്ട് ബാറ്റനു റിപ്പോർട്ടു ചെയ്തു. ഇന്ത്യ ബലപ്രയോഗം നടത്തുന്നത് ലോക രാഷ്ട്രങ്ങളുടെ അനുഭാവം നേടാൻ പാകിസ്ഥാനെ സഹായിക്കുമത്രെ. ജുനഗാദിനുള്ളിൽ തന്നെയുള്ള മംഗ്രോൾ, ബെബരിയാവാദ് എന്ന രണ്ട് ചെറുരാജ്യങ്ങൾ ഇന്ത്യയോട് കൂടിച്ചേരാൻ എഴുതിക്കൊടുത്തു. എന്നാൽ ആ രാജ്യങ്ങൾ തന്റെ സാമന്ത രാജ്യങ്ങളാണെന്നും അവയ്ക്ക് ഇന്ത്യയോടു ചേരാൻ അവകാശമില്ലെന്നും നവാബ് വാദിച്ചു. തുടർന്ന് ജുനഗാദിന് മേലുണ്ടായ സാമ്പത്തിക ഉപരോധം മൂലം തളർന്നു പോയ ദിവാൻ ഷാനവാസ് ഭൂട്ടോ ജനപ്രതിനിധികൾക്ക് അധികാരം കൈമാറാൻ സമ്മതിച്ചു. നവാബ് അതിനെ എതിർത്തെങ്കിലും ഒരു ജനഹിത പരിശോധനയിലൂടെ ജുനഗാദ് ഇന്ത്യൻ യൂണിയനിൽ ലയിച്ചതായി ഇന്ത്യാഗവൺമെന്റ് പ്രഖ്യാപിക്കുകയും ചെയ്തു. പാകിസ്ഥാൻ ആഗ്രഹിച്ചതും അതു തന്നെയായിരുന്നു.

1947 ആഗസ്റ്റ് 15-ാം തീയതി ഹൈദ്രാബാദിലെ നൈസാം തനിക്ക് സ്വതന്ത്രനായി നിൽക്കാൻ അവകാശമുണ്ടെന്ന് പ്രഖ്യാപിച്ചു. നൈസാമിന്റെ അവകാശവാദം മൗണ്ട് ബാറ്റൻ തള്ളിക്കളഞ്ഞു. തുടർന്ന് പല ചർച്ചകളും നൈസാമും ഇന്ത്യാഗവൺമെന്റും തമ്മിൽ നടന്നു. സർ വാൾട്ടർ മോങ്ടൺ, ഛത്താരിനവാബ്, സുൽത്താൻ അഹമ്മദ് എന്നി

വർ ചേർന്ന് അവസാന നക്കൽ തയ്യാറാക്കി നൈസാമിന്റെ കൈയൊപ്പിനായി അയച്ചു. രണ്ട് ദിവസം നൈസാം മുടന്തൻ ന്യായങ്ങൾ പറഞ്ഞ് ഒപ്പുവയ്ക്കൽ മാറ്റിവച്ചു. മൂന്നാം ദിവസം കാസിം റസ്വി എന്ന തീവ്രവാദി മുസ്ലീമിന്റെ നേതൃത്വത്തിലുള്ള റസാക്കർ എന്ന വോളണ്ടിയർ സംഘടന നൈസാമിന്റെ ഉപദേഷ്ടാക്കളുടെ വീട് വളഞ്ഞ് അവരെ ഭീഷണിപ്പെടുത്തുകയും പുതിയൊരു കമ്മിറ്റി രൂപീകരിക്കാൻ നൈസാമിനോട് ആവശ്യപ്പെടുകയും ചെയ്തു. റസ്വിക്ക് നൈസാമിനു മേലുള്ള സ്വാധീനം മൂലം എക്സിക്യൂട്ടീവ് കൗൺസിൽ പ്രസിഡന്റായിരുന്ന സർ മോങ്ടൺ തൽസ്ഥാനം രാജിവച്ചു. തുടർന്ന് റസാക്കർമാർ കമ്യൂണിസ്റ്റുകളുമായി ചേർന്ന് കൊള്ളകൾ ആരംഭിച്ചു. ഹൈദരാബാദിനുള്ളിൽ മാത്രമല്ല അടുത്തുള്ള ഇന്ത്യൻ പ്രദേശങ്ങളിലും കൊള്ളകൾ വ്യാപിച്ചു. 1948 സെപ്തംബറിൽ ബലം പ്രയോഗിച്ച് ഹൈദ്രാബാദിനെ ഇന്ത്യയോടു ചേർത്തത് കാശ്മീർ പ്രശ്നത്തിൽ പാകിസ്ഥാന് ഏറെ സഹായകമായി.

ഒരു പ്രശ്നം രൂപംകൊള്ളുന്നു

കാശ്മീർ പ്രശ്നം രൂപം കൊണ്ടത് നെഹ്റുവിന് ആ സംസ്ഥാനത്തോടുണ്ടായിരുന്ന പ്രത്യേക മമത മൂലമാണെന്നത് അവിതർക്കിതമാണ്. ഈ മമതക്ക് കാരണങ്ങൾ രണ്ടാണ്. ഷേക് അബ്ദുള്ളയുമായുണ്ടായിരുന്ന ഉറ്റ സൗഹൃദമാണ് അതിൽ പ്രധാനം. നെഹ്റു കുടുംബക്കാർ കാശ്മീരികളാണെന്നതു മറ്റൊരു കാരണം. ഒരുപക്ഷേ അദ്ദേഹത്തിലെ കാശ്മീരി രക്തമാകാം ഷേക് അബ്ദുള്ളയോടുണ്ടായിരുന്ന തീവ്ര സൗഹൃദത്തിനു കാരണം. നെഹ്റുവും ഷേക് അബ്ദുള്ളയും ഒരുപോലെ ആദർശശാലികളും വികാരജീവികളും ആയിരുന്നതാവാം ഈ ബന്ധത്തിന് ഉറപ്പ് നൽകിയത്. നെഹ്റുവിന്റെ കാശ്മീർ പ്രേമം മൗണ്ട് ബാറ്റനെ കുറെയൊക്കെ അലോസരപ്പെടുത്തിയില്ലേ എന്ന് സംശയിക്കണം. പ്രായോഗികമതിയായിരുന്ന സർദാർ പട്ടേലിന് കാശ്മീരിനോട് അശേഷം താൽപ്പര്യമില്ലായിരുന്നു എന്നതാണ് വസ്തുത. 1947 സെപ്തംബർ 18-ാം തീയതി മൗണ്ട് ബാറ്റൻ ശ്രീനഗറിലേക്ക് പുറപ്പെടുന്നതിന് മുമ്പ് കാശ്മീർ പാകിസ്ഥാനുമായി യോജിക്കുന്നതിൽ ഇന്ത്യക്കു തീരെ എതിർപ്പില്ലെന്നു മഹാരാജാവിനോട് പറയാൻ പട്ടേൽ ഗവർണർ ജനറലിനെ ചുമതലപ്പെടുത്തിയിരുന്നു. ഷേക് അബ്ദുള്ളയെ ജയിലിൽ നിന്ന് മോചിപ്പിക്കാൻ മൗണ്ട് ബാറ്റൻ മഹാരാജാവിന് മേൽ സമ്മർദ്ദം ചെലുത്തണമെന്നാണ് വി കെ കൃഷ്ണമേനോൻ മുഖാന്തിരം നെഹ്റു മൗണ്ട് ബാറ്റനോടു പറഞ്ഞത്.

റാഡ്ക്ലിഫ് അവാർഡാണ് കാശ്മീർ പ്രശ്നത്തിനു കാരണമായതെന്ന വസ്തുത നിഷേധിക്കാനാവില്ല. പഞ്ചാബും ബംഗാളും വിഭജിക്കുന്നതിന് ഓരോ കമ്മീഷനെ നിയമിക്കാനാണ് 1947 ജൂൺ 3-ാംതീയതിയിലെ വിഭജന പദ്ധതിയിൽ നിശ്ചയിച്ചിരുന്നത്. കമ്മീഷൻ അംഗങ്ങളെപ്പറ്റി ഇരു രാജ്യങ്ങളും യോജിപ്പിലെത്താത്തതുകൊണ്ട് സർ സിറിൽ

റാഡ്ക്ലിഫ് എന്ന ബ്രിട്ടീഷ് കൺസർവേറ്റീവ് പാർട്ടിക്കാരനെ വൈസ്രോയി ജൂൺ 30ന് നിയമിച്ചു. ഹിന്ദു-മുസ്ലീം ഭൂരിപക്ഷവും മറ്റ് 'പ്രസക്ത'കാര്യങ്ങളും കണക്കിലെടുത്ത് പഞ്ചാബ് വിഭജന രേഖ നിർണയിക്കാനായിരുന്നു നിർദേശം. പഞ്ചാബിൽ നിന്നു ജമ്മു കാശ്മീരിലേക്കു പോകാൻ പ്രധാനമായും രണ്ടു രാജപാതകളാണുണ്ടായിരുന്നത്. ഒന്ന്, സിയാൽകോട്ട് വഴി ജമ്മുവിലേക്കും മറ്റൊന്ന് റാവൽപിണ്ടി, മുറി (ഇന്നത്തെ ഇസ്ലാമാബാദ്)വഴി മുസഫറാബാദിലേക്കും പോകുന്നു. മേൽപ്പറഞ്ഞ പട്ടണങ്ങളെല്ലാം വ്യക്തമായും പടിഞ്ഞാറൻ പഞ്ചാബിലാണ്. പാലങ്ങളില്ലാത്ത ദുർഗ്ഗമമായ മറ്റൊരു പാതയുള്ളത് പത്താൻകോട്ടു നിന്ന് ജമ്മുവിലേക്കും അവിടെ നിന്നു ബനിഹാൾ ചുരം വഴി ശ്രീനഗറിലേക്കുമുള്ളതാണ്. മുസ്ലീം ഭൂരിപക്ഷ പ്രദേശമായ ഗുർദാസ്പൂർ ജില്ലയിലാണ് പത്താൻ കോട്ട്. ആ ജില്ല കിഴക്കൻ പഞ്ചാബിനു വിട്ടുകൊടുക്കുന്നതിനെതിരെ പാകിസ്ഥാനിലെ ലിയാക്കത്ത് അലി ഖാൻ റാഡ്ക്ലിഫിനെ താക്കീതു ചെയ്തിരുന്നു. സ്വാതന്ത്ര്യ ദിനം ആഗസ്റ്റ് 15 ആയിരിക്കെ ആഗസ്റ്റ് 13 നു മാത്രമാണ് റാഡ്ക്ലിഫിന്റെ റിപ്പോർട്ട് വൈസ്രോയിക്കു നല്കപ്പെട്ടത്. എന്നാൽ ഗവർണർ ജനറൽ രാഷ്ട്രീയ കക്ഷികൾക്ക് റിപ്പോർട്ടിന്റെ പകർപ്പുകൾ നൽകിയത് ആഗസ്റ്റ് 16-ാം തീയതി വൈകിട്ട് 5 മണിക്കു മാത്രമാണ്. കൃത്യാന്തര ബാഹുല്യം കൊണ്ടോ, മനപ്പൂർവമാണോ അങ്ങനെ ചെയ്തതെന്ന് നിശ്ചയമില്ല. മനഃപൂർവമാണ് എന്ന് കരുതുന്നവരാണ് അധികവും. എന്തെന്നാൽ വിഭജന രേഖ അവിഹിതമായി ഇന്ത്യയെ സഹായിക്കുന്നതായിരുന്നു. ഗുർദാസ്പൂർ ജില്ലയെ രവി നദിയുടെ അടിസ്ഥാനത്തിൽ രണ്ടായി വിഭജിച്ച്, ഗുർദാസ്പൂർ, ബട്ടാല, പത്താൻകോട്ട് താലൂക്കുകൾ കിഴക്കൻ പഞ്ചാബിനു വിട്ടുകൊടുത്തിരുന്നു. അങ്ങനെ പത്താൻകോട്ട് ഇന്ത്യയുടെ ഭാഗമാകുകയും ജമ്മുകാശ്മീർ ഇന്ത്യയുടെ അയൽരാജ്യമാകുകയും ചെയ്തു. ഇന്ത്യയോടോ പാകിസ്ഥാനോടോ സംയോജിക്കുന്ന കാര്യം അന്നുവരെയും മഹാരാജാവ് തീരുമാനിക്കാതിരുന്നതുകൊണ്ടാവാം രണ്ടു ഡൊമിനിയനുകളുമായും ജമ്മുകാശ്മീരിനു ഗതാഗത ബന്ധം അനുവദിച്ചത്. പണ്ഡിറ്റ് നെഹ്രുവിന്റെ പ്രേരണയ്ക്കു വഴങ്ങി മൗണ്ട് ബാറ്റൻ റാഡ്ക്ലിഫിനുമേൽ സ്വാധീനം ചെലുത്തിയതായി പലരും കരുതുന്നു. പത്താൻ കോട്ട ഇന്ത്യയുടെ ഭാഗമായില്ലായിരുന്നുവെങ്കിൽ ജമ്മു-കാശ്മീർ ഒരു തർക്ക പ്രശ്നമാകുകയില്ലായിരുന്നു. ജുനഗാദിന്റെയും, ഹൈദരാബാദിന്റെയും തിരുവിതാംകൂറിന്റെയും ഭോപ്പാലിന്റെയും ഇന്തോറിന്റെയും ഗതിതന്നെയാകുമായിരുന്നു ജമ്മുകാശ്മീരിന്റേതും.

കാശ്മീരിനു നേരെ ആക്രമണം

സാമ്പത്തിക ഉപരോധം കൊണ്ട് കാശ്മീർ രാജാവ് വഴങ്ങുന്നില്ല എന്ന് മനസിലായപ്പോൾ ബലപ്രയോഗത്തിന് പാകിസ്ഥാൻ തയ്യാറായി. ഇംഗ്ലീഷുകാർക്ക് പാട്ടത്തിനു നൽകിയിരുന്ന ജിൽജിത്തിൽ അവർ

ഇംഗ്ലീഷ് ഓഫീസർമാരുടെ നേതൃത്വത്തിൽ ജിൽജിത്ത് സ്കൗട്സ് എന്ന പേരിൽ ഒരു അർദ്ധ സൈനിക വിഭാഗം സംഘടിപ്പിച്ചിരുന്നു. ബ്രിട്ടീഷ് ഇന്ത്യൻ സൈന്യത്തെ വിഭജിക്കാൻ ഒരുങ്ങിയപ്പോൾതന്നെ ജിൽജിത്ത് സ്കൗട്സ് പാകിസ്ഥാനോടു കൂറു പ്രഖ്യാപിച്ചു. അതോടു കൂടി ജിൽജിത്ത് ഫലത്തിൽ പാകിസ്ഥാന്റെ ഭാഗമായി. ജിൽജിത്ത് സ്കൗട്സിൽ നിന്ന് ജിൽജിത്തിന്റെ ഭരണം ഏറ്റെടുക്കാൻ അവിടേക്കു പോയ ജമ്മുകാശ്മീർ രാജാവിന്റെ പ്രതിനിധിക്ക് വെറും കൈയോടെ മടങ്ങേണ്ടി വന്നു. അങ്ങനെ ജമ്മു കാശ്മീരിന്റെ ഒരു ഭാഗം യുദ്ധം കൂടാതെ തന്നെ പാകിസ്ഥാന്റെ ഭാഗമായി.

ജമ്മുകാശ്മീരിന്റെ പശ്ചിമജില്ലകളായ കത്വാ, ജമ്മു, മിർപൂർ, പൂഞ്ച്, മുസഫറബാദ് എന്നിവയ്ക്കും പശ്ചിമ പഞ്ചാബിനും ഇടയ്ക്കു പ്രകൃതിദത്തമായ അതിരുകളൊന്നും ഉണ്ടായിരുന്നില്ല. അതുകൊണ്ട് പാകിസ്ഥാൻ സൈന്യത്തിന് അവിടേക്കു നുഴഞ്ഞു കയറ്റം എളുപ്പമായിരുന്നു. 1947 സെപ്തംബർ തുടക്കം മുതൽ പൂഞ്ചിലുണ്ടായിരുന്ന കാശ്മീരി സൈന്യത്തിനു നേരെ പാക് പട്ടാളം വെടിവയ്പുകൾ നടത്തിയെങ്കിലും കാശ്മീർ സർക്കാർ അതു കാര്യമായെടുത്തില്ല. ജമ്മുകാശ്മീർ സൈന്യം രാജ്യത്തിന്റെ വിവിധഭാഗങ്ങളിലായി വിന്യസിക്കപ്പെട്ടിരുന്നു. കാര്യമായ സൈനിക പരിശീലനമോ ആയുധശേഖരമോ ഇല്ലാത്ത സൈന്യം കൂടുതലും ആഭ്യന്തരസമാധാനപാലനത്തിലാണ് ഏർപ്പെട്ടിരുന്നത്. അവരിലെ മുസ്ലീങ്ങൾക്കിടയിൽ പാകിസ്ഥാന്റെ ചാരപ്രവർത്തനം ശക്തമായിരുന്നു. അതിന്റെ ഫലമായി പൂഞ്ചിലുണ്ടായിരുന്ന സൈനിക വിഭാഗത്തിലെ മുസ്ലീം ഭടന്മാർ ഒരു ദിവസം തങ്ങളോടൊപ്പമുണ്ടായിരുന്ന ഹിന്ദുഭടന്മാരെയും സൈനികത്തലവനായിരുന്ന ലഫ് കേണൽ നാരായൺ സിംഗിനെയും വധിച്ചശേഷം പാകിസ്ഥാനിലേക്കു പോയി. പാകിസ്ഥാന്റെ ചാരപ്രവർത്തനങ്ങളെയും പ്രചാരണങ്ങളെയും നേരിടാൻ ജമ്മുകാശ്മീർ സർക്കാർ ഇന്ത്യയുടെ സഹായം ആവശ്യപ്പെട്ടു. അതിൻപ്രകാരം ഏതാനും വയർലെസ് ഉപകരണങ്ങളും വാനനിരീക്ഷണസാമഗ്രികളും ഒരു ട്രാൻസ്മിറ്ററും ഇന്ത്യ നൽകി.

യാതൊരു മുന്നറിയിപ്പും കൂടാതെ ശ്രീനഗറിലെത്തി രാജാവിനെക്കൊണ്ടു സംയോജനക്കരാറിൽ ഒപ്പ് വയ്പ്പിക്കുകയായിരുന്നു പാകിസ്ഥാൻ കൈക്കൊണ്ട മറ്റൊരു നടപടി. അതിനുവേണ്ടി പാക് സൈന്യത്തെ നിയോഗിച്ചാൽ അത് അന്താരാഷ്ട്ര ഇടപെടലിനു വഴിവയ്ക്കുമെന്നതിനാൽ ആയുധപരിശീലനം ലഭിച്ച സിവിലിയന്മാരെ അതിനു തയ്യാറാക്കി. പാകിസ്ഥാന്റെ വടക്കു പടിഞ്ഞാറൻ പ്രവിശ്യയുടെയും അഫ്ഘാനിസ്ഥാന്റെയും അതിർത്തിയിലുള്ള ദുർഗ്ഗമമായ പ്രദേശത്തെ അഫ്രിഡി, മഹ്സൂദ് എന്നീ വിഭാഗങ്ങളിൽപ്പെട്ട പത്താൻ ഗിരിവർഗ്ഗക്കാർ ഇതിനു പറ്റിയവരായിരുന്നു. അതികായന്മാരും മുഷ്കന്മാരും ആയ അവർ കൊള്ളയും പിടിച്ചുപറിയും തട്ടിക്കൊണ്ടു പോകലുമാണ് തൊഴിലാക്കിയിരുന്നത്. അവർ ഒരു കാലത്തും ഒരു സർക്കാരിനും വഴങ്ങിയി

രുന്നില്ല. ആയുധപ്രയോഗത്തിൽ നിപുണന്മാരായ അവർ എല്ലാ സർക്കാരുകൾക്കും തലവേദനയായിരുന്നു. മോചനദ്രവ്യത്തിനുവേണ്ടി ആളുകളെ തട്ടിക്കൊണ്ടു പോവുക പതിവാക്കിയിരുന്ന അവർക്ക് ബ്രിട്ടീഷ് ഉദ്യോഗസ്ഥന്മാർ പോലും മോചനദ്രവ്യം നൽകേണ്ടി വന്നിട്ടുണ്ട്. കൊള്ളക്കും കൊള്ളിവയ്പ്പിനും ഇടയിൽ സ്ത്രീകളെ കൂട്ടബലാത്സംഗം ചെയ്യുക എന്നത് വിഷയാസക്തരായ അവരുടെ പതിവായിരുന്നു. ഇവരെ കാശ്മീരിലേക്കു നിയോഗിക്കാനുള്ള ആശയം അന്നു വടക്കു പടിഞ്ഞാറൻ പ്രവിശ്യയിലെ ഭരണത്തലവനായിരുന്ന ഖാൻ അബ്ദുൾ ക്വയൂം ഖാന്റേതായിരുന്നു. രണ്ടു പ്രയോജനമാണ് അതുകൊണ്ടുണ്ടാവുക. ഒന്ന് അവരെ കുറച്ചു കാലത്തേയ്ക്കെങ്കിലും പ്രവിശ്യയിൽ നിന്ന് ഒഴിവാക്കാനാകും. മറ്റൊന്ന് കാശ്മീർ താഴ്വരയിലെ സുന്ദരികളായ സ്ത്രീകളും സമ്പത്തും അവരെ ആകർഷിക്കുകയും സിവിലിയൻ പടയാളികളായി അവരെ അവിടെ നിലനിർത്തുകയും ചെയ്യാം. അവരെ നിയന്ത്രിക്കാൻ ആർക്കും കഴിയുകയില്ല എന്ന കാര്യം വിസ്മരിക്കപ്പെട്ടു.

പാകിസ്ഥാൻ സൈന്യത്തിലെ മേജർ ജനറൽ അക്ബർ ഖാനാണ് ഓപ്പറേഷൻ ഗുൽമാർഗ് എന്ന പേരിലുള്ള സൈനിക നടപടിയുടെ തലവനായി നിയോഗിക്കപ്പെട്ടത്.* സിവിലിയൻ വേഷത്തിൽ പാകിസ്ഥാൻ സൈനിക ഓഫീസർമാർ പത്താൻപടയെ നയിച്ചു. അയ്യായിരത്തോളം പത്താന്മാർ ഉണ്ടായിരുന്നു. അവർക്ക് വേണ്ട ആയുധങ്ങളും അതിവേഗം സഞ്ചരിക്കാൻ ധാരാളം വാഹനങ്ങളുമുണ്ടായിരുന്നു. ജമ്മു കാശ്മീരിനെ സംബന്ധിക്കുന്ന എല്ലാ വിവരങ്ങളും പാകിസ്ഥാൻ ഇന്റലിജൻസ് വിഭാഗത്തിനുണ്ടായിരുന്നു. അവിഭക്ത ഇന്ത്യയുടെ ഇന്റലിജൻസ് വിഭാഗത്തിലെ ഡയറക്ടറായിരുന്നയാളാണ് പാകിസ്ഥാൻ ഇന്റലിജൻസ് തലവനായി നിയമിക്കപ്പെട്ടത്. അയാൾ ജമ്മുകാശ്മീരിനെ സംബന്ധിക്കുന്ന എല്ലാ വിവരങ്ങളും പാകിസ്ഥാനിലേക്കു കൊണ്ടുപോയിരുന്നു. ഇന്ത്യയുടെ ആഭ്യന്തരവകുപ്പിന് കാശ്മീർ കാര്യത്തിൽ താൽപ്പര്യമില്ലാതിരുന്നതാണ് കാരണം. ജമ്മു കാശ്മീർ സൈന്യം സുരക്ഷിതമല്ലെന്നും, അവർ രാജ്യത്തിന്റെ സുദീർഘമായ അതിരുകളിൽ കാവലിനും ജില്ലാ തലസ്ഥാനങ്ങളിൽ നിയമ സമാധാന പാലനത്തിനുമായി നിയോഗിക്കപ്പെട്ടിരിക്കുകയാണെന്നും സൈന്യത്തിലെ മുസ്ലീങ്ങൾക്കു രാജാവിനോടുള്ള കൂറ് സംശയാസ്പദമാണെന്നും മറ്റുമുള്ള വിവരങ്ങൾ ആക്രമണകാരികൾക്കറിയാമായിരുന്നു.

മുസഫറബാദ് ജില്ലാ തലസ്ഥാനമായ മുസഫറാബാദ് സെപ്റ്റംബർ 22–ാം തീയതി പിടിച്ചെടുക്കാനുള്ള പദ്ധതി എതിർപ്പൊന്നും നേരിടാതെ വിജയിച്ചു. ആ മാസം 26–ാം തീയതി ശ്രീനഗറിലെ മുഖ്യപള്ളിയിൽ വച്ച് ഈദ് ആഘോഷിക്കാനായിരുന്നു പരിപാടി. ഝലം നദീ തീരത്തു

---

* ഓപ്പറേഷൻ ഗുൽമാർഗ് പരാജയപ്പെട്ടതുകൊണ്ട് അക്ബർ ഖാൻ പിൽക്കാലത്ത് പിരിച്ചുവിടപ്പെട്ടു. പ്രധാനമന്ത്രി ലിയാക്കത്ത് ആലി ഖാനെ വധിക്കാൻ ശ്രമിച്ചതിന് അയാൾ തടവിലാക്കപ്പെടുകയും ചെയ്തു.

കൂടിയുള്ള നല്ല റോഡും ധാരാളം വാഹനങ്ങളും ഉണ്ടായിരുന്നതിനാൽ പദ്ധതി വിജയിക്കാൻ ഒരു പ്രയാസവും ഇല്ല. എന്നാൽ കൊള്ളയടിക്കാനും, ധനം കവരാനും സ്ത്രീകളെ ബലാത്സംഗം ചെയ്യാനുമായിരുന്നു ഗിരിവർഗക്കാരായ പത്താന്മാർക്കു താൽപ്പര്യം. അവർ ഒരിക്കലും കമാന്റർമാരുടെ അച്ചടക്കത്തിനു കീഴടങ്ങാനും തയ്യാറായിരുന്നില്ല. മുസഫറാബാദ് പിടിച്ചടക്കിയപ്പോൾ തന്നെ ഇക്കാര്യം ബോധ്യമായി. മുസഫറാബാദിനു സമീപം ഡോർമൽ എന്ന ചെറുപട്ടണത്തിലുണ്ടായിരുന്ന കാശ്മീർ സൈന്യം എതിർപ്പൊന്നും കൂടാതെ കീഴടങ്ങി. അവിടെ നിന്നും 16 നാഴിക അകലെയുള്ള ഗാർഹി എന്ന സ്ഥലത്ത് വച്ച് ജമ്മു കാശ്മീരിന്റെ സർവസൈന്യാധിപൻ ബ്രിഗേഡിയർ രാജീന്ദർസിംഗ് നൂറ്റമ്പതു പേരുള്ള ഒരു ചെറുസൈന്യവുമായി 5000 വരുന്ന പത്താൻ സൈന്യത്തെ നേരിടാനെത്തി. ചെറുത്തു നിൽപ്പ് നിഷ്പ്രയോജനമെന്നറിയാമെങ്കിലും ഒരു കാര്യം അദ്ദേഹം ചെയ്തു. ഉറിക്കു സമീപമുള്ള പാലം തകർത്ത് പത്താൻപടയുടെ ശീഘ്രഗമനം തടയാൻ ഏർപ്പാടു ചെയ്തശേഷമാണ് അദ്ദേഹവും ഭടന്മാരും മുന്നോട്ടു നീങ്ങിയത്. സംഘട്ടനത്തിൽ മാരകമായ മുറിവേറ്റ അദ്ദേഹത്തെ രക്ഷിക്കാൻ ശ്രമിക്കാതെ രക്ഷപ്പെട്ടുകൊള്ളാൻ കൂടെയുള്ളവരോട് അദ്ദേഹം നിർദേശിച്ചു. സമയോചിതമായ പ്രവൃത്തിയും വീരചരമവും മൂലം ബ്രിഗേഡിയർ രാജീന്ദർ സിംഗ് ജമ്മുകാശ്മീരിനെ രക്ഷിച്ചു എന്നു പറഞ്ഞാൽ ഒട്ടും അതിശയോക്തിയില്ല. അതുകൊണ്ടു തന്നെ ഇന്ത്യയുടെ ആദ്യത്തെ പരംവീർചക്രത്തിന് അദ്ദേഹം അർഹനായി.

നശിപ്പിക്കപ്പെട്ട പാലത്തിനു പകരം പുതിയ പാലം തീർത്ത് ട്രക്കുകളിൽ കയറി മുന്നോട്ട് പോകാൻ മാത്രമേ പത്താൻപട സന്നദ്ധരായുള്ളു. എന്തെന്നാൽ കൊള്ളമുതലുമായി ശ്രീനഗറിൽ നിന്നുമടങ്ങുമ്പോൾ അവർക്കു ട്രക്കുകൾ വേണം, അക്കാരണത്താൽ ഒക്ടോബർ 26–ാം തീയതി ബാരമുള്ളയിൽ എത്തിച്ചേരാൻ മാത്രമേ പത്താൻപടയ്ക്കു കഴിഞ്ഞുള്ളൂ. 14000 പേരുള്ള ആ പട്ടണത്തിൽ 3000 പേർ വധിക്കപ്പെട്ടു. അവശേഷിച്ചവരിൽ 1000പേർ ഒഴികെ ബാക്കിയുള്ളവർ പട്ടണം വിട്ടോടി രക്ഷപ്പെട്ടു. വധിക്കപ്പെട്ടവരിൽ പെൻഷൻകാരനായ ഒരു ബ്രിട്ടീഷ് ഉദ്യോഗസ്ഥനും ഗർഭിണിയായ അദ്ദേഹത്തിന്റെ ഭാര്യയും, സെന്റ് ജോസഫ്സ് കോൺവെന്റിലെ മദർ സുപ്പീരിയറും നാലു കന്യാസ്ത്രീകളും ഉൾപ്പെടും. കോൺവെന്റും അതിനോടനനുബന്ധിച്ചുള്ള ആശുപത്രിയും നശിപ്പിക്കപ്പെട്ടു.

ഇന്ത്യയുമായി സംയോജനം

കാശ്മീരിനെതിരായി പടയൊരുക്കം നടക്കുന്ന വിവരം പാകിസ്ഥാനിലെ വടക്കു പടിഞ്ഞാറൻ പ്രവിശ്യയിലെ ഗവർണർ ആയിരുന്ന ഇംഗ്ലീഷുകാരൻ ഇന്ത്യയുടെയും പാകിസ്ഥാന്റെയും സർവ സൈന്യാധിപനായിരുന്ന ഫീൽഡ് മാർഷൽ ആക്കിൻലക്കിനെ അറിയിച്ചത് ഇന്ത്യാഗ

വൺമെന്റിന്റെ ശ്രദ്ധയിലും പെട്ടിരുന്നു. അതിനുപുറമെ സെപ്തംബർ 27-ാം തീയതി ഇക്കാര്യം ജമ്മു കാശ്മീർ സർക്കാരും ഇന്ത്യാ ഗവൺമെന്റിനെ അറിയിച്ചിരുന്നു. പക്ഷെ കാശ്മീർ കാര്യത്തിൽ ഇന്ത്യൻ ആഭ്യന്തരവകുപ്പിനു താൽപ്പര്യമുണ്ടായിരുന്നില്ല. എന്നാൽ ഇക്കാര്യത്തിൽ എന്തെങ്കിലും ചെയ്തേ പറ്റൂ എന്ന് പ്രധാനമന്ത്രി നിർദേശിച്ചതിന്റെ ഫലമായി സർദാർ പട്ടേൽ കാശ്മീർ സർക്കാരുമായി ബന്ധപ്പെടുകയാണുണ്ടായത്. ഷേക്ക് അബ്ദുള്ളയെയും മറ്റു രാഷ്ട്രീയ തടവുകാരെയും തടവിൽ നിന്നു മോചിപ്പിക്കാനും അവരുടെ നേതൃത്വത്തിൽ ജനകീയ പ്രതിരോധം സംഘടിപ്പിക്കാനും അദ്ദേഹം മഹാരാജാവിനു നിർദേശം നൽകി. രണ്ടു ദിവസത്തിനകം അവർ ജയിൽമോചിതരായി. ഒക്ടോബർ നാലാം തീയതി ശ്രീനഗറിൽ നടന്ന വമ്പിച്ച ബഹുജന റാലിയിൽ വച്ച് ഷേക്ക് അബ്ദുള്ളയും കൂട്ടരും കാശ്മീർ ഇന്ത്യയുമായി സംയോജിപ്പിക്കണമെന്നാഹ്വാനം ചെയ്തു. അതിനുശേഷം ദില്ലിയിലേക്കു പോയ ഷേക്ക് അബ്ദുള്ള നെഹ്റുവിനോടൊപ്പം താമസിച്ചുകൊണ്ട് ജമ്മു കാശ്മീരിന്റെ ഇന്ത്യയുമായുള്ള സംയോജനത്തിന് വേണ്ടി ശ്രമിച്ചുകൊണ്ടിരുന്നു. പക്ഷെ ഇക്കാര്യത്തിൽ മുൻകൈയെടുക്കാൻ സർദാർ പട്ടേൽ വിസമ്മതിച്ചു.

ഒക്ടോബർ 24-ാം തിയതി പത്താൻ സൈന്യം മോവൂർ എന്ന സ്ഥലത്തെ പവർ ഹൗസ് തകർത്തതു മൂലം ശ്രീനഗർ പട്ടണം ഇരുട്ടിലായി. അപ്പോഴാണ് സ്ഥിതിഗതികളുടെ ഗൗരവം മഹാരാജാവിനു ബോധ്യമായത്. പത്താൻ സേനയെ നയിക്കുന്നതു പാകിസ്ഥാൻ സർക്കാരാണെന്നും ശ്രീനഗർ കീഴടക്കുകയാണ് അവരുടെ ഉദ്ദേശ്യമെന്നും ബോധ്യമായി. ആഗസ്റ്റ് 14-ാം തിയതി മാത്രം നിയമിതനായ സർവസൈന്യാധിപൻ രാജീന്ദർസിംഗ് മരണമടഞ്ഞതിനാൽ സൈന്യം നായകനില്ലാതായി. വിശാലമായ ജമ്മു കാശ്മീരിന്റെ പലഭാഗത്തായി വിന്യസിക്കപ്പെട്ടിരുന്ന സൈന്യത്തെ അവിടങ്ങളിൽ നിന്നു പിൻവലിച്ചു ശ്രീനഗറിലേക്കു കൊണ്ടുവരിക അപ്രായോഗികമായിരുന്നു. എന്തെന്നാൽ ജമ്മു കാശ്മീരിന്റെ പശ്ചിമാതിർത്തിയിലും, ബാൾട്ടിസ്ഥാന്റെ തലസ്ഥാനമായ സ്കാർഡുവിലും, ലഡാക്കിന്റെ തലസ്ഥാനമായ ലേഹിലും സൈനിക ഭീഷണി ഉണ്ടായിരുന്നു. സംസ്ഥാന സൈന്യത്തിലെ മുസ്ലീങ്ങളുടെ കൂറിനെപ്പറ്റിയും കമാന്റർമാർക്കു സംശയം ഉണ്ടായിരുന്നു. ശ്രീനഗറിനു സമീപത്തുള്ള ഒരു സൈനികവിഭാഗം പ്രതിരോധപ്രവർത്തനങ്ങളിൽ നിന്നു വിട്ടു നിന്നു. ഈ സാഹചര്യത്തിൽ ഇന്ത്യയുടെ സഹായം ആവശ്യപ്പെടുകയല്ലാതെ മറ്റൊന്നും മഹാരാജാവിനു കരണീയമായിരുന്നില്ല. അന്നു തന്നെ ഇന്ത്യാ ഗവൺമെന്റിന്റെ സൈനികസഹായം ആവശ്യപ്പെട്ടുകൊണ്ട് മഹാരാജാവ് ദില്ലിയിലേക്കു കമ്പിയടിച്ചു.

25-ാം തീയതി കാലത്ത് 11 മണിക്ക് ഇന്ത്യൻ പ്രതിരോധകമ്മിറ്റി കൂടി സ്റ്റേറ്റ്സ് സെക്രട്ടറി വി പി മേനോനെ സ്ഥിതിഗതികൾ മനസിലാക്കി വരാൻ ശ്രീനഗറിലേക്കയച്ചു. സൈന്യത്തിലെയും വ്യോമസേനയിലെയും ഉന്നത ഉദ്യോഗസ്ഥന്മാരോടൊപ്പമാണ് വി പി മേനോൻ

പ്രത്യേക വിമാനത്തിൽ ശ്രീനഗറിലെത്തിയത്. വിമാനത്താവളത്തിൽ നിന്നു നേരെ പോയത് പ്രധാനമന്ത്രി മേഹ്ചന്ദ് മഹാജന്റെ വാസസ്ഥലത്തേക്കാണ്. പ്രധാനമന്ത്രിയായിരുന്ന കാക്കിനെയും, പിൻഗാമിയായ മേജർ ജനറൽ ജനക്സിംഗിനെയും മാറ്റിയ ശേഷമാണ് മഹാജനെ പ്രധാനമന്ത്രിയായി നിയമിച്ചത്. മഹാരാജാവും മഹാജനും ഒരുപോലെ ഭയചകിതരായിരുന്നു. മഹാരാജാവ് ഉടൻ തന്നെ ജമ്മുവിലേക്കു താമസം മാറണമെന്നു തീരുമാനമായി. ജമ്മുകാശ്മീർ ഇന്ത്യൻ യൂണിയനുമായി സംയോജിപ്പിക്കുന്നതിനു സമ്മതമാണെന്നു മഹാരാജാവ് സമ്മതപത്രം എഴുതിക്കൊടുത്തു. ശ്രീനഗറിലുണ്ടായിരുന്ന എല്ലാ വാഹനങ്ങളുമായി ഉടൻ തന്നെ മഹാരാജാവും പരിവാരങ്ങളും ജമ്മുവിലേക്കു പുറപ്പെട്ടു. ശ്രീനഗറിൽ അവശേഷിച്ച ഒരു പഴയ ജീപ്പിൽ കയറി വി പി മേനോനും ഉദ്യോഗസ്ഥന്മാരും വിമാനത്താവളത്തിലേക്കു പോയി. 26–ാം തീയതി കാലത്ത് മഹാരാജാവിന്റെ സമ്മതപത്രവും വി പി മേനോന്റെ റിപ്പോർട്ടും പ്രതിരോധകമ്മിറ്റി ചർച്ച ചെയ്തു. ജമ്മുകാശ്മീരിലേക്കു സൈന്യത്തെ അയക്കുന്ന കാര്യത്തിൽ നെഹ്രുവും പട്ടേലും യോജിപ്പിലെത്തി. എന്നാൽ ജമ്മുകാശ്മീർ മുസ്ലീം ഭൂരിപക്ഷരാജ്യമായതു കൊണ്ടു ജനഹിതത്തിനു വിധേയമായി സംയോജനക്കരാറിൽ മഹാരാജാവ് ഒപ്പു വയ്ക്കണമെന്നു ഗവർണർ ജനറൽ മൗണ്ട് ബാറ്റൻ രേഖപ്പെടുത്തിയതു കാരണം നക്കൽ സംയോജന കരാറുമായി വി പി മേനോൻ ജമ്മുവിലേക്കു പോയി. കരാറിൽ മഹാരാജാവിന്റെ ഒപ്പുമായി വി പി മേനോൻ തിരിച്ചെത്തുമ്പോൾ സർദാർ പട്ടേൽ ദില്ലി വിമാനത്താവളത്തിൽ കാത്തു നിൽക്കുകയായിരുന്നു.* ഉടൻ തന്നെ പ്രതിരോധകമ്മിറ്റി കൂടി സംയോജന കരാർ അംഗീകരിക്കാനും ഇന്ത്യൻ സൈന്യത്തെ ഉടൻ തന്നെ കാശ്മീരിലേക്കയ്ക്കാനും തീരുമാനങ്ങളെടുത്തു. അടിയന്തര സർക്കാരിനെ അധികാരം ഏൽപ്പിച്ചതിനു മഹാരാജാവിനെ അനുമോദിക്കാനും തീരുമാനിച്ചു. ഒക്ടോബർ 30–ാം തീയതി ഷേക്ക് അബ്ദുള്ള 23 പേരുള്ള അടിയന്തര കൗൺസിലിന്റെ തലവനായി ചുമതലയേറ്റു.

പ്രതിരോധം

ഒക്ടോബർ 26–ാം തീയതി തന്നെ പലേടത്തുനിന്നുമായി ഒരു ബറ്റാലിയനെ സംഘടിപ്പിക്കാനും പിന്നീടതിനെ ഒരു ബ്രിഗേഡായി ഉയർത്താനും തീരുമാനമായി. ഓപ്പറേഷൻ ജാക് (Operation JAK) എന്നാണ് പ്രസ്ഥാനത്തിന്റെ പേര്. JAK എന്നാൽ ജമ്മു ആന്റ് കാശ്മീർ. മണിക്കൂറുകൾക്കകം ഒരു ബ്രിഗേഡിനെ മുഴുവൻ ശ്രീനഗറിലെത്തിക്കുകയെന്നത് മഹായുദ്ധകാലത്തെ മഹാരഥന്മാർക്കുപോലും ചിന്തിക്കാനാവാത്ത കാര്യമായിരുന്നു. ജമ്മു കാശ്മീരിന്

* കരാറിലെ വ്യവസ്ഥകൾ അധ്യായാവസാനം അനുബന്ധം കാണുക.

ഏറ്റവും അടുത്തുള്ള ഇന്ത്യൻ സൈനിക കേന്ദ്രം പത്താൻകോട്ടായിരുന്നു. അവിടെ നിന്നും ശ്രീനഗറിലേക്കു 300 നാഴിക ദൂരമുണ്ട്. പത്താൻകോട്ട് – ജമ്മു റോഡിൽ പലേടത്തും പാലങ്ങളില്ല. ജമ്മു–ശ്രീനഗർ റോഡാകട്ടെ അപകടം പിടിച്ച ബെനിഹാൽ ചുരം വഴിയാണ് കടന്നു പോകുന്നത്. ക്രി. 1320 ൽ ദുലാച്ച എന്ന മംഗോളിയൻ സാഹസികനെയും അയാളുടെ 17000 വരുന്ന കുതിരപ്പടയേയും ഹിമപാതം വിഴുങ്ങിയ സ്ഥലമാണ്. കല്ലുപാകിയ റോഡ് വലിയ മലകളുടെ ഓരങ്ങളിലൂടെ വളഞ്ഞും പുളഞ്ഞും ചെങ്കുത്തായും പോകുന്നു. വിമാനമാർഗമായല്ലാതെ മറ്റൊരു ഗതാഗത സൗകര്യവുമില്ല. ശ്രീനഗറിൽ നിന്നും അകലെ സ്ഥിതി ചെയ്തിരുന്ന വിമാനത്താവളമാകട്ടെ ആ പേര് അർഹിക്കുന്നതായിരുന്നില്ല. കല്ലു പാകിയ റൺവേയിൽ വിമാനം ഇറങ്ങുമ്പോൾ അതു പൊടിപടലം കൊണ്ടു മൂടം. കുറെ മണിക്കൂറുകൾ കഴിഞ്ഞല്ലാതെ ആ വിമാനത്തിനു തിരിച്ചുപറക്കാനോ മറ്റൊരു വിമാനത്തിനിറങ്ങാനോ സാധിക്കുകയില്ല. റൺവേയ്ക്ക് ആവശ്യത്തിനു നീളമില്ല എന്നതും നാവിഗേഷൻ ഉപകരണങ്ങളൊന്നും ഇല്ലായിരുന്നു എന്നതും ഏതൊരു വൈമാനികനേയും ഭയപ്പെടുത്തുന്ന സാഹചര്യങ്ങളായിരുന്നു. ആവശ്യത്തിന് വായുസേനാ വിമാനങ്ങൾ ഇല്ലാത്തതും ബുദ്ധിമുട്ടായി. മഹായുദ്ധകാലത്തുപയോഗത്തിലിരുന്ന കുറെ ഏറെ വിമാനങ്ങൾ വിമാനക്കമ്പനികൾ സിവിലിയൻ പറക്കലിനുപയോഗിക്കുന്നുണ്ടായിരുന്നത് ആശ്വാസകരമായി. അവയെല്ലാം യുദ്ധോപയോഗത്തിനായി ഏറ്റെടുത്തു.

ലഫ്. കേണൽ. രഞ്ജിത് റായിയുടെ കീഴിൽ പെട്ടെന്നു സംഘടിപ്പിക്കപ്പെട്ട ഒരു ബറ്റാലിയൻ ഒക്ടോബർ 27–ാം തീയതി പ്രഭാതത്തിൽ ശ്രീനഗർ വിമാനത്താവളത്തിലിറങ്ങി. പട്ടാളകേന്ദ്രം വിമാനത്താവളത്തിനു സമീപം സ്ഥാപിച്ചുവെങ്കിലും പൊടിപടലം കൊണ്ടുള്ള ശല്യം നിമിത്തം അവിടെ നിന്നു കുറച്ച് അകലെ മാറ്റി സ്ഥാപിക്കേണ്ടി വന്നു. പൗരജനങ്ങൾ ഇന്ത്യൻ പട്ടാളത്തിന്റെ വരവ് കണ്ട് ആഹ്ലാദനൃത്തം ചെയ്തു. ഒക്ടോബർ നവംബർ മാസങ്ങളിലായി ഭടന്മാരെയും പടക്കോപ്പുകളെയും വഹിച്ചുകൊണ്ട് 704 പ്രാവശ്യമാണ് ശ്രീനഗറിൽ വിമാനമിറങ്ങിയത്. ഒരൊറ്റ അപകടംപോലും ഉണ്ടായില്ല. സിവിൽ വൈമാനികർ കാട്ടിയ അസാധാരണ മനഃസാന്നിധ്യവും വൈഭവവും അർപ്പണബോധവും മഹായുദ്ധകാലത്തെ പ്രഗത്ഭന്മാരെപ്പോലും വിസ്മയിപ്പിച്ചു.

തന്റെ ബറ്റാലിയനിൽ ഒരു വിഭാഗത്തെ നഗരത്തിന്റെ സംരക്ഷണത്തിനായി രഞ്ജിത് റായ് നിയോഗിച്ചു. അടിയന്തര സർക്കാർ കുറേ വാഹനങ്ങളെ സൈന്യത്തിന് ഏർപ്പാടു ചെയ്തുകൊടുത്തു. സൈന്യത്തെ സഹായിക്കാൻ വാളണ്ടിയർമാരും ഉണ്ടായിരുന്നു. 27–ാം തീയതി ഇരുട്ടുന്നതിനു മുമ്പ് സിക്ക് റജിമെന്റിലെ ഒന്നാം ബറ്റാലിയനിലുള്ള 329 ഭടന്മാർ ശ്രീനഗറിലെത്തി. വാളണ്ടിയർമാർ അറിയിച്ചത് 26–ാം തീയതി തന്നെ പത്താൻമാർ ഉറി കടന്നുവെന്നും എന്നാൽ ശ്രീനഗറിൽ നിന്നു മുപ്പത്തിനാലു നാഴിക അകലെയുള്ള ബാരമുള്ളയിൽ എത്തിയി

ല്ലെന്നുമാണ്. ആക്രമണകാരികൾ ബാരമുള്ളയിലെത്തുന്നതിന് മുമ്പ് അവിടെ എത്താനും സമീപത്തുള്ള കുന്നുകളിൽ തന്റെ ഭടന്മാരെ വിന്യസിക്കാനുമായിരുന്നു രഞ്ജിത്റായിയുടെ പദ്ധതി. ശ്രീനഗറിൽ നിന്നു പതിനേഴ് നാഴിക അകലെയുള്ള പട്ടൺ കടന്ന് ബാരമുള്ളയുടെ കിഴക്കുമാറി പാതവക്കിലുള്ള ഒരു കുന്നിൽ പട്ടാളത്തെ നിറുത്തിയശേഷം റായ് ഒരു ജീപ്പിൽകയറി ഏതാനും ഭടന്മാരുമൊത്ത് ബാരമുള്ളയ്ക്കു നീങ്ങി. അപ്പോഴേയ്ക്കും ബാരമുള്ളയുടെ ഇരുവശത്തുമുള്ള കുന്നുകളിൽ പത്താൻ പട താവളം ഉറപ്പിച്ചു കഴിഞ്ഞിരുന്നു. കുറെ ഗിരിവർഗക്കാരെയല്ല; സുസജ്ജമായ ഒരു സൈനിക വിഭാഗത്തെയാണ് റായ് കണ്ടത്. പെട്ടെന്ന് ജീപ്പിനു നേരെയുണ്ടായ വെടിയിൽ ജീപ്പ് തകർന്നുപോയി. ജീപ്പിനു പുറത്തിറങ്ങി റോഡിൽ നിന്നു തിരിച്ചു വെടിവയ്ക്കാൻ തുടങ്ങുന്നതിനിടയിൽ അദ്ദേഹത്തിന് മാരകമായി വെടിയേറ്റു. മരണമടയുന്നതിനു മുമ്പ് കൂടെയുള്ളവരോടും പിന്നിലായി നിറുത്തിയിരുന്ന പട്ടാളത്തോടും പിൻവാങ്ങാൻ അദ്ദേഹം നിർദേശം നൽകി. റായിയും കൂടെയുള്ളവരും നിരന്തരമായ വെടിക്കിരയായി എങ്കിലും പിന്നിലുണ്ടായിരുന്ന ബറ്റാലിയനു കമാന്റില്ലാതെ ശ്രീനഗറിൽ നിന്നു മൂന്നര നാഴിക അകലെവരെ പിൻവാങ്ങാൻ അതുമൂലം സാധിച്ചു. അവിടെ വന്ന രണ്ടാം കമാന്റർ മേജർ സംപൂരൺ സിംഗ് ബറ്റാലിയന്റെ കമാന്റ് ഏറ്റെടുത്തു. തങ്ങൾ പിൻതുടരപ്പെടുന്നില്ല എന്നു മനസിലാക്കിയ സംപുരൺ സിംഗ് ബറ്റാലിയനെ പട്ടണിലേക്കു നയിച്ചു. അവിടെ താവളം ഉറപ്പിച്ചു. ശ്രീനഗറിനും ബാരമുള്ളയ്ക്കും മധ്യത്തായിരുന്ന പട്ടൺ. ലഫ്. കേണൽ രഞ്ജിത് റായ് കാട്ടിയത് അതിസാഹസമായിരുന്നു എന്നു ചിലർ കരുതിയേക്കാമെങ്കിലും തന്റെ പിന്നണിക്കു രക്ഷപ്പെടാൻ ആ സാഹസം സഹായകമായി. അതുകൊണ്ടദ്ദേഹം മഹാവീർ ചക്രത്തിനർഹനായി.

കാശ്മീർ താഴ്‌വരയുടെയും ലഡാക്കിന്റെയും സംരക്ഷണം ബ്രിഗേഡിയർ എൽ പി സെന്നിന്റെ കീഴിലുള്ള 161 ബ്രിഗേഡിന്റെ കീഴിൽ നിക്ഷിപ്തമായി.* ജമ്മു-കാശ്മീർ സംസ്ഥാന സൈന്യത്തിന്റെ നിയന്ത്രണവും ബ്രിഗേഡിയർ സെന്നിനു നൽകി. എന്നാൽ സംസ്ഥാന സൈന്യത്തിൽ യുദ്ധസജ്ജരായ ആരും തന്നെ കാശ്മീർ താഴ്‌വരയിൽ ഇല്ലായിരുന്നു. കഴിവുള്ളവരെ ജമ്മുവിലേക്ക് കൊണ്ടുപോയിരുന്നു. മഹാരാജാവിന്റെ അംഗരക്ഷകസേന ശ്രീനഗറിലുണ്ടായിരുന്നു എങ്കിലും അവർക്ക് യുദ്ധപരിചയം തീരെ പോരാ. കുറെ വാഹനങ്ങളെ സംഘടിപ്പിച്ചുകൊടുക്കാൻ അടിയന്തര സർക്കാരിന് സാധിച്ചുവെങ്കിലും പെട്രോൾ ക്ഷാമം രൂക്ഷമായിരുന്നു. മൊഹൂരയിലെ പവർഹൗസ് തകർത്തതു കാരണം ശ്രീനഗർ

---

* രണ്ടാംലോകമഹായുദ്ധത്തിൽ ബർമ്മയിലെ കങ്കായുദ്ധത്തിൽ കാട്ടിയ വിരുതിന് DSO എന്ന ബിരുദം നേടിയ ആളായിരുന്നു എൽ പി സെൻ. പ്രമോഷനോടു കൂടി അദ്ദേഹത്തെ കാശ്മീരിൽ നിയമിക്കുകയായിരുന്നു. ഗാന്ധിജിയുടെ അനുഗ്രഹം തേടിയശേഷമാണ് അദ്ദേഹം കാശ്മീരിലെത്തിയത്.

രാത്രിസമയം കൂരിരുട്ടിലായി. ആക്രമണകാരികൾ ബാരമുള്ള കൊള്ളയടിച്ചു നശിപ്പിച്ചശേഷം പലവഴികളിലൂടെ സഞ്ചരിച്ച് ഗ്രാമങ്ങൾ തീവെച്ചു നശിപ്പിച്ചതു ശ്രീനഗറിൽ നിന്ന് കാണാമായിരുന്നു. ശ്രീനഗറിലേക്കുള്ള രാജപാതയിൽ ഉള്ള പട്ടണിൽ ഒന്നാം സിക്ക് ബറ്റാലിയൻ താവളമടിച്ചിരുന്നതിനാൽ രാജപാത വഴിയുള്ള യാത്ര ആക്രമണകാരികൾ ഒഴിവാക്കി. ഗുൽമാർഗിലേക്കുള്ള മാർഗത്തിൽ ഉള്ള മാഗം എന്ന പട്ടണത്തിൽ ഒന്നാം പഞ്ചാബ് ബറ്റാലിയൻ താവളമടിച്ചു കിടന്നു. വിമാനത്താവളത്തിന് ഒമ്പതു നാഴിക തെക്കുപടിഞ്ഞാറായി സ്ഥിതിചെയ്തിരുന്ന ബദ്ഗാമിൽ ഒന്നാം കുമാവോൺ ബറ്റാലിയനിലെ അഞ്ഞൂറ്- എഴുന്നൂറ് പേർ വിമാനത്താവളത്തിന്റെ രക്ഷയ്ക്ക് താവളമടിച്ചു കിടന്നു. പഹൽഗാം കുന്നിന് മുകളിലെ വേനൽക്കാല വസതികൾ ആക്രമണകാരികൾ തീവെച്ചു നശിപ്പിച്ചത് അതിൽ നിന്നുള്ള ജ്വാലയിലൂടെ പട്ടണവാസികളെയും പട്ടാളക്കാരെയും ഭയപ്പെടുത്താൻ ഉദ്ദേശിച്ചായിരുന്നു. നവംബർ 3–ാം തീയതി ആദ്യമായി ബദ്ഗാമിലെ കുമവോണികളെ ആക്രമിച്ചു. എണ്ണംകൊണ്ട് ഭീമമായിരുന്ന ആക്രമണസൈന്യം കുമവോണികളുടെ മേൽ ശക്തിയായ ആഘാതമേൽപ്പിച്ചു. ബറ്റാലിയൻ തലവനായിരുന്ന മേജർ സോമ്നാഥ് ശർമ്മ വധിക്കപ്പെട്ടു. എന്തുകാരണത്താലോ ആക്രമണകാരികൾ വിമാനത്താവളത്തിലേക്ക് മുന്നേറിയില്ല. ഒരുപക്ഷേ വിമാനത്താവളത്തിനടുത്ത് ശക്തമായ എതിർപ്പ് അവർ പ്രതീക്ഷിച്ചിരിക്കാം. ശത്രുസൈന്യം വിമാനത്താവളത്തിലേക്ക് കുതിച്ചുവെങ്കിൽ കാശ്മീർ പ്രശ്നം മറ്റൊരു രീതിയിലാകുമായിരുന്നു.

കാശ്മീരിൽ നേരിട്ട തിരിച്ചടികൾ കേട്ടറിഞ്ഞ് സർദാർ വല്ലഭായി പട്ടേൽ ശ്രീനഗറിലെത്തി. എന്തുവിലകൊടുത്തും ശ്രീനഗറിനെ രക്ഷിക്കണമെന്ന് അദ്ദേഹം സൈന്യത്തെ ഉദ്ബോധിപ്പിച്ചു. കൂടുതൽ സൈന്യവും പടക്കോപ്പുകളും കാശ്മീരിലേക്കു നീങ്ങാൻ ഉടൻ തന്നെ ഉത്തരവായി. സായുധവാഹനങ്ങൾ ബനിഹാൾപാസ് കടന്ന് ആദ്യമായി ശ്രീനഗറിലെത്തി. പത്താൻകോട് മുതൽ ശ്രീനഗർ വരെയുള്ള റോഡിൽ പാലമില്ലാത്തിടത്തെല്ലാം താൽക്കാലികമായ പോണ്ടൂൺ പാലങ്ങൾ തീർത്തായിരുന്നു ഗതാഗതം സ്ഥാപിച്ചത്. പുതിയ സന്നാഹങ്ങളും ബ്രിഗേഡിയർ സെന്നിന്റെ കർമ്മകുശലതയും ഒത്തിണങ്ങിയപ്പോൾ അണികൾക്കാവേശമായി. കവചിതവാഹനങ്ങൾ ശ്രീനഗറിലെത്തിയപ്പോൾ പൗരജനങ്ങൾ അത്യാഹ്ലാദത്തോടെ വരവേൽപ്പു നൽകി.

ആക്രമണകാരികൾക്ക് ശ്രീനഗറിലേക്കു കടക്കാൻ വിവിധ ഭാഗങ്ങളിൽ നിന്ന് ഒട്ടേറെ വഴികളുണ്ടായിരുന്നു. ചെറു സംഘങ്ങളായി അവർ പട്ടണത്തിൽ കടന്നുകയറിയാൽ അവരെ ചെറുക്കുക അസാധ്യമായിരുന്നു. അവർ വാഹനങ്ങളിൽ കയറി പ്രധാന നിരത്തുവഴി വന്നാൽ മാത്രമേ ഇന്ത്യൻ സേനയ്ക്ക് അവരെ നേരിടാൻ കഴിയുകയുള്ളൂ. പട്ടണത്തിൽ ഒന്നാം സിക്ക് ബറ്റാലിയൻ താവളമടിച്ചു കിടന്നതുകൊണ്ട് അതുവഴിയുള്ള പ്രധാന പാതയിലൂടെ ആക്രമണകാരികൾ ശ്രീനഗറിലേക്ക്

വരാൻ മടിച്ചു. പട്ടണത്തിൽ നിന്ന് സൈന്യത്തെ പിൻവലിച്ചാൽ പത്താൻമാർ അവർക്കു ധാരാളമായുണ്ടായിരുന്ന വാഹനങ്ങളിൽ കയറി ശ്രീനഗറിലേക്കു വരുമെന്ന് ബ്രിഗേഡിയർ സെൻ ഊഹിച്ചു. ശ്രീനഗർ കൊള്ളയടിച്ച് വൻപിച്ച ദ്രവ്യവുമായി മടങ്ങണമെന്ന ലക്ഷ്യമാണ് പത്താൻമാർക്കുള്ളതെന്ന് അറിയാമായിരുന്നതുകൊണ്ട് അവർ തീർച്ചയായും വാഹനങ്ങളിൽ വരാൻ ശ്രമിക്കുമെന്ന് തന്നെ കരുതി.അതുകൊണ്ട് ഒന്നാം സിക്ക് ബറ്റാലിയനെ ശ്രീനഗറിലേക്ക് മടങ്ങാൻ സെൻ നിർദേശം നൽകി. ഇത് ശ്രീനഗറിൽ ഭീതി ഉയർത്തി. അടിയന്തര മന്ത്രിസഭയിലെ ടി പി ധർ ദില്ലിയിലെത്തി. ബ്രിഗേഡിയർ സെന്നിനു പകരം മറ്റൊരാളെ നിയമിക്കണമെന്ന് പ്രധാനമന്ത്രിയോടാവശ്യപ്പെട്ടു. നെഹ്റു സമ്മതിച്ചെങ്കിലും സർദാർ പട്ടേൽ അനവസരത്തിലെ മാറ്റത്തെ എതിർത്തതു മൂലം മാറ്റം നടക്കാതെ പോയി. സെന്നിന്റേത് ഒരു ഭാഗ്യപരീക്ഷണമായിരുന്നു. ജമ്മു-കാശ്മീരിനു വേണ്ടിയുള്ള ഇന്ത്യൻ സൈന്യത്തിന്റെ (JACK Force) തലവനായി നിയമിതനായ മേജർ ജനറൽ കുൽവന്ത് സിംഗിന് ഈ ഭാഗ്യപരീക്ഷണം രുചിച്ചില്ലെങ്കിലും പട്ടണിൽ നിന്ന് ഒന്നാം സിക്ക് ബറ്റാലിയൻ നീങ്ങിത്തുടങ്ങിയതുകൊണ്ട് സെന്നിന്റെ പദ്ധതി അംഗീകരിക്കപ്പെട്ടു.

പട്ടണിൽ നിന്നു പിൻവാങ്ങിയ ഒന്നാം സിക്ക് ബറ്റാലിയൻ ശ്രീനഗർ-ബാരമുള്ള റോഡിൽ നാലാം മൈലിലുള്ള പാലത്തിനിപ്പുറം ഒരുങ്ങി നിന്നു. പാലത്തിനപ്പുറം ഷലാട്ടങ്ങ് എന്ന ഗ്രാമത്തിന് വടക്കുകിഴക്കുള്ള ബാരമുള്ളയിൽ നിന്നും വടക്കുള്ള സുംബാൾ പട്ടണത്തിൽനിന്നും രണ്ടു റോഡുകൾ സന്ധിക്കുന്നു.* ശ്രീനഗറിൽ നിന്നുള്ള കവചിതവാഹനങ്ങളും റൈഫിൾ പടയും ഏഴാം കാവൽറിയും വലത്തോട്ടുപോയി. ക്രാനൊം, സുംബാൽ, ഷാദിപ്പൂർ എന്നീ പട്ടണങ്ങൾ കടന്ന് നവംബർ ഏഴാം തീയതി പ്രഭാതത്തിനു മുമ്പ് ഷലാട്ടങ്ങ് ഗ്രാമത്തിനടുത്തെത്തി. ഒന്നാം കുമവോൺ ശ്രീനഗറിനു പടിഞ്ഞാറായും ഒന്നാം പഞ്ചാബ് ശ്രീനഗറിനു തെക്കുപടിഞ്ഞാറായും നിലയുറപ്പിച്ചിരുന്നു. ശത്രു സൈന്യം ഷലാട്ടങ്ങ് ജംഗ്ഷനിലെത്തുമ്പോൾ അവിടെ അവർക്ക് നിലയുറപ്പിക്കാൻ സാവകാശം നൽകിക്കൊണ്ട് ഒന്നാം സിക്ക് ബറ്റാലിയൻ ഇടവിട്ടു മാത്രം വെടിപൊട്ടിച്ചുകൊണ്ടിരിക്കണം. ഈ സമയം ഒന്നാം കുമവോൺ ബറ്റാലിയൻ ചെറു സംഘങ്ങളായി പിരിഞ്ഞ് രഹസ്യമായി ശത്രുവിന്റെ വലതുഭാഗത്തു സ്ഥാനം ഉറപ്പിക്കണം. ഇതായിരുന്നു പദ്ധതി. പ്രതീക്ഷിച്ചതിനും മുമ്പ് നവംബർ ആറാം തീയതി രാത്രി ശത്രുസൈന്യം ഷലാട്ടങ്ങിലെത്തി നിലയുറപ്പിച്ചു. ഉടൻ തന്നെ ജമ്മു കാശ്മീർ സംസ്ഥാന സൈന്യത്തിൽ നിന്നും പാകിസ്ഥാൻ പക്ഷം ചേർന്ന ഭടന്മാർ ഒന്നാം സിക്ക് ബറ്റാലിയനു നേരെ വെടി തുടങ്ങി. ആയിരക്കണക്കിന് ഭടന്മാർ ശത്രുസൈന്യത്തിലുണ്ടെന്നും അവരുടെ പിന്നിലായി 150 ലോറികൾ തൊട്ടുതൊട്ടു നിൽക്കു

* ഭൂപടം 2 കാണുക.

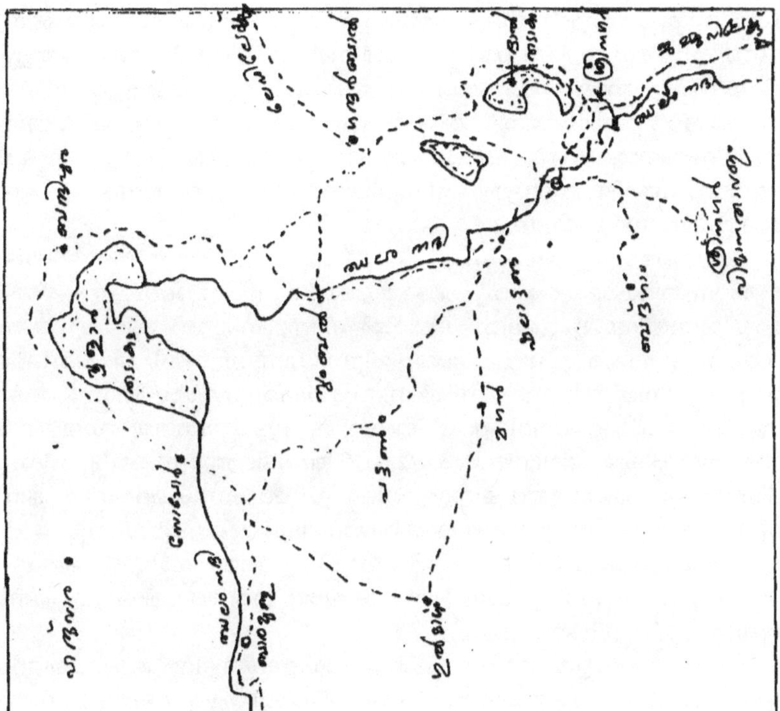

1947–ലെ യുദ്ധരംഗങ്ങൾ, ജമ്മുകാശ്മീർ

കയാണെന്നും വ്യോമനിരീക്ഷണത്തിൽ നിന്നും മനസിലായി. ശത്രുസൈന്യത്തിനു തൊട്ടു പിന്നിലായി ഷാദിപ്പൂർ വഴി വന്ന കവചിത വാഹനങ്ങളും നിലയുറപ്പിച്ചു. അതു നോക്കിക്കണ്ട പത്താൻമാർ അത് തങ്ങളുടെ സഹായത്തിനെത്തിയതാണെന്നു കരുതി സന്തോഷിച്ചു. ഇന്ത്യയും പാകിസ്ഥാനുമായി സൈനികവിഭജനം പൂർത്തിയാകാത്തതുകൊണ്ട് ഇന്ത്യൻ യൂണിയന്റെയും പാകിസ്ഥാന്റെയും സൈനിക വാഹനങ്ങളെ അന്നു തിരിച്ചറിയുക പ്രയാസമായിരുന്നു.

ശത്രുസൈന്യത്തിൽ നിന്നു പ്രതീക്ഷിച്ചതിലും മുമ്പു തന്നെ വെടിയുതിർന്നതുകൊണ്ടും ഇന്ത്യയുടെ ഭാഗത്തു നിന്നു തയ്യാറെടുപ്പു പൂർത്തിയായിരുന്നതിനാലും ബ്രിഗേഡിയറിൽ നിന്നു സിഗ്നൽ കിട്ടിയ ഉടനെ ശത്രുവിനു നേരെ മൂന്നു ഭാഗത്തു നിന്നും വെടിതുടങ്ങി. അപ്രതീക്ഷിതമായി മുന്നിൽ നിന്നും പിന്നിൽ നിന്നും വലതുവശത്തു നിന്നും വെടിയേറ്റ പത്താൻമാർ പതറിപ്പോയി. അവരുടെ ഇടതുവശത്തു ഝലം നദിയായിരുന്നു. കുഴപ്പത്തിനിടയിൽ 472 പേർ അവിടെത്തന്നെ മരിച്ചു വീണു. പിന്നോക്കം പാഞ്ഞവരെ ഒന്നാം സിക്ക് ബറ്റാലിയനും റൈഫിൾ കമ്പനിയും പിന്തുടർന്നു. ഇന്ത്യൻ യുദ്ധവിമാനങ്ങൾ മുകളിൽ നിന്നും വേട്ട തുടങ്ങിയതു കൊണ്ട് പത്താൻമാർ പലവഴികളിലായി ബാരമുള്ള ലക്ഷ്യം വച്ച് ഓടി. നവംബർ ഏഴാം തീയതി കാലത്ത് ഇരുപതു മിനിട്ടു കൊണ്ട് ഇന്ത്യൻസേന വിജയം കണ്ടു.

ശത്രുക്കൾ ഉപേക്ഷിച്ചു പോയ വാഹനങ്ങളിൽ കുറെയെണ്ണം സൈനികാവശ്യങ്ങൾക്കെടുത്തുകൊണ്ട് ബാക്കിയുള്ളവ ജമ്മുകാശ്മീർ അടിയന്തര സർക്കാരിനെ ഏൽപ്പിച്ചു. ഒന്നാം സിക്ക് സേന അന്നു രാത്രി എട്ടുമണിയോടുകൂടി വീണ്ടും പട്ടണിൽ താവളമുറപ്പിച്ചു. അൽപ്പ വിശ്രമത്തിനുശഷം അർദ്ധരാത്രിയോടുകൂടി ബാരമുള്ളയിലേയ്ക്കു സൈനിക നീക്കം ആരംഭിച്ചു. ഒന്നാം സിക്ക് ബറ്റാലിയൻ ബാരമുള്ളയിൽ നിന്നു ഒന്നരനാഴിക ഇപ്പുറത്തായി നിലയുറപ്പിച്ചു. വഴിയിൽ എതിർപ്പൊന്നും ഉണ്ടായില്ല. ഒന്നാം കുമവോണികളെയും കവചിത വാഹനങ്ങളെയും ബാരമുള്ളയ്ക്കു തെക്കുകിഴക്കു ഭാഗത്തു നിലയുറപ്പിക്കാൻ ഏർപ്പാടു ചെയ്തു. അതിനുശേഷം കവചിത വാഹനങ്ങളുടെ സഹായത്തോടുകൂടി ഒന്നാം സിക്കുകാർ ബാരമുള്ളയ്ക്കു നീങ്ങി. അവിടെയും എതിർപ്പൊന്നും നേരിടേണ്ടി വന്നില്ല. പത്താൻമാരും അവരെ നയിച്ച ഓഫീസർമാരും അവിടം ഉപേക്ഷിച്ചു പോയിക്കഴിഞ്ഞിരുന്നു. മീർ മക്ബൂൽ ഷെർവാണിയെന്നൊരു ദേശസ്നേഹിയുടെ വീരകഥ ഇന്ത്യൻ സൈന്യം അവിടെ കേട്ടു. ഒരു കച്ചവടക്കാരനായിരുന്ന ആ യുവാവ് അക്രമികൾക്കെതിരെ മുസ്ലീങ്ങളെയും ഹിന്ദുക്കളെയും സിക്കുകളെയും സംഘടിപ്പിക്കാൻ നിരന്തരം ശ്രമിച്ചുകൊണ്ടിരുന്നു. ബാരമുള്ളയുടെ മുക്കും മൂലയും ശരിയായി അറിയാമായിരുന്ന അയാൾ മൂന്നു പ്രാവശ്യം ആക്രമണകാരികളെ വഴിതെറ്റിച്ച് ഇന്ത്യൻ സേനയുടെ മുമ്പിലെത്തി

ച്ചുകൊടുത്തു. നവംബർ എട്ടാം തീയതി ഇന്ത്യൻ സൈന്യം ബാരമുള്ളയ്ക്കു സമീപം എത്തിയപ്പോൾ ഷെർവാണിയുടെ ചതി പത്താൻമാർക്കു ബോധ്യമായി. അവർ അയാളെ പിടിച്ചുകെട്ടി തെരുവിന്റെ നടുവിൽ നിർത്തി. ഷെർവാണി അവിടെയുള്ളവർക്കു പ്രിയംകരനാണെന്നറിഞ്ഞ പത്താൻമാർ പാകിസ്ഥാൻ ആണ് കാശ്മീരികളുടെ ഉറ്റ സുഹൃത്തെന്നു പറയാൻ അയാളോടാജ്ഞാപിച്ചു. എന്നാലയാൾ 'ഹിന്ദുമുസ്ലീം ഐക്യം സിന്ദാബാദ്' എന്നു ഉറക്കെ വിളിച്ചു പറഞ്ഞു. അവർ ഒരു വരാന്തത്തൂണിൽ അയാളെ പിടിച്ചുകെട്ടി. യേശുക്രിസ്തുവിനെ എന്നപോലെ അയാളുടെ ഉള്ളം കൈയിൽ ആണിയടിച്ചു. ഒരു തകരക്കഷണത്തിൽ 'ദേശ ദ്രോഹത്തിന്റെ ശിക്ഷ മരണം' എന്നെഴുതി അയാളുടെ നെറ്റിയിൽ ഒട്ടിച്ചു. ഷെർവാണി അങ്ങനെ രക്തസാക്ഷിയായ വീരനായകനായി.

ഉറി നഗരം പിടിച്ചടക്കുകയായിരുന്നു ഇന്ത്യൻസേനയുടെ അടുത്ത ലക്ഷ്യം. ശ്രീനഗറിനും മുസഫറാബാദിനും മധ്യേയുള്ള ഐശ്വര്യ സമൃദ്ധമായ പട്ടണമായിരുന്നു ഉറി. കാശ്മീർ താഴ്‌വരയിലേക്കുള്ള പ്രവേശനകവാടമായിരുന്നു ആ പട്ടണം. അവിടെ നിന്നും തെക്കോട്ടുള്ള പാത ഹാജിപീർ ചുരം കടന്നു പുഞ്ച് എന്ന പട്ടണത്തിലേക്കും രജൗറി (രാജപുരി) യിലേക്കും പോകുന്നു. ദില്ലിയിൽ നിന്നും ലാഹോർ വഴിയുള്ള പഴയ മുഗൾ രാജപാത രജൗറിയിൽ വച്ചാണ് ജമ്മു-ഉറി റോഡിൽ സന്ധിച്ചത്. ഉറിയുടെ തന്ത്രപ്രാധാന്യം ഇതിൽ നിന്നു വ്യക്തമാണ്. ബാരമുള്ളയ്ക്കും ഉറിക്കും മധ്യേയാണ് റാംപൂർ. റാംപൂരിനും ഉറിയ്ക്കും ഇടയ്ക്കുള്ള എട്ടുനാഴിക ദൂരത്തിൽ ശത്രു ശക്തമായി പിടിമുറുക്കിയിരുന്നു. ഈ ഭാഗത്താണ് മൊഹൂറയിലെ പവർഹൗസ്. അതിലെ ജനറേറ്ററുകളിലൊന്ന് പത്താൻമാർ നേരത്തെ നശിപ്പിച്ചിരുന്നു. ഇന്ത്യൻ സേനയുടെ മുന്നേറ്റം കണ്ട് രണ്ടാമത്തെ ജനറേറ്ററും നശിപ്പിക്കാൻ ശ്രമിച്ചുകൊണ്ടിരിക്കേയാണ് ഇന്ത്യൻസൈന്യം പവർഹൗസ് മോചിപ്പിച്ചത്. റോഡിലെ പാലങ്ങളെല്ലാം നശിപ്പിച്ചിരുന്നതുകൊണ്ട് ഇന്ത്യൻ സൈന്യത്തിന്റെ മുന്നേറ്റം വളരെ ദുഷ്കരമായിരുന്നു. ഇരുഭാഗത്തുമുള്ള കുന്നുകളിൽ നിന്നും ശത്രുസൈന്യം വെടിയുതിർത്തുകൊണ്ടിരുന്നു. നാലു ദിവസം കൊണ്ടാണ് ഇന്ത്യൻ സൈന്യത്തിന് ഉറിയിലെത്താൻ സാധിച്ചത്. നവംബർ 13-ാം തീയതി ഉറിയിലെത്തിയ ഇന്ത്യൻ സൈന്യം ശത്രുക്കൾ അവിടം ഒഴിഞ്ഞുപോയതാണ് കണ്ടത്. പക്ഷേ, പട്ടണം പൂർണമായി ഇടിച്ചു നിരത്തപ്പെട്ടിരുന്നു. ഇഷ്ടികകൊണ്ടുള്ള ഒരു കെട്ടിടവും തടികൊണ്ടുള്ള വേറെ രണ്ടു കെട്ടിടങ്ങളും അവശേഷിച്ചില്ലായിരുന്നെങ്കിൽ ഉറിയിൽ ജനവാസം ഉണ്ടായിരുന്നുവോ എന്നു സംശയിച്ചുപോകുമായിരുന്നു.

അടുത്തതായി ഡോമലും മുസഫറാബാദും കൂടെ മോചിപ്പിക്കാനായിരുന്നു ബ്രിഗേഡിയർ സെൻ പദ്ധതിയിട്ടതെങ്കിലും മേജർ ജനറൽ കുൽവന്ത് സിംഗിന്റെ നിർദേശപ്രകാരം തൽക്കാലം ആ പദ്ധതി ഉപേ

ക്ഷിക്കേണ്ടിവന്നു. സംസ്ഥാന സൈന്യത്തിന്റെ പുഞ്ചിലെ താവളം സെപ്റ്റംബർ മാസം മുതൽ ശത്രുക്കളാൽ വലയം ചെയ്തു കിടക്കുകയായിരുന്നു. പുഞ്ചിലെ മുസ്ലീംഭടന്മാർ പാക്പക്ഷം ചേരുകയും തങ്ങളുടെ ഹിന്ദുസഹപ്രവർത്തകരെ വധിക്കുകയും ചെയ്തശേഷം പുഞ്ച്ജില്ല മുഴുവനും, സൈനികത്താവളം ഒഴികെ, പാകിസ്ഥാന്റെ നിയന്ത്രണത്തിലായി. 161 ബ്രിഗേഡിലെ രണ്ടു ബറ്റാലിയനുകളെ പുഞ്ചിന്റെ രക്ഷയ്ക്കയക്കാനായിരുന്നു ബ്രിഗേഡിയർ സെന്നിന് നിർദേശം ലഭിച്ചത്. നവംബർ 20 രാവിലെ തന്നെ സെന്നിന്റെ നേതൃത്വത്തിൽ രണ്ടു ബറ്റാലിയനുകളും കവചിത വാഹനങ്ങളും സാധനസാമഗ്രികളുമടങ്ങിയ ലോറികളും പുഞ്ചിലേക്ക് പുറപ്പെട്ടു.

വളരെ വീതി കുറഞ്ഞതും കടുത്ത കയറ്റിറക്കങ്ങളും കൊടുംവളവുകളും ഉള്ളതായിരുന്നു പുഞ്ചിലേക്കുള്ള പാത. 11–ാം മൈലിലുള്ള പാലം ശത്രുക്കൾ നശിപ്പിച്ചിരുന്നതുകൊണ്ട് അപ്പുറം കടക്കുക വളരെ ദുർഘടമായിരുന്നു. പതിനഞ്ചു നാഴിക ചെല്ലുമ്പോൾ ഹാജിപീർ ചുരത്തിലെത്തുന്നു. ചുരത്തിനും പുഞ്ചിനും ഇടയ്ക്കു കഹുട്ടാഗ്രാമത്തിനു സമീപമുള്ള പാലം* പുഞ്ചിലെ ജമ്മു–കാശ്മീർ സംസ്ഥാനസൈന്യം അൽപ്പം മുമ്പ് കത്തിച്ചു കളഞ്ഞിരുന്നു. ഹാജിപീർ ചുരത്തിനപ്പുറത്തുനിന്നും കേട്ട ശബ്ദം പത്താന്മാരുടേതാണെന്നു ധരിച്ചുപോയ സംസ്ഥാന സൈന്യത്തിലെ ലഫ്. കേണൽ ദുബെ ആയിരുന്നു പാലം നശിപ്പിക്കാൻ ഉത്തരവിട്ടത്. ഇന്ത്യൻ സൈന്യം കാശ്മീർ താഴ്വരയിൽ എത്തിയതും ബാരമുള്ള തിരിച്ചുപിടിച്ചതും രണ്ടുമാസമായി പുഞ്ചിൽ ഒറ്റപ്പെട്ടു കിടന്ന സംസ്ഥാന സൈന്യത്തിലെ ബ്രിഗേഡിയർ കിഷൻസിംഗ് അറിഞ്ഞിരുന്നില്ല. പുഞ്ചിലെ ജഗീർദാറുടെ കൊട്ടാരമായിരുന്നു സംസ്ഥാനസൈന്യത്തിന്റെ ആസ്ഥാനം. ബ്രിഗേഡിയർ കിഷൻസിംഗിൽ നിന്ന് സംസ്ഥാനസൈന്യത്തെ വേർപെടുത്തി ഒന്നാം കൂമവോണിന്റെ തലവനായ ലഫ്. കേണൽ പ്രീതം സിംഗിനെ ഏൽപ്പിച്ചു. പ്രീതം സിംഗിനെ പുഞ്ചിന്റെ കമാന്ററായി നിയമിച്ച് സംസ്ഥാനസൈന്യത്തെയും ഒന്നാം കൂമവോൺ ബറ്റാലിയനെയും അവിടെ നിറുത്തിയ ശേഷം ബ്രിഗേഡിയർ സെന്നും മറ്റും ഉറിയിലേക്കു മടങ്ങി.

ബ്രിഗേഡിയർ സെന്നും രണ്ടു ബറ്റാലിയനുകളും പുഞ്ചിലേക്കു പുറപ്പെട്ടതായറിഞ്ഞ പാക് സൈന്യം ഉറിക്കുമേലുള്ള ആക്രമണത്തിന് ആക്കം കൂട്ടി. പട്ടണത്തിനു ചുറ്റുമുള്ള കുന്നുകളിൽ സ്ഥാനമുറപ്പിച്ചുകൊണ്ട് അവർ ഉറിക്കു നേരെ ആക്രമണങ്ങൾ അഴിച്ചുവിട്ടു. എന്നാൽ വളരെ വിദഗ്ധമായിത്തന്നെ അവയെ നേരിടാൻ അവിടേക്കു മടങ്ങിയെത്തിയ സെന്നിനു കഴിഞ്ഞു. പട്ടണത്തിനു വടക്കു ഭാഗത്ത് ഝലം നദിക്കപ്പുറം ഒന്നും തെക്കു ഭാഗത്ത് രണ്ടും പിക്കറ്റുകൾ (ഔട്ട് പോസ്റ്റുകൾ) സ്ഥാപിച്ച് ഉറിയുടെ സുരക്ഷിതത്വം ഭദ്രമാക്കി. എങ്കിലും പട്ടണ

---

* ഭൂപടം 2 കാണുക.

ത്തിന് ഏതാണ്ട് ഒരുനാഴിക തെക്കുമാറി പാക് സൈന്യത്തിന്റെ രണ്ട് റൈഫിൾകമ്പനി പതിയിരിക്കുന്നതായി ഒരു സൈനിക പരിശോധനാ സംഘത്തിന് ഡിസംബർ 9–ാം തീയതി അറിവായി. പിറ്റേദിവസം ഒന്നാം സിക്ക് ബറ്റാലിയനിലെ ഒരു കമ്പനിയെ മേജർ അജയ്ബ് സിംഗിന്റെ നേതൃത്വത്തിൽ അങ്ങോട്ടയച്ചു. സുരക്ഷിതമായി സ്ഥാനം പിടിച്ചിരുന്ന പാക് ഭടന്മാർ അവർക്കു നേരെ വെടിവച്ചതുകൊണ്ട് സംഘട്ടനത്തിനൊരുങ്ങാതെ അവർ പിൻവാങ്ങി. കുറഞ്ഞതു രണ്ടു കമ്പനി പട്ടാളമെങ്കിലും പാക്പക്ഷത്തുണ്ടായിരുന്നതായി 11–ാം തീയതി ഉറപ്പു കിട്ടി. ഇന്ത്യൻ വിമാനങ്ങൾ മുകളിൽ നിന്നുതിർത്ത വെടിയേറ്റ് ശത്രുക്കൾ പലായനം ചെയ്തിരിക്കുമെന്നാണ് ഒന്നാം സിക്ക് ബറ്റാലിയന്റെ ലഫ്.കേണൽ സമ്പൂരൺ സിംഗ് കരുതിയത്. ടെറിറ്റോറിയൽ ആർമിയിൽ നിന്നു വന്ന സമ്പൂരൺ സിംഗ് യുദ്ധ തന്ത്രം തീരെ പരിചയമില്ലാത്ത ആളായിരുന്നു. ഡിസംബർ 13–ാം തീയതി ഒന്നാം സിക്ക് ബറ്റാലിയനെ ഭട്ഗിരൺ കുന്നിൽ നിലയുറപ്പിക്കാനും അതിനടുത്തു നിന്നും ശത്രുസൈന്യത്തെ ഓടിച്ചു കളയാനും നിയോഗിച്ചു. ഉറിയിൽ നിന്നും ഭട്ഗിരിണിലെത്തിയ ബറ്റാലിയന് വഴിയിൽ യാതൊരു എതിർപ്പും ഉണ്ടായില്ല. ശത്രുക്കൾ ഒഴിഞ്ഞു പോയി എന്ന് സമ്പൂരൺ സിംഗ് തീരുമാനിച്ചു. അദ്ദേഹത്തിന്റെ കീഴിലുള്ള കമ്പനി കമാന്റർ അജയ്ബ് ആ തീരുമാനത്തെ എതിർത്തു. ആ എതിർപ്പിനെ വകവയ്ക്കാതെ ഉറിയിലേക്കു മടങ്ങാൻ തന്നെ സമ്പൂരൺസിംഗ് ആജ്ഞാപിച്ചു. ഗത്യന്തരമില്ലാതെ അജയ്ബ് കുന്നിറങ്ങി ഉറിയിലേക്കു പോകാൻ പുറപ്പെട്ടു. അടുത്തു തന്നെ പാകിസ്ഥാൻ ഫ്രോണ്ടിയർ സ്കൗട്ടിലെ ഒരു ബറ്റാലിയൻ സുശിക്ഷിതരായ ഭടന്മാർ ഒളിച്ചിരിക്കുകയായിരുന്നു. സിക്ക് ബറ്റാലിയൻ കുന്നിറങ്ങി താഴ്വരയിലെത്താൻ അവർ കാത്തിരിക്കുകയായിരുന്നു. അജയ്ബ് സിംഗിന്റെ കമ്പനി താഴ്വരയിലെത്തിയതും ശത്രു ഉഗ്രമായ വെടി അവരുടെ മേലുതിർത്തു. തനിക്കു പറ്റിയ അബദ്ധം ബോധ്യമായ സമ്പൂരൺ സിംഗ് ഏറ്റവും അടുത്തുള്ള പ്ലാറ്റൂണിനോടു ശത്രുവിനു നേരെ ആക്രമണത്തിന് ഉത്തരവു നൽകി. ജാമേദാർ നന്ദ് സിംഗ് നയിച്ച ആ പ്ലാറ്റൂൺ ശത്രുവിനു നേരെ ബയണറ്റ് ചാർജ് നടത്തി. ശത്രുവിന്റെ തോക്കുകൾ ഒന്നാകെ പ്ലാറ്റൂണിനു നേരെ തിരിഞ്ഞപ്പോൾ ആ പ്ലാറ്റൂണിൽ ആരും ശേഷിച്ചില്ല. എങ്കിലും കുന്നിറങ്ങിയവർക്കു കുന്നിലേക്ക് തിരിച്ചോടി കയറാൻ സാവകാശം കിട്ടി. തുടർന്ന് രണ്ടു ബറ്റാലിയനുകൾ തമ്മിലുണ്ടായ യുദ്ധം അതിഭയങ്കരമായിരുന്നു. സമ്പൂരൺ സിംഗിന് കാലിൽ വെടിയേറ്റതുകൊണ്ട് ബറ്റാലിയൻ പിൻവാങ്ങാൻ ഉത്തരവായി. ശത്രു വിടാതെ പിന്തുടർന്നു. ഇന്ത്യൻ പിക്കറ്റുകളിൽ നിന്നു ശത്രുവിനു നേരെയുണ്ടായ വെടി ഒന്നാം സിക്ക് ബറ്റാലിയന് ഉറിയിലേക്ക് മടങ്ങാൻ സഹായകമായി. കാശ്മീരിനുവേണ്ടിയുള്ള യുദ്ധങ്ങളിൽ ഇന്ത്യക്ക് ഏറ്റവും കനത്ത ആഘാതമുണ്ടായത് ഈ യുദ്ധത്തിലായിരുന്നു. അറുപത്തിയൊന്നു പേർ മരിക്കുകയും അൻപത്തി ഒമ്പത് പേർക്ക് പരിക്കേൽക്കുകയും ചെയ്തു. ശത്രുവിനു

ണ്ടായ നഷ്ടം അതിലും കൂടുതലായിരുന്നു. ഡിസംബർ 20–ാം തീയതി ഭട്ഗിരണിൽ പരിശോധനയ്ക്കെത്തിയ ഒരു പ്ലാറ്റൂൺ കുമവോണികൾ ശത്രു അവിടം ഒഴിഞ്ഞു പോയതായി കണ്ടു. മഞ്ഞുമൂടിയ കാശ്മീർ താഴ്വരയിൽ സൈനിക നീക്കങ്ങൾ അതോടെ അവസാനിച്ചു. പുറം ലോകവുമായി ബന്ധമറ്റ ഇന്ത്യൻസൈന്യം അടുത്ത ഏപ്രിൽ മാസം വരെ നിശ്ചലമായിക്കിടന്നു.

ഇന്ത്യൻസൈന്യത്തിന്റെ പ്രവേശനത്തിനു ശേഷം കാശ്മീർ താഴ്വരയിൽ ബാരമുള്ളയും ഉറിയും തിരിച്ചുപിടിക്കാൻ സാധിച്ചുവെങ്കിലും ജിൽജിത്തിലും ജമ്മുവിലും സ്ഥിതി കൂടുതൽ പ്രതികൂലമാവുകയാണുണ്ടായത്. മേജർ ബ്രൗണിന്റെ കീഴിലുള്ള ബ്രിട്ടീഷ് സൈന്യമായിരുന്നു ജിൽജിത്തിലുണ്ടായിരുന്നത്. ജൂലൈ മാസത്തിൽ ജിൽജിത്തിൻമേലുള്ള ബ്രിട്ടീഷ് ഏജൻസിഭരണം അവസാനിക്കുകയും മഹാരാജാവിന്റെ പ്രതിനിധിയായി ബ്രിഗേഡിയർ ഘൻസാര സിംഗ് അവിടെ ഗവർണറായി നിയമിക്കപ്പെടുകയും ചെയ്തിരുന്നു. മേജർ ബ്രൗണും അയാളുടെ കീഴിലുള്ള ഓഫീസർമാരും ജൂനിയർ കമ്മിഷൻഡ് ഓഫീസർമാരും ആഗസ്റ്റ് 15 മുതൽ പാകിസ്ഥാൻ സൈന്യത്തിന്റെ ഭാഗമാകാനായിരുന്നു ആഗ്രഹിച്ചത്. അതിനവർക്ക് അവകാശവും ഉണ്ടായിരുന്നു. എന്നാൽ ആഗസ്ററ് 15ന് അവർ പാകിസ്ഥാനിലേക്ക് പോകാതെ ജിൽജിത്തിൽ തന്നെ തമ്പടിച്ചു കിടക്കുകയാണ് ചെയ്തത്. ഒരുപക്ഷേ അവരെ ഒഴിഞ്ഞു പോകാൻ മഹാരാജാവ് ആവശ്യപ്പെട്ടിരിക്കയില്ല. ജിൽജിത്ത് സ്കൗട്ട്സ് എന്നറിയപ്പെട്ടിരുന്ന ആ ബ്രിട്ടീഷ് പട്ടാളം പാകിസ്ഥാൻ സൈന്യത്തിന്റെ ഭാഗമായിത്തീർന്നിരുന്നുവെങ്കിലും ഇന്ത്യൻ സൈന്യവും പാകിസ്ഥാൻ സൈന്യവും ഫീൽഡ് മാർഷൽ ആക്കിൻലെക്കിന്റെ കീഴിലായിരുന്നതുകൊണ്ട് മഹാരാജാവിന് അവരെ ഭയപ്പെടേണ്ട ആവശ്യമില്ലായിരുന്നു. എന്നാൽ ഒക്ടോബർ 27–ാം തീയതി ഇന്ത്യൻ സേനാവിഭാഗം കാശ്മീർ താഴ്വരയിൽ പ്രവേശിച്ചതോടുകൂടി ആ മാസം 31–ാം തീയതി ജിൽജിത്ത് സ്കൗട്ട്സ്, ഗവർണറുടെ വസതി വളഞ്ഞ് അദ്ദേഹത്തെ തടവുകാരനാക്കുകയാണുണ്ടായത്. അതിനു തലേദിവസം ജമ്മു–കാശ്മീരിൽ അധികാരത്തിൽ വന്ന ഷേക് അബ്ദുള്ളയുടെ നേതൃത്വത്തിലുള്ള അടിയന്തര സർക്കാർ ബ്രിട്ടീഷുകാരുടെ ഭാഗത്തുനിന്നുണ്ടായ ഈ അതിക്രമത്തെ ലാഘവബുദ്ധിയോടെയാണ് കണ്ടത്. നവംബർ അവസാനത്തിൽ പാകിസ്ഥാന്റെ കീഴിൽ ഒരു സിവിലിയൻ ഗവർണർ ജിൽജിത്തിന്റെ ഭരണം ഏറ്റെടുക്കുകയും ചെയ്തു. പാകിസ്ഥാൻ ഒരു ആസാദ് കാശ്മീർ ഗവൺമെന്റ് സ്ഥാപിച്ചപ്പോഴും ജിൽജിത്തിനെ അതിൽ നിന്നൊഴിവാക്കുകയാണുണ്ടായത്.

ഇന്ത്യൻ സൈന്യം ശ്രീനഗറിൽ ഇറങ്ങിയ ഒക്ടോബർ 27 നു മുമ്പു തന്നെ പുഞ്ച് ജില്ല*യിലെ ഏതാനും ഭാഗങ്ങൾ പത്താൻ ആക്രമണകാ

---

* പുഞ്ച് ജമ്മു രാജാവിന്റെ കീഴിൽ ഒരു ജഗീർ ആയിരുന്നു. പുഞ്ചിലെ കാശ്മീർ സൈന്യത്തിലെ മുസ്ലീങ്ങൾ പാക്പക്ഷം ചേർന്നപ്പോൾ ജഗീർദാർ അവിടം വിട്ടു.

രികളുടെ പിടിയിലായിരുന്നു. കാശ്മീർ താഴ്വരയിൽ പത്താൻമാർ തിരിച്ചടി നേരിട്ടുകൊണ്ടിരുന്നപ്പോൾ അവർ പുഞ്ച്ജഗീറിൽ പിടിമുറുക്കിക്കൊണ്ടിരുന്നു. പുഞ്ചിനെ പ്രതിരോധിച്ച കാശ്മീർ സംസ്ഥാന സൈന്യത്തിന് ആക്രമണകാരികളെ ഫലപ്രദമായി നേരിടാൻ കഴിഞ്ഞില്ല. അതിന്റെ ഫലമായി മിർപൂർ ജില്ല മുഴുവനും പുഞ്ച് പട്ടണം ഒഴികെയുള്ള പുഞ്ച് ജഗീർ മുഴുവനും ശത്രുവിനധീനമായി. അതോടുകൂടി പ്രധാന പട്ടണങ്ങളായ ഭിംബർ, മീർപൂർ, നൗഷേര, രജൗറി, കോട്‌ലി എന്നിവ ജമ്മു-കാശ്മീരിനു നഷ്ടമായി. ശിശിരകാലം ആരംഭിച്ചതുമൂലം 75 നാഴിക നീളമുള്ള ജമ്മു-നൗഷേര റോഡ് ദുർഗ്ഗമമായി. ലോകമഹായുദ്ധത്തിൽ പങ്കെടുത്ത ഇന്ത്യൻ പട്ടാളക്കാർക്കുപോലും ഹിമപാതത്തിൽ പ്രവൃത്തിയെടുക്കാൻ പരിചയമില്ലായിരുന്നു. മേൽപ്പറഞ്ഞ പട്ടണങ്ങളെല്ലാം പാകിസ്ഥാൻ പഞ്ചാബിലെ വാസിറബാദ് റാവൽപിണ്ടി റോഡിൽ നിന്നു വളരെ അകലെ അല്ലാതിരുന്നതിനാൽ ശത്രുവിന് അവിടങ്ങളിൽ ശക്തമായി നിലയുറപ്പിക്കാൻ കഴിഞ്ഞു. അടുത്ത ശരത്ക്കാലാരംഭം കാത്തിരിക്കുകയേ ഇന്ത്യൻ സേനയ്ക്കു കരണീയമായിരുന്നുള്ളൂ. കൊള്ളയും കൊലയും കൊള്ളിവയ്പും മുറപോലെ തുടരുകയും ചെയ്തു.

പാകിസ്ഥാൻ ഇടപെടൽ

ഇന്ത്യ വിഭജിച്ചപ്പോൾ പാകിസ്ഥാന്റെയും ഇന്ത്യൻ യൂണിയന്റെയും കര, നാവിക വായുസേനാ വിഭാഗങ്ങളുടെ തലവന്മാർ ആറുപേരും ഇംഗ്ലീഷുകാരായിരുന്നു. അവരെല്ലാവരും താൽക്കാലികമായി ഫീൽഡ് മാർഷൽ ആക്കിൻലെക്കിന്റെ കീഴിലായിരുന്നു പ്രവർത്തിച്ചിരുന്നത്. ഫീൽഡ് മാർഷലാകട്ടെ ബ്രിട്ടീഷ് രാജാവിന്റെ കീഴിലും.

വിഭജനത്തിനു ശേഷം താൽക്കാലികമായി മൗണ്ട് ബാററൻ തന്നെ രണ്ടു ഡൊമിനിയനുകളുടേയും ഗവർണർ ജനറലായിരിക്കുമെന്നു കരുതപ്പെട്ടുവെങ്കിലും ജിന്നയ്ക്ക് അതു സമ്മതമായിരുന്നില്ല. അതുകൊണ്ട് മൗണ്ട് ബാററൻ ഇന്ത്യൻ യൂണിയന്റേയും മുഹമ്മദാലി ജിന്ന പാകിസ്ഥാന്റെയും ഗവർണർ ജനറൽമാരായിത്തീരുകയായിരുന്നു. ആക്കിൻലെക് തന്മൂലം ഇരുവരിൽ നിന്നും സ്വതന്ത്രനായിരുന്നു. സൈന്യത്തെ വിഭജിച്ചപ്പോൾ ഓഫീസർമാരിൽ 90 ശതമാനവും ഇന്ത്യൻ യൂണിയനിൽ സേവനം അനുഷ്ഠിക്കാനാണ് ആഗ്രഹിച്ചത്. അക്കാരണത്താൽ വെള്ളക്കാരായ ഓഫീസർമാരിൽ ബഹുഭൂരിപക്ഷവും പെട്ടെന്നുള്ള പ്രമോഷൻ കാംക്ഷിച്ച് പാകിസ്ഥാനിലേക്കു പോയി. അതിനു പുറമെ ഇംഗ്ലണ്ടിലേയും ഇന്ത്യയിലെ വെള്ളക്കാരുടേയും പത്രങ്ങൾക്ക് ഇന്ത്യയിലെ കോൺഗ്രസ് സർക്കാരിനോട് ഈർഷ്യയാണുണ്ടായിരുന്നത്.ഈ കാരണങ്ങളാൽ മൗണ്ട് ബാറ്റൻ പ്രഭു, ഇന്ത്യൻ യൂണിയന്റെ ഗവർണർ ജനറലായിരുന്നിട്ടും, നിഷ്പക്ഷമതിയായിരിക്കാനാണ് താൽപ്പര്യം കാണിച്ചത്.

1947 ഒക്ടോബർ 20-ാം തീയതി അഫ്രിഡികളും വസീറുകളും മാസൂ

ദുകളും സ്വാതികളുമായ അയ്യായിരത്തോളം ഗിരിവർഗക്കാർ മുന്നൂറോളം ലോറികളിൽ കയറി പാകിസ്ഥാനിലെ വടക്കു പടിഞ്ഞാറൻ അതിർത്തി പ്രവിശ്യയിൽ നിന്നു കാശ്മീരിലേക്കു പുറപ്പെട്ടത് പ്രവിശ്യാ ഗവർണറായ സർ ജോർജ്ജ് കണ്ണിംഗ്ഹാമിനറിയാമായിരുന്നു. ഇതു സംഘടിപ്പിച്ചത് പ്രവിശ്യയിലെ മുഖ്യമന്ത്രി ഖയൂംഖാനായിരുന്നുവെങ്കിലും അതൊരു സർക്കാർ നടപടി അല്ലാതിരുന്നതിനാൽ ഗവർണർക്ക് ഒന്നും ചെയ്യാൻ കഴിഞ്ഞില്ല. പത്താൻമാരെ നയിച്ചതു പാകിസ്ഥാൻ സൈന്യത്തിൽ നിന്ന് അവധിയെടുത്ത ആഫീസർമാരായിരുന്നു. പത്താൻ സൈന്യത്തിന്റെ കമാന്ററായിരുന്ന അക്ബർഖാനും പാകിസ്ഥാൻ സൈന്യത്തിൽ നിന്ന് അവധിയെടുത്തിരിക്കുകയായിരുന്നു. ജനറൽ തരീഖ് എന്ന കപടനാമമാണയാൾ ഉപയോഗിച്ചത്. ഗവർണർ കണ്ണിംഗ്ഹാം ഇക്കാര്യത്തെപ്പറ്റി ഇന്ത്യൻയൂണിയൻ സർവ സൈന്യാധിപനായ ജനറൽ ലോക്ക് ഹാർട്ടിനുസൂചന നല്കുകയും ചെയ്തിരുന്നു. പാകിസ്ഥാന്റെ സർവസൈന്യാധിപൻ ജനറൽ ഫ്രാങ്ക് മാസ്സെർവി പ്രധാനമന്ത്രി ലിയാക്കത്ത് ആലിഖാന് ഈ സാഹസികതയ്ക്കെതിരെ മുന്നറിയിപ്പു നൽകുകയും ചെയ്തു. ഒക്ടോബർ 27-ാം തീയതി ഇന്ത്യൻ സേന ശ്രീനഗറിലിറങ്ങിയതറിഞ്ഞു കോപാന്ധനായ ജിന്ന ഉടൻ പാക് സൈന്യത്തെ കാശ്മീരിലേക്കയക്കാൻ ജനറൽ ഡഗ്ലസ് ഗ്രേസിക്കു ഉത്തരവു നൽകി. ഫീൽഡ്മാർഷൽ ആക്കിൻലക്കുമായി ആലോചിച്ചല്ലാതെ തനിക്കൊന്നും ചെയ്യാനാവില്ലെന്നു പറഞ്ഞു ജനറൽ ഗ്രേസി ഒഴിഞ്ഞു മാറി. ജനറൽ മാസ്സർവി ഇംഗ്ലണ്ടിലേക്കു പോയിരുന്നതിനാൽ ജനറൽ ഗ്രേസിക്ക് താൽക്കാലിക ചാർജ് മാത്രമാണുണ്ടായിരുന്നത്. പഞ്ചാബ് ഗവർണർ സർ ഫ്രാൻസിസ് മൂടി ഏറെ നിർബന്ധിച്ചിട്ടും ജന.ഗ്രേസി വഴങ്ങിയില്ല.വിവരം അറിഞ്ഞ ആക്കിൻലക്ക് 28-ാം തീയതി കാലത്തു തന്നെ ദില്ലിയിൽ നിന്നു ലാഹോറിലെത്തി. നിയമപരമായി കാശ്മീർ ഇന്ത്യയുടെ ഭാഗമായിത്തീർന്നുവെന്നും പാകിസ്ഥാൻ സൈന്യത്തെ കാശ്മീരിലയച്ചാൽ അതു ഇന്ത്യക്കെതിരെ യുദ്ധപ്രഖ്യാപനമായി കണക്കാക്കുമെന്നും ആക്കിൻ ലക്ക് ജിന്നയെ ധരിപ്പിച്ചു; മാത്രമല്ല, അങ്ങനെയൊരു യുദ്ധമുണ്ടായാൽ പാകിസ്ഥാൻ സേനയിലെ മുഴുവൻ ബ്രിട്ടീഷ് ഓഫീസർമാരെയും താൻ പിൻവലിക്കുമെന്നും അദ്ദേഹം അറിയിച്ചപ്പോൾ ജിന്നക്ക് ഗത്യന്തരമില്ലാതായി.

മൗണ്ട് ബാറ്റൻ പ്രഭുവിനെയും പണ്ഡിറ്റ് നെഹ്റുവിനെയും ചർച്ചക്കായി ജിന്ന ലാഹോറിലേക്കു ക്ഷണിച്ചു. അസുഖമാണെന്നു പറഞ്ഞ് നെഹ്റു ലാഹോറിലേക്കു പോയില്ലെങ്കിലും നവംബർ ഒന്നാം തീയതി മൗണ്ട് ബാറ്റൻ പ്രഭു ജിന്നയുമായി ദീർഘമായി ചർച്ച ചെയ്തു. ജനഹിതത്തിനെതിരായി മഹാരാജാവ് സംയോജനക്കരാറിൽ ഒപ്പുവച്ചത് ജനവഞ്ചനയും ഗൂഢാലോചനയുടെ ഫലവും അനീതിയുമാണെന്നും അതുകൊണ്ട് ഇന്ത്യൻ സേനയെ ഉടൻ പിൻവലിക്കണമെന്നുമായിരുന്നു ജിന്ന ആവശ്യപ്പെട്ടത്. അതിനു സമ്മതിച്ചാൽ പത്താൻമാരെ ഉടനെ പിൻവലി

ക്കാമെന്ന് ജിന്ന പറഞ്ഞു. പത്താൻമാർ പാകിസ്ഥാന്റെ അനുവാദമോ സഹായമോ ഇല്ലാതെയാണ് ആക്രമണത്തിനിറങ്ങിയതെങ്കിൽ പാകിസ്ഥാന് അവരെ എങ്ങനെ പിൻവലിക്കാനാകുമെന്ന് ചോദിച്ചപ്പോൾ ശരിയായ മറുപടി നൽകാൻ ജിന്നയ്ക്കു കഴിഞ്ഞില്ല. വെടി നിറുത്തൽ നടപ്പിൽ വന്നാൽപ്പിന്നെ ഉടൻ ജനവിധി തേടാമെന്ന് മൗണ്ട് ബാറ്റൻ പറഞ്ഞത് പാകിസ്ഥാനു മറ്റൊരു കീറാമുട്ടിയായി. ഒക്ടോബർ 30–ാം തീയതി അടിയന്തര സർക്കാരിന്റെ തലവനായി അധികാരമേറ്റ , ഷേക്ക് അബ്ദുള്ള പിറ്റേ ദിവസം തന്നെ ഒരു പത്രസമ്മേളനത്തിൽ ഈ നിർദേശം വച്ചിരുന്നു. ജനഹിതം എന്തായിരിക്കുമെന്നറിയാമായിരുന്ന ജിന്ന അതിൽ നിന്നു തൽക്കാലം തലയൂരാൻ ഒരു ഉപാധി മുന്നോട്ടുവച്ചു. ജനഹിത പരിശോധന തന്റെയും മൗണ്ട്ബാറ്റന്റെയും സംയുക്ത നേതൃത്വത്തിൽ വേണം. അതായത് ജിന്ന പാകിസ്ഥാനെ പ്രതിനിധീകരിക്കുമ്പോൾ നിഷ്പക്ഷ കക്ഷിയായ മൗണ്ട്ബാറ്റൻ ഇന്ത്യയെ പ്രതിനിധീകരിക്കണം. യുദ്ധാനന്തര യൂറോപ്പിൽ നടന്ന ജനഹിത പരിശോധനകൾ എങ്ങനെ വൃഥാ വ്യായാമങ്ങളായിത്തീർന്നു എന്നു ജിന്നയ്ക്കു നല്ലവണ്ണം അറിയാമായിരുന്നു. മതവികാരവും പ്രാദേശികതയും മറ്റും ഇളക്കിവിട്ടു ജനഹിതപരിശോധനയെ എങ്ങനെ നിരർഥകമാക്കാമെന്ന് ഒന്നാന്തരം അഭിഭാഷകൻ കൂടിയായ ജിന്നയ്ക്കറിഞ്ഞുകൂടാത്തതല്ല. ജിന്ന മുമ്പോട്ടു വച്ച ഉപാധി മന്ത്രിസഭയുടെ സമ്മതത്തോടെയല്ലാതെ തനിക്കു സ്വീകരിക്കാനാവില്ലെന്നു മൗണ്ട് ബാറ്റൻ പറഞ്ഞു. ഐക്യരാഷ്ട്ര സമിതിയുടെ മേൽനോട്ടത്തിൽ ജനഹിത പരിശോധന നടത്തുന്നതിനെപ്പറ്റി അഭിപ്രായം ആരാഞ്ഞപ്പോൾ ജിന്ന അതിനെ അപ്പാടെ എതിർത്തു. ചർച്ച നടന്ന നവംബർ ഒന്നാംതീയതി പത്താൻ സൈന്യം ഉറിയും ബാരമുള്ളയും പിടിച്ചടക്കി, ശ്രീനഗറിനെ ഇരുട്ടിലാക്കി നഗരപ്രാന്തം എത്തിവരെ നിൽക്കുകയായിരുന്നു. ഈയവസ്ഥയിൽ വെടിനിറുത്തൽ പ്രഖ്യാപിച്ചാൽ മഞ്ഞുകാലത്ത് ഇന്ത്യൻ സൈന്യം നിർവീര്യമാവുകയും പത്താൻമാർക്ക് ശ്രീനഗറിൽ നുഴഞ്ഞുകയറാൻ സാധിക്കുകയും ചെയ്യുമെന്നറിയാമായിരുന്ന ജിന്ന ജനഹിത പരിശോധനയെ അട്ടിമറിക്കാമെന്നു പ്രതീക്ഷിച്ചുവെന്നാണു കരുതേണ്ടത്. ഇന്ത്യൻസേന കാശ്മീരിലുണ്ടായിരിക്കുന്നതും ഷേക്ക്അബ്ദുള്ളയുടെ 'പാവ ഗവൺമെന്റ്' അധികാരത്തിലിരിക്കുന്നതും നിർഭയമായ ജനഹിത പരിശോധനയ്ക്കു തടസമാണെന്നു ജിന്ന വാദിച്ചു.

നവംബർ 2–ാം തിയതിയിലെ ആകാശവാണി പ്രക്ഷേപണത്തിൽ, 'കാശ്മീരിൽ നിയമസമാധാനം സ്ഥാപിച്ചു കഴിഞ്ഞാലുടനെ ഐക്യരാഷ്ട്ര സഭ പോലുള്ള ഒരു രാഷ്ട്രാന്തര സംഘടനയുടെ മേൽനോട്ടത്തിൽ ഒരു ജനഹിത പരിശോധന നടത്തുന്നതാണെന്നു' നെഹ്രു പ്രസ്താവിച്ചു. ജിന്നയേയും ലിയാക്കത്ത് ആലിഖാനെയും ദില്ലിയിൽ വച്ചു ചർച്ചയ്ക്ക് മൗണ്ട്ബാറ്റൻ ക്ഷണിച്ചു. നവംബർ 26–ാം തീയതി ലിയാക്കത്ത് ദില്ലിയിലെത്തി. എന്നാൽ നെഹ്റു ചർച്ചയിൽ പങ്കു കൊണ്ടില്ല. പാക് പ്രധാനമന്ത്രിയിൽ നിന്ന് അന്നു കിട്ടിയ രണ്ടു ടെല

ഗ്രാമുകളുടെ അടിസ്ഥാനത്തിൽ ചർച്ച കൊണ്ട് പ്രയോജനമില്ലെന്ന് അദ്ദേഹം ഗവർണർ ജനറലിനെ അറിയിച്ചു. ചർച്ചയെ തുരങ്കം വയ്ക്കാനുള്ളതായിരുന്നു ടെലഗ്രാമുകൾ എന്ന് മൗണ്ട്ബാറ്റൻ ബ്രിട്ടീഷ് രാജാവിനെഴുതി. ഷേക്ക് അബ്ദുള്ള ഒരു കരിങ്കാലിയാണെന്നും ഇന്ത്യയുടെ ശമ്പളക്കാരനായ ഏജന്റു മാത്രമാണെന്നും ലിയാക്കത്ത് അലി ഖാൻ കുറ്റപ്പെടുത്തിയിരുന്നു. കാശ്മീർ മുസ്ലീങ്ങളെ നശിപ്പിക്കുകയാണ് ഷേക്ക് ചെയ്യുന്നത്. ഇന്ത്യയാകട്ടെ ഒഴിഞ്ഞുമാറലും വൈരുധ്യവുംകൊണ്ട് ലോകത്തെ തെറ്റിദ്ധരിപ്പിക്കാനാണു ശ്രമിക്കുന്നതെന്നും കിരാതഭരണത്തിലൂടെ കാശ്മീർമുസ്ലീങ്ങളെ നിർമാർജ്ജനം ചെയ്യുകയാണെന്നും കൂടെ ടെലഗ്രാമിൽ കുറ്റപ്പെടുത്തി. എങ്കിലും അന്നു വൈകുന്നേരം നാലുമണിക്കു നെഹ്റു-ലിയാക്കത്ത് കൂടിക്കാഴ്ച മൗണ്ട് ബാറ്റന്റെ പ്രേരണയിൽ നടന്നു. വെടി നിറുത്താനുള്ള മാർഗങ്ങളെപ്പറ്റിയുള്ള ചർച്ച വിവിധ തലങ്ങളിൽ പിന്നെയും രണ്ടുദിവസം തുടർന്നു. ഒന്നും സംഭവിച്ചില്ല. പാകിസ്ഥാൻ പ്രതിനിധിസംഘം ദില്ലി വിടുന്നതിനു മുമ്പുതന്നെ ലിയാക്കത്ത് കറാച്ചിക്കു പറന്നു. ഉടനെ തന്നെ ജമ്മു കാശ്മീരിൻമേലുള്ള ആക്രമണം രൂക്ഷമാക്കാൻ അദ്ദേഹം നിർദേശം നൽകി. പാക് പ്രതിനിധി സംഘം ദില്ലി വിട്ടു രണ്ടു മണിക്കൂറിനുശേഷം മൗണ്ട് ബാറ്റന്റെ അധ്യക്ഷതയിൽ പ്രതിരോധ കമ്മിറ്റി കൂടി. ഇനിമേൽ ചർച്ച ആവശ്യമില്ലെന്നുള്ള മന്ത്രിസഭയുടെ നിലപാട് മൗണ്ട് ബാറ്റനെ നിരാശനാക്കി. എങ്കിലും ഡിസംബർ 9-ാം തീയതി ലാഹോറിൽ വച്ചു നടക്കുന്ന സംയുക്ത പ്രതിരോധ കൗൺസിൽ യോഗത്തിൽ പങ്കെടുക്കാൻ മൗണ്ട് ബാറ്റൻ നെഹ്റുവിനെ പ്രേരിപ്പിച്ചു. കൗൺസിൽ മീറ്റിംഗ് വെറും വാചകമേള മാത്രമായിരുന്നു. ദ്രുതകോപിയായ നെഹ്രു ഒരവസരത്തിൽ താൻ പ്രധാനമന്ത്രിസ്ഥാനം വലിച്ചെറിഞ്ഞ് ആക്രമണത്തിനെതിരെ തോക്കെടുക്കും എന്നുവരെ പറഞ്ഞു. അനിശ്ചിതത്വം ശക്തമായി എന്നു മൗണ്ട് ബാറ്റൻ കണ്ടു. വേറെ വഴി നോക്കാനും അദ്ദേഹം തീരുമാനിച്ചു.

അനുബന്ധം

ജമ്മു കാശ്മീർ ഇന്ത്യൻ യൂണിയനുമായി സംയോജിപ്പിക്കുന്ന കരാർ വ്യവസ്ഥകൾ

1. ശ്രീമാൻ ഇന്ദർ മഹേന്ദർ രാജാരാജേശ്വർ മഹാരാജാധി രാജശ്രീ ഹരിസിംഗ്ജി, ജമ്മു കാശ്മീർ നരേശ് തഥാതിബത് ആദിദേശാധിപതി, ജമ്മുകാശ്മീർ, ഭരണാധികാരി എന്ന നിലയിൽ ആ സംസ്ഥാനത്തിനു മേലുള്ള പരമാധികാരം ഉപയോഗിച്ച് ഈ സംയോജനകരാറിൽ സമ്മതിക്കുന്നത്.

1.1. താഴെപ്പറയുന്ന വ്യവസ്ഥകൾക്കും 1935- ലെ ഇന്ത്യാ ആക്ടിനും വിധേയമായി ഗവർണർ ജനറലും ഇന്ത്യൻ പാർലമെന്റും ഫെഡറൽ കോടതിയും ഉൾപ്പെട്ട ഇന്ത്യൻ യൂണിയനോട് ഇതിനാൽ എന്റെ

രാജ്യത്തെ സംയോജിപ്പിക്കുന്നു.

2.1. മേൽപ്പറഞ്ഞ ആക്ടിൻപ്രകാരം എന്റെ സംസ്ഥാനത്തിനു ബാധകമായ കാര്യങ്ങൾ ഞാൻ നിർവഹിച്ചുകൊള്ളാം.

3.1. ഇതോടൊപ്പമുള്ള പട്ടികയിൽ പറയുന്ന കാര്യങ്ങളെ സംബന്ധിച്ച് കേന്ദ്രപാർലമെന്റുണ്ടാക്കുന്ന നിയമങ്ങൾ ഞാൻ പാലിച്ചുകൊള്ളാം.

4. സംസ്ഥാന ഭരണത്തെ സംബന്ധിച്ച് ഗവർണർ ജനറലും സംസ്ഥാന ഭരണാധികാരിയും പരസ്പരം സമ്മതിച്ച് ഉണ്ടാക്കുന്ന നിയമങ്ങൾ സംസ്ഥാനത്തിന് ബാധകമാകും

5. 1935ലെയും 1947ലെയും ഇന്ത്യാ ആക്ടുകളിൽ മേലിലുണ്ടാകാവുന്ന ഭേദഗതികൾ എന്റെ സമ്മതപ്രകാരം മാത്രമേ സംസ്ഥാനത്ത് നടപ്പാക്കാനാവൂ.

6. സംസ്ഥാനത്ത് ഭൂമി വിലയ്ക്കെടുക്കാൻ നിർബന്ധിക്കുന്ന ഒരു നിയമവുംകേന്ദ്ര പാർലമെന്റിനുണ്ടാക്കാൻ അധികാരമില്ല. എന്നാൽ ആക്ടിൻ പ്രകാരം സംസ്ഥാനത്തു സ്ഥലമെടുക്കേണ്ടത് കേന്ദ്രത്തിനാവശ്യമായി വന്നാൽ അതിനു കേന്ദ്രത്തിന്റെ ചെലവിൽ ഭൂമി എടുത്തുകൊടുക്കാമെന്നു ഞാൻ കരാർ മൂലം സമ്മതിക്കുന്നു. അതിനു തടസമുണ്ടായാൽ ഇന്ത്യൻ ചീഫ് ജസ്റ്റീസിന്റെ മധ്യസ്ഥതയിൽ തീരുമാനം ഉണ്ടാക്കാവുന്നതാണ്.

7. ഇന്ത്യക്കുണ്ടാകാവുന്ന ഭരണഘടനയിൽ വരാവുന്ന വ്യവസ്ഥകൾ എനിക്കു സ്വീകാര്യമല്ലാത്തവ സ്വീകരിക്കുന്നതിന് ഈ കരാർ മൂലം ഞാൻ നിർബന്ധിതനാകുന്നില്ല.

8. ഈ കരാറിൽ പ്രസ്താവിച്ചിട്ടുള്ളതല്ലാതെ സംസ്ഥാനത്തിനു മേൽ എനിക്കുള്ള പരമാധികാരത്തെ ബാധിക്കുന്നതോ, സംസ്ഥാന ഭരണാധികാരിയെന്ന നിലയിൽ എനിക്കുള്ള അവകാശങ്ങളും അധികാരങ്ങളും ചോദ്യം ചെയ്യപ്പെടുന്നതോ, സംസ്ഥാനത്തു നിലവിലുള്ള നിയമങ്ങൾക്ക് എതിരായിട്ടുള്ളതോ ആയ കാര്യങ്ങൾ എനിക്കു സ്വീകാര്യമല്ല.

9. സംസ്ഥാനത്തിനു വേണ്ടിയാണു ഞാൻ ഈ കരാർ ചെയ്യുന്നതെന്ന് ഇതിനാൽ പ്രഖ്യാപിക്കുന്നു. എന്റെ അവകാശികൾക്കും പിൻഗാമികൾക്കും ഈ കരാർ ബാധകമായിരിക്കും.

ഇപ്രകാരം 1947 ഒക്ടോബർ 26-ാം തീയതി എഴുതിക്കൊടുത്ത ജമ്മുകാശ്മീർ മഹാരാജാധിരാജ ഹരി സിംഗ്.

3

സംഘട്ടനങ്ങൾ: ഐക്യരാഷ്ട്ര സഭയിലും കാശ്മീരിലും

കാശ്മീർ പ്രശ്നം ഐക്യരാഷ്ട്രസഭയിൽ

1948 നവവത്സരദിനത്തിൽ പാകിസ്ഥാനെതിരായ പരാതി ഇന്ത്യ ഐക്യരാഷ്ട്രസഭയുടെ സെക്യൂരിറ്റി കൗൺസിലിൽ അവതരിപ്പിച്ചു. മൂന്നു കാര്യങ്ങളാണ് സെക്യൂരിറ്റി കൗൺസിലിനോട് ആവശ്യപ്പെട്ടത്. (1) കാശ്മീരിനു മേൽ നടക്കുന്ന ആക്രമണത്തിൽ പാകിസ്ഥാൻ സർക്കാരിന്റെ സിവിൽ–പട്ടാള ഉദ്യോഗസ്ഥൻമാർ പങ്കാളികളാകുന്നതിനെയും സഹായിക്കുന്നതിനെയും തടയണം. (2) മറ്റു പാകിസ്ഥാൻ പൗരന്മാർ കാശ്മീരിൽ യുദ്ധം ചെയ്യുന്നതിനെ തടയാൻ പാകിസ്ഥാനോട് ആവശ്യപ്പെടണം. (3) പാകിസ്ഥാൻ അതിർത്തിയിലൂടെ കാശ്മീരിലേക്കു യുദ്ധോപകരണങ്ങൾ കടത്തുന്നതു തടയണം. ഇതിൽ വീഴ്ച വന്നാൽ ഇന്ത്യൻ സൈന്യം ആക്രമണകാരികളെ പാക് അതിർത്തിയിൽ കടന്നു പിന്തുടരാൻ നിർബന്ധിതമാകും എന്നു കൂടെ പ്രസ്താവിച്ചിരുന്നു. ഐക്യരാഷ്ട്ര ചാർട്ടർ ആറാം അധ്യായം 35–ാം വകുപ്പനുസരിച്ചാണ് പരാതി. ഈ വകുപ്പ് അംഗരാജ്യങ്ങളുടെ കാര്യത്തിൽ വേണ്ട നടപടി ശുപാർശ ചെയ്യാൻ സെക്യൂരിറ്റി കൗൺസിലിനെ അധികാരപ്പെടുത്തുന്നു. എന്നാൽ ഒരംഗരാജ്യത്തെ ആക്രമണകാരിയായി പ്രഖ്യാപിക്കാനോ ആ രാജ്യത്തിനു മേൽ ശിക്ഷാനടപടി എടുക്കാനോ രക്ഷാസമിതിക്ക് അധികാരം നൽകുന്നില്ല. തൻനിമിത്തം ഇത്തരം ഒരു പരാതികൊണ്ടു കാര്യമായ പ്രയോജനമുണ്ടാകില്ല എന്നു മാത്രമല്ല പ്രശ്നം അന്താരാഷ്ട്രവൽക്കരിക്കപ്പെടുകയും ചെയ്യും.

രക്ഷാസമിതിയിൽ ഒരു പരാതിയുമായി ചെന്നത് മൗണ്ട് ബാറ്റൻപ്രഭുവിന്റെ പ്രേരണ മൂലം ജവഹർലാൽ നെഹ്റു കാണിച്ച വമ്പിച്ച അബദ്ധമായി അദ്ദേഹത്തിന്റെ വിമർശകർ ചൂണ്ടിക്കാണിക്കാറുണ്ട്. പരാതി

യിലെ 6–ാം ഖണ്ഡികയിൽ ആക്രമണകാരികൾ ഒഴിഞ്ഞശേഷം അന്താരാഷ്ട്ര മേൽനോട്ടത്തിൽ ജനഹിത പരിശോധനയിലൂടെ കാശ്മീർ ജനതയ്ക്ക് അവരുടെ ഭാവി നിർണയിക്കാനാവും എന്നു പറഞ്ഞതും അബദ്ധമായിപ്പോയി എന്നു ചിലർ പറയുന്നു. പരാതി രക്ഷാസമിതിയിൽ അവതരിപ്പിച്ച ഇന്ത്യൻ പ്രതിനിധിസംഘത്തിന്റെ നേതാവ് ഗോപാലസ്വാമി അയ്യങ്കാർ ജനഹിത പരിശോധനയെപ്പറ്റി ഊന്നിപ്പറഞ്ഞതു തെറ്റായിപ്പോയെന്നും, ആക്രമണകാരി പാകിസ്ഥാനാണെന്ന് അദ്ദേഹം കുറ്റപ്പെടുത്തിയിട്ടില്ലെന്നും എം ജെ അക്ബർ (*Kashmir Behind the Veil*) ചൂണ്ടിക്കാണിക്കുന്നു. ജനഹിത പരിശോധനക്കാര്യം ഇന്ത്യ ഉന്നയിച്ചത് തെറ്റായിപ്പോയെന്നു ഡി കെ ജോഷിയും കുറ്റപ്പെടുത്തുന്നുണ്ട്. (*A New Deal in Kashmir*). കാശ്മീർ പ്രശ്നത്തിന്റെ ഇന്നത്തെ അവസ്ഥ വെച്ചുനോക്കുമ്പോൾ ഈ വിമർശനങ്ങൾ ശരിയാണെന്നു തോന്നാമെങ്കിലും 1947 ലെ സ്ഥിതി മറ്റൊന്നാണെന്ന കാര്യം ഓർക്കേണ്ടതാണ്. ഇന്ത്യയുടെ അന്തസ്സും പ്രശസ്തിയും ലോകരാഷ്ട്രങ്ങളുടെ മുമ്പിൽ ഉയർത്തിക്കാട്ടാൻ ഈ നടപടി ആവശ്യമാണെന്ന് പണ്ഡിറ്റ് നെഹ്റുവും കേന്ദ്രമന്ത്രിസഭയും തീരുമാനിക്കുകയാണുണ്ടായത്. യുദ്ധം അവസാനിപ്പിക്കേണ്ടത് നമ്മുടെ ആവശ്യമാണ്.അതു തുടർന്നു പോയാൽ ആക്രമണകാരികളെ അവരുടെ പാളയത്തിൽ ചെന്നു നാം ആക്രമിക്കേണ്ടിവരും. അങ്ങനെ ചെയ്താൽ അതു പാകിസ്ഥാനു വിനാശകരമാവും. പാകിസ്ഥാനെ നശിപ്പിക്കുന്നത് ലോകരാഷ്ട്രങ്ങളുടെ മുമ്പിൽ നമ്മുടെ അന്തസ്സിനു ഹാനികരമാവും എന്നൊക്കെയാണ് നെഹ്റു രേഖപ്പെടുത്തിയിരുന്നത്. മഹാരാജാവിന്റെ സമ്മതം മാത്രം മതിയാവുമെന്നിരിക്കെ അന്താരാഷ്ട്ര മേൽനോട്ടത്തിൽ ജനഹിതപരിശോധനയ്ക്ക് നാം തയ്യാറാവുന്നത് ഇന്ത്യയുടെ അന്തസ്സിനെ ഉയർത്തുമെന്നും നെഹ്റു കരുതി. അന്നത്തെ സാഹചര്യത്തിൽ ജനഹിത പരിശോധന ഇന്ത്യക്ക് ഏറെ അനുകൂലമാവുമെന്ന് ഉറപ്പായിരുന്നുവെന്നതും ഓർക്കേണ്ടതാണ്. സർദാർ പട്ടേലും ശ്യാമപ്രസാദ് മുഖർജിയും ജനഹിതപരിശോധനയെ അനുകൂലിച്ചു എന്നതാണ് വസ്തുത.

കാശ്മീർ പ്രശ്നം രക്ഷാസമിതിയിൽ ഗോപാലസ്വാമി അയ്യങ്കാർ കൈകാര്യം ചെയ്തത് വേണ്ടവണ്ണം ആയിരുന്നില്ലാ എന്നും ഇന്ത്യയുടെ വിദേശകാര്യ സെക്രട്ടറി ആയിരുന്ന ഗിരിജാ ശങ്കർ വാജ്പേയിയെ അതിനു നിയോഗിച്ചിരുന്നുവെങ്കിൽ ഇന്ത്യക്കനുകൂലമായ നിലപാട് രക്ഷാസമിതി സ്വീകരിക്കുമായിരുന്നുവെന്നും വാജ്പേയി ഇംഗ്ലീഷുകാരുടെ വിശ്വസ്തനായിരുന്നതു കൊണ്ടാണ് അദ്ദേഹത്തെ രക്ഷാസമിതിയിലെ ഇന്ത്യൻ പ്രതിനിധി ആക്കാത്തതെന്നും പലരും പ്രസ്താവിച്ചിട്ടുണ്ട്. കാശ്മീർ പ്രധാനമന്ത്രി ആയിരുന്ന ആളും പ്രഗത്ഭനായ അഭിഭാഷകനും ആയിരുന്നു അയ്യങ്കാർ. എത്ര തന്നെ പ്രഗത്ഭനായാലും രക്ഷാസമിതിയെ മറ്റൊരു വിധത്തിൽ സ്വാധീനിക്കാൻ സാധിക്കുമായിരുന്നില്ല എന്നതാണ് സത്യം. അന്താരാഷ്ട്ര മേൽനോട്ടത്തിലുള്ള ജനഹിത പരി

ശോധന നടത്തി കാശ്മീരിന്റെ സംയോജനം അവസാനമായി തീരുമാനിക്കുമെന്ന് ഇന്ത്യ സമ്മതിച്ചുകഴിഞ്ഞപ്പോൾ നടന്നു കഴിഞ്ഞ സംയോജനം താൽക്കാലികമെന്നു വന്നു. മന്ത്രിസഭ അംഗീകരിച്ച പരാതിയിൽ ഇപ്രകാരം ഒരു വീഴ്ച ഉണ്ടായതിനു ഗോപാലസ്വാമി അയ്യങ്കാർ ഉത്തരവാദിയല്ല. ലയനത്തിനു സമ്മതിച്ചുകൊണ്ടു ഗവർണർ ജനറൽ മഹാരാജാവിനയച്ച കത്തിൽ ജനഹിതം മാനിക്കപ്പെടുമെന്നു പറഞ്ഞിരുന്നു. ജിന്നയുമായുള്ള സംഭാഷണത്തിൽ മൗണ്ട് ബാറ്റനും ലിയാക്കത്ത് അലിഖാനുമായുള്ള സംഭാഷണത്തിൽ നെഹ്രുവും ജനഹിതത്തെപ്പറ്റി പറഞ്ഞിരുന്നു. നെഹ്റു പാർലമെന്റിൽ ചെയ്ത പ്രസ്താവനകളിലും ഇക്കാര്യം ഊന്നിപ്പറഞ്ഞിരുന്നു.

പ്രഗൽഭനായ പാകിസ്ഥാൻ വിദേശകാര്യ മന്ത്രി മുഹമ്മദ് സഫറുള്ളാഖാനായിരുന്നു രക്ഷാസമിതിയിൽ പാകിസ്ഥാന്റെ പ്രതിനിധി സംഘത്തലവൻ. ഇന്ത്യയുടെ ആരോപണങ്ങളെല്ലാം അദ്ദേഹം നിഷേധിച്ചു. ഗിരിവർഗക്കാരുടെ ആക്രമണത്തെ പാകിസ്ഥാൻ സഹായിച്ചില്ലെന്നും, പ്രത്യുത അതിനെ നിരുത്സാഹപ്പെടുത്തുകയാണ് പാകിസ്ഥാൻ ചെയ്തതെന്നും അദ്ദേഹം പറഞ്ഞു. പാക് പ്രദേശം ആക്രമണത്തിനു താവളമായിരുന്നില്ലെന്നും, ആയുധങ്ങളോ മറ്റുസാമഗ്രികളോ ഗിരിവർഗക്കാർക്ക് പാകിസ്ഥാൻ നൽകിയിട്ടില്ലെന്നും അദ്ദേഹം പറഞ്ഞു. 'ഹിന്ദുമഹാരാജാവ് മുസ്ലീങ്ങളെ കൊന്നൊടുക്കുന്നതിൽ വേദനിച്ച ഗിരിവർഗക്കാർ സ്വമേധയാ പ്രതികാരത്തിനു പുറപ്പെട്ടതാണ്, ഇന്ത്യൻ യൂണിയന് വിഭജനവുമായി പൊരുത്തപ്പെടാൻ കഴിയുന്നില്ല, പുതുതായി പിറന്ന പാകിസ്ഥാനെ ഞെരിച്ചു കൊല്ലുകയാണ് അവരുടെ ലക്ഷ്യം. ഇന്ത്യൻ റിസർവ് ബാങ്ക്, നിയമപ്രകാരം പാകിസ്ഥാനിലെ ബാങ്കുകളോടുള്ള കടമ നിറവേറ്റുന്നില്ല, കിഴക്കൻ പഞ്ചാബ്, ദില്ലി, ആജ്മീർ, പാട്ട്യാല, കപൂർത്തല, ഭരത്പൂർ, ആൾവാർ എന്നിവിടങ്ങളിൽ മുസ്ലീങ്ങൾ കരുതിക്കൂട്ടി കൊലചെയ്യപ്പെടുകയാണ്. നിയമപ്രകാരം പാകിസ്ഥാനുമായി സംയോജിച്ച ജൂനഗാദ്, മണവദർ എന്നീ സംസ്ഥാനങ്ങൾ ബലപ്രയോഗംകൊണ്ട് അവർ പിടിച്ചടക്കിയിരിക്കയാണ്; കാപട്യവും ഭീഷണിയും കൊണ്ടാണ് കാശ്മീരിന്റെ സംയോജനം ഇന്ത്യ നേടിയത്; ഹിന്ദുരാജാവും ഇന്ത്യൻ സൈന്യവും ചേർന്ന് അവിടെ മുസ്ലീങ്ങളെ കൊന്നൊടുക്കുകയാണ്' ഈ രീതിയിലാണ് മൂന്നു ദിവസങ്ങളിലായി അഞ്ചു മണിക്കൂർ കൊണ്ട് സഫറുള്ള ഖാൻ നടത്തിയ പ്രഭാഷണം.

1948 ജനുവരി 17-ാം തീയതി നിരുപദ്രവമായ ഒരു പ്രമേയം പാസാക്കി രക്ഷാസമിതി തൃപ്തിപ്പെട്ടു. ഇരുരാജ്യങ്ങളും പരസ്പരം കുറ്റപ്പെടുത്തുന്ന പ്രചാരണങ്ങളിൽ നിന്നും പ്രവൃത്തികളിൽ നിന്നും വിട്ടുനിൽക്കണമെന്നും അതിൽ എന്തെങ്കിലും വ്യത്യാസമുണ്ടായാൽ സമിതിയെ അറിയിക്കണമെന്നുമായിരുന്നു തീരുമാനം. ഇത് ഇന്ത്യയെ നിരാശപ്പെടുത്തി. ഇന്ത്യയുടെ ആരോപണങ്ങളുടെ നിജസ്ഥിതി രക്ഷാസമിതി അന്വേഷിച്ചില്ലെന്നും സമിതി വാദിയെയും പ്രതിയെയും ഒരേ

കണ്ണുകൊണ്ട് കാണുകയാണെന്നു മായിരുന്നു ഇന്ത്യൻ നേതാക്കളുടെ പ്രതികരണം. രക്ഷാസമിതിയിലേക്ക് പ്രശ്നം കൊണ്ടുപോയതുതന്നെ അബദ്ധമായി എന്നു നെഹ്റുവിനു തോന്നിത്തുടങ്ങി. അമേരിക്കൻ പ്രതിനിധിയായ വാറൻ ആസ്റ്റിനാണ് രക്ഷാസമിതിയെ നിയന്ത്രിക്കുന്നതെന്നും സമിതിയിലെ മറ്റംഗങ്ങൾ അമേരിക്കയുടെ പിണിയാളുകൾ മാത്രമാണെന്നും നെഹ്റു പ്രസ്താവിച്ചു. അതു ശരിയാണെങ്കിൽപ്പോലും ഇന്ത്യൻ നിലപാടിലെ വീഴ്ചകൾ കാണാൻ ഇന്ത്യക്കു കഴിഞ്ഞില്ല. ജൂനഗാദ് പാകിസ്ഥാനിൽ ലയിച്ചതിനു ശേഷം ഹിന്ദുഭൂരിപക്ഷത്തിന്റെ പേരും പറഞ്ഞ് ഇന്ത്യൻ സൈന്യം അവിടെ പ്രവേശിച്ചു. അതേ സമയം പാകിസ്ഥാൻ അങ്ങോട്ടു സൈന്യത്തെ അയച്ചില്ലെന്ന് മാത്രമല്ല അതേപ്പറ്റി രക്ഷാസമിതിയിൽ പരാതിപ്പെട്ടിരുന്നുമില്ല. ഇന്ത്യയാകട്ടെ മുസ്ലീം ഭൂരിപക്ഷമുള്ള ജമ്മു കാശ്മീരിൽ രാജാവിന്റെ സമ്മതം മാത്രം അടിസ്ഥാനമാക്കി മണിക്കൂറുകൾക്കുള്ളിൽ അങ്ങോട്ടു സൈന്യത്തെ അയച്ചു. വിഭജനത്തെ തുടർന്നു മുസ്ലീം ഭൂരിപക്ഷപ്രദേശങ്ങളിലേക്കു മുസ്ലീങ്ങളും ഹിന്ദുഭൂരിപക്ഷ പ്രദേശങ്ങളിലേക്കു ഹിന്ദുക്കളും കൂട്ടമായി കുടിയേറി. പത്താൻമാർ കാശ്മീരിലേക്കു കുടിയേറിയതും അത്തരം ഒരു സംഭവം മാത്രമെന്നാണ് സഫറുള്ള ഖാൻ വിവരിച്ചത്. പൂഞ്ച്, മീർപൂർ പ്രദേശങ്ങളിൽ നിന്നും പഞ്ചാബിൽ നിന്നും ധാരാളം ഹിന്ദുക്കൾ ജമ്മുവിലേക്കു കുടിയേറിയെന്നും അവരും അവിടത്തെ മുസ്ലീങ്ങളോടു അതിക്രമങ്ങൾ കാട്ടിയെന്നും ചൂണ്ടിക്കാണിക്കപ്പെട്ടു. പത്താൻമാരുടെ പിന്നിൽ പാകിസ്ഥാൻ ഉണ്ടായിരുന്നു എന്നു കണ്ടെത്തിയാൽ പോലും ജൂനഗാദിൽ മറയൊന്നും ഇല്ലാതെയാണ് ഇന്ത്യൻ സൈന്യം പ്രവേശിച്ചതെന്ന വസ്തുത അവശേഷിക്കുന്നു. ഈ പരിതസ്ഥിതിയിൽ ആക്രമണകാരി ആരെന്നു നിർണയിക്കുന്നത് വൃഥാ വ്യായാമമാണെന്നു വ്യക്തമാണല്ലോ. മറ്റൊന്നുള്ളത് ആരേയും ആക്രമണകാരിയായി പ്രഖ്യാപിക്കാൻ രക്ഷാസമിതിക്ക് ഐക്യരാഷ്ട്രചാർട്ടറിലെ ആറാം അധ്യായം അധികാരം നൽകുന്നില്ല എന്നതാണ്. ആറാം അധ്യായത്തിലെ 35-ാം വകുപ്പു പ്രകാരമാണല്ലോ ഇന്ത്യ പരാതി നല്കിയത്. ഇന്ത്യയുടെ നടപടികളെപ്പറ്റി പാകിസ്ഥാൻ ആരോപണങ്ങൾ ഉന്നയിച്ചപ്പോൾ കാശ്മീർ പ്രശ്നം ഇന്ത്യാ-പാക് പ്രശ്നമായി മാറുകയാണുണ്ടായത്.

കാര്യങ്ങൾ ഇന്ത്യക്ക് അനുകൂലമല്ലാതെ പോകുന്നതു കണ്ട പണ്ഡിറ്റ് നെഹ്റു രക്ഷാസമിതിയിൽ നിന്നു പരാതി പിൻവലിക്കാനാഗ്രഹിച്ചു. എന്നാൽ മൗണ്ട് ബാറ്റൻ അതിൽ നിന്നു നെഹ്റുവിനെ പിന്തിരിപ്പിച്ചു. 1948 ഏപ്രിൽ 21-ാം തീയതി രക്ഷാസമിതി മറ്റൊരു പ്രമേയം പാസാക്കി. ജമ്മു കാശ്മീരിൽ സമാധാനം പുനഃസ്ഥാപിക്കാനും രണ്ടു രാജ്യങ്ങളുടേയും ഒത്താശയോടെ ജനഹിത പരിശോധന നടത്താനായി ഒരു അഞ്ചംഗ കമ്മീഷനെ നിയമിക്കാനുമായിരുന്നു തീരുമാനം. സമിതിയിലെ ഒമ്പതംഗങ്ങൾ പ്രമേയത്തിനനുകൂലമായി വോട്ടു ചെയ്തു. ആരും എതിർത്തില്ല. റഷ്യയും ഉക്രൈനും വോട്ടു ചെയ്തില്ല. ഇന്ത്യ

വാദിച്ചത്, ജമ്മു കാശ്മീർ മഹാരാജാവ് നിയമാനുസൃത ഭരണാധികാരിയാണെന്നും, ഷേക്ക് അബ്ദുള്ള അടിയന്തര സർക്കാരിന്റെ തലവനാണെന്നും, ഒരു തെരഞ്ഞെടുപ്പിലൂടെ പുതിയൊരു സർക്കാരിനെ അധികാരം ഏൽപ്പിക്കാൻ തയ്യാറാണെന്നും ആ സർക്കാരിന്റെ മേൽനോട്ടത്തിൽ നിഷ്പക്ഷമായ ജനഹിത പരിശോധന നടത്താമെന്നും പാകിസ്ഥാന് അതിൽ യാതൊരു പങ്കും ഇല്ലാതിരിക്കുമെന്നുമാണ്. പാകിസ്ഥാന്റെ വാദം മറ്റൊന്നായിരുന്നു. മഹാരാജാവിനെ ഭരണത്തലവനായി അംഗീകരിക്കാൻ സാധ്യമല്ല. അടിയന്തര സർക്കാരിൽ മൂന്നിലൊന്നു പ്രാതിനിധ്യം ആസാദ് കാശ്മീർ ഗവൺമെന്റിനും, കാശ്മീർ മുസ്ലീം ലീഗിനും* ഉണ്ടായിരിക്കണം; ഇന്ത്യൻ സൈന്യവും പത്താൻമാരും ഒരേ സമയം പിൻമാറണം; ഐക്യരാഷ്ട്രസഭയുടെ മേൽനോട്ടത്തിൽ ജനഹിത പരിശോധന നടത്തണം എന്നൊക്കെയായിരുന്നു എതിർവാദം. ഇന്ത്യൻ സൈന്യവും ആക്രമണകാരികളും ഒരേ സമയം പിൻമാറണമെന്ന പാകിസ്ഥാന്റെ ആവശ്യം സമിതി അംഗീകരിച്ചു. ഇന്ത്യ പ്രമേയത്തെ തള്ളിക്കളഞ്ഞു. എങ്കിലും കമ്മിഷൻ കാശ്മീരിൽ വന്നാൽ അവരുമായി സംസാരിക്കാമെന്നു സമ്മതിച്ചു.

ഇന്ത്യക്കും പാകിസ്ഥാനും വേണ്ടിയുള്ള ഐക്യരാഷ്ട്ര കമ്മീഷനിൽ (U N Commission for India and Pakistan, UNCIP) മൂന്നുപേർ രക്ഷാസമിതി നിർദേശിക്കുന്നവരും ഇന്ത്യയും പാകിസ്ഥാനും നിർദ്ദേശിക്കുന്ന ഓരോരുത്തരുമാണ് അംഗങ്ങൾ. വ്യവസ്ഥകളനുസരിച്ച് പാകിസ്ഥാൻ ഗിരിവർഗക്കാരെ പിൻവലിക്കാൻ ഏർപ്പാടാക്കുകയും ഹിതപരിശോധനയ്ക്കുള്ള സാഹചര്യങ്ങൾ ഒരുക്കുകയും വേണം. ഗിരിവർഗക്കാർ പിൻവാങ്ങിത്തുടങ്ങിയതായി ഉറപ്പായാൽ ക്രമേണ ഇന്ത്യൻ സൈന്യത്തെ കാശ്മീരിൽ നിന്നു പിൻവലിക്കണം. നിയമസമാധാനം നിലനിറുത്താനുള്ള പരിമിതമായ ഇന്ത്യൻ സൈന്യത്തെ മാത്രമേ കാശ്മീരിൽ നിർത്താവൂ. ഓരോ ജില്ലയിലും നിയമസമാധാന പാലനത്തിനും ന്യൂനപക്ഷ സംരക്ഷണത്തിനും പ്രാദേശിക രക്ഷാഭടന്മാരെ മാത്രമേ കഴിവുള്ളിടത്തോളം ഉപയോഗിക്കാവൂ. അത്തരം പ്രാദേശിക ഭടന്മാർ പോരാതെ വന്നാൽ ഇരു രാജ്യങ്ങളിൽ നിന്നും ആവശ്യാനുസരണം ഭടന്മാരെ വിളിക്കാൻ കമ്മിഷന് അധികാരമുണ്ടായിരിക്കും.** വിവിധ രാഷ്ട്രീയ വിഭാഗങ്ങളെ ഉൾക്കൊള്ളിച്ച് കാശ്മീരിൽ ഒരു ഇടക്കാല മന്ത്രിസഭ രൂപീകരിക്കാനും ഇന്ത്യാഗവൺമെന്റിനോടാവശ്യപ്പെ

---

* കാശ്മീർ മുസ്ലീം കോൺഫറൻസ് ഷേക്ക് അബ്ദുള്ളയുടെ നേതൃത്വത്തിൽ കാശ്മീർ നാഷണൽ കോൺഫറൻസ് ആയിത്തീർന്നപ്പോൾ അവശിഷ്ടവിഭാഗം പാകിസ്ഥാൻ മുസ്ലീം ലീഗിന്റെ കാശ്മീർ വിഭാഗമായിത്തീർന്നു.

** അന്നു സെക്യൂരിറ്റി കൗൺസിൽ പ്രസിഡന്റായിരുന്ന കാനഡയിലെ ജന. മാക്നാട്ടൺ കൊണ്ടുവന്ന നക്കൽ പ്രമേയത്തിൽ കാശ്മീർ സംസ്ഥാന സൈന്യത്തെപ്പോലും നിരായുധീകരിക്കണം എന്നു പറഞ്ഞിരുന്നു. ഇന്ത്യ അതിനെ എതിർത്തു.

ട്ടിരുന്നു. ജനഹിത പരിശോധനാ നിർവാഹകർക്കു നീതിപൂർവ്വമായ കൃത്യനിർവഹണത്തിനു വേണ്ട ഒത്താശകൾ ഈ ഇടക്കാല മന്ത്രിസഭ ചെയ്തു കൊടുക്കണം.

ജൂൺ 21-ാം തീയതി സ്ഥാനമൊഴിയുന്ന മൗണ്ട് ബാറ്റന് അതിനു മുമ്പു തന്നെ പ്രശ്ന പരിഹാരം ഉണ്ടാക്കണമെന്നു താൽപ്പര്യമുണ്ടായിരുന്നു. അതുകൊണ്ട് മെയ് അവസാനത്തിൽ ജമ്മു കാശ്മീരിനെ വിഭജിക്കാൻ ഒരു നിർദേശം നെഹ്റുവിന്റെ മുന്നിൽ വച്ചു. നെഹ്റുവിന് അതു സമ്മതമായിരുന്നെങ്കിലും പാകിസ്ഥാൻ അതിനെ നിരാകരിച്ചു.

വീണ്ടും യുദ്ധങ്ങൾ

ഇന്ത്യൻ സേനയിലെ ഗൂർഖാകൾക്കും കൂമവോണികൾക്കുമല്ലാതെ ബഹുഭൂരിഭാഗം പേർക്കും മഞ്ഞുവീഴ്ച അപരിചിതമായിരുന്നു. വിശിഷ്യാ രാജപുട്ടാണാ, മദ്രാസ് റജിമെന്റുകൾക്ക്. അതുകാരണം 1948 മാർച്ച് അവസാനം വരെ ജമ്മു കാശ്മീരിൽ അവരുടെ ജീവിതം ദുരിതപൂർണമായിരുന്നു. ഉയർന്ന പ്രദേശത്ത് അമ്ലജനകം വളരെ വിരളമായതും, വെള്ളം തിളയ്ക്കാൻ ഏറെസമയം വേണ്ടി വന്നതും കൈകാൽ മരവിപ്പും അവരെ നന്നേ വിഷമിപ്പിച്ചു. എന്നാൽ കാശ്മീർ സംസ്ഥാന സൈന്യത്തിൽ നിന്ന് പാകിസ്ഥാനിലേക്കു കൂറുമാറിയവർക്കും പത്താൻകാർക്കും മഞ്ഞുമൂടിയ ഭൂമിയും അന്തരീക്ഷവും സുപരിചിതമായിരുന്നു. കാശ്മീർ താഴ്വരയുടെ വടക്കുപടിഞ്ഞാറും വടക്കും കിഴക്കുമുള്ള മൂന്നു ചുരങ്ങൾ താഴ്വരയിലേക്കുള്ള പ്രവേശനകവാടങ്ങളായിരുന്നു. ഹേമന്തത്തിൽ അവ മഞ്ഞുമൂടി ദുർഗ്ഗമങ്ങളായിത്തീരും. ഇവയിൽ മുസഫറാബാദിനു 18 നാഴിക വടക്കുള്ള തിത്വാൾ ആണ് ആദ്യത്തേത്. കാശ്മീർ താഴ്വരയിലേക്ക് ആക്രമണത്തിനുള്ള പടസന്നാഹം മുസഫറാബാദിൽ കേന്ദ്രീകരിച്ചിരുന്നതുകൊണ്ട് തിത്വാൾ അതിന്റെ സുരക്ഷിതത്വത്തിനു അതിപ്രധാനമായിരുന്നു. രസ്ദനംഗൻ ചുരം ആണ് തന്ത്രപ്രധാനമായ മറ്റൊന്ന്. വൂളാർ തടാകത്തിന്റെ വടക്കേക്കരയിൽ സ്ഥിതി ചെയ്തിരുന്ന ബന്ദിപ്പൂർ പട്ടണത്തിനു വടക്കുമാറി ട്രഗ്ബാൽ എന്നൊരു പട്ടണമുണ്ട്. അവിടേക്കു വടക്കുനിന്നു വരാനുള്ള വഴി രസ്ദനംഗൽ ചുരത്തിലൂടെയാണ്. ട്രഗ്ബാലിൽ നിന്നു കാശ്മീർ താഴ്വരയെ നിയന്ത്രിക്കാം. മൂന്നാമത്തേത് ശ്രീനഗറിൽ നിന്നു കിഴക്കോട്ടു കാർഗിൽ, ലേഹ് എന്നീ പട്ടണങ്ങളിലേക്കു പോകുന്ന പാത കടന്നുപോകുന്ന സോജിലചുരം (11578 അടി) ആണ്. ജിൽജിത്തിൽ നിന്നു ലേഹിലേക്കു പോകുന്ന മാർഗത്തിൽ സ്ഥിതി ചെയ്യുന്ന രണ്ടു പട്ടണങ്ങളാണ് ബാൾടിസ്റ്റാന്റെ തലസ്ഥാനമായ സ്കാർഡുവും കാർഗിലും. ലഡാക്കിന്റെ തലസ്ഥാനമാണ് ലേഹ്. സ്കാർഡുവിൽ നിന്നും ലേഹിൽ നിന്നും ശ്രീനഗറിൽ നിന്നും വരുന്ന പാതകൾ കാർഗിലിൽ സന്ധിക്കുന്നു. അവിടെയും, സ്കാർഡുവിലും

കാശ്മീർ സംസ്ഥാന സൈന്യത്തിന്റെ രണ്ടു ചെറു വിഭാഗങ്ങളുണ്ട്.* ലേഹിലാകട്ടെ ലാമമാരല്ലാതെ ഭടന്മാരില്ല.

ജിൽജിത്ത് വഴി വരുന്ന പത്താൻമാരെ എതിർത്തു നിൽക്കാൻ സ്കാർഡുവിലെയും കാർഗിലിലേയും രക്ഷാഭടന്മാർക്കു സാധ്യമല്ലാത്തതു കൊണ്ടു സ്കാർഡുവിലെ കോട്ടയിലുണ്ടായിരുന്ന ചെറുസൈന്യം കാർഗിലിലേക്കു പോയി കാർഗിൽ ശക്തിപ്പെടുത്താൻ അനുവാദം ചോദിച്ചു. അനുവാദം നൽകിയില്ല. മരണം വരെ പൊരുതാനാണ് അവർക്കു നിർദേശം നല്കിയത്. പത്താൻമാർ സ്കാർഡുവിലെ കോട്ട പിടിക്കാൻ തുനിയാതെ നേരെ കാർഗിലിൽ പോയി അവിടം കീഴടക്കുകയാണ് ചെയ്തത്. ബാൾട്ടിസ്റ്റാനിലെ ഗുരസ്, ദ്രാസ് എന്നീ ചെറു പട്ടണങ്ങളും പത്താൻമാരുടെ നിയന്ത്രണത്തിലായി. കൊലയും കൊള്ളിവയ്പും സ്ത്രീകളെ മാനഭംഗം ചെയ്യലും നിർബാധം നടന്നു. അടുത്തതായി ലേഹിലേക്ക് ആക്രമണകാരികൾ എത്തുമെന്നറിഞ്ഞ ബ്രിഗേഡിയർ സെൻ അതിന്റെ രക്ഷയ്ക്കായി അവിടെയുള്ളവരെ സജ്ജരാക്കാൻ രണ്ടു ഓഫീസർമാരെയും 40 ഭടന്മാരെയും കോപ്പുകളുമായി അങ്ങോട്ടയച്ചു. 30 അടി കനത്തിൽ മഞ്ഞുമൂടിയ സോജിലാചുരം വഴി കടന്നുപോവുക ദുസ്സാധ്യമായിരുന്നെങ്കിലും രണ്ടു കൂമവോണി ഓഫീസർമാരും ഭടന്മാരും ആ വെല്ലുവിളി ഏറ്റെടുത്തു. കരുത്തന്മരായ കമ്പാകൾക്ക് ആയുധങ്ങളും പരിശീലനവും നൽകി അവർ ശത്രുവിന്റെ വരവും കാത്തു കിടന്നു. അതിനുശേഷം സോജിലാ ചുരത്തിന്റെ ഇരുവശവുമുള്ള കുന്നുകളിൽ പത്താൻമാർ താവളങ്ങൾ ഉറപ്പിക്കുകയും ചുരത്തിന്റെ നിയന്ത്രണം കൈവശപ്പെടുത്തുകയും ചെയ്തു.

ജമ്മുകാശ്മീരിന്റെ പ്രതിരോധം രണ്ടു ഡിവിഷനുകളിലായി ഉയർത്തി. കാശ്മീരും ലഡാക്കും മേജർജനറൽ തിമ്മയ്യയുടെയും ജമ്മു, മേജർ ജനറൽ ആത്മസിംഗിന്റെയും ഡിവിഷനുകളുടെ കീഴിലാക്കി. വസന്തം ആരംഭിച്ചതോടെ പത്താൻകോട്- ജമ്മു മേഖലയുടെ പ്രതിരോധം ശക്തിപ്പെടുത്തി. അതോടുകൂടി പടിഞ്ഞാറൻ പഞ്ചാബിൽ നിന്ന് ഹിന്ദുക്കൾ ജമ്മുവിലേക്കു ധാരാളമായി കുടിയേറുകയും അവിടെ വർഗീയ കലാപങ്ങൾ ഉരുണ്ടു കൂടുകയും ചെയ്തു. ജമ്മു രജൗറി മേഖല ശത്രുവിൽ നിന്നു പിടിച്ചെടുക്കാനായിരുന്നു അടുത്ത സംരംഭം. അവിടെ ആക്രമണകാരികളുടെ ശക്തമായ ഷെല്ലിംഗ് തുടർന്നിരുന്നു. തന്ത്രപ്രധാനമായ ഝംകാറിൽ ഇന്ത്യൻ സേനയ്ക്കെതിരെ ആക്രമണകാരികൾ വിജയം നേടിയിരുന്നു. ജമ്മുവിൽ നിന്ന് 7 നാഴിക അകലെയുള്ള ബാർവാലി കുന്നിലെ ശക്തമായ പാക്സേനാ സങ്കേതം ഏപ്രിൽ 8-ാം തീയതി പിടിച്ചടക്കി. ശത്രു അവിടം അഗ്നിക്കിരയാക്കിയിരുന്നു. ജമ്മുവിനും രജൗറിക്കും മധ്യേയുള്ള ചിങ്ങാസ് എന്ന സ്ഥലത്ത് ശത്രുവിന്

* ജിൽജിത്തിനൊപ്പം ബാൾട്ടിസ്ഥാനും ഇംഗ്ലീഷുകാർക്കു പാട്ടമായി നൽകിയിരുന്നതുകൊണ്ട് സ്കാർഡുവിലും ജിൽജിത്ത് സ്കൗട്സിന്റെ ഒരു ഭാഗത്തെ നിറുത്തിയിരുന്നു. അത് 1947 ആഗസ്റ്റ് 15 നു ശേഷം ജിൽജിത്തിലേക്കു പിൻവാങ്ങി.

ശക്തമായ ഒരു സൈനികകേന്ദ്രം ഉണ്ടായിരുന്നു. ആ മേഖലയിലെ കുന്നുകളിൽ ശത്രുവിനുണ്ടായിരുന്ന ഔട്ട് പോസ്റ്റുകൾ ഒന്നൊന്നായി ഇന്ത്യൻ സേന പിടിച്ചടക്കി. ഏപ്രിൽ 12-ാം തീയതി കവചിത വാഹനങ്ങളുടെയും ജാട്ടുകളുടെയും ഒരു കാളം ചിങ്ങാസിലെത്തി. തവി നദി കടന്ന് കൂമവോണികളുടെ മറ്റൊരു കാളം അന്നുതന്നെ രജൗറിയിലും എത്തിച്ചേർന്നു. 300നും 500നും ഇടയ്ക്കു ഹിന്ദുക്കളെ വധിക്കാൻ അവിടെ ആക്രമണകാരികളെ തയ്യാറാക്കി നിറുത്തിയിരുന്നു. ഒട്ടാകെ 1200–1500 പേരുടെ ജീവൻ രക്ഷിക്കാൻ കഴിഞ്ഞു. ശത്രുവിന് 500 പേരുടെയും ഇന്ത്യക്ക് 11 പേരുടേയും ജീവഹാനി സംഭവിച്ചു. രജൗറി മൃതനഗരമായിട്ടാണ് കാണപ്പെടുന്നത്. 600 കെട്ടിടങ്ങളിൽ പകുതി നഷ്ടപ്പെട്ടിരുന്നു. കൂട്ടക്കൊലയുടെ അടയാളമായി കൂട്ട ശവപ്പറമ്പുകളും ചിതറിക്കിടന്ന മൃതദേഹങ്ങളും കാണാമായിരുന്നു.

ശ്രീനഗർ ആസ്ഥാനമായി ജനതിമ്മയ്യയുടെ കീഴിലുണ്ടായിരുന്ന ഡിവിഷന്റെ ആദ്യത്തെ പരിപാടി ഡോമലും മുസഫറാബാദും പിടിച്ചടക്കുകയായിരുന്നു. ബ്രിഗേഡിയർ ഹർബക്ഷ് സിംഗിന്റെ കീഴിൽ ഒരു കോളം മേയ് 17–18 രാത്രി പുറപ്പെട്ട് ഝലം നദിയുടെ വടക്കുഭാഗത്തുകൂടെ 40 നാഴിക ദൂരം ആറു ദിവസം കൊണ്ട് സഞ്ചരിച്ച് തിത്വാളിൽ എത്തണം. ബ്രിഗേഡിയർ എൽ പി സെന്നിന്റെ കീഴിലുള്ള ബ്രിഗേഡ് മേയ് 26-ാം തീയതി ഝലം നദിക്കരികിലുള്ള റോഡിൽ കൂടെ പുറപ്പെട്ട് മുസഫറാബാദിൽ എത്തണം. ഹർബക്ഷ് സിംഗിന്റെ കോളം തിത്വാളിൽ മിന്നലാക്രമണം നടത്തുമ്പോൾ സമീപത്തുള്ള പാക് സൈനിക വിഭാഗങ്ങൾ തിത്വാളിന്റെ രക്ഷയ്ക്കായി അങ്ങോട്ടെത്തും. ഈ തക്കം നോക്കി സെന്നിന്റെ ബ്രിഗേഡ് മുസഫറാബാദ് ആക്രമിക്കണം എന്നതായിരുന്നു പദ്ധതി. ഹർബക്ഷ് സിംഗ് സ്തുത്യർഹമായ രീതിയിൽ തിത്വാളിനു നേരെ മിന്നലാക്രമണം നടത്തി അവിടത്തെ കമാന്റർ ലഫ്. കേ. സിക്കന്തർ ഖാനെയും മറ്റു നാല് ഓഫീസർമാരെയും 35 ഭടന്മാരെയും തടവുകാരാക്കി. പാക്സേനയിലെ 67 പേരും ഇന്ത്യൻ സേനയിലെ 17 പേരും മരണമടഞ്ഞു. തിത്വാൾ മുസഫറാബാദിന് ഏറെ അടുത്തായിരുന്നതുകൊണ്ടു വീണ്ടും ഇന്ത്യൻ സേനയ്ക്കുനേരെ കടുത്ത ആക്രമണങ്ങളുണ്ടായി. സെന്നിന്റെ കീഴിലുണ്ടായിരുന്ന ബ്രിഗേഡിലെ മൂന്നു ബറ്റാലിയനുകൾ ശത്രുവിന്റെ കടുത്ത എതിർപ്പിനെ അതിജീവിച്ചുകൊണ്ട് മേയ് 27-ാം തീയതി ഉറുസ എന്ന സ്ഥലം പിടിച്ചെടുത്തു. ശത്രുവിന്റെ ശക്തമായ ഒരു സൈനിക സങ്കേതം സ്ഥിതി ചെയ്തിരുന്ന ചക്കോത്തി ഉറുസയിൽ നിന്നു വെടിപ്പാട് അകലെയായിരുന്നു. എങ്കിലും ഡോമലിനുനേരെയുള്ള ഇന്ത്യൻ സേനയുടെ ആക്രമണം പാക് സൈന്യം ശക്തമായി നേരിട്ടു. ഇന്ത്യൻ സേന ഉറിയിലേക്ക് പിൻവാങ്ങി. ഡോമലും മുസഫറാബാദും പിടിച്ചടക്കാൻ ഇന്ത്യൻ സേനയ്ക്കു കഴിഞ്ഞില്ലെങ്കിലും തിത്വാളിന്റെ നിയന്ത്രണം ഭാവിയിൽ കാശ്മീർ താഴ്‌വരയിലേക്കു പാക്സൈന്യത്തിന്റെ നീക്കം അസാധ്യമാക്കി. 3500 ചതുരശ്ര നാഴിക

വിസ്തീർണമുള്ള പ്രദേശങ്ങൾ കൂടെ ഇന്ത്യയുടെ കൈവശമായി. മുസഫറാബാദിൽ നിന്നു 18 നാഴിക മാത്രം അകലത്തിൽ ഇന്ത്യൻ സൈന്യം നിലയുറപ്പിച്ചു. ആസാദ് കാശ്മീരിന്റെ തലസ്ഥാനം മുസഫറാബാദ് ആണെന്ന കാര്യം ഓർക്കേണ്ടതാണ്. അവരുടെ പ്രധാന സൈനികതാവളവും അവിടെ തന്നെ.

അടുത്ത നീക്കം രസ്ദനംഗൻ ചുരം പിടിച്ചെടുക്കുകയായിരുന്നു. അതിനു മുമ്പ് ശ്രീനഗറിനു 35 നാഴിക വടക്കുള്ള ബന്ദിപ്പൂരിനു ഭീഷണിയായി നിലകൊണ്ട ട്രഗ്ബാലിലെ പാകിസ്ഥാൻ ഭടന്മാരെ ഒഴിപ്പിക്കേണ്ടത് ആവശ്യമായിരുന്നു. ഇന്ത്യൻ വായുസേനാ വിമാനങ്ങൾ ട്രഗ്ബാലിനുമേൽ ഉതിർത്ത നിരന്തരമായ വെടിയിൽ പരിഭ്രാന്തരായ പാക് സൈന്യം അവിടം വിട്ടോടിപ്പോയി. ബന്ദിപ്പൂരിൽ നിന്നു ട്രഗ്ബാലിലേയ്ക്കുള്ള വഴി ദുർഗ്ഗമമായിരുന്നു. ഇന്ത്യൻ സേനയിലെ എഞ്ചിനീയർമാർ അവിടെ ഒരു പുതിയ റോഡുണ്ടാക്കി. മേയ് 21-ാം തീയതി സൈനികവാഹനങ്ങൾ ഒരുവിധം ട്രഗ്ബാലിലെത്തി. അവിടെ നിന്നു രസ്ദനംഗനിലേക്കുള്ള എട്ടുനാഴിക കയറ്റം എത്രയും ശ്രമകരമായിരുന്നു. വിശാലമായ ഹിമമേഖലയിൽ വഴി തെറ്റിപ്പോകാതെയും ശത്രുവിന്റെ ദൃഷ്ടിയിൽപ്പെടാതെയും രസ്ദനംഗനിൽ എത്തിച്ചേർന്ന ഇന്ത്യൻ സേന തിത്വാളിലെന്ന പോലെ ശത്രുവിനെ പെട്ടെന്നുള്ള പ്രത്യക്ഷപ്പെടൽ മൂലം ഞെട്ടിപ്പിച്ചു. അവർ പാളയം വിട്ട് ഓടിപ്പോയി. രണ്ടു ബറ്റാലിയൻ ഭടന്മാരെയും ഒരു മൗണ്ടൻ ബാറ്ററിയേയും അവിടെ നിറുത്തി.

ഗുരിയാസ് താവളത്തിലെ പാക് പടപ്പാളയമായിരുന്നു അടുത്ത ലക്ഷ്യം. ആർക്ടിക് മേഖലയ്ക്കു സമാനമായ ആ പ്രദേശത്ത് കുന്നുകളിലെല്ലാം പാകിസ്ഥാൻ പട്ടാളങ്ങൾ നിലയുറപ്പിച്ചിരുന്നു. ഏറ്റവും താണ പ്രദേശം പോലും സമുദ്ര നിരപ്പിൽ നിന്ന് 11,000 അടി മുകളിലായിരുന്നു. ജൂൺ 25-ാം തീയതി രസ്ദനംഗനിൽ നിന്നു പുറപ്പെട്ട ഇന്ത്യൻ സൈന്യം മെനൺ (12,857അടി) ഷേട്ഹിൽ (11,978 അടി), കേസർ (14,218 അടി) എന്നീ കുന്നുകൾ കീഴടക്കി ജൂൺ 28-ാം തീയതി ഗുരിയാസ് താവളം പിടിച്ചെടുത്തു.

1948 ഫെബ്രുവരി മധ്യത്തിൽ തന്നെ പത്താൻമാർ ലേഹ് പിടിച്ചടക്കാൻ ശ്രമിക്കുകയാണെന്നു ശത്രുവിന്റെ റേഡിയോ സിഗ്നലുകളിൽ നിന്നു മനസിലായി. 'ഓപ്പറേഷൻ സ്ലെഡ്ജ്' എന്നായിരുന്നു പദ്ധതിയുടെ കോഡ് നാമം. മഞ്ഞുമൂടിയ ഭൂമിയിലൂടെയുള്ള പ്രയാണമാണ് പദ്ധതിയെന്നു കോഡ് നാമത്തിൽ നിന്നു മനസിലാക്കാം. ജിൽജിത്തിൽ നിന്ന് സ്കാർഡു, കാർഗിൽ എന്നീ മാർഗങ്ങളിലൂടെ തണുപ്പു കാലത്ത് യാത്ര ചെയ്ത് ലേഹിലെത്തി ആ പട്ടണങ്ങൾ കീഴടക്കി വയ്ക്കുകയാണു ഓപ്പറേഷൻ സ്ലെഡ്ജ്. ലേഹിൽ യാതൊരു വിധ പ്രതിരോധ സജ്ജീകരണങ്ങളുമില്ലാതിരുന്നതിനാലാണ് രണ്ടു കൂമവോണി ഓഫീസർമാരെ അങ്ങോട്ടയച്ചത്. പിന്നീട്, കുളു താഴ്വര (ഹിമാചൽ പ്രദേശ്) യിലെ മണാലിയിൽ നിന്നു രണ്ടു കമ്പനി ഇന്ത്യൻ സേനയേയും അങ്ങോട്ട

യച്ചു. സോജിലാവഴി ആദ്യസംഘം ലേഹിലെത്തിയതു പോലെ തന്നെ അത്ഭുതകരമായ ധീരോദാത്തതയാണ് മണാലിയിൽ നിന്നുള്ള ഈ പ്രയാണത്തിലും പ്രകടമായത്. ആദ്യഘട്ടം ദുഷ്കരമായ കൊടുങ്കാടായിരുന്നു. പിന്നീടുള്ള ഭാഗം ശരാശരി 15,000 അടി പൊക്കമുള്ള മഞ്ഞു മൂടിയ ഹിമാലയൻ മേൽത്തട്ടായിരുന്നു. ഈ രണ്ടു സാഹസികതകളോടും കിടനിൽക്കുന്നതാണ് ലേഹിലുണ്ടാക്കിയ താൽക്കാലിക വിമാനത്താവളത്തിലേക്കുള്ള ആദ്യ വിമാനയാത്ര. യാതൊരു നാവിഗേഷൻ ഉപകരണങ്ങളുമില്ലാതെ ഒരു വിമാനം അപരിചിതമായ ഭൂമിക്കു മുകളിൽ 23,000 അടി പൊക്കത്തിൽ പറത്തി എയർ കമോഡോർ മേഹർ സിംഗ് തീരെ നിരപ്പില്ലാത്ത ലേഹ് വിമാനത്താവളത്തിലിറക്കി. വിമാനത്തിലുണ്ടായിരുന്നത് ലേഹ് താവളത്തിന്റെ പരിശോധനയ്ക്കെത്തിയ മേജർ ജനറൽ തിമ്മയ്യയായിരുന്നു. ലേഹിലെ പ്രതിരോധം അപര്യാപ്തമെന്നു കണ്ട് രണ്ടു ബറ്റാലിയൻ ഗൂർഖകളെ കൂടി വിമാനങ്ങളിൽ ലേഹിലെത്തിച്ചു. 11,554 അടി ഉയരത്തിലുള്ള ലേഹ് വിമാനത്താവളത്തിൽ ആദ്യമായി വിമാനം ഇറങ്ങിയത് മേയ് 24–ാം തീയതിയായിരുന്നു. ജൂൺ മാസത്തോടുകൂടി ഗൂർഖാകളും എത്തി. ജൂലൈ 11–ാം തീയതി ആയിരത്തോളം വരുന്ന ശത്രുസൈന്യം 3.7 ടൺ ഹൊവിറ്റ്സറുകളുമായാണ് ലേഹിനെ ആക്രമിച്ചത്. ആക്രമണത്തെ തുരത്താൻ ഇന്ത്യൻ സൈന്യത്തിനു കഴിഞ്ഞു.

ലേഹ് പ്രതിരോധിക്കപ്പെട്ടുവെങ്കിലും സോജിലാ ചുരവും കാർഗിലും ശത്രുവിനധീനമായിരുന്നത് ശ്രീനഗറും ലേഹുമായുള്ള ബന്ധം അസാധ്യമാക്കി. ശീതകാലാരംഭത്തിനു മുമ്പു തന്നെ അവ മോചിപ്പിക്കപ്പെട്ടില്ലെങ്കിൽ പിന്നീട് അടുത്ത വേനൽക്കാലം വരെ കാത്തിരിക്കേണ്ടിവരും. സോജിലാചുരത്തിന്റെ വശങ്ങളിൽ മൂന്നിടത്തു ശത്രുസൈന്യം നിലയുറപ്പിച്ചിരുന്നു. അവയ്ക്കുനേരെ നേരിട്ടുള്ള ആക്രമണങ്ങൾ വിഫലമായിപ്പോയി.തന്മൂലം, തിത്വാളിലും രസ്ദനംഗനിലുമെന്ന പോലെ അപ്രതീക്ഷിതമായ ആക്രമണത്തിനു പദ്ധതിയിട്ടു. ജമ്മുവിൽ ടാങ്കുകളുമായി ശത്രുവിന്റെ പിന്നിലെത്തുകയായിരുന്നു ജന.തിമ്മയ്യയുടെ പദ്ധതി. ജമ്മുവിൽ നിന്നു ബാൽട്ടാൽ എന്ന പട്ടണം വരെയുള്ള (260 നാഴിക) റോഡ് തൂക്കായ മലഞ്ചെരിവുകളിലൂടെയാണ് നിർമിക്കപ്പെട്ടിരുന്നത്. പോരെങ്കിൽ രംബനിലെ പാലം തീരെ ദുർബലവുമായിരുന്നു. ജമ്മുവിൽ നിന്ന് ഏഴു ടാങ്കുകൾ ഒരുവിധം ബൽട്ടാലിൽ എത്തിച്ചു. ബൽട്ടാലിൽ നിന്നു സോജിലയിലേക്കു റോഡില്ല. അവ തമ്മിലുള്ള അകലം നാലുനാഴിക മാത്രമാണെങ്കിലും ബൽട്ടാലിൽ നിന്നും 3000 അടി പൊക്കത്തിലാണ് സോജില. തൂക്കായ മലയുടെ വശത്തുകൂടെ വേണം റോഡു വെട്ടിയുണ്ടാക്കാൻ. മദ്രാസ് എഞ്ചിനീയറിംഗ് ഗ്രൂപ്പിലെ എൻജിനീയർ മേജർ തങ്കരാജ് അതിന്റെ ചുമതല ഏറ്റെടുത്ത് രണ്ടു മാസംകൊണ്ട് അതുപൂർത്തിയാക്കി. കടുത്ത കയറ്റവും അപ്പുറം കാണാനാവാത്ത കൊടും വളവുകളുമുള്ള ഈ പാത തങ്കരാജ് റോഡ്

എന്നു നാമകരണം ചെയ്യപ്പെട്ടു. നവംബർ ഒന്നിനു സോജിലയിലെത്തിയില്ലെങ്കിൽ അതിശൈത്യത്തിൽ ഒന്നും ചെയ്യാനാവാതെ വരും. മഴയും ഹിമപാതവും തടസമായി. നല്ല ഹിമപാതം ഉണ്ടായിരുന്നിട്ടും നവംബർ ഒന്നാം തീയതി തന്നെ ടാങ്കുകളും ജവാന്മാരും ബൽട്ടാലിൽ നിന്നുപുറപ്പെട്ടു. വിമാനം വഴികാട്ടി. അന്നുരാത്രി ഒമ്പതു മണിക്കു മുമ്പു തന്നെ ഏഴു ടാങ്കുകളും ശത്രുവിനെ വളഞ്ഞു. ശത്രുസൈന്യം പതിയിരുന്ന ബങ്കറുകളിലേക്കു ടാങ്കുകളിൽ നിന്നു വെടി ഉതിർത്തു. ബങ്കറുകൾ പൊളിക്കാൻ ടാങ്കുകൾക്കു കഴിയുമായിരുന്നില്ലെങ്കിലും പരിഭ്രാന്തരായ ഭടന്മാർ പുറത്തു ചാടി ഓടി. മുകളിൽ നിന്നു വിമാനങ്ങൾ അവർക്കു നേരെ നിറയൊഴിച്ചു. ഗൺറി, മച്ചോർ, മടയൻ, ദ്രാസ് എന്നീ ശത്രു താവളങ്ങൾ കീഴടങ്ങി. നവംബർ 23–ാം തീയതി കാർഗിൽ പിടിച്ചടക്കി. ശ്രീനഗറിലേക്കും ലേഹിലേക്കും വഴികളുള്ള ഖലാറ്റ്സേ എന്ന പട്ടണം അടുത്ത ദിവസം മോചിതമായി. ശ്രീനഗറിനും ലഡാക്കിനും നേരെയുള്ള ഭീഷണികൾ അതോടെ അവസാനിച്ചു.

രജൗറി തിരിച്ചു പിടിച്ചശേഷം ജന. ആത്മസിംഗിന്റെ അടുത്ത പദ്ധതി ആറുമാസത്തിനുമേൽ ഒറ്റപ്പെട്ടു കിടന്ന പൂഞ്ചിലെ ഇന്ത്യൻ സേനയെ രക്ഷിക്കുക എന്നതായിരുന്നു.സെപ്റ്റംബർ മാസത്തോടു കൂടി പൂഞ്ചിനു ചുറ്റുമുള്ള പാകിസ്ഥാന്റെ വലയം കൂടുതൽ ദൃഢമാക്കിയിരുന്നു. പൂഞ്ചിലെ വിമാനത്താവളം നിരുപയോഗമാക്കപ്പെട്ടു. നാലുഘട്ടങ്ങളായാണ് പൂഞ്ച് തിരിച്ചുപിടിക്കൽ നടപ്പാക്കാൻ തീരുമാനിച്ചത്. രജൗറിക്കും സമീപപ്രദേശങ്ങൾക്കും നേരേ പാകിസ്ഥാൻ പട്ടാളത്തിന്റെ കനത്ത ഷെൽവർഷം തുടർന്നുകൊണ്ടിരുന്നു. ഝങ്കറിനു നേരെയുള്ള ഷെൽവർഷത്തിനിടയിൽ, നൌഷേരാ വിമോചനത്തിന്റെ സൂത്രധാരനും ജവാന്മാർക്കു പ്രിയങ്കരനുമായിരുന്ന ബ്രിഗേഡിയർ ഉസ്മാൻ രക്തസാക്ഷിയായി. ഇത് ഇന്ത്യക്കു കനത്ത ആഘാതമായിരുന്നെങ്കിലും രണ്ടുദിവസം കൊണ്ട് രജൗറിക്കു 12 നാഴിക വടക്കുള്ള ഠാണാമന്ദി ഇന്ത്യൻ സേന പിടിച്ചെടുത്തു. തുടർന്ന് രജൗറിക്കും ഠാണാമന്ദിക്കും ഇടയ്ക്കുള്ള ശത്രുസങ്കേതങ്ങൾ തുടച്ചുനീക്കപ്പെട്ടു. അടുത്ത ഘട്ടം പീർബഡേസർ, പീർകലേവാർ എന്നീ പ്രദേശങ്ങൾ പിടിക്കുകയായിരുന്നു. മൂന്നാം ഘട്ടം സാംഗിയോട് എന്ന ശത്രുസങ്കേതം പിടിക്കുക എന്നതായിരുന്നു. ഠാണാമന്ദിക്കും സാംഗിയോട്ടിനും ഇടയ്ക്ക് ഏഴുബറ്റാലിയൻ പാകിസ്ഥാൻ സൈന്യങ്ങളാണ് നിലയുറപ്പിച്ചിരുന്നത്. ഒക്ടോബർ 13–14 രാത്രി ടാണാമന്ദിയിൽ നിന്നു പുറപ്പെട്ട ഇന്ത്യൻ സൈന്യം നിരവധി സംഘട്ടനങ്ങൾക്കു ശേഷം 5432 അടി പൊക്കത്തിലുള്ള പീർ ബഡേസർ പിടിച്ചടക്കി. പിറ്റേദിവസം വൈകുന്നതിനു മുമ്പ് മറ്റൊരു ബറ്റാലിയൻ പീർ കലേവറും പിടിച്ചടക്കി. പീർകലേവർ പിടിച്ചടക്കിയതോടെ ഠാണാമന്ദിലേക്കുള്ള റോഡിനുമേൽ ശത്രുവിനുണ്ടായിരുന്ന നിയന്ത്രണം അയഞ്ഞു. പൂഞ്ചിലേക്കുള്ള പാതയിൽ മെന്ധാർ ഗ്രാമത്തിലും രാംഗാർ കോട്ടയിലും ഓരോ ബറ്റാലിയൻ പാക് സൈന്യം നിലയുറപ്പിച്ചിരുന്നു. ഇന്ത്യൻ

സൈന്യം രണ്ടായി പിരിഞ്ഞ് ഒന്ന് മെന്ഡാറിലേക്കും മറ്റേത് റാംഗാറിലേക്കും പുറപ്പെട്ടു. നവംബർ 7-8 രാത്രിപുറപ്പെട്ട ആദ്യവിഭാഗം 8-ാം തീയതി വൈകുന്നേരം ഭിംബർ ഗാലിയും 9-ാം തീയതി ചുറ്റുമുള്ള ശത്രു താവളങ്ങളും പിടിച്ചടക്കി. മറ്റേ വിഭാഗം ഇന്ത്യൻ സേന 9-ാം തീയതി ഒരു പൊരിഞ്ഞ യുദ്ധത്തിൽ രജൗറിയിൽ നിന്നു 5 നാഴിക വടക്കുപടിഞ്ഞാറുള്ള രാംഗാർ കോട്ട പിടിച്ചടക്കി. കോട്ടയ്ക്കകത്തുണ്ടായിരുന്ന മൂന്നു ശത്രു ബറ്റാലിയനുകളിൽ 200 പേർ മരണപ്പെട്ടു. വലിയൊരു ആയുധശേഖരം ഇന്ത്യക്കു ലഭിച്ചു. നവംബർ 19-ാം തീയതി രാത്രി പൂഞ്ചിൽ ഒരു വർഷമായി ഒറ്റപ്പെട്ടു കിടന്ന ഇന്ത്യൻ സൈന്യത്തിന്റെ കമാന്റർ ബ്രിഗേഡിയർ പ്രീതം സിംഗ് അഞ്ചു നാഴിക തെക്കുള്ള ഒരു ശത്രുപാളയം പിടിച്ചടക്കി. 20-ാം തീയതി ഉച്ചയ്ക്ക് 2 മണിക്ക് രജൗറിയിൽ നിന്നു വന്ന ബ്രിഗേഡിയർ യദുനാഥ് സിംഗും പ്രീതംസിംഗും തമ്മിൽ സന്ധിച്ചു. പൂഞ്ചിനു ചുറ്റുമുള്ള ശത്രുസങ്കേതങ്ങളെല്ലാം ഡിസംബർ 14-നു മുമ്പു നിർമാർജ്ജനം ചെയ്യപ്പെട്ടു. തുടർന്ന് ഐക്യരാഷ്ട്ര സഭയുടെ നേതൃത്വത്തിൽ നടന്ന വെടിനിറുത്തൽ ചർച്ചാകാലത്ത് നൗഷേരയ്ക്കു നേരെ നിരന്തരമെന്നോണം ശത്രുവിന്റെ ഷെൽവർഷം തുടർന്നു. 1949 ജനുവരി ഒന്നാം തീയതി പുലർച്ചയ്ക്കു നിലവിൽവന്ന വെടിനിറുത്തലിനുമുമ്പ് ഷെൽവർഷം അതിഘോരമായിരുന്നു. എങ്കിലും ജമ്മുവിൽ നിന്നും നൗഷേര, രജൗറി, പൂഞ്ച് എന്നീ പട്ടണങ്ങൾ വഴി ഉറിയിലേക്കുള്ള റോഡ് പൂർണമായും വിമോചിതമായി.

വെടിനിറുത്തൽ

1948 ഏപ്രിൽ 21-ാം തീയതിയിലെ രക്ഷാസമിതി പ്രമേയത്തിനുമേൽ കുറെ നാളത്തേക്കു നടപടി ഒന്നും ഉണ്ടായില്ല. ജമ്മു കാശ്മീരിൽ യുദ്ധം കൂടുതൽ രൂക്ഷമായത് ഈ പ്രമേയത്തിനു ശേഷമാണെന്നു നാം കണ്ടു. ആസാദ് കാശ്മീർ പൂഞ്ച് (AKP) സൈന്യം എന്ന പേരിൽ മൂന്നു ബ്രിഗേഡുകളുള്ള ഒരു ഡിവിഷൻ പാകിസ്ഥാൻ രൂപീകരിച്ചിരുന്നു. കൂടാതെ പത്താൻമാരെ ഉൾപ്പെടുത്തി ഒരു പാക്സൈന്യവ്യൂഹത്തെ ജിൽജിത്ത്, ബാൽട്ടിസ്ഥാൻ, ലഡാക്ക് എന്നീ പ്രദേശങ്ങളിലും വിന്യസിച്ചിരുന്നു. പക്ഷേ ഇതൊന്നും അവർ രക്ഷാസമിതിയിൽ സമ്മതിച്ചില്ല.

1948 ഏപ്രിൽ 21-ാം തീയതിയിലെ പ്രമേയം ഇന്ത്യ അംഗീകരിച്ചില്ലെങ്കിലും അതുമായി സഹകരിക്കാൻ ഇന്ത്യ ഒരുങ്ങി. ഇന്ത്യക്കും പാകിസ്ഥാനും വേണ്ടിയുള്ള യു എൻ കമ്മീഷനിൽ ഇന്ത്യ ചെക്കോസ്ലാവാക്യയുടെ പ്രതിനിധിയേയും പാകിസ്ഥാൻ അർജന്റീനയുടെ പ്രതിനിധിയേയും നിർദേശിച്ചു. രക്ഷാസമിതി നിർദേശിച്ചത് അമേരിക്ക, ബൽജിയം, കൊളംബിയ എന്നീ രാജ്യങ്ങളുടെ പ്രതിനിധികളെയാണ്. കമ്മീഷൻ ആദ്യമായി ജൂലൈ 7-ാം തീയതി കറാച്ചിയിലെത്തി. അപ്പോഴേക്കും ജമ്മു കാശ്മീരിൽ പാകിസ്ഥാൻ സൈന്യത്തിന്റെ സാന്നിധ്യം ഒളിച്ചുവയ്ക്കാനാവാത്തവണ്ണം പ്രകടമായിരുന്നു. അതുകൊണ്ട് മേയ് മാസം മധ്യ

ത്തിനു ശേഷം തങ്ങൾ പാക് സൈന്യത്തെ കാശ്മീരിലേക്കയച്ചിട്ടുണ്ട് എന്നു പാകിസ്ഥാൻ കമ്മീഷനെ അറിയിച്ചു. പാകിസ്ഥാൻ അപ്രകാരം ചെയ്യുന്നതിനുള്ള കാരണം പാക് സൈന്യാധിപൻ ജന. ഡോഗ്ലസ് ഗ്രേസി വിശദീകരിച്ചു. ഇന്ത്യ യുദ്ധം മൂർച്ഛിപ്പിച്ചതു കാരണം ജമ്മു കാശ്മീരിൽ നിന്നു ധാരാളം മുസ്ലീങ്ങൾ പാകിസ്ഥാനിലേക്ക് അഭയാർഥികളായൊഴുകി. അവരെ പിന്തുടർന്ന് ഇന്ത്യൻ സൈന്യം അതിർത്തി ലംഘിച്ചേക്കുമെന്നുതോന്നിയതിനാൽ പ്രതിരോധാർത്ഥം പാക് സൈന്യത്തെ അയച്ചു. ഈ സ്ഥിതി വിശേഷം ഏപ്രിൽ 21 ലെ പ്രമേയത്തിൽ പരിഗണിച്ചിട്ടില്ലായിരുന്നതുകൊണ്ട് അതുകൂടെ പരിഗണിച്ച് മറ്റൊരു യു എൻ പ്രമേയം ആവശ്യമായിത്തീർന്നു. അതിനുവേണ്ടി പാകിസ്ഥാനോടും ഇന്ത്യയോടും കമ്മീഷൻ ചർച്ച ആരംഭിച്ചു. പാകിസ്ഥാൻ ആക്രമണകാരിയായതുകൊണ്ട് അവരുടെ പരാതി രക്ഷാസമിതി സ്വീകരിച്ചതിനെ ഇന്ത്യ എതിർത്തു. പാക്സൈന്യം കാശ്മീരിൽ നിന്നു പിൻവാങ്ങിയാലല്ലാതെ ജനഹിത പരിശോധന സാധ്യമല്ലെന്നും ഇന്ത്യ പറഞ്ഞു. പാകിസ്ഥാൻ സൈന്യം പിൻമാറിക്കഴിഞ്ഞാൽ അവരുടെ കൈവശമുള്ള സ്ഥലത്ത് കാശ്മീർ സർക്കാരിന്റെ ഭരണം വ്യാപിപ്പിക്കുകയില്ലെന്നു നെഹ്റു കമ്മീഷന് ഉറപ്പു നൽകി. എങ്കിലും ആ സ്ഥലങ്ങൾക്കു മേലുള്ള കാശ്മീരിന്റെ പരമാധികാരം യു എൻ അംഗീകരിക്കണമെന്ന് അദ്ദേഹം നിഷ്കർഷിച്ചു. കാശ്മീരിന്റെ നിയമ സമാധാനപാലനത്തിനും പ്രതിരോധത്തിനും അത്യാവശ്യമായ ഇന്ത്യൻസേനയെ മാത്രമേ ജമ്മുകാശ്മീരിൽ നിറുത്തുകയുള്ളൂ എന്ന് അദ്ദേഹം ഉറപ്പു നൽകി. കമ്മീഷന്റെ റിപ്പോർട്ടിനെ അടിസ്ഥാനമാക്കി 1948 ആഗസ്റ്റ് 13-ാം തീയതി രക്ഷാസമിതി മറ്റൊരു പ്രമേയം പാസാക്കി.

പ്രമേയത്തിനു മൂന്നു വകുപ്പുകളുണ്ടായിരുന്നു. (1) രണ്ടുകക്ഷികളും പ്രമേയം അംഗീകരിച്ചുകഴിഞ്ഞാൽ നാലു ദിവസത്തിനകം ഇരുസൈന്യങ്ങളും വെടിനിറുത്തണം. വെടിനിറുത്തൽ രേഖ നിർണയിക്കാൻ ഒരു സൈനിക കമ്മീഷനെ നിയമിക്കും. (2) പാകിസ്ഥാൻ സൈന്യം കാശ്മീരിലുണ്ടാവുന്നത് ജനഹിത പരിശോധനയെ ബാധിക്കുമെന്നുള്ളതിനാൽ സൈന്യത്തെ പിൻവലിക്കാൻ പാകിസ്ഥാൻ സമ്മതിച്ചു. പാക് പട്ടാളവും ഗിരിവർഗക്കാരും ഒഴിഞ്ഞുപോയാൽ അവർ കൈവശം വച്ചിരിക്കുന്ന സ്ഥലങ്ങളുടെ ഭരണം പ്രാദേശിക ഭരണസമിതികളെ ഏൽപ്പിക്കണം. ഇന്ത്യൻ സേനയുടെ നിയന്ത്രണത്തിലുള്ള പ്രദേശങ്ങളിലെ ഭരണവും പ്രാദേശിക സമിതികളെ ഏൽപ്പിക്കണം. അവയെ സഹായിക്കാനാവശ്യമുള്ള ഇന്ത്യൻ സൈന്യത്തെ മാത്രമേ ജമ്മു കാശ്മീരിൽ നിറുത്താൻ പാടുള്ളൂ. (3) ജമ്മു കാശ്മീരിലെ ഭാവി ഗവൺമെന്റിനെ ജനഹിതമനുസരിച്ചു തീരുമാനിക്കണം.

വെടിനിറുത്തലിനുമുമ്പ് ആവുന്നേടത്തോളം പ്രദേശങ്ങൾ കീഴടക്കി വയ്ക്കാനായിരുന്നു ഇരുരാജ്യങ്ങളുടെയും ശ്രമം. അതുകൊണ്ട് സമയലാഭത്തിനു വേണ്ടി രണ്ടു രാജ്യങ്ങളും പ്രമേയം സ്വീകരിക്കുന്നതിന് ഉപാ

ധികൾ മുന്നോട്ടു വച്ചു. ഇന്ത്യയുടെ ഉപാധികൾ ഇവയായിരുന്നു: (എ) പാകിസ്ഥാൻ പട്ടാളം വിട്ടൊഴിയുന്ന പ്രദേശങ്ങളുടെമേൽ ജമ്മു കാശ്മീർ ഗവൺമെന്റിനുള്ള പരമാധികാരം ചോദ്യം ചെയ്യപ്പെടാവുന്നതല്ല (ബി) ആസാദ് കാശ്മീർ ഗവൺമെന്റിനെ അംഗീകരിക്കാനാവില്ല. (സി) ഒത്തുതീർപ്പു വ്യവസ്ഥകൾ നിലനിൽക്കുന്ന കാലത്ത് പാക്പട്ടാളം ഒഴിഞ്ഞു പോകുന്ന പ്രദേശങ്ങളെ ജമ്മു കാശ്മീരിനു ഹാനികരമാംവിധം കൂട്ടിച്ചേർക്കാൻ പാടില്ല (ഡി) ഇന്ത്യൻ സൈന്യം എപ്പോൾ പിൻവാങ്ങണമെന്നും എപ്രകാരം പിൻവാങ്ങണമെന്നും എത്രമാത്രം പിൻവാങ്ങണമെന്നുമുള്ള കാര്യങ്ങൾ ഇന്ത്യയും കമ്മീഷനുമായി കൂടിയാലോചിച്ചു തീരുമാനിക്കും (ഇ) ജനഹിതപരിശോധന നടക്കുകയാണെങ്കിൽ അതിൽ പാകിസ്ഥാന് ഒരു പങ്കും ഉണ്ടാവാൻ പാടില്ല. പാകിസ്ഥാനും ചില ഉപാധികൾ മുന്നോട്ടു വച്ചു. അവ സ്വീകരിച്ചാൽ പ്രമേയം നിഷ്ഫലമാകുമെന്നു തോന്നിയതിനാൽ കമ്മിഷൻ അവയെ തള്ളിക്കളഞ്ഞു. ഈ വ്യവസ്ഥകൾക്കു വിധേയമായി ഡിസംബർ 23–ാം തീയതി ഇന്ത്യയും ഡിസംബർ 25–ാം തീയതി പാകിസ്ഥാനും ആഗസ്റ്റിലെ പ്രമേയം അംഗീകരിച്ചതായി അറിയിച്ചു. അതിൻപ്രകാരം 1948 ഡിസംബർ 31/1949 ജനുവരി ഒന്നു അർദ്ധരാത്രിക്ക് വെടിനിറുത്താൻ ഇരുകക്ഷികളും സമ്മതിച്ചു.

പ്രമേയത്തിലെ രണ്ടും മൂന്നും ഭാഗങ്ങളെപ്പറ്റി യു എൻ സി പി 1949 ജനുവരി 5–ന് മറ്റൊരു പ്രമേയം പാസാക്കി. അത് ആഗസ്റ്റ് 13–ലെ പ്രമേയത്തിലെ വകുപ്പ് 3 ന്റെ അനുബന്ധമായി ചേർത്തു. അതിലെ വ്യവസ്ഥകൾ താഴെപ്പറയുന്നവയാണ്. (1) ജമ്മു കാശ്മീരിന്റെ സംയോജനം ഒരു നിഷ്പക്ഷ ഹിതപരിശോധനയിലൂടെ നിർണയിക്കും (2) ആഗസ്റ്റ് 13–ലെ പ്രമേയത്തിലെ ഒന്നും രണ്ടും ഭാഗങ്ങൾ നടപ്പിലായിക്കഴിഞ്ഞ ശേഷമായിരിക്കും ജനഹിത പരിശോധന(3) ജനഹിത പരിശോധനയുടെ മേൽനോട്ടത്തിനായി ഉന്നതസ്ഥാനീയനായ ഒരു ലോകനേതാവിനെ യു എൻ സെക്രട്ടറി ജനറൽ നിയമിക്കും (4) കാശ്മീരിന്റെ ഇരുഭാഗത്തും എത്ര സുരക്ഷാസേനയെ നിറുത്താമെന്ന കാര്യം ഹിതപരിശോധനാ അഡ്മിനിസ്ട്രേറ്റർ തീരുമാനിക്കും. (5) ഇരു ഭാഗത്തെയും സിവിൽ–സൈനികവിഭാഗങ്ങൾ ജനഹിത പരിശോധന അഡ്മിനിസ്ട്രേറ്ററെ വേണ്ടവിധം സഹായിക്കേണ്ടതാണ്. (6) കലാപം മൂലം നാടുവിട്ടുപോയവർക്കെല്ലാം തിരികെ വരാനും വോട്ടു ചെയ്യാനും അവസരം നൽകണം. ആയതിലേക്ക് ഇന്ത്യയും പാകിസ്ഥാനും ഓരോ കമ്മീഷനെ നിയമിക്കേണ്ടതും ആ കമ്മീഷനുകൾ അഡ്മിനിസ്ട്രേറ്ററുടെ കീഴിൽ പ്രവർത്തിക്കേണ്ടതുമാണ്. (7) ജമ്മു കാശ്മീരിലെ എല്ലാ അധികാരികളും നിർഭയമായി പ്രവർത്തിക്കുന്നതിനു സഹായിക്കണം. ന്യായമായ രാഷ്ട്രീയ പ്രവർത്തനങ്ങൾക്കു സാഹചര്യം ഉണ്ടായിരിക്കണം. രാഷ്ട്രീയ തടവുകാരെല്ലാം മോചിപ്പിക്കപ്പെടണം. (8) ജനഹിത പരിശോധനയ്ക്കാവശ്യമായ നിർദേശങ്ങൾക്ക് അഡ്മിനിസ്ട്രേറ്റർക്ക് യു എൻ സി ഐപിയെ സമീപിക്കാം (9) ജനഹിത പരിശോധനയുടെ ഫലം അഡ്മിനിസ്ട്രേ

റ്റർ യു എൻ കമ്മീഷനെ അറിയിക്കണം. (10) ആഗസ്റ്റ് 13– ലെ പ്രമേയത്തിലെ 3–ാം വകുപ്പിൽ പറയുന്ന പ്രകാരമുള്ള ചർച്ചകളിൽ അഡ്മിനിസ്ട്രേറ്റർക്കും പങ്കെടുക്കാം.

യു എൻ സി ഐ പിയുടെ കീഴിൽ വെടിനിറുത്തൽ കരാറുണ്ടാക്കാൻ ഒരു മൂന്നംഗ സബ് കമ്മിറ്റിയെ നിയമിച്ചു. ഇന്ത്യയിലെ ലഫ്. ജന. എസ് എം ശ്രീനഗേഷ്, മേജർ ജന. കെ എസ് തിമ്മയ്യ, ബ്രിഗേഡിയർ എസ് എച്ച് എഫ് ജെ. മനെക്ഷാ എന്നിവരും പാകിസ്ഥാനിലെ മേ.ജന. ഡബ്ലിയൂ ജെ കാതോൺ, മേ. ജന. നസീർ അഹമ്മദ്, ബ്രിഗേഡിയർ എം. ഷേർഖാൻ എന്നിവരും നിരീക്ഷകരായി നിയമിക്കപ്പെട്ടു. 1949 ജൂലൈ 18 മുതൽ 27 വരെ സബ്കമ്മിറ്റിയും നിരീക്ഷകരും സമ്മേളിച്ച് വെടിനിറുത്തൽ രേഖയ്ക്ക് അവസാന രൂപം നൽകി* (ചിത്രം 3). വെടി നിറുത്തലിന് ഇന്ത്യ സമ്മതിച്ചത് അൽപ്പം ധൃതിയിലായിപ്പോയി എന്നും കുറേക്കൂടെ സാവകാശം കിട്ടിയിരുന്നെങ്കിൽ ഇന്ത്യൻ സൈന്യം കാശ്മീർ മുഴുവൻ തിരിച്ചുപിടിക്കുമായിരുന്നുവെന്നും വിമർശനങ്ങളുണ്ട്. ഇതിലൊട്ടും കഴമ്പില്ല. വെടിനിറുത്തൽ സമയമായ ജനുവരി ഒന്നു മുതൽ കാശ്മീരിൽ കടുത്ത ഹിമപാതമാണ് അനുഭവപ്പെടുക. ആ സമയത്ത് ഇന്ത്യൻ സൈന്യത്തിന് ഒന്നും ചെയ്യാൻ സാധിക്കുകയില്ല. പത്താൻമാരുൾപ്പെട്ട പാക്സൈന്യത്തിനാകട്ടെ ഇതു പ്രതികൂല കാലാവസ്ഥയല്ല. പോരെങ്കിൽ പാകിസ്ഥാന്റെ കൈവശമുള്ള പ്രദേശത്തിന്റെ ബഹുഭൂരിഭാഗവും ദുർഗ്ഗമമായ ജിൽജിത്തും ബാൾട്ടിസ്ഥാനുമാണ്. ബ്രിട്ടീഷ് സൈന്യത്തിന്റെ ഭാഗമായിരുന്നു ജിൽജിത്ത്. സ്കൗട്ടും സ്കാർഡുസ്കൗട്ടും ഏറെക്കാലമായി സംരക്ഷിച്ചുപോരുന്ന ആ പ്രദേശങ്ങൾ വേനൽക്കാലത്തു പോലും ഇന്ത്യൻസേനയ്ക്ക് അപ്രാപ്യമാണ്. ഈ പ്രയാസങ്ങൾ അറിയാമായിരുന്ന ഗവർണർ ജനറൽ മൗണ്ട് ബാറ്റൻ കാശ്മീരിനെ വിഭജിക്കാൻ നിർദേശിച്ചതും നെഹ്റു അത് അംഗീകരിച്ചതും ഈ പശ്ചാത്തലത്തിലാണ്. യുദ്ധം നീണ്ടുപോകുന്നത് പാകിസ്ഥാന് അനുകൂലമായിത്തീർന്നേക്കും എന്ന ശങ്ക അടിസ്ഥാനരഹിതമല്ല.

വെടിനിറുത്തൽ നടപ്പിലായി എങ്കിലും തുടർന്നുള്ള നടപടികൾ ഒന്നും നടപ്പായില്ല. പാകിസ്ഥാൻ സൈന്യത്തെ പിൻവലിക്കുക എന്നതായിരുന്നു അടുത്ത നടപടിയെങ്കിലും പാകിസ്ഥാൻ ഓരോ ന്യായങ്ങൾ പറഞ്ഞ് അതിനു തയ്യാറായില്ല. അക്കാരണത്താൽ ഹിതപരിശോധന നടത്താൻ ഇന്ത്യയും തയ്യാറായില്ല. ഇതേപ്പറ്റി ചർച്ച നടന്നുകൊണ്ടിരിക്കവെ തന്നെ ഇക്കാര്യം ആർബിട്രേഷനു വിടണമെന്ന് അമേരിക്കയും ഇംഗ്ലണ്ടും നിർദേശിച്ചു. 1949 ആഗസ്റ്റ് 22–ാം തീയതി നടത്താൻ നിശ്ചയിച്ചിരുന്ന പൊളിറ്റിക്കൽ കോൺഫറൻസിന് നാലു ദിവസം

* ഒരു ഡസൻ രാഷ്ട്രങ്ങൾ സൈനികോദ്യോഗസ്ഥന്മാരെ വെടിനിറുത്തൽ പരിശോധിക്കാൻ അയച്ചുകൊടുത്തിരുന്നു. റാവൽപിണ്ടിയിലും ശ്രീനഗറിലുമായി അവർ പ്രവർത്തിച്ചു.

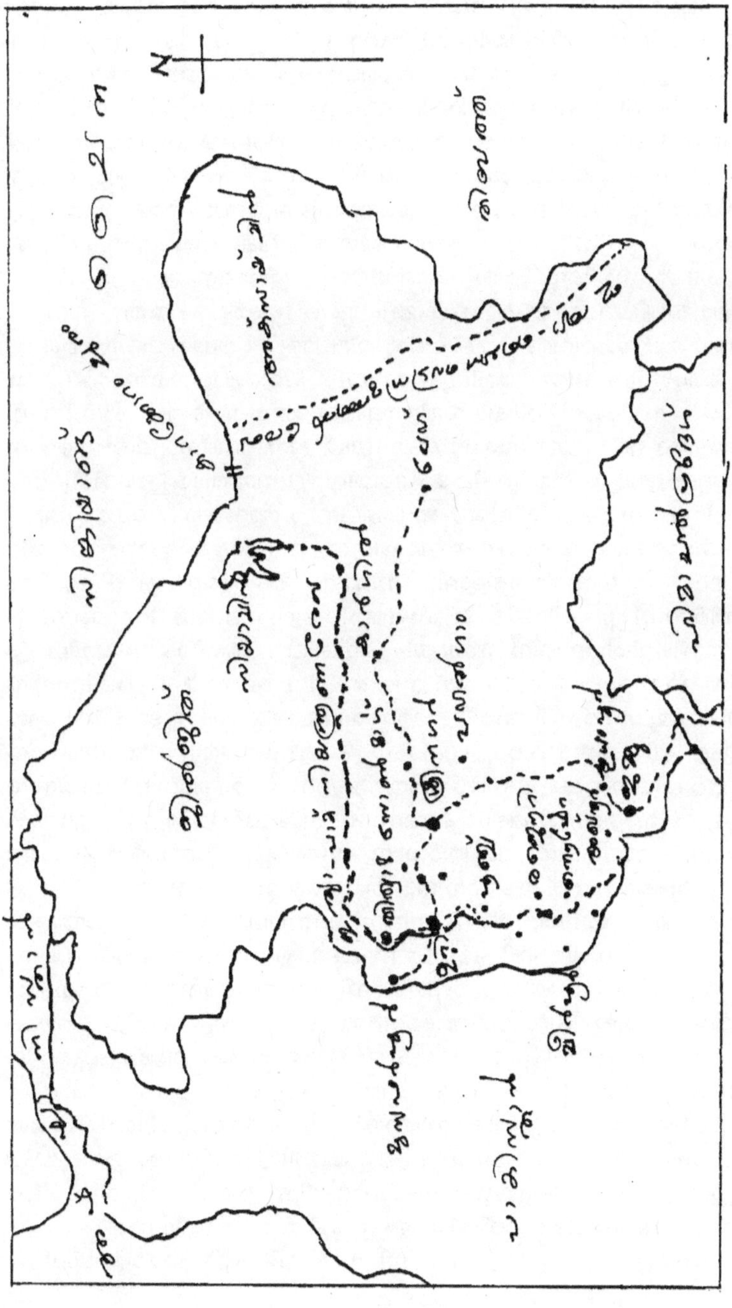

(ചിത്രം 3) ജമ്മുകാശ്മീർ പാക്-ചൈന വെടിനിറുത്തൽ രേഖകൾ

മുമ്പാണ് ഈ നിർദേശം വന്നതും കോൺഫറൻസ് മാറ്റിവച്ചതും. കമ്മീഷനിലെ അമേരിക്കൻ പ്രതിനിധി രഹസ്യ ചർച്ചകൾ പോലും അമേരിക്കയ്ക്കും ഇംഗ്ലണ്ടിനും നൽകുകയാണെന്നും ആ രണ്ടു രാജ്യങ്ങളും അവിഹിതമായി ഇടപെടുകയാണെന്നും ഇന്ത്യൻ പ്രതിനിധി ബി എൻ റാവു ആരോപിച്ചു. ഇതിനിടയിൽ അമേരിക്കയിലെ അഡ്മിറൽ ചെസ്റ്റർ നിമിറ്റ്സിനെ ഹിതപരിശോധനാ അഡ്മിനിസ്ട്രേറ്ററായി യുൻ സെക്രട്ടറി നിശ്ചയിച്ചു. ആഗസ്റ്റ് 13 ലെ പ്രമേയത്തിലെ രണ്ടാം ഭാഗം (സൈന്യ പിന്മാറ്റം) പൂർത്തിയാകാതെ മൂന്നാം ഭാഗത്തിലേക്ക് (ജനഹിത പരിശോധന) കടക്കുന്നതിനെ ഇന്ത്യ എതിർത്തു. അങ്ങനെ ആഗസ്റ്റ് 13-ലെ പ്രമേയം നിഷ്ഫലമായി എന്ന് കമ്മീഷൻ റിപ്പോർട്ട് ചെയ്തു.

1949 ഡിസംബറിൽ കമ്മീഷന്റെ റിപ്പോർട്ട് രക്ഷാസമിതി പരിശോധിച്ചു. സൈനിക പിന്മാറ്റത്തിലും ജനഹിത പരിശോധനയിലും പുതിയ നിർദേശം നൽകാൻ രക്ഷാസമിതിയിലെ അപ്പോഴത്തെ പ്രസിഡന്റ് മാക്നാട്ടനെ (കാനഡ) നിയോഗിച്ചു. ലഫ് ജന. മാക്നാട്ടന്റെ നിർദേശങ്ങൾ ഇന്ത്യക്കു തീരെ സ്വീകാര്യമായില്ല. ഒന്നാമതായി ജിൽജിത്തും ബാൾട്ടിസ്ഥാനും കാശ്മീരിന്റെ ഭാഗമല്ലെന്നും അവ പാകിസ്ഥാന് അവിതർക്കിതമായി കിട്ടിയതാണെന്നുമായിരുന്നു സൂചന. മറ്റൊന്ന്, കാശ്മീർ സംസ്ഥാന സൈന്യത്തെപ്പോലും നിരായുധീകരിക്കണമെന്ന് മാക്നാട്ടൻ നിർദേശിച്ചു. പിന്നീട് ജിൽജിത്തിനെയും ബാൾടിസ്ഥാനെയും നിസൈനീക്കരിക്കുന്നതിന് സമ്മതിച്ചുവെങ്കിലും അവിടെ നിലവിലുള്ള സിവിൽ ഭരണത്തെ മാറ്റുന്നതിന് സമ്മതിച്ചില്ല. അതായത് പാകിസ്ഥാൻ നിയമിച്ച ഒരു ഗവർണർ അവിടെ ഭരണാധികാരിയായി തുടരും. യു എൻ സി ഐ പി ക്കു പകരം ഏകാംഗ കമ്മീഷനായി നിയമിതനായ ആസ്ത്രേലിയയിലെ പ്രസിദ്ധ നിയമജ്ഞൻ സർ. ഓവൻ ഡിക്സൻ ഇന്ത്യയുടെ വാദത്തിൽ കഴമ്പുണ്ടെന്ന പക്ഷക്കാരനായിരുന്നു. എന്നാൽ നിസൈനീകരണത്തിനു യാതൊരു സാധ്യതയും കാണാത്തതുകൊണ്ട് മറ്റൊരു ശുപാർശയും ചെയ്യാനില്ലാതെ അദ്ദേഹം പിൻവാങ്ങി.

ഈ പശ്ചാത്തലത്തിലാണ് ഇന്ത്യൻ ഭരണഘടനയ്ക്ക് വിധേയമായി ജമ്മു കാശ്മീരിനു വേണ്ടി ഒരു ഭരണഘടന ഉണ്ടാക്കാൻ കാശ്മീർ നാഷണൽ കോൺഫറൻസ് തീരുമാനിച്ചത്. ഉടൻതന്നെ അതിനെ എതിർക്കുന്ന ഒരു പ്രമേയം അമേരിക്കയും ബ്രിട്ടനും ചേർന്നു രക്ഷാസമിതിയിൽ അവതരിപ്പിച്ചു. ഐക്യരാഷ്ട്രസഭയുടെ ആഭിമുഖ്യത്തിലല്ലാതെ കാശ്മീരിന്റെ സംയോജനം തീരുമാനിക്കുന്ന കാര്യം അംഗീകരിക്കാനാവില്ലെന്ന് പ്രഖ്യാപിക്കുന്നതായിരുന്നു പ്രമേയം. കാശ്മീരിൽ ഒരു നിഷ്പക്ഷസേനയെ നിർത്താനും പ്രമേയത്തിൽ നിർദേശം ഉണ്ടായിരുന്നു. ഈ പ്രമേയം ഐക്യരാഷ്ട്ര ചാർട്ടറിനു തന്നെ നിരക്കാത്തതാണെന്നും രക്ഷാസമിതി നൽകിയ ഉറപ്പുകളിൽ നിന്ന് പിന്നോട്ടു പോകുന്നതാണെന്നും ഇന്ത്യൻ പ്രതിനിധി സർ ബി എൻ റാവു വാദിച്ചു.

ഇത്രയും കാലം കാശ്മീർ കാര്യത്തിൽ നിഷ്പക്ഷത കാണിച്ച സോവിയറ്റ് യൂണിയൻ പ്രതിനിധി ജേക്കബ് മാലിക് 1951 മാർച്ച് 30-ാം തീയതി ആംഗ്ലോ അമേരിക്കൻ പ്രമേയം വോട്ടിനിട്ടപ്പോൾ അതിനെ ശക്തിയായി എതിർത്തു. ആംഗ്ലോ അമേരിക്കൻ സാമ്രാജ്യവാദികൾ പതിവുപോലെ മറ്റു രാജ്യങ്ങളിൽ അനാവശ്യമായി ഇടപെടുകയാണെന്നും കാശ്മീരിനെ ആംഗ്ലോ അമേരിക്കൻ കോളനിയും സൈനികത്താവളവും ആക്കാനുള്ള ശ്രമമാണ് പ്രമേയമെന്നും അദ്ദേഹം പറഞ്ഞു. ജനങ്ങളാൽ തെരഞ്ഞെടുക്കപ്പെട്ട പ്രതിനിധികൾ ചേർന്ന് അവരുടെ ഭാവി നിശ്ചയിക്കുന്നതാണ് അഭികാമ്യം എന്നും അത് ഒരു ഭരണഘടനാ സമിതിയിലൂടെയാവുന്നതാണ് ഉചിതം എന്നും മാലിക് വാദിച്ചു. ഇന്ത്യ പ്രമേയത്തെ തള്ളിക്കളഞ്ഞതുകൊണ്ട് പ്രശ്നം പ്രതിസന്ധിയിലായി.

സർ ഓവൻ ഡിക്സനു പകരം നിയമിതനായ ഫ്രാങ്ക് പി.ഗ്രഹാം പന്ത്രണ്ടു വകുപ്പുകളുള്ള സൈനിക പിന്മാറ്റക്കരാറിനു രൂപംനൽകിയെങ്കിലും അത് ഇന്ത്യക്കു സ്വീകാര്യമായില്ല. പാകിസ്ഥാൻ സൈന്യം പൂർണമായി കാശ്മീരിൽ നിന്ന് പിന്മാറാതെ ഇന്ത്യൻ സൈന്യത്തെ പിൻവലിക്കാൻ സാധിക്കുകയില്ലെന്ന കാര്യത്തിൽ ഇന്ത്യ ഉറച്ചു നിന്നു. 1953 ൽ കാശ്മീരിൽ ഉണ്ടായ സംഭവവികാസങ്ങൾ ഇന്ത്യയുടെ നിലപാടിനെ കൂടുതൽ കർക്കശമാക്കുകയാൽ പ്രശ്നം പരിഹാരം ഇല്ലാതെ തുടർന്നുപോയി.

4

ജമ്മുകാശ്മീർ രാഷ്ട്രീയം

തടവിൽ നിന്ന് അധികാരത്തിലേക്ക്

1947 സെപ്റ്റംബർ 27–ാം തീയതി പണ്ഡിറ്റ് നെഹ്റു സർദാർ പട്ടേലിനെഴുതി:

> എനിക്ക് കിട്ടുന്ന വിവരങ്ങൾ വച്ചു നോക്കുമ്പോൾ കാശ്മീർ അപകടത്തിന്റെ വക്കിലാണ്. പഞ്ചാബിലെയും വടക്കു പടിഞ്ഞാറൻ പ്രവിശ്യയിലെയും മുസ്ലീം ലീഗുകാർ ഒറ്റപ്പെട്ടുകിടക്കുന്ന കാശ്മീരിലേക്കു ഈ വരുന്ന ശിശിരകാലത്ത് കടന്നുകയറാൻ ശ്രമിക്കും. ഇക്കാര്യത്തിൽ എന്തെങ്കിലും താങ്കൾ ചെയ്യണം. നാഷണൽ കോൺഫറൻസ് നമുക്ക് വലിയൊരു തുണയാണ്. ഷേക്ക് അബ്ദുള്ള പാകിസ്ഥാനെതിരായതുകൊണ്ട് നമ്മളോട് സഹകരിക്കാമെന്നേറ്റിട്ടുണ്ട്. ഷേക്കിന്റെ പിന്തുണയോടെ കാശ്മീരിനെ ഇന്ത്യൻ യൂണിയനുമായി സംയോജിപ്പിക്കാൻ അടിയന്തര നടപടിയെടുക്കണം.

ഇക്കാര്യത്തിൽ തീരെ താൽപ്പര്യമുള്ള ആളായിരുന്നില്ലെങ്കിലും പട്ടേൽ ഒന്നു ചെയ്തു. മഹാരാജാ ഹരിസിംഗിന്റെ മേൽ സമ്മർദ്ദം ചെലുത്തി രണ്ട് ദിവസത്തിനകം ഷേക്ക് അബ്ദുള്ളയേയും കൂട്ടരേയും തടവിൽ നിന്ന് മോചിപ്പിച്ചു.

തടവിൽ നിന്ന് മോചിതനായ ഷേക്ക് ഒക്ടോബർ നാലാം തീയതി ശ്രീനഗറിൽ ചേർന്ന പൊതുയോഗത്തിൽ പറഞ്ഞു: "എനിക്ക് ഒരുകാലത്തും പാകിസ്ഥാനെ വിശ്വസിക്കാനാവില്ല. പണ്ഡിറ്റ് നെഹ്റു എന്റെ ഉത്തമസ്നേഹിതനാണ്. ഗാന്ധിജിയോട് എനിക്ക് അളവറ്റ ബഹുമാനമാണുള്ളത്." അടുത്തു തന്നെ ദില്ലിയിലേക്കുപോയ ഷേക്ക് പണ്ഡിറ്റ്

നെഹ്റുവിനോടൊപ്പം യാർക് റോഡിലെ 17-ാം നമ്പർ ഭവനത്തിലാണ് താമസിച്ചത്. നല്ല ഭക്ഷണപ്രിയനായ ഷേക്കിനെ സൽക്കരിക്കാൻ ഭർത്താവുമൊത്ത് ലക്നൗവിൽ താമസിച്ചിരുന്ന ഇന്ദിരാഗാന്ധിയെ ദില്ലിയിലേക്കു വിളിച്ചു. ഇന്ത്യയുമായി സംയോജനത്തിന് ഇന്ത്യാഗവൺമെന്റിനു മേൽ സമ്മർദ്ദം ചെലുത്തിക്കൊണ്ടിരുന്ന ഷേക്കിന് ഒക്ടോബർ 22-ാം തീയതിയിലെ പത്താൻ ആക്രമണവാർത്ത സന്തോഷമാണോ ഭയമാണോ ജനിപ്പിച്ചതെന്ന് തീർച്ചയില്ല. ജമ്മു കാശ്മീർ ഒക്ടോബർ 26-ാം തീയതി ഇന്ത്യൻ യൂണിയനുമായി സംയോജിച്ചപ്പോൾ മഹാരാജാവിന്റെ കീഴിൽ ഒരു ജനകീയ സർക്കാർ നിലവിൽ വരണമെന്ന് ഇന്ത്യ ശഠിച്ചു. ഇന്ത്യയുമായുള്ള സംയോജനം ജനാഭിലാഷപ്രകാരമാണെന്നു വരുത്താൻ ഇത് ആവശ്യമായിരുന്നു. അങ്ങനെ ഒക്ടോബർ 30-ാം തീയതി ഷേക്ക് അബ്ദുള്ളയെ അടിയന്തര കൗൺസിലിന്റെ തലവനായി നിമയിച്ചുകൊണ്ട് മഹാരാജാവ് ഉത്തരവായി.

അടിയന്തര കൗൺസിലിൽ 23 പേരാണുണ്ടായിരുന്നത്. ബക്ഷി ഗുലാംമുഹമ്മദ്, മീർസാ അഫ്സൽ ബേഗ്, ജി എം സാദിക്, ശ്യാം ലാൽ സരാഫ്, ഗിർദാരിലാൽ ദോഗ്ര, ഡി പി ധർ, ജെ എൻ സുട്ഷി എന്നിവർ അതിൽ ഉൾപ്പെട്ടിരുന്നു. ഷേക്ക് അബ്ദുള്ള കൗൺസിൽ തലവനായിരുന്നെങ്കിലും മേഹർ ചന്ദ് മഹാജൻ പ്രധാനമന്ത്രിയായി തുടർന്നു. ആക്രമണകാരികൾക്കെതിരെ ആഭ്യന്തരപ്രതിരോധം സംഘടിപ്പിക്കുകയായിരുന്നു കൗൺസിലിന്റെ പ്രധാന ചുമതല. ആക്രമണവാർത്തയറിഞ്ഞ ഉടനെ തന്നെ ബക്ഷി ഗുലാം മുഹമ്മദ് നാട്ടിൽ ഉടനീളം ഒരു വോളണ്ടിയർ സേന സംഘടിപ്പിച്ചിരുന്നു. വോളണ്ടിയർ സേന ഇന്ത്യൻ സൈന്യത്തിനും ഭരണാധികാരികൾക്കും വിലപ്പെട്ട സേവനമാണ് ചെയ്തുകൊടുത്തത്. ശത്രുക്കളുടെ നീക്കങ്ങളെപ്പറ്റി അധികാരികൾക്ക് മുന്നറിയിപ്പ് നൽകുന്നതിലും ശത്രുവിനെതിരെ ജനങ്ങളെ ഉദ്ബുദ്ധരാക്കുന്നതിലും അവർ വിജയിച്ചു. ജനങ്ങൾ ഒറ്റക്കെട്ടായി ശത്രുവിനെതിരെ നിലകൊണ്ടതാണ് ജനഹിതപരിശോധന മുന്നോട്ടു വയ്ക്കാൻ ഇന്ത്യാഗവൺമെന്റിനെ പ്രേരിപ്പിച്ചത്.

ഐക്യരാഷ്ട്ര രക്ഷാസമിതിയിൽ കാശ്മീർ പ്രശ്നം ചർച്ചയ്ക്കു വന്നപ്പോൾ ഇന്ത്യക്ക് ഒരു കാര്യം വ്യക്തമായി. മുസ്ലീം ഭൂരിപക്ഷമുള്ള ഒരു രാജ്യത്തിലെ ഹിന്ദുരാജാവിന്റെ കൈയൊപ്പിന്റെ പിൻബലം മാത്രമുള്ള ഇന്ത്യ കാശ്മീരിലേക്ക് സൈന്യത്തെ അയച്ചത് ലോകരാഷ്ട്രങ്ങൾ കണ്ണുംപൂട്ടി സ്വാഗതം ചെയ്തില്ല. രക്ഷാസമിതി അംഗങ്ങൾ അധികാരരാഷ്ട്രീയം കളിക്കുകയാണെന്ന് ഇന്ത്യ കുറ്റപ്പെടുത്തിയെങ്കിലും ആ കുറ്റപ്പെടുത്തലിൽ ആത്മാർഥതയുണ്ടായിരുന്നില്ല. പ്രധാനമന്ത്രി മഹാജൻ ഭരണത്തലവനും ഷേക്ക് അബ്ദുള്ള അടിയന്തര കൗൺസിലിന്റെ തലവൻ മാത്രവുമായിരുന്നതുകൊണ്ട് കാശ്മീരിൽ ജനകീയ സർക്കാരാണ് അധികാരത്തിലിരിക്കുന്നതെന്നു പറയാനാവില്ല. അതുകൊണ്ട് മഹാജനെ മാറ്റി ഷേക്ക് അബ്ദുള്ളയെ പ്രധാനമന്ത്രിയും അടിയന്തര കൗൺസി

ലിനെ മന്ത്രിസഭയും ആക്കിക്കൊണ്ട് മനസില്ലാമനസോടെയാണെങ്കിലും മഹാരാജാവ് 1948 മാർച്ച് 5–ാം തീയതി ഉത്തരവായി. ഇത് രക്ഷാസമിതിയിൽ ഇന്ത്യക്ക് കുറച്ചെങ്കിലും അനുകൂലമായി. ഷേക്ക് അബ്ദുള്ള നേരിട്ട് രക്ഷാസമിതിയിൽ എത്തി ഇന്ത്യക്കു വേണ്ടി വാദിച്ചു. ഇന്ത്യൻ പ്രധാനമന്ത്രിയുടെ സുഹൃത്തും പ്രതിനിധിയും മാത്രമാണ് ഷേക്ക് എന്ന് പരിഹസിച്ച പാകിസ്ഥാന് അദ്ദേഹം ചുട്ട മറുപടി നൽകി.

> ഷേക്ക് അബ്ദുള്ള പണ്ഡിറ്റ് ജവഹർലാൽ നെഹ്റുവിന്റെ സുഹൃത്താണെന്ന് പറയുന്നു. അതെ, ഞാനതു സമ്മതിക്കുന്നു. അദ്ദേഹത്തെപ്പോലൊരു മഹാൻ എന്നെ സുഹൃത്തെന്നു പറയുന്നതു തന്നെ എനിക്ക് അഭിമാനകരമാണ്. അദ്ദേഹവും ഞാനും കാശ്മീരികളാണ്. രക്തത്തിനു വെള്ളത്തേക്കാൾ ഘനം കൂടും. ഞാൻ തുറന്നടിച്ചു പറയാൻ ആഗ്രഹിക്കുന്നു പാകിസ്ഥാന് കാശ്മീരിൽ യാതൊരു കാര്യവുമില്ല. അദ്ദേഹം രക്ഷാസമിതിയെ അറിയിച്ചു.

ഫ്യൂഡലിസത്തിൽ നിന്ന് സോഷ്യലിസത്തിലേക്ക്

1948 ഒക്ടോബറിൽ നാഷണൽ കോൺഫറൻസിന്റെ ഒരു സ്പെഷ്യൽ കൺവെൻഷൻ നടന്നു. അതിലെ പ്രമേയത്തിൽ ഇപ്രകാരം പറഞ്ഞിരുന്നു:

> ഇന്ത്യയുമായുള്ള താൽക്കാലിക സംയോജനം ഈ കൺവെൻഷൻ സ്ഥിരപ്പെടുത്തുന്നു. പുതിയൊരു കാശ്മീർ കെട്ടിപ്പടുക്കുകയാണ് നമ്മുടെ പ്രഥമ ലക്ഷ്യം. പുതിയ കാശ്മീർ ഇന്ത്യയുമായുള്ള ആത്യന്തിക സംയോജനത്തിന് പരിപൂർണ പിന്തുണ നൽകുമെന്ന് ഇതിനാൽ നാം പ്രതിജ്ഞ ചെയ്യുന്നു. കാശ്മീരിന്റെ സാമ്പത്തികവും രാഷ്ട്രീയവുമായ ലക്ഷ്യങ്ങൾ കൈവരിക്കുന്നതിന് ഇന്ത്യൻ സർക്കാരിന്റെയും ഇന്ത്യയിലെ ജനങ്ങളുടെയും ശക്തമായ പിന്തുണയുണ്ടായിരിക്കുമെന്ന് ഈ കൺവെൻഷൻ പ്രതീക്ഷിക്കുന്നു.

രാഷ്ട്രീയ ലക്ഷ്യം എന്താണെന്നു വ്യക്തമാക്കപ്പെട്ടിരുന്നില്ലെങ്കിലും ഇന്ത്യൻ യൂണിയനകത്ത് വിദേശകാര്യം, പ്രതിരോധം, വാർത്താവിനിമയം എന്നിവയൊഴികെ എല്ലാകാര്യത്തിലും സ്വാതന്ത്ര്യം എന്നതാണ് രാഷ്ട്രീയ ലക്ഷ്യം എന്നതുകൊണ്ടുദ്ദേശിക്കപ്പെട്ടിരുന്നത്. 1939 ലെ കാശ്മീർ ഭരണഘടനാ ആക്ടിൽ ഇക്കാര്യം പറഞ്ഞിട്ടുള്ളതാണ്. മഹാരാജാവ് ഒപ്പിട്ട സംയോജന ഉടമ്പടിയിലെ ഏഴും എട്ടും വകുപ്പുകളിലും ഇക്കാര്യം വ്യക്തമാക്കിയിരുന്നു.

സാമ്പത്തിക ലക്ഷ്യങ്ങൾക്കാണ് ഷേക്ക് അബ്ദുള്ള കൂടുതൽ ഊന്നൽ നൽകിയത്. ഭൂപരിഷ്കരണമായിരുന്നു ആദ്യത്തെ പടി. ആകെ 22 ലക്ഷം ഏക്കർ കൃഷിഭൂമി ജമ്മു കാശ്മീരിലുണ്ടായിരുന്നതിൽ മിക്ക

വാറും മുഴുവൻ തന്നെ രാജാവിന്റെയും ജാഗീർദാർമാരുടെയും ജന്മിമാരുടെയും കൈവശമായിരുന്നു. ജന്മിമാരെ ചക്ദാർ എന്നാണു പറയുക. ഇക്കൂട്ടരെല്ലാം ഹിന്ദുക്കളായിരുന്നപ്പോൾ കർഷകർ മുഴുവൻ മുസ്ലീങ്ങളായിരുന്നു. ഈ മുസ്ലീം കർഷകരാകെ ഹിന്ദു പണമിടപാടുകാരുടെ അധമർണരായിരുന്നു. ഈ സ്ഥിതിവിശേഷങ്ങൾക്കു കാരണക്കാർ ദോഗ്ര ഭരണകൂടം ആയിരുന്നതുകൊണ്ട് ഷേക്കിനു ദോഗ്രകളോടുള്ള മനോഭാവം ഒട്ടും മയമുള്ളതായിരുന്നില്ല. ഭൂപരിഷ്കരണത്തിനു പണ്ഡിറ്റ് നെഹ്റുവിന്റെ സർക്കാർ പൂർണ പിന്തുണനൽകുമെന്നുള്ള പ്രതീക്ഷയിൽ പരിഷ്കാരങ്ങൾ ഒന്നൊന്നായി നടപ്പിലാക്കി.

ഋണനിവാരണ നിയമമായിരുന്നു ആദ്യത്തേത്. സാധുക്കളുടെമേലുള്ള ഋണബാധ്യത കുറയ്ക്കാൻവേണ്ടി ഋണനിവാരണ കോടതികൾ സ്ഥാപിക്കപ്പെട്ടു. ആകെ ഋണബാധ്യത 111 ലക്ഷം രൂപയിൽ നിന്ന് 24 ലക്ഷം രൂപയായി (20 ശതമാനം) കുറയ്ക്കപ്പെട്ടു. കടത്തിന്റെ പേരിൽ വസ്തു ഒഴിപ്പിക്കൽ അവസാനിപ്പിച്ചു. പകുതിവാരം എന്നത് മൂന്നിലൊന്നു ജന്മിക്കും മൂന്നിൽ രണ്ടു കർഷകനുമെന്നാക്കി. 1949 ഏപ്രിലിൽ ഒരു ഭൂപരിഷ്കരണ കമ്മിറ്റിയെ നിയമിച്ചു. എന്നാൽ കമ്മിറ്റിയുടെ ശുപാർശയ്ക്കു കാത്തുനിൽക്കാതെ അദ്ദേഹം ഉദ്ദേശിച്ച പരിഷ്കാരങ്ങളെല്ലാം പാർട്ടിയോഗങ്ങളിൽ വച്ചു പ്രഖ്യാപിച്ചു. പിന്നീടവ നിയമസഭയിൽ പാസാക്കിയെടുക്കുയാണു ചെയ്തത്. ഭൂപരിധി 22.75 ഏക്കറായി നിശ്ചയിച്ചു. മിച്ചഭൂമി മുഴുവൻ കുടിയാനവനു വീതിച്ചു നൽകി. വമ്പിച്ച ഭൂസ്വത്തിന്റെ ഉടമയായിരുന്ന മഹാരാജാവിനെപ്പോലും ഭൂപരിധിയിൽ നിന്ന് ഒഴിവാക്കിയില്ല. ഷേക്ക് ബഹുസഹസ്രങ്ങളുടെ ആരാധനാപാത്രമായി. പണ്ഡിറ്റ് നെഹ്റു ഷേക്കിനെ പരസ്യമായി അഭിനന്ദിച്ചു. ഇരുവരും സോവ്യറ്റ് റഷ്യയിലെ ഭൂനയം മാതൃകാപരമെന്നു കണക്കാക്കിയിരുന്നു.

വമ്പിച്ച സ്വകാര്യ ഭൂസ്വത്ത് നഷ്ടപ്പെട്ട മഹാരാജാവ് സർദാർ പട്ടേലിനോടു പരാതിപ്പെട്ടു. രാജത്വത്തിന്റെ അന്തസ്സ് നിലനിർത്താൻ അത്രയും ഭൂമി വേണമെന്നായിരുന്നു മഹാരാജാവിന്റെ വാദം. ഷേക്കും മഹാരാജാവും തമ്മിലുള്ള അകൽച്ച വലുതായി. ഭൂമിക്ക് നഷ്ടപരിഹാരം നൽകുന്നതിനോടു പോലും, ഷേക്ക് എതിരായിരുന്നു. മഹാരാജാവും ഷേക്കും ഒരിക്കലും യോജിച്ചുപോവില്ലെന്നു മനസിലാക്കിയ സർദാർ പട്ടേൽ രാജത്വം മകൻ കരൺസിംഗിനു നൽകി സ്ഥാനമൊഴിയാൻ മഹാരാജാവിനെ ഉപദേശിച്ചു. 1949 ജൂൺ 9–ാം തീയതി * അപ്രകാരം ചെയ്ത് മഹാരാജാവ് ബോംബെയിലേക്കു താമസം മാറ്റി.

ഇന്ത്യയിലെ ഇതര നാട്ടുരാജ്യങ്ങളിൽനിന്നു ജമ്മു കാശ്മീരിനുണ്ടായിരുന്ന വ്യത്യാസം 1939–ലെ കാശ്മീർ ഭരണഘടനാ നിയമപ്രകാരം

* 1950 മെയ് 15–ാം തീയതി ഡോ. കരൺ സിംഗ് മഹാരാജാവായി അധികാരമേറ്റു. സ്ഥാനത്യാഗം ചെയ്യും മുമ്പ് ഹരിസിംഗ് ഒരു ലണ്ടൻ ഹോട്ടലിൽ വച്ച് മറ്റൊരാളുടെ ഭാര്യയുമായി ശയ്യ പങ്കിട്ടതിനു പണം നൽകി കേസ് ഒഴിവാക്കിയിരുന്നു.

ആ സംസ്ഥാനത്തിനുണ്ടായിരുന്ന സ്വതന്ത്രപദവിയാണ്. വിദേശകാര്യം, പ്രതിരോധം, വാർത്താവിനിമയം എന്നീ മൂന്നു വകുപ്പുകൾ ഒഴികെ മറ്റെല്ലാ കാര്യങ്ങളിലും കാശ്മീരിനു സ്വതന്ത്ര പദവിയാണുണ്ടായിരുന്നത്.

ആ സ്വാതന്ത്ര്യം നിലനിർത്തുന്ന കാര്യത്തിൽ മാത്രം മഹാരാജാവും ഷേക്ക് അബ്ദുള്ളയും ഏകമനസ്കരായിരുന്നു. ഇന്ത്യയുടെ ഭരണഘടനയിൽ കാശ്മീരിന്റെ പ്രത്യേക പദവി നിലനിറുത്താൻ വകുപ്പുണ്ടായിരിക്കണമെന്ന് അവർ നിഷ്കർഷിച്ചു. അതിൻ പ്രകാരമാണ് ഇന്ത്യൻ ഭരണഘടനയിൽ 370-ാം വകുപ്പ് ഉൾക്കൊള്ളിച്ചത്. ആ വകുപ്പ് ഉൾക്കൊള്ളിക്കുന്നതിന് കേന്ദ്രമന്ത്രിസഭയിലും പാർലമെന്റിലും എതിർപ്പുണ്ടായിരുന്നില്ല. ബ്രിട്ടീഷ് ഭരണകാലത്തും കാശ്മീരിനു പ്രത്യേക പദവി ഉണ്ടായിരുന്നു എന്നതാണ് അതിനു കാരണം. പിൽക്കാലത്ത് കാശ്മീരിന്റെ പ്രത്യേക പദവിയെ വിമർശിച്ച ശ്യാമപ്രസാദ് മുഖർജി പോലും അക്കാലത്ത് അതിനെ എതിർത്തില്ല.

ഇന്ത്യൻ ഭരണഘടനയിലെ 370-ാം വകുപ്പ് ഇന്ത്യൻ കോൺസ്റ്റിറ്റുവന്റ് അംഗീകരിച്ച 1949 ഒക്ടോബറിൽ ജമ്മു കാശ്മീരിന് ഒരു ഭരണഘടന ഉണ്ടാക്കണമെന്ന് നാഷണൽ കോൺഫറൻസ് തീരുമാനിച്ചു. പ്രായപൂർത്തി വോട്ടവകാശത്തിന്റെ അടിസ്ഥാനത്തിൽ 75 അംഗ അസംബ്ലിയെ തെരഞ്ഞെടുക്കാനും കോൺസ്റ്റിറ്റ്യുവന്റ് അസംബ്ലി തന്നെ നിയമസഭയായി പ്രവർത്തിക്കാനുമായിരുന്നു തീരുമാനം. കാശ്മീരിനു വേണ്ടി ഭരണഘടന ഉണ്ടാക്കുകയും കാശ്മീരിന് ഇന്ത്യയുമായുള്ള ബന്ധം നിർവചിക്കുകയുമായിരുന്നു ഭരണഘടനാ സമിതിയുടെ ലക്ഷ്യം. രക്ഷാസമിതിയിൽ പാകിസ്ഥാൻ ഇതിനെ എതിർത്തെങ്കിലും ഇന്ത്യാ ഗവൺമെന്റ് ഇതിനെ ന്യായീകരിക്കുകയാണുണ്ടായത്. 1951 മേയ് 1-ാം തീയതി മഹാരാജാ ഡോ. കരൺ സിംഗ് ഭരണഘടനാ സമിതിയിലേക്കു തെരഞ്ഞെടുപ്പു പ്രഖ്യാപിച്ചു. നാഷണൽ കോൺഫറൻസിലെ 75 സ്ഥാനാർഥികളും തെരഞ്ഞെടുക്കപ്പെട്ടു.* 1951 ഒക്ടോബർ 31 ാംതീയതി സഭയുടെ ആദ്യ സമ്മേളനം നടന്നു. നാലു കാര്യങ്ങളാണ് സഭയുടെ തീരുമാനത്തിന് വച്ചത്. (1) ജമ്മുകാശ്മീരിന് പുതിയ ഭരണഘടന (2) രാജകുടുംബത്തിന്റെ ഭാവി നിശ്ചയിക്കുക (3) ഭൂപരിധി നിശ്ചയത്തിലൂടെ ഭൂമി നഷ്ടമായവർക്കു നഷ്ടപരിഹാരം നൽകണമോ എന്നു തീരുമാനിക്കുക (4) സംയോജനത്തെപ്പറ്റി അവസാന തീരുമാനം എടുക്കുക.

മതേതരത്വവും ജനായത്തവും അടിസ്ഥാനമാക്കി പ്രായപൂർത്തിയായവരാൽ തെരഞ്ഞെടുക്കപ്പെട്ട നിയമസഭയും അതിൽ ഭൂരിപക്ഷത്തിന്റെ വിശ്വാസമുള്ള പ്രധാനമന്ത്രിയും പ്രധാനമന്ത്രിയുടെ കീഴിൽ ഒരു മന്ത്രി

---

* 40000 പേർക്ക് ഒരു പ്രതിനിധി എന്നതാണ് കണക്ക്. പാകിസ്ഥാൻ അധീനതയിലുള്ള കാശ്മീരിനു വേണ്ടി 25 സീറ്റ് ഒഴിച്ചിട്ടു. 1948 ആഗസ്റ്റ് 13-ലെയും 1949 ജനുവരി 5-ലെയും ഇന്ത്യ അംഗീകരിച്ച യു എൻ പ്രമേയങ്ങൾക്കെതിരായിരുന്നു ഈ തെരഞ്ഞെടുപ്പ്.

സഭയുമാണ് ഭരണഘടന വിഭാവനം ചെയ്തത്. പാരമ്പര്യക്കാരനായ മഹാരാജാവിനെ മാറ്റി തൽസ്ഥാനത്ത് നിയമസഭയാൽ തെരഞ്ഞെടുക്കപ്പെട്ട സദർ-ഈ- റിയാസത്ത് ആയിരിക്കും രാഷ്ട്രത്തലവൻ. മിച്ച ഭൂമി നഷ്ടപ്പെട്ടവർക്ക് നഷ്ടപരിഹാരം നൽകേണ്ടതില്ല. ഇന്ത്യയുമായുള്ള സംയോജനം സംശയാതീതമായി പ്രഖ്യാപിച്ചു. ഇന്ത്യയേയും പാകിസ്ഥാനേയും തമ്മിൽ ഷേക്ക് താരതമ്യപ്പെടുത്തി. മതേതരത്വത്തിലും ജനായത്തത്തിലും അടിയുറച്ചതാണ് ഇന്ത്യൻ ഭരണഘടന. ഒരു ഭരണഘടനയില്ലാത്ത പാകിസ്ഥാൻ മതാധിഷ്ഠിതവും ഫ്യൂഡൽവ്യവസ്ഥിതി നിലനിറുത്തുന്നതുമാണ്. രണ്ടു ഡൊമിനിയനുകളിലും ചേരാതെ സ്വതന്ത്രമായി നിൽക്കുന്നതാണ് അഭികാമ്യം എന്നു ചിലർക്കു തോന്നിയേക്കാം. 1947 ആഗസ്റ്റ് 15 മുതൽ ഒക്ടോബർ 22 വരെ നമ്മുടെ രാജ്യം സ്വതന്ത്രമായിരുന്നു. നമ്മുടെ ബലഹീനതയെ മുതലെടുത്ത അവർ നമ്മെ ആക്രമണത്തിനിരയാക്കി. ഇനിയും ഇതുപോലെ സംഭവിക്കുകയില്ല എന്നതിന് എന്താണുറപ്പ്? ഇക്കാരണങ്ങളാൽ ഇന്ത്യൻ യൂണിയനിൽ ചേരുകയല്ലാതെ മറ്റൊരു പോംവഴിയും നമുക്കില്ല എന്ന് ഷേക്ക് അസന്ദിഗ്ദ്ധമായി പ്രഖ്യാപിച്ചു.

ഉരുണ്ടുകൂടിയ കാർമേഘങ്ങൾ

ഷേക്ക് അബ്ദുള്ളയുടെ ഭരണപരിഷ്കാരങ്ങൾ പ്രതികൂലമായി ബാധിച്ചത് ഒരു നൂറ്റാണ്ടുകാലത്തെ ദോഗ്രാഭരണത്തിന്റെ ഗുണഭോക്താക്കളായ ദോഗ്രാകളെയും കാശ്മീരി പണ്ഡിറ്റുകളെയുമായിരുന്നു. കൊടുത്ത കടം തിരിച്ചു കിട്ടുകയില്ലെന്നും പിടിച്ചെടുത്ത ഭൂമിക്കു നഷ്ടപരിഹാരമില്ലെന്നും വന്നപ്പോൾ സ്വാഭാവികമായും അക്കൂട്ടർ ഷേക്കിനെതിരെ സംഘടിച്ചു. ഇത്തരം പുരോഗമനാത്മകമായ നിയമങ്ങൾ ഇന്ത്യയിൽ മറ്റൊരിടത്തും ചർച്ച ചെയ്തു തുടങ്ങിയിട്ടുപോലുമില്ലായിരുന്നു. ഈ പരിഷ്കൃതാശയങ്ങളുടെ ദോഷഫലം അനുഭവിക്കേണ്ടിവന്നത് ഹിന്ദുക്കൾക്കു മാത്രമായിരുന്നു എന്നത് കാശ്മീരിന്റെ പ്രത്യേകതയായിരുന്നു. അതുകൊണ്ട് ഭരണപരിഷ്കാരങ്ങളെ എതിർത്ത രാഷ്ട്രീയ കക്ഷി ഹിന്ദുക്കളുടേതായിരുന്നു. ജമ്മു കേന്ദ്രമായിരുന്ന പ്രജാപരിഷത്ത് ആയിരുന്നു ആ പാർട്ടി. അവർ 1951 ലെ തെരഞ്ഞെടുപ്പിൽ മത്സരിച്ചില്ല. അവർ മാത്രമല്ല മുസ്ലീം പാർട്ടികൾ പോലും തെരഞ്ഞെടുപ്പിൽ പങ്കെടുത്തിരുന്നില്ല. ഷേക്ക് അബ്ദുള്ളയുടെ കീഴിൽ നീതിപൂർവമായ തെരഞ്ഞെടുപ്പു നടക്കുകയില്ലെന്ന് അവരെല്ലാം കരുതി. തന്റെ ആശയങ്ങൾ മാത്രമാണ് ശരിയെന്ന തോന്നൽ ഷേക്കിനെ ബാധിച്ചു തുടങ്ങിയിരുന്നു. അതുകൊണ്ട് വിമർശനങ്ങളുടെ നേർക്ക് അദ്ദേഹം അസഹ്യത കാട്ടിത്തുടങ്ങിയിരുന്നു. ഷേക്ക് അബ്ദുള്ള നിശ്ചയിച്ച 75 പേരും എതിരില്ലാതെയാണ് തെരഞ്ഞെടുക്കപ്പെട്ടത്. അതുകൊണ്ടു തന്നെ മഹാരാജാവിനു പകരം ഏകകക്ഷി ഭരണവും ഏകാധിപത്യവുമാണ് നിലവിൽ വന്നത് എന്ന് സാർവത്രികമായ ആക്ഷേപമുണ്ടായിരുന്നു.

രക്ഷാസമിതി ഈ തെരഞ്ഞെടുപ്പിനെ ഏകകണ്ഠമായി തള്ളിക്കളഞ്ഞു. എങ്കിലും നാഷണൽ കോൺഫറൻസ് ജമ്മു-കാശ്മീരിലെ ബഹുഭരിപക്ഷം ജനങ്ങളെയും പ്രതിനിധാനം ചെയ്തിരുന്നു എന്ന കാര്യത്തിൽ ആർക്കും സംശയമുണ്ടായിരുന്നില്ല.

ഷേക്കിനു നേരെയുള്ള എതിർപ്പ് പ്രധാനമായും ജമ്മുവിലും ലഡാക്കിലുമായിരുന്നു. ഷേക്കിന്റെ സാമ്പത്തിക പരിഷ്കാരങ്ങളായിരുന്നു എതിർപ്പിനു കാരണം. ലഡാക്കിലെ ഗൊമ്പകൾ (സന്യാസിമഠങ്ങൾ) ആണ് അവിടത്തെ സാധാരണജനങ്ങളുടെ ദുരിതത്തിനു കാരണമെന്നു ഷേക്ക് തുറന്നടിച്ചു. അതു സത്യമായിരുന്നുവെങ്കിലും, ഭൂപരിഷ്കാരങ്ങളുടെ ഗുണഭോക്താക്കളായ അവിടത്തെ സാധാരണക്കാർ പരിഷ്കാരങ്ങളെപ്പറ്റി ബോധവാന്മാരായിരുന്നില്ല. തന്മൂലം ഷേക്ക് ഹിന്ദു-ബുദ്ധമതക്കാരുടെ ശത്രുവായി ചിത്രീകരിക്കപ്പെട്ടു. പ്രജാ പരിഷത്ത് രാഷ്ട്രീയപാർട്ടിയായിരുന്നെങ്കിലും ഫലത്തിൽ ഹിന്ദുപാർട്ടിയായിരുന്നതിനാൽ ഇന്ത്യയിലെ രാഷ്ട്രീയ സ്വയം സേവക് സംഘ് (ആർ എസ് എസ്) അതുമായി കൂട്ടുകൂടി. 1948 ജനുവരി 30-ാം തീയതി മഹാത്മാഗാന്ധിയുടെ വധത്തെത്തുടർന്ന് ആർ എസ് എസ് നിരോധിക്കപ്പെട്ടുവെങ്കിലും സർദാർ പട്ടേലിന്റെ കാരുണ്യം മൂലം നിരോധനം നീങ്ങി അവർ പുറത്തുവന്നു. ആർ എസ് എസിനു രാഷ്ട്രീയമില്ലെങ്കിലും ഒരു രാഷ്ട്രീയ നേതാവിനെ അവർക്കു ആവശ്യമായിരുന്നു. കേന്ദ്രമന്ത്രിസഭയിൽ നിന്നും 1950ൽ രാജിവച്ച് 1951 ൽ ജനസംഘ് എന്ന രാഷ്ട്രീയ സംഘടന രൂപീകരിച്ച ശ്യാമപ്രസാദ് മുഖർജിയെയാണ് അവർ നേതാവായി സ്വീകരിച്ചത്. ജനസംഘിന്റെ ആശയങ്ങൾ ആർ എസ് എസിനു പഥ്യമായിരുന്നു. ജനസംഘിന്റെ പ്രധാന ആദർശങ്ങൾ ഇവയായിരുന്നു: (1) ഭാരതീയ സംസ്കാരത്തിനു അനുഗുണ വിദ്യാഭ്യാസനയം (2) സ്കൂളുകളിൽ നിർബന്ധിത ഹിന്ദി പഠനം (3) ന്യൂനപക്ഷങ്ങൾക്ക് പ്രത്യേകാവകാശങ്ങൾ പാടില്ല (4) ജമ്മുവിനെ ഇന്ത്യയിൽ പൂർണമായി ലയിപ്പിക്കുക.* ഇതിൽ നാലാമത്തെ ലക്ഷ്യം നടപ്പിലാവണമെങ്കിൽ ഇന്ത്യൻ ഭരണഘടനയിലെ 370-ാം വകുപ്പ് എടുത്തുകളയണം.

1951-52 ലെ പൊതുതെരഞ്ഞെടുപ്പിൽ ജനസംഘിനു 3 സീറ്റുകൾ മാത്രമേ കിട്ടിയുള്ളൂവെങ്കിലും സമാനമനസ്കരായ മറ്റുള്ളവരെയും ചേർത്ത് 32 പാർലമെന്റംഗങ്ങളുള്ള നാഷണൽ ഡെമോക്രാറ്റിക് ഫ്രണ്ട് സ്ഥാപിച്ച് ശ്യാമപ്രസാദ് മുഖർജി പ്രതിപക്ഷ നേതാവായി. 370-ാം വകുപ്പ് ഭരണഘടനയിൽ നിന്നെടുത്തു കളയണമെന്ന വാദം മുന്നോട്ടുവച്ചു. ജനസംഘവും ആർ എസ് എസും ഒന്നായി നിന്നു. പഞ്ചാബിലെ മാസ്റ്റർ താരാസിംഗിനെയും ഒപ്പം കൂട്ടി. നെഹ്രുവിനോടും മുസ്ലീങ്ങളോടും ഉള്ള വിരോധമാണ് മുഖർജിയേയും താരാസിംഗിനേയും യോജിപ്പിച്ച ഏക ഘടകം. ഈ കൂട്ടുകെട്ടിന്റെ മുദ്രാവാക്യങ്ങൾ ഇപ്രകാരമാണ്.

---

* 1951 ഒക്ടോബർ 21-ാം തീയതിയിൽ കൂടിയ ജനസംഘ് നാഷണൽ കമ്മിറ്റിയാണ് *മാനിഫെസ്റ്റോയിൽ* ഈ നാലു ലക്ഷ്യങ്ങൾ പ്രഖ്യാപിച്ചത്.

'ഏക് ദേശ് മേ ദോ വിധാൻ,
ഏക്ദേശ് മേ ദോ നിഷാൻ,
ഏക്ദേശ് മേ ദോ പ്രധാൻ
നഹീ ചലേംഗേ, നഹീ ചലേംഗേ.'

(ഒരൊറ്റ നാട്ടിൽ രണ്ടു ഭരണഘടന, ഒരൊറ്റ നാട്ടിൽ രണ്ടു കൊടികൾ ഒരൊറ്റ നാട്ടിൽ രണ്ടു പ്രധാനമന്ത്രിമാർ, നടപ്പില്ലാ, നടപ്പില്ലാ) കാശ്മീരിനും ഇന്ത്യക്കും പ്രത്യേക ഭരണഘടനകളുണ്ടായിരുന്നതും ഇന്ത്യക്കും കാശ്മീരിനും പ്രത്യേകം കൊടിയുണ്ടായിരുന്നതും കാശ്മീർ മുഖ്യനു പ്രധാനമന്ത്രി എന്ന പദവി നൽകിയതുമാണ് വിമർശനവിധേയമായത്.

ജമ്മു കാശ്മീരിലും ഇന്ത്യയുടെ മറ്റു ഭാഗങ്ങളിലും വർഗീയവാദം തലപൊക്കിയത് ഷേക്ക് അബ്ദുള്ളയിൽ ഭയാശങ്കകൾ ഉണർത്തി. ആർ എസ് എസിനു മേലുള്ള നിരോധനം നീക്കിയത് തീർച്ചയായും അദ്ദേഹത്തെ വ്യാകുലപ്പെടുത്തിയിരിക്കണം. വർഗീയതയെ ഏകനായി എതിർത്തു നിൽക്കാൻ പണ്ഡിറ്റ് നെഹ്റുവിന് ഏറെനാൾ കഴിയുകയില്ല എന്നദ്ദേഹത്തിനു തോന്നിത്തുടങ്ങി. വേറെയും രണ്ടു സംഭവങ്ങൾ ഷേക്കിന്റെ ഭയം അടിസ്ഥാനരഹിതമല്ല എന്നു തോന്നിച്ചു.ഇന്ത്യൻ യൂണിയൻ പ്രസിഡന്റായി ബാബു രാജേന്ദ്രപ്രസാദിനെ തെരഞ്ഞെടുത്തതും ഇന്ത്യൻ നാഷണൽ കോൺഗ്രസിന്റെ പ്രസിഡന്റായി പുരുഷോത്തംദാസ് ഠണ്ഡനെ തെരഞ്ഞെടുത്തതുമാണ് ഈ സംഭവങ്ങൾ.* രണ്ടും നെഹ്റുവിന്റെ ഇംഗിതത്തിനെതിരായി യാഥാസ്ഥിതികരുടെ വിജയമായിരുന്നു. ഹിന്ദുകോഡ് ബില്ലിനെ അംഗീകരിക്കുന്നതിനു പ്രസിഡന്റ് രാജേന്ദ്രപ്രസാദ് കാട്ടിയ വൈമുഖ്യം ഹിന്ദുയാഥാസ്ഥിതികത്വത്തിന്റെ പ്രകടനമായിരുന്നു. 1951 സെപ്റ്റംബര് 22-ാം തീയതി ഗോപാലസ്വാമി അയ്യങ്കാർക്ക് നെഹ്രു എഴുതി. 'തന്റെ ക്യാബിനറ്റിനെക്കാൾ മുൻതൂക്കം പ്രസിഡന്റ് ജോത്സ്യന്മാർക്കാണു നൽകുന്നതെന്നു പറയേണ്ടിവന്നതിൽ ഖേദമുണ്ട്. ജോത്സ്യന്മാർക്കു കീഴടങ്ങാൻ ഞാൻ ഉദ്ദേശിക്കുന്നില്ല'

നെഹ്റുവിനുശേഷം എന്തു സംഭവിക്കുമെന്നുള്ളതായിരുന്നു ഷേക്കിന്റെ ആശങ്ക. ക്രമേണ അത് നെഹ്റുവിന്റെതന്നെ ആത്മാർഥതയെ ചോദ്യം ചെയ്യുന്നതായി മാറി. വർഗീയ ശക്തികളെ നിലയ്ക്കു നിറുത്താൻ നെഹ്രുവിനു കഴിയുന്നില്ല എന്നതായിരുന്നു ഷേക്കിന്റെ പരാതി. നെഹ്രുവിന്റെ ഏറ്റവും അടുത്ത വിശ്വസ്തനായിരുന്ന റാഫി അഹമ്മദ് കിദ്വായ് പോലും കോൺഗ്രസിൽ വളർന്നു വന്ന വർഗീയതയിൽ പ്രതിഷേധിച്ച് കോൺഗ്രസ്സ് പാർട്ടിവിട്ടു.** ഈ പശ്ചാത്തലത്തിൽ ഷേക്ക് അബ്ദുള്ള നെഹ്രുവിൽ നിന്നകന്നത് സ്വാഭാവികം മാത്രമായിരുന്നു.

---

* ഠണ്ഡന്റെ തെരഞ്ഞെടുപ്പിൽ വർഗീയവാദികളും യാഥാസ്ഥിതികരും അളവറ്റു സന്തോഷിക്കുകയാണെന്നു സെപ്റ്റംബർ (1951)മാസത്തിലെ ഒരു പ്രസ്താവനയിൽ നെഹ്റു തുറന്നടിച്ചു.

** റാഫിയെ വീണ്ടും മന്ത്രിസഭയിൽ അംഗമാക്കിയ നെഹ്രു തന്റെ പിൻഗാമിയായി അദ്ദേഹത്തെ കരുതിയോ എന്നു സംശയിക്കണം.

ഇന്ത്യാ-കാശ്മീർ ബന്ധത്തെപ്പറ്റി ശരിയായ ധാരണയുണ്ടാക്കാൻ ചർച്ചയ്ക്കുവേണ്ടി നെഹ്രു ഷേക്കിനെ ദില്ലിക്കു വിളിച്ചു. ആദ്യം ഷേക്ക് പോകാൻ വിസമ്മതിച്ചു. 'ഇന്ത്യൻ ഭരണഘടനയെ അപ്പാടെ കാശ്മീരിനു മേൽ കെട്ടിവയ്ക്കാനാണു ഭാവമെങ്കിൽ അതു ഭ്രാന്തായിരിക്കും' എന്നു രൺബീർ സിംഗ്പുരയിൽ വച്ചു ഷേക്ക് പ്രസ്താവിച്ചു. 1952 ഏപ്രിൽ 10- ലെ ഈ പ്രസ്താവന ഇന്ത്യയിൽ കോളിളക്കം സൃഷ്ടിച്ചു. ഏപ്രിൽ 25-ാം തീയതി കാശ്മീരിന്റെ ലയനം അവസാനമായി ഭരണഘടനാസഭ തീരുമാനിക്കുമെന്നദ്ദേഹം പ്രഖ്യാപിച്ചു. കാശ്മീർ ഭരണഘടനാസഭയിൽ പാസാക്കേണ്ട ചില ബില്ലുകൾക്ക് കേന്ദ്രത്തിന്റെ അനുമതിക്കായി കാശ്മീർ റവന്യൂ മന്ത്രി മിഴ്സാ അഫ്സൽ ബേഗ് ഒരു പ്രതിനിധി സംഘവുമായി ദില്ലയിലെത്തി. കാശ്മീരിന്റെ പ്രത്യേകാവകാശങ്ങൾ ചർച്ച ചെയ്യപ്പെട്ടു. ദില്ലി എഗ്രിമെന്റ് എന്നറിയപ്പെടുന്ന ഉടമ്പടി 1952 ജൂലൈ 24-ാം തീയതി ഒപ്പുവച്ചു. അതിലെ വ്യവസ്ഥകൾ:

1. 370-ാം വകുപ്പ് ഭേദഗതി ചെയ്യില്ല.
2. കാശ്മീരികൾ ഇന്ത്യൻ പൗരന്മാരായിരിക്കും. 1927ലും 1939ലും സംസ്ഥാനഗവൺമെന്റ് നേടിയെടുത്ത, ആഭ്യന്തരവിഷയങ്ങളിൽ നിയമമുണ്ടാക്കാനുള്ള കാശ്മീർ നിയമസഭയുടെ അവകാശം നിലനിർത്തും.
3. ഇന്ത്യൻ പ്രസിഡന്റ് കാശ്മീർ ഉൾപ്പെട്ട മുഴുവൻ ഇന്ത്യയുടെയും പ്രസിഡന്റായിരിക്കും.
4. ഇന്ത്യയുടെ ത്രിവർണ പതാകയ്ക്കു വിധേയമായി കാശ്മീരിനു സ്വന്തം പതാക ഉണ്ടായിരിക്കും.
5. സദർ-ഇ-റിയാസത്തിനെ തെരഞ്ഞെടുക്കുന്നത് കാശ്മീർ നിയമസഭയാണെങ്കിലും അത് ഇന്ത്യൻ പ്രസിഡന്റിന്റെ അംഗീകാരത്തിനു വിധേയമായിരിക്കും.
6. സുപ്രീം കോടതിക്ക് തൽക്കാലം കാശ്മീരിനുമേൽ അപ്പീൽ അധികാരം മാത്രമേ ഉണ്ടായിരിക്കുകയുള്ളൂ.
7. കാശ്മീരിൽ അടിയന്തരാവസ്ഥ പ്രഖ്യാപിക്കുന്നതു നിയമസഭയുടെ അംഗീകാരത്തോടെ വേണം. പക്ഷേ പുറത്തു നിന്നുള്ള ആക്രമണം നേരിടുമ്പോൾ നിയമസഭയുടെ അംഗീകാരമില്ലാതെ പ്രസിഡന്റിന് ഇടപെടാം.
8. ഇന്ത്യൻ ഭരണഘടനയിലെ മൗലികാവകാശങ്ങൾ കാശ്മീരിനും ബാധമാകും;എന്നാൽ ഭൂനയത്തിനെതിരെ അതു പ്രയോഗിക്കാൻ പാടില്ല.
9. കാശ്മീരികളല്ലാത്ത ഇന്ത്യൻ പൗരന്മാർ കാശ്മീരിൽ ഭൂമി സമ്പാദിക്കാൻ പാടില്ല.

നെഹ്റു-അബ്ദുള്ള എഗ്രിമെന്റിന്റെ അടിസ്ഥാനത്തിൽ ഡോ. കരൺസിംഗ് സ്ഥാനത്യാഗം ചെയ്യുകയും നവംബർ 12-ാം തീയതി 21 വയസ്സുള്ള അദ്ദേഹം സദർ-ഇ-റിയാസത്തായി സ്ഥാനമേൽക്കുകയും

ചെയ്തു. ഒരാഴ്ചത്തെ ചർച്ചകൾക്കു ശേഷം എഴുതിയുണ്ടാക്കിയ നെഹ്റു–അബ്ദുള്ള കരാർ തെറ്റിദ്ധാരണകൾ നീക്കാൻ പര്യാപ്തമായിരുന്നില്ല. ഏതു രീതിയിലും വ്യാഖ്യാനിക്കാനാവുന്നവ പലതും അതിലുണ്ട്. പക്ഷേ പരസ്പര സൗഹൃദം ഉണ്ടായിരുന്നുവെങ്കിൽ അവ പരിഹരിക്കാവുന്നതേയുള്ളൂ. സൗഹൃദത്തിന്റെ സ്ഥാനത്ത് പരസ്പരം സംശയമായിരുന്നു സ്ഥലം പിടിച്ചത്. കാശ്മീർ യൂണിവേഴ്സിറ്റി രജിസ്ട്രാർ ആയിരുന്ന ജി എം ആഷായ് ഒരു ഇന്ത്യാ പര്യടനത്തിനു ശേഷം ഷേക്കിനോടു പറഞ്ഞു: അധികനാൾ മതേതരത്വത്തിൽ ഉറച്ചു നിൽക്കാൻ നെഹ്രുവിനു സാധിക്കുകയില്ലെന്ന്. അതേസമയം ഇന്റലിജൻസ് ബ്യൂറോ ഇന്ത്യാ ഗവൺമെന്റിനെ അറിയിച്ചു: ഷേക് പുറത്തു പറയുന്നതു പോലെയല്ല സ്വകാര്യ സംഭാഷണങ്ങളിൽ പറയുന്നതെന്ന്. ഇന്റലിജൻസ് ബ്യൂറോയും പത്രങ്ങളും ഇരുവശത്തെയും ഉപദേഷ്ടാക്കളും രണ്ടു വികാരജീവികളെ ഏറെ അകറ്റി. പണ്ഡിറ്റ് നെഹ്റു പതിവില്ലാത്ത വിധം സംയമനം പാലിച്ചുവെങ്കിലും ഷേക്ക് വാക്കുകളിൽ സംയമനം തീരെ പാലിച്ചില്ല. വികാരാധീനനായി ഓരോന്നു പറയുകയും പിന്നീടതിനെ വിശദീകരിക്കുകയും ചെയ്യുക ഷേക്കിന്റെ പതിവായി. അദ്ദേഹത്തിന്റെ പോക്കെങ്ങോട്ടാണെന്ന കാര്യത്തിൽ അദ്ദേഹത്തിന്റെ ഉറ്റ അനുയായികൾക്കുപോലും സംശയമായി.

1949– ലെ വസന്തകാലത്ത് ഇന്ത്യയിലെ അമേരിക്കൻ അംബാസഡർ ലോയ് ഹെന്റേഴ്സണും ഷേക്ക് അബ്ദുള്ളയുമായി കൂടിക്കാഴ്ചയുണ്ടായി. കാശ്മീർ സ്വതന്ത്രമായി നിൽക്കാൻ ഹെന്റേഴ്സന്റെ ഭാര്യ ഷേക്കിനെ ഉപദേശിച്ചു എന്ന് ദില്ലിയിൽ വാർത്ത പരന്നു. ആ വർഷം സെപ്റ്റംബറിൽ ഇന്റലിജൻസ് ബ്യൂറോയിലെ ഡെപ്യൂട്ടി ഡയറക്ടർ എന്ന നിലയിൽ കാശ്മീർ സന്ദർശിച്ച ബി എൻ മല്ലിക് റിപ്പോർട്ടു ചെയ്തത് കാശ്മീരികൾക്കു പാകിസ്ഥാനോടുള്ള വെറുപ്പ് അത്യുച്ചനിലയിലാണെന്നും ഷേക്കിന് ഇന്ത്യയോടുള്ള കൂറ് ഒട്ടും കുറഞ്ഞിട്ടില്ലെന്നുമാണ്. സർദാർ പട്ടേൽ മല്ലിക്കിനോടു പറഞ്ഞത് ഷേക്ക് അവസാനം ഇന്ത്യയെ ചതിക്കുമെന്നും ഷേക്കിനു രാജാവിനോടുള്ള വിരോധം ഇന്ത്യയിലെ ഹിന്ദുക്കളോടുള്ള വെറുപ്പിൽ നിന്നുളവായതാണെന്നുമായിരുന്നു. മല്ലിക്കിന്റെ പഠനം പിശകാണെന്നും അദ്ദേഹം മല്ലിക്കിനോടു പറഞ്ഞു. ഇന്റലിജൻസ് ബ്യൂറോയുടെ റിപ്പോർട്ടിനേക്കാൾ ഹിന്ദുവർഗീയവാദികളുടെ വാക്കുകൾക്കാണ് സർദാർ കൂടുതൽ വില കൽപ്പിച്ചതെന്നു വ്യക്തം. ആർ എസ് എസിന്റെ മേലുള്ള നിരോധനം നീക്കുകയും രാജേന്ദ്രപ്രസാദിനെ പ്രസിഡന്റാക്കുന്നതിനും ഠണ്ഡനെ കോൺഗ്രസ് പ്രസിഡന്റാക്കുന്നതിനും പിന്നിൽനിന്നു പ്രവർത്തിക്കുകയും ചെയ്ത സർദാർ, ഷേക്ക് അബ്ദുള്ളയെ നെഹ്രുവിൽനിന്നകറ്റുന്നതിന് വേണ്ടതു ചെയ്യാൻ ഇന്റലിജൻസ് ബ്യൂറോയെ പ്രേരിപ്പിക്കുകയായിരുന്നു. പിന്നീട് ഇന്റലിജൻസ് ബ്യൂറോ ഡയറക്ടർ എന്ന നിലയിൽ നെഹ്രുവിന്റെ കണ്ണും ചെവിയുമായിരുന്ന മല്ലിക് സർദാറിന്റെ ഇംഗിതമനുസരിച്ച് പ്രവർത്തിച്ചു എന്നാണ്

കരുതേണ്ടത്. 1950 ൽ കാശ്മീരിൽ ഇന്റലിജൻസ് ബ്യൂറോയുടെ പ്രവർത്തനം വ്യാപകമാക്കി. ഇന്ത്യയുമായുള്ള സംയോജന കാര്യത്തിൽ നാഷണൽ കോൺഫറൻസ് രണ്ടു തട്ടുകളിലേക്കു നീങ്ങുകയാണെന്ന് ഇന്റലിജൻസ് റിപ്പോർട്ടുകൾ വന്നു. അബ്ദുള്ളയും ബേഗും പരമാവധി സ്വാതന്ത്ര്യത്തിനുവേണ്ടി ശ്രമിക്കുമ്പോൾ ബക്ഷി,സാദിഖ്, ധാർ, സരാഫ് എന്നിവർ ഇന്ത്യയോടു കൂടുതൽ അടുക്കാനാണ് ആഗ്രഹിച്ചത്. 1950 ലെ ഗ്രീഷ്മകാലത്ത് ഐക്യരാഷ്ട്രസഭ പ്രതിനിധിയായിരുന്ന സർ ഓവൻ ഡിക്സനുമായി ഷേക്ക് കാശ്മീരിന്റെ സ്വാതന്ത്ര്യത്തെപ്പറ്റി സംസാരിച്ചുവത്രെ! പ്രതിരോധം, വിദേശകാര്യം, വാർത്താവിനിമയം എന്നീ കാര്യങ്ങളിലല്ലാതെ മറ്റു കാര്യങ്ങളെപ്പറ്റി കാശ്മീർ ഗവൺമെന്റിനെ ഉപദേശിച്ചതിന് പരസ്യമായി ഷേക്ക് ഇന്ത്യയെ കുറ്റപ്പെടുത്തി. സൗഹാർദ്ദപരമായ ഉപദേശത്തെ അനാവശ്യമായ ഇടപെടലായി ഷേക്ക് കരുതുന്നതിൽ നെഹ്റു ഖേദം പ്രകടിപ്പിച്ചു. അതിന് 1950 ജൂലൈ 10–ാം തീയതി ഷേക്ക് അയച്ച മറുപടിയിൽ ഇപ്രകാരം പറഞ്ഞു:

> ഞങ്ങൾ ഇന്ത്യയുമായി സംയോജനത്തിനു സമ്മതിച്ചത് അങ്ങിലും മഹാത്മാഗാന്ധിയിലും രണ്ട് ഉജ്വല താരങ്ങളെ ദർശിച്ചതുകൊണ്ടാണ്. ഞങ്ങൾക്കു പാകിസ്ഥാനുമായി ഏറെ അടുപ്പമുണ്ടായിരുന്നിട്ടും അതുമായി സംയോജിക്കാത്തത് അവരുടെ നയങ്ങളുമായി ഞങ്ങൾക്കു പൊരുത്തപ്പെടാൻ കഴിയാത്തതുകൊണ്ടാണ്. എങ്കിലും, ഞങ്ങളുടെ താൽപ്പര്യങ്ങൾക്കൊത്തവണ്ണം നമ്മുടെ സംസ്ഥാനത്തെ കെട്ടിപ്പടുക്കാൻ കഴിയാതെവന്നാൽ ഞങ്ങൾ ജനങ്ങളോട് എന്താണ് പറയുക?എങ്ങനെയാണ് ഞങ്ങളവരെ നേരിടുക?

ഭരണത്തിൽ അവശ്യം വേണ്ട ചട്ടങ്ങൾ പാലിക്കുന്ന കാര്യത്തിൽ ഷേക്ക് ഒരിക്കലും ജാഗ്രത കാട്ടിയില്ല. അതുകൊണ്ട് ഇന്ത്യയിലെ കംപ്ട്രോളറുടെയും ആഡിറ്റർ ജനറലിന്റെയും അധികാരം ജമ്മു കാശ്മീരിൽ കൂടെ വ്യാപിപ്പിക്കാൻ 1952–ൽ മന്ത്രിയായിരുന്ന ഗോപാലസ്വാമി അയ്യങ്കാർ ശ്രമിച്ചു. അതുകൂടെ ആയപ്പോൾ ഒരു തുറന്ന സംഘട്ടനത്തിന് ഷേക്ക് തയ്യാറായി. രൺബീർസിംഗ്പുരയിൽ വച്ച്, ഇന്ത്യൻ ഭരണഘടന പൂർണമായി കാശ്മീരിന്റെ മേൽ അടിച്ചേൽപ്പിക്കുന്നത് വസ്തുതകൾക്കു നിരക്കാത്തതും, ബാലിശവും ഭ്രാന്തവും ആണെന്ന് ഷേക്ക് തുറന്നടിച്ചു. പണ്ഡിറ്റ് നെഹ്രു ആ പ്രസ്താവനയിൽ പ്രതിഷേധിച്ചപ്പോൾ പത്രക്കാർ തെറ്റായി റിപ്പോർട്ടു ചെയ്തതാണെന്നു ഷേക്ക് പറഞ്ഞൊഴിഞ്ഞു. നെഹ്രു–അബ്ദുള്ള കരാറോടു കൂടി തർക്കങ്ങൾക്കു തൽക്കാല ശമനമുണ്ടായി. എങ്കിലും പൊതുയോഗങ്ങളിൽ വികാരതരളിതനായി അതിരുകടന്നു സംസാരിക്കുകയെന്ന ശീലം കുറെ നാൾ കഴിഞ്ഞ് വീണ്ടും ആവർത്തിച്ചു. ഇതിൽ മനംനൊന്ത നെഹ്രു 1953 മാർച്ച് 1–ാം തീയതി മൗലാനാ ആസാദിന് ഇപ്രകാരം എഴുതി:

> ഷേക്ക് സാഹിബിന്റെ മനസ്സ് ആകെ കുഴപ്പത്തിലാണെന്ന് ഞാൻ ഭയപ്പെടുന്നു; എന്താണുചെയ്യേണ്ടതെന്നദ്ദേഹത്തിനറിയില്ല. പല തരത്തിലുള്ള സമ്മർദ്ദങ്ങളെ അദ്ദേഹം നേരിടുന്നു. അവ അദ്ദേഹത്തെ കൂടുതൽ കുരുക്കുകളിൽ ചാടിക്കുന്നു. അദ്ദേഹത്തെ ശരിയാംവണ്ണം സഹായിക്കാനാരുമില്ല; എന്തെന്നാൽ അദ്ദേഹത്തിന് ആരെയും വിശ്വാസമില്ല. എന്നാൽ എല്ലാവരും അദ്ദേഹത്തെ സ്വാധീനിക്കുന്നുമുണ്ട്. ഷേക്ക് സാഹിബ്, അദ്ദേഹത്തിന്റെ ഇപ്പോഴത്തെ മാനസികാവസ്ഥയിൽ കാര്യങ്ങളെ കൂടുതൽ വഷളാക്കുന്ന എന്തെങ്കിലും നടപടിക്കു മുതിരുമോ എന്നാണെന്റെ ഭയം.

ഇന്ത്യയിൽ കൂടുതൽ ഭീതിയുണ്ടാക്കുന്ന പ്രവൃത്തികൾക്കു ഷേക് മുതിർന്നു. 1953 മേയ് 1 മുതൽ മൂന്നു ദിവസം അമേരിക്കയിൽ നിന്നുള്ള അഡ്‌ലായ് സ്റ്റീവൻസണുമായി ഷേക്ക് എഴുമണിക്കൂർ കൂടിക്കാഴ്ച നടത്തി. മൂന്നാം ദിവസം അവർ സ്വകാര്യമായാണ് സംഭാഷണം നടത്തിയത്. കാശ്മീരിന്റെ സ്വാതന്ത്ര്യപ്രഖ്യാപനത്തിന് ആംഗ്ലോ അമേരിക്കൻ ഒത്താശയുണ്ടാകുമെന്ന കിംവദന്തി എങ്ങും വ്യാപിച്ചു. ജൂലൈ 11-ാം തീയതി കറാച്ചിയിൽ വെച്ച് ഇന്തോ-പാക് സംഭാഷണങ്ങളുമുണ്ടായിരുന്നു. അവിടത്തെ സംഭാഷണത്തിൽ കാശ്മീർ സ്വാതന്ത്ര്യം അജണ്ടയിലില്ലെന്നും അക്കാര്യം ദില്ലി ഒരിക്കലും പരിഗണിക്കുകയില്ലെന്നും തലേ ദിവസം വ്യക്തമാക്കപ്പെട്ടു. എങ്കിലും രക്തസാക്ഷി ദിനത്തിൽ ഷേക്ക് പറഞ്ഞു:

"കാശ്മീരിന് ഇന്ത്യയുടെയും പാകിസ്ഥാന്റെയും അനുകമ്പ ഉണ്ടായിരിക്കണം.. നാം ഇന്ത്യയുടെയോ പാകിസ്ഥാന്റെയോ വാലായിരിക്കേണ്ട ആവശ്യമില്ല." ഇതോടു കൂടി നെഹ്രുവിന് അബ്ദുള്ളയുടെ മേലുണ്ടായിരുന്ന എല്ലാ പ്രതീക്ഷകളും നശിച്ചു എന്നാണ് ഇന്റലിജൻസ് ബ്യൂറോയിലെ മല്ലിക്ക് രേഖപ്പെടുത്തിയത്.

ശ്യാമപ്രസാദ് മുഖർജിയുടെ നേതൃത്വത്തിലാരംഭിച്ച പ്രക്ഷോഭണം സ്ഥിതിഗതികൾ കൂടുതൽ വഷളാക്കി. കാശ്മീരിന്റെ നിലപാട്, പാകിസ്ഥാനിൽ നിന്നു വന്ന അഭയാർഥികളുടെ സ്ഥിതി, ഗോവധം എന്നീ മൂന്നു കാര്യങ്ങളായിരുന്നു പ്രക്ഷോഭകർ ഉയർത്തിയ പ്രശ്നങ്ങൾ. എങ്കിലും നെഹ്രുവിനെ അട്ടിമറിക്കുകയായിരുന്നു അന്തിമലക്ഷ്യം. എല്ലാ ദുരവസ്ഥകൾക്കും നെഹ്രുവിന്റെ തെറ്റായ നയങ്ങളാണു കാരണം എന്നു മുഖർജി ഒരു തുറന്ന കത്തിൽ എഴുതി. (1953 ഫെബ്രുവരി 3). നെഹ്രുവിന്റെ പഴയ സോഷ്യലിസ്റ്റു സുഹൃത്തുക്കളായ ജയപ്രകാശ് നാരായണ പ്രഭൃതികൾ പോലും പ്രക്ഷോഭണത്തിൽ പങ്കെടുത്തു. ഉത്തരേന്ത്യയിൽ മുഴുവൻ ഈ പ്രക്ഷോഭണം അലയടിച്ചു. ആഭ്യന്തരമന്ത്രിയും നെഹ്രുവിന്റെ വിശ്വസ്തനുമായിരുന്ന കൈലാസ് നാഥ് ഖട്ജു തന്റെ പദവിക്കു തക്ക പ്രാഗത്ഭ്യം ഉള്ള ആളായിരുന്നില്ല. തന്മൂലം ഉദ്യോഗസ്ഥന്മാർക്കു മേൽകൈ ലഭിച്ചു. അവരിൽ നല്ലൊരു ഭാഗം മതേ

തരത്വത്തോടു കൂറുള്ളവരായിരുന്നില്ല. പ്രക്ഷോഭണം ശക്തിയായി അടിച്ചമർത്താൻ നെഹ്റു ഉത്തരവായി. ശ്യാമപ്രസാദ് മുഖർജി അറസ്റ്റുചെയ്യപ്പെട്ടു. സുപ്രീം കോടതിയിൽ നിന്ന് അറസ്റ്റിനെതിരെ വിധി വാങ്ങിയ മുഖർജി പൂർവ്വവൽ കരുത്താർജ്ജിച്ച് പ്രക്ഷോഭണം നയിച്ചു. സമരം ജമ്മു കാശ്മീരിലേക്ക് വ്യാപിപ്പിക്കാനായി അദ്ദേഹം അങ്ങോട്ടു പോയി. സുപ്രീംകോടതിയുടെ ഉത്തരവ് ജമ്മു കാശ്മീരിൽ അംഗീകരിക്കപ്പെടുമോ എന്നു പരീക്ഷിക്കാൻ കൂടിയായിരുന്നു അങ്ങോട്ടുള്ള പ്രയാണം. നെഹ്റുവിനു കഴിയാത്തതു തനിക്കു കഴിയുമെന്നു കാണിക്കാൻ മേയ് 8-ാം തീയതി ഷേക്ക്, മുഖർജിയെ അറസ്റ്റു ചെയ്തു വീട്ടു തടവിലാക്കി. സുപ്രീം കോടതിക്ക് കാശ്മീരിനു മേൽ അപ്പീൽ അധികാരം മാത്രമേ ഉണ്ടായിരുന്നുള്ളൂ. ദേശാഭിമാനത്തിന്റെ പേരിൽ ജനവികാരം ആളിക്കത്തിക്കാൻ ഷേക്ക് ശ്രമിച്ചു.

തന്നെ സ്ഥാനഭ്രഷ്ടനാക്കാൻ ഇന്ത്യ ശ്രമിക്കുകയാണെന്നും മുഖർജിയുടെ വരവ് അതിന്റെ ഭാഗമാണെന്നും ഷേക്ക് ധരിച്ചു. തന്നോടൊപ്പം തന്റെ പാർട്ടിയെ നിറുത്താൻ കഴിയാതെ വന്നതിൽ ഷേക്ക് കൂടുതൽ കോപിഷ്ഠനായി. മേയ് 15 മുതൽ ആറുദിവസം നീണ്ടുനിന്ന പാർട്ടിയുടെ സ്പെഷ്യൽ സെഷനിൽ പിളർപ്പു വ്യക്തമായി. നാഷണൽ കോൺഫറൻസിലെ എട്ടു പ്രമുഖ നേതാക്കളിൽ മീഴ്സാ അഫ്സൽ ബേഗ് മാത്രമാണ് ഷേക്കിന്റെ പക്ഷത്തുണ്ടായിരുന്നത്. ഉപപ്രധാനമന്ത്രിയായ ബക്ഷി ഗുലാം മുഹമ്മദ്, ജി എം സാദിഖ്, മൗലാനാ മാസൂദി, ജി എൽ ദോഗ്ര, ശാംലാൽ സരാഫ്, ബുധ് സിംഗ് എന്നിവർ ഇന്ത്യാനുകൂലികളായിരുന്നു. ഈ അവസ്ഥയിലും ഷേക്കിനെ സാന്ത്വനിപ്പിക്കാൻ പണ്ഡിറ്റ് നെഹ്റു കാശ്മീരിലെത്തി. പക്ഷേ ഷേക്ക് സ്വയംഭരണം എന്ന ആശയത്തിൽ ഉറച്ചുനിന്നു. ഈ സ്വയംഭരണവാദത്തിൽ ഇന്ത്യയിൽ നിന്നു വിട്ടുപോകൽ ഉൾപ്പെട്ടിരുന്നുവോ എന്നു വ്യക്തമല്ല. തന്റെ ദൗത്യം പരാജയപ്പെട്ടതിൽ ഖിന്നനായ നെഹ്റു മൗലാനാ അബ്ദുൽകലാം ആസാദിനെ അങ്ങോട്ടയച്ചു. ആസാദ് ഖിന്നനും ക്രുദ്ധനുമായാണു മടങ്ങിയെത്തിയത്. മേയ് 28 മുതൽ ജൂൺ 27-വരെ എലിസബത്ത് രാജ്ഞിയുടെ കിരീടധാരണവും കോമൺ വെൽത്ത് കോൺഫറൻസും സംബന്ധിച്ച് നെഹ്റു വിദേശത്തായിരുന്നു. അന്തരീക്ഷം അൽപ്പം തണുക്കുമെന്നു പ്രതീക്ഷിച്ചിരിക്കവെയാണ് ജൂൺ 23-ാം തീയതി ശ്യാമപ്രസാദ് മുഖർജി തടവിൽ വച്ചു മരിച്ചത്. ഇന്ത്യയിലെ ഷേക്കിന്റെ അനുഭാവികളെപ്പോലും ഇതു ഞെട്ടിച്ചു. രോഗബാധിതനായിക്കിടന്നാണ് മുഖർജി മരിച്ചതെന്നു പ്രസ്താവനയുണ്ടായി. രോഗബാധയെപ്പറ്റി തന്നെ അറിയിക്കാത്തതെന്ത് എന്നു ചോദിച്ച് മുഖർജിയുടെ കുടുംബഡോക്ടറും നെഹ്റുവിന്റെ ഉറ്റസുഹൃത്തും, ബംഗാൾ മുഖ്യമന്ത്രിയുമായിരുന്നു ഡോ. ബി സി റോയ് പൊട്ടിത്തെറിച്ചു.

തന്നെ അട്ടിമറിച്ചു ബക്ഷിയെ പ്രധാനമന്ത്രിയാക്കാൻ ശ്രമം നടക്കുന്നുണ്ടെന്നു ഷേക്കിനറിവു കിട്ടി. നെഹ്റുവിന്റെ വിദേശയാത്രക്കാലത്ത് അദ്ദേഹത്തിന്റെ മനഃസാക്ഷി സൂക്ഷിപ്പുകാരനായിരുന്ന റാഫി അഹമ്മദ്

കിദ്വായ് ആയിരുന്നു കാശ്മീർ കാര്യങ്ങൾ നോക്കിയിരുന്നത്. അജിത് പ്രസാദ് ജയിൻ, മഹാവീർ ത്യാഗി എന്നിവർ കിദ്വായിയോടൊപ്പം ഉണ്ടായിരുന്നു. ഇനി ഡൽഹിയിലേക്കില്ല എന്നു തീരുമാനിച്ച ഷേക്ക് പൊതുയോഗങ്ങളിൽ നിയന്ത്രണം വിട്ടു സംസാരിക്കുകയും സ്വാതന്ത്ര്യത്തെപ്പറ്റി സൂചന നൽകുകയും ചെയ്തു. സദർ–ഇ–റിയാസത്ത് കരൺ സിംഗും, ഡി പി ധറും ദില്ലിയുമായി സമ്പർക്കത്തിലായിരുന്നു. ഷേക്കിനെ സ്ഥാന ഭ്രഷ്ടനാക്കാൻ ഗൂഢാലോചന നടന്നുവെന്നാണ് അന്നു ക്യാബിനറ്റ് സെക്രട്ടറിയായിരുന്ന ഗുൺദേവിയ പിൽക്കാലത്ത് വെളിപ്പെടുത്തിയത്. ഷേക്കിനെ ഡിസ്മിസ് ചെയ്യാനുള്ള തീരുമാനം നെഹ്റു തന്നെയാണെടുത്തതെന്ന് ഇന്റലിജൻസ് ഡയറക്ടർ മല്ലിക്കും മന്ത്രിയായിരുന്ന ഏ പി ജയിനും പിൽക്കാലത്ത് രേഖപ്പെടുത്തി.

ഷേക്കിനെ ഡിസ്മിസ് ചെയ്തില്ലെങ്കിൽ അദ്ദേഹം തന്റെ എതിരാളികളെ ഡിസ്മിസ് ചെയ്യും എന്ന് ഡി പി ധർ കിദ്വായിയെ അറിയിച്ചു. ദില്ലിയിലേക്കു മടങ്ങിയെത്തിയ പണ്ഡിറ്റ് നെഹ്റു അവസാനകൈയ്ക്ക് ഇനിയും സമയമായില്ല എന്ന അഭിപ്രായക്കാരനായിരുന്നു. എങ്കിലും എന്തിനും തയ്യാറായിരിക്കാൻ അദ്ദേഹം മല്ലിക്കിനും ഇന്റലിജൻസ് ഡെപ്യൂട്ടി ഡയറക്ടർ മെഹ്റായ്ക്കും നിർദേശം നൽകി. താൻ നട്ടുവളർത്തിയ ചെടിയെ പിഴുതുകളയേണ്ടിവരുന്ന ഒരാളിന്റെ ദുഃഖം നെഹ്റുവിനെ തളർത്തിയിരുന്നു എന്ന് മല്ലിക് പിന്നീട് രേഖപ്പെടുത്തി. അദ്ദേഹം പ്രതീക്ഷിച്ച അവസരം കൈവന്നത് ആഗസ്റ്റ് 6–ാം തീയതിയാണ്. അന്ന് മന്ത്രി സറാഫിനോട് രാജിവയ്ക്കാൻ ഷേക്ക് ആവശ്യപ്പെട്ടു.* അക്കാരണത്താലാണ് താൻ ഡിസ്മിസ് ചെയ്യപ്പെട്ടതെന്നു ഷേക്ക് രേഖപ്പെടുത്തി. രാജിവയ്ക്കാതിരിക്കാൻ കരൺസിംഗും മറ്റു പ്രവർത്തകരും സറാഫിനെ പ്രേരിപ്പിച്ചു.സറാഫ് രാജിവയ്ക്കാൻ വിസമ്മതിച്ചു. അണികളിൽ സറാഫിനനുകൂലമായ നിലപാടുണ്ടാവാൻ ബക്ഷിയും മൗലാനാ മാസൂദിയും പ്രവർത്തിച്ചു. അനന്തരനടപടികൾക്കു സൂത്രധാരത്വം വഹിക്കാൻ. ഏ പി ജയിൻ ശ്രീനഗറിലെത്തിയിരുന്നു. പൊടുന്നനെ ആഗസ്റ്റ് 8–ാം തീയതി ഷേക്ക് ഗുൽമാർഗിലേക്കു പോയി. അന്നു രാത്രി ഷേക്കിനെ ഡിസ്മിസ് ചെയ്തുകൊണ്ടും ബക്ഷിയെ തൽസ്ഥാനത്തു നിയമിച്ചുകൊണ്ടും സദർ– ഇ–റിയാസത്ത് ഉത്തരവിട്ടു. പക്ഷേ പ്രധാനമന്ത്രിയായി സ്ഥാനമേൽക്കാൻ ബക്ഷി വിസമ്മതിച്ചു. ഷേക്ക് അനുകൂലികൾ നാട്ടിൽ കലാപം ഉണ്ടാക്കുമെന്ന് അദ്ദേഹം ഭയന്നു.പാകിസ്ഥാനുമായി രഹസ്യസംഭാഷണത്തിനായിട്ടാണ് ഷേക്ക് ഗുൽമാർഗിലേക്കു പോയതെന്നാണ് ഇന്റലിജൻസ് റിപ്പോർട്ട്. അർദ്ധരാത്രിയോടുകൂടി ഷേക്കിനെ അറസ്റ്റു ചെയ്യാൻ ഉത്തരവായി. പോലീസ് ഡി ഐ ജി ഗുൽമാർഗ്ഗിലേക്കുപോയതായി ബോധ്യം വന്നശേഷം മാത്രമാണ് പ്രധാനമന്ത്രിയായി സ്ഥാനമേൽക്കാൻ ബക്ഷി ധൈര്യപ്പെട്ടത്. നാട്ടിൽ പലയിടത്തും കലാപങ്ങളുണ്ടായി. 60 പേർ മരിച്ചു. കലാപം തീരാൻ മൂന്നാഴ്ച സമയമെടുത്തു.

---

* അഴിമതിക്കുറ്റമാണ് സറാഫിനുമേൽ ആരോപിച്ചത്.

ബക്ഷി ഗുലാം മുഹമ്മദ്

കഴിവുറ്റ ഒരു സംഘാടകനും രാജ്യതന്ത്രജ്ഞനുമായിരുന്നു ബക്ഷി ഗുലാം മുഹമ്മദ്. കുറേക്കാലം ക്രിസ്ത്യാനിയായിരുന്ന അദ്ദേഹം മതേതരത്വത്തിലും ഇന്ത്യയോടുള്ള കൂറിലും അടിയുറച്ചു വിശ്വസിച്ചിരുന്നു. ഷേക്കിന്റെ നിഷ്കാസനത്തേയും അറസ്റ്റിനേയും എതിർക്കുന്ന പ്രകടനങ്ങളും ലഹളകളും നാട്ടിലെങ്ങും അലയടിച്ചു. എങ്കിലും ആഗസ്റ്റ് മാസം അവസാനത്തോടു കൂടി ലഹളകൾ ഒരുവിധം കെട്ടടങ്ങി. നിയമസഭയിൽ ഒട്ടും താമസിയാതെ വിശ്വാസവോട്ട് നേടണമെന്ന വ്യവസ്ഥയിലാണ് ബക്ഷി പ്രധാനമന്ത്രിയായി നിയമിതനായത്. അതിനു മുമ്പ് പാർട്ടിയെ തന്നോടൊപ്പം നിറുത്തുകയാണാവശ്യം. സെപ്റ്റംബർ 13,15 തീയതികളിൽ നാഷണൽ കോൺഫറൻസിന്റെ കൺവെൻഷൻ വിളിച്ചുകൂട്ടി. മീഴ്സാ അഫ്സൽ ബേഗും കുറെ അനുയായികളും പാർട്ടി വിട്ടുപോയി. കൺവെൻഷനിൽ വെച്ച് ഭരണമാറ്റം നാഷണൽ കോൺഫറൻസ് അംഗീകരിച്ചു. ഒക്ടോബർ 5-ാം തീയതി ബക്ഷി മന്ത്രിസഭ നിയമസഭയിൽ വിശ്വാസവോട്ട് നേടി. ഷേക്കിന്റെ അടുത്ത അനുയായികളും പ്രതിപക്ഷവും ബഹിഷ്കരിച്ചതുകൊണ്ട് ഐകകണ്ഠേനയാണ് വിശ്വാസവോട്ട് നേടിയത്.

അമേരിക്കയുടെ ആഭിമുഖ്യത്തിൽ ഇന്ത്യയും പാകിസ്ഥാനുമായി ഒരു ഒത്തുതീർപ്പുണ്ടാക്കാൻ ശ്രമം നടക്കുന്ന വേളയിലായിരുന്നു കാശ്മീരിൽ ഷേക്കിന്റെ സ്ഥാനഭ്രംശവും അറസ്റ്റും നടന്നത്. പാക് പ്രധാനമന്ത്രി മുഹമ്മദ് അലിയും നെഹ്രുവും തമ്മിൽ 1953 മെയ് മാസത്തിൽ ലണ്ടനിൽ വച്ച് നിസൈനീകരണത്തെപ്പറ്റി ചർച്ച നടത്തിയിരുന്നു. ജൂലൈയിലും ആഗസ്റ്റിലും ചർച്ചകൾ നടന്നു. അതിനിടയിലാണ് ആഗസ്റ്റ് 8-ാം തീയതി കാശ്മീരിൽ അട്ടിമറി നടന്നത്. ഷേക്കിന്റെ അറസ്റ്റിനെ തുടർന്നുണ്ടായ ലഹളകളും വിദേശമാധ്യമങ്ങളിൽ വന്ന വിമർശനങ്ങളും കടുത്ത ജനാധിപത്യവാദിയായ നെഹ്രുവിനെ വല്ലാതെ അലട്ടി. ആഗസ്റ്റ് 20-ാം തീയതി അതായത് അറസ്റ്റിനുശേഷം 11 ദിവസം കഴിഞ്ഞ് നെഹ്രുവും മുഹമ്മദാലിയും തമ്മിലുണ്ടായ ചർച്ചക്ക്ശേഷം പുറപ്പെടുവിച്ച കമ്യൂണിക്കയിൽ നിഷ്പക്ഷമായ ജനഹിത പരിശോധനയുടെ അടിസ്ഥാനത്തിൽ കാശ്മീരിന്റെ ഭാവി നിശ്ചയിക്കുന്നതാണ് ഉത്തമമെന്നും ഇരുകൂട്ടരും സമ്മതിച്ചു. അടുത്തവർഷം ഏപ്രിൽ അവസാനത്തോടുകൂടി ജനഹിത പരിശോധനാ അഡ്മിനിസ്ട്രേറ്ററെ നിയമിക്കണമെന്നും കമ്യൂണിക്കയിൽ പറഞ്ഞിരുന്നു. വിവരം അറിഞ്ഞ ബക്ഷി ഗുലാം മുഹമ്മദ് ക്ഷുഭിതനായി രാജി വയ്ക്കാൻ തയ്യാറായി. തന്റെ ലോകപ്രശസ്തി നിലനിർത്താൻ വേണ്ടി നെഹ്രു ഇപ്രകാരം സമ്മതിച്ചുവെങ്കിലും അദ്ദേഹത്തിന്റെ മന്ത്രിസഭ അതിനെ തകിടം മറിക്കാൻ വേണ്ടതു ചെയ്തു. അവരുടെ ഉറപ്പ് ബക്ഷി സ്വീകരിച്ചു. അമേരിക്കയിലെ അഡ്മിറൽ നിമിറ്റ്സിനു പകരം ഏതെങ്കിലും ചെറുകിട രാജ്യത്തിന്റെ പ്രതിനിധിയെ അഡ്മിനി

സ്ട്രേറ്ററായി നിയമിക്കണമെന്ന് ഇന്ത്യ നിർദേശിച്ചു. അന്ന് മൂന്നാം ലോകത്തിന്റെ നേതൃത്വം ഇന്ത്യക്കുണ്ടായിരുന്നതിനാൽ അമേരിക്കയുടെ വിശ്വസ്തനായ മുഹമ്മദാലി അതു സമ്മതിക്കില്ലെന്നറിഞ്ഞുകൊണ്ടായിരിക്കണം ഈ നിർദേശം മുന്നോട്ട് വച്ചത്. ജനഹിത പരിശോധന അസംഭവ്യമാക്കാനുള്ള വിദ്യയായിരുന്നു അത്. ഇന്ത്യയുടെ നിർദേശം മുഹമ്മദാലിക്ക് സമ്മതമായിരുന്നുവെങ്കിലും പാകിസ്ഥാൻ ക്യാബിനറ്റിന് അത് സ്വീകാര്യമായില്ല. അഡ്മിറൽ നിമിറ്റ്സ് തന്നെ അഡ്മിനിസ്ട്രേറ്ററായിരിക്കണമെന്ന് അവർ ശഠിച്ചു. അങ്ങനെ ജനഹിത പരിശോധനയിൽ നിന്ന് ഒഴിഞ്ഞു മാറാൻ ഇന്ത്യക്ക് സാധിച്ചു. ഷേക്ക് ജയിലിൽ കഴിയവേ ജനഹിത പരിശോധന നടത്തുന്നത് ബുദ്ധിപൂർവമല്ലെന്ന് ഇന്ത്യക്ക് തോന്നിയിരിക്കാം.

1954–ൽ പാകിസ്ഥാൻ രണ്ടു സൈനിക സഖ്യങ്ങളിൽ അംഗമായി; ബാഗ്ദാദ് സഖ്യത്തിലും (CENTO) ദക്ഷിണ പൂർവേഷ്യൻ സഖ്യത്തിലും (SETO). റഷ്യയേയും ചൈനയേയും അടക്കി നിറുത്താനുള്ള അമേരിക്കയുടെ ആഭിമുഖ്യത്തിലെ സൈനിക സഖ്യങ്ങളായിരുന്നു അവ. ഈ സഖ്യങ്ങളിലൂടെ പാകിസ്ഥാനു ധാരാളം ആയുധ സാമഗ്രികൾ ലഭ്യമായി. സഖ്യങ്ങളുടെ ഉപജ്ഞാതാവായ അമേരിക്കൻ സ്റ്റേറ്റ് സെക്രട്ടറി ഡള്ളസ്സ് പറഞ്ഞത് നമ്മുടെ മിത്രമല്ലാത്തവർ നമ്മുടെ ശത്രുക്കൾ ആണെന്നാണ്. ചേരിചേരായ്മ അധാർമ്മികമെന്നും ഡള്ളസ്സ് പറഞ്ഞു. ഇത്തരം ഒരു രാജ്യവുമായി പാകിസ്ഥാൻ സൈനിക സഖ്യം സ്ഥാപിച്ചു കഴിഞ്ഞതു കൊണ്ട് കാശ്മീരിൽ നിസൈനീകരണം സാധ്യമല്ലെന്നും അതുകൊണ്ട് ജനഹിത പരിശോധന പ്രായോഗികമല്ലെന്നുമായിരുന്നു ഇന്ത്യയുടെ നിലപാട്. ഇതൊരു മുടന്തൻ ന്യായമാണെന്നും മാറിയ പരിതഃസ്ഥിതിയിൽ ജനഹിത പരിശോധനയിൽ നിന്നും പിന്മാറാനുള്ള അടവാണെന്നും ഇതര രാജ്യങ്ങൾ ധരിച്ചു. വെടിനിറുത്തൽ രേഖയുടെ അടിസ്ഥാനത്തിൽ കാശ്മീരിനെ വിഭജിക്കാമെന്നൊരു നിർദേശം 1955 ൽ ഇന്ത്യ മുന്നോട്ടു വച്ചെങ്കിലും പാകിസ്ഥാൻ അതു തള്ളിക്കളഞ്ഞു.

ജനഹിത പരിശോധനയിൽ നിന്നും ഒഴിഞ്ഞുമാറാൻ ഇന്ത്യയെ സഹായിച്ച മറ്റൊരുകാര്യം സോവിയറ്റ് യൂണിയന്റെ നിലപാടിൽ വന്ന മാറ്റമാണ്. റഷ്യക്കെതിരായി സീറ്റോയും സെന്റോയും രൂപീകരിക്കപ്പെടുകയും പാകിസ്ഥാൻ അവരണ്ടിലും അംഗമാകുകയും ചെയ്തപ്പോൾ സ്വാഭാവികമായും റഷ്യ ഇന്ത്യയോടടുത്തു. 1955–ൽ ഇന്ത്യാ സന്ദർശനത്തിനെത്തിയ ക്രൂഷ്ചേവ് ഡിസംബർ 9–ാം തീയതി ശ്രീനഗറിൽവച്ച് ഇന്ത്യയുടെ സമാധാന ശ്രമങ്ങളെ ശ്ലാഘിക്കുകയും ബാഗ്ദാദ് സഖ്യത്തിൽ പാകിസ്ഥാൻ ചേർന്നത് അവരുടെ ഗുണത്തിനല്ല എന്നു പറയുകയും ചെയ്തു. അതിനുശേഷം ഐക്യരാഷ്ട്രസഭയിലും രക്ഷാസമിതിയിലും ഇന്ത്യൻ പ്രതിനിധി വി കെ കൃഷ്ണമേനോന്റെ സ്വരം കൂടുതൽ കർക്കശമായി. ബി എൻ റാവു പാലിച്ചിരുന്ന മിതത്വം ഇന്ത്യ ഉപേക്ഷിച്ചു. കാശ്മീരിനെ കൂടുതൽ കൂടുതൽ ഇന്ത്യയോടു സംയോജിപ്പിച്ച

താണ് രക്ഷാസമിതിയിൽ വിമർശനങ്ങൾക്ക് കാരണമായത്. 1954 ൽ ഇന്ത്യക്കും ജമ്മുകാശ്മീരിനും ഇടയ്ക്കുള്ള തീരുവകൾ എടുത്തുകളഞ്ഞു. ആ വർഷം മേയ്മാസത്തിൽ ഇന്ത്യൻ ഭരണഘടനാ വകുപ്പ് 370 അനുസരിച്ചുള്ള ഇന്ത്യാകാശ്മീർ ബന്ധം ഇന്ത്യൻ പ്രസിഡന്റ് അംഗീകരിച്ചു . 1957 ജനുവരി 26–ാം തീയതി കാശ്മീർ ഭരണഘടന നിലവിൽ വരികയും അതിനു മുൻപ് ഭരണഘടനാ സമിതി പിരിച്ചുവിടുകയും ചെയ്തു. ഈ നടപടിയെ രക്ഷാസമിതിയിൽ പാകിസ്ഥാൻ ചോദ്യം ചെയ്തു. ഇന്ത്യയുടെ നടപടിയെ ന്യായീകരിച്ചുകൊണ്ട് കൃഷ്ണമേനോൻ സുദീർഘം സംസാരിച്ചു. പക്ഷേ മേനോന്റെ വാദം മുഴുമിപ്പിക്കുന്നതിനു മുൻപുതന്നെ അക്ഷമരായ രക്ഷാസമിതി അംഗങ്ങൾ നക്കൽ പ്രമേയം അവതരിപ്പിച്ചു. നിഷ്പക്ഷമായ ജനഹിത പരിശോധന കൊണ്ടുമാത്രമേ കാശ്മീരിന്റെ ഭാവി നിശ്ചയിക്കാനാവൂ എന്നും കാശ്മീർ ഭരണഘടന അസാധുവാണെന്നും പ്രഖ്യാപിക്കുന്നതായിരുന്നു പ്രമേയം. ആസ്ത്രേലിയ, കൊളംബിയ, ക്യൂബ, ഇംഗ്ലണ്ട്, അമേരിക്ക എന്നീ രാഷ്ട്രങ്ങളായിരുന്നു പ്രമേയം അവതരിപ്പിച്ചത്. 1957 ജനുവരി 24–ാം തീയതി പ്രമേയം വോട്ടിനിട്ടു പാസാക്കി. സോവിയറ്റ് യൂണിയൻ വിട്ടു നിന്നു.

പാകിസ്ഥാൻ വിദേശകാര്യമന്ത്രി ഫിറോസ് ഖാൻ നൂൺ കാശ്മീരിനെ നിസൈനീകരിക്കാൻ ഒരു യു എൻ സേന രൂപീകരിക്കണമെന്നാവശ്യപ്പെട്ടു. ഇത് ഐക്യരാഷ്ട്രചാർട്ടറിനു തന്നെ എതിരാണെന്നു കൃഷ്ണമേനോൻ വാദിച്ചു. ഇന്ത്യ അംഗീകരിച്ചാൽ മാത്രമേ ഈ പ്രമേയംകൊണ്ട് പ്രയോജനമുള്ളൂ എന്ന് കൊളംബിയൻ പ്രതിനിധി പറഞ്ഞു. ഈ നിർദേശം കുഴപ്പങ്ങൾ ഉണ്ടാക്കുമെന്ന് ചൈന അഭിപ്രായപ്പെട്ടു. ആസ്ത്രേലിയയും ക്യൂബയും ഇംഗ്ലണ്ടും അമേരിക്കയും പ്രമേയത്തിനു പിന്നിൽ ഉറച്ചു നിന്നു. പക്ഷെ സോവിയറ്റു യൂണിയൻ വീറ്റോ ചെയ്തതുകൊണ്ട് പ്രമേയം പാസായില്ല. അമേരിക്കയും ഇംഗ്ലണ്ടും ചേർന്ന് മറ്റൊരു പ്രമേയം അവതരിപ്പിച്ചു. ഇന്ത്യയും പാകിസ്ഥാനുമായി മുൻ പ്രമേയങ്ങളുടെ അടിസ്ഥാനത്തിൽ ചർച്ച ചെയ്യാൻ രക്ഷാസമിതി പ്രസിഡന്റിനെ ചുമതലപ്പെടുത്തുന്നതായിരുന്നു പ്രമേയം. രക്ഷാസമിതി പ്രസിഡന്റായിരുന്ന സ്വീഡനിലെ ഗുന്നാർ ജാറിംഗ് തന്റെ ദൗത്യം പരാജയപ്പെട്ടതായി 1957 ഒക്ടോബർ 29–ാ തീയതി രക്ഷാസമിതിക്കു റിപ്പോർട്ടു നൽകി. തുടർന്ന് ഇംഗ്ലണ്ടും അമേരിക്കയും ആസ്ത്രേലിയയും കൊളംബിയയും ഫിലിപ്പൈൻസും ചേർന്ന് മറ്റൊരു പ്രമേയം അവതരിപ്പിച്ചു. ഗുന്നാർജാറിംഗ് പരാജയപ്പെട്ടിടത്ത് ഫ്രാങ്ക് പി ഗ്രഹാമിനെ നിയോഗിക്കുകയായിരുന്നു അതിന്റെ പൊരുൾ. ആക്രമണകാരിയായ പാകിസ്ഥാൻ കാശ്മീർ വിട്ടൊഴിയണമെന്നാവശ്യപ്പെടുന്ന ഒരു പ്രമേയമല്ലാതെ മറ്റൊന്നും ഇന്ത്യക്ക് സ്വീകാര്യമല്ലെന്ന് കൃഷ്ണമേനോൻ തുറന്നടിച്ചു. ശുപാർശ ചെയ്യുകയല്ലാതെ പ്രവർത്തനം ഒന്നും പാടില്ല എന്ന് റഷ്യൻ പ്രതിനിധി നിഷ്കർഷിച്ചതനുസരിച്ച് ഭേദഗതി

യോടെ 1957 ഡിസംബർ 2 ന് പ്രമേയം പാസായി. പ്രമേയം ഇന്ത്യ അംഗീകരിച്ചില്ലെങ്കിലും യു എൻ പ്രതിനിധിയായ ഗ്രഹാമിനെ ഇന്ത്യയിൽ അതിഥിയായി സ്വീകരിക്കുമെന്ന് കൃഷ്ണമേനോൻ പറഞ്ഞു. അതിൻ പ്രകാരം ഇന്ത്യയും പാകിസ്ഥാനും സന്ദർശിച്ച ഗ്രഹാം രക്ഷാസമിതിക്ക് റിപ്പോർട്ടു നൽകി. ഗ്രഹാമിന്റെ അധ്യക്ഷതയിൽ ഇന്ത്യയിലെയും പാകിസ്ഥാനിലെയും പ്രധാനമന്ത്രിമാർ ജമ്മു–കാശ്മീരിലെ നിസൈനീകരണത്തെപ്പറ്റി ചർച്ച ചെയ്യണമെന്ന ശുപാർശയാണ് റിപ്പോർട്ടിലുണ്ടായിരുന്നത്. ഇത്തരം ചർച്ചകൾ കൊണ്ട് പാകിസ്ഥാൻ കാശ്മീരിൽ നിന്ന് സൈന്യത്തെ പൂർണമായി പിൻവലിക്കുകയില്ലെന്നതിനാൽ അതൊരു പാഴ്‌വേലയായിരിക്കുമെന്ന് പറഞ്ഞ് ഗ്രഹാമിന്റെ ശുപാർശയെ ഇന്ത്യ നിരാകരിച്ചു. തെരഞ്ഞെടുക്കപ്പെട്ട ജനപ്രതിനിധികൾ ഉൾപ്പെട്ട ഭരണഘടനാ സമിതി രൂപംനൽകിയ കാശ്മീർ ഭരണഘടന നിലവിൽ വന്നു കഴിഞ്ഞതിനാൽ ജനഹിതപരിശോധന അനാവശ്യമെന്ന നിലപാട് റഷ്യ സ്വീകരിക്കുകയും അതിനെതിരായ ഏതു പ്രമേയത്തെയും വീറ്റോ ചെയ്യുമെന്നു പറയുകയും ചെയ്തതിനാൽ യു എൻ ഇടപെടൽ തൽക്കാലം അവസാനിച്ചു.

1957 ജനുവരി 26ന് നിലവിൽ വന്ന കാശ്മീർ ഭരണഘടനയനുസരിച്ച് ആറുവർഷം കാലാവധിയുള്ള പുതിയ നിയമസഭയിൽ ആകെ 102 അംഗങ്ങൾ ഉണ്ടായിരിക്കും. രണ്ടു സ്ത്രീകൾ നാമനിർദേശം ചെയ്യപ്പെടുന്നവരാണ്. 24 സീറ്റുകൾ പാക് കാശ്മീരിനുവേണ്ടി ഒഴിച്ചിട്ടശേഷം 76 സീറ്റുകളിലേക്കായിരിക്കും തിരഞ്ഞെടുപ്പു നടത്തുക. ഇന്ത്യൻ പാർലമെന്റിലേക്കു നാലുപേരെ തിരഞ്ഞെടുത്തയയ്ക്കാനും വ്യവസ്ഥയുണ്ടായിരുന്നു. ഭരണഘടന അനുസരിച്ചുള്ള തിരഞ്ഞെടുപ്പ് മാർച്ച് മാസത്തിൽ നടന്നു. ഷേക്ക് അബ്ദുള്ളയുടെ അനുയായികൾ മീഴ്സാ അഫ്സൽ ബേഗിന്റെ നേതൃത്വത്തിൽ പ്ലബിസൈറ്റ്ഫ്രണ്ട് എന്ന പേരിൽ പുതിയൊരു രാഷ്ട്രീയകക്ഷി രൂപീകരിച്ചുവെങ്കിലും അവർ തിരഞ്ഞെടുപ്പിൽ പങ്കെടുത്തില്ല. ബക്ഷിയാവട്ടെ തന്നോടു വിശ്വസ്തത പുലർത്തുന്നവർക്കു മാത്രം നാഷണൽ കോൺഫറൻസ് ടിക്കറ്റു നൽകി. അതിൽ പ്രതിഷേധിച്ച് നാഷണൽ കോൺഫറൻസിലെ നേതാക്കളായ ജി എം സാദിക്, ഡി പി ധർ, മിർകാസിം, ജി എൽ ദോഗ്ര തുടങ്ങിയ നേതാക്കൾ പാർട്ടി വിട്ട് ഡമോക്രാറ്റിക് നാഷണൽ കോൺഫറൻസ് എന്ന പേരിൽ പുതിയൊരു പാർട്ടി ഉണ്ടാക്കി. തിരഞ്ഞെടുപ്പിൽ കൃത്രിമങ്ങൾ വ്യാപകമായിരുന്നു എന്ന് ആരോപണം ഉണ്ടായി. എങ്കിലും നാഷണൽ കോൺഫറൻസ് ഭൂരിപക്ഷം നേടി. ബക്ഷി ഗുലാം മുഹമ്മദ് വാസിർ ഇ–ആസാം (പ്രധാനമന്ത്രി) ആയി സ്ഥാനമേറ്റു.

നാഷണൽ കോൺഫറൻസിലെ പ്രമുഖ നേതാക്കന്മാർ പാർട്ടി വിട്ടുപോയതുകൊണ്ട് ബക്ഷി മന്ത്രിസഭയിൽ കഴിവുള്ളവരോ സത്യസന്ധത ഉള്ളവരോ ഉണ്ടായിരുന്നില്ല. അഴിമതി ആരോപണങ്ങൾ വ്യാപകമായി. ബക്ഷി ഗുലാം മുഹമ്മദുപോലും അഴിമതിക്കാരനായി

അറിയപ്പെട്ടു. ബി ബി സി (ബക്ഷി ബ്രദേഴ്സ് കോർപറേഷൻ) എന്നാണ് ബക്ഷി മന്ത്രിസഭ അറിയപ്പെട്ടത്. എങ്കിലും 1963 ലെ തെരഞ്ഞെടുപ്പിൽ നാഷണൽ കാൺഫറൻസ് ഭൂരിപക്ഷം വർദ്ധിപ്പിക്കുകയാണുണ്ടായത്. 1957–ൽ 68 പേർ ജയിച്ച സ്ഥാനത്ത് 63 ൽ 70 പേർ നാഷണൽ കോൺഫറൻസുകാരായി ജയിച്ചു. തെരഞ്ഞെടുപ്പിലെ അഴിമതിയാണു കാരണമെന്നു പരക്കെ വിമർശിക്കപ്പെട്ടു. 1963 ഒക്ടോബർ 3–ലെ ഭരണഘടനാ ഭേദഗതി മൂലം സദർ–ഇ–റിയാസത് ഗവർണറായും വാസിർ–ഇ–ആസാം മുഖ്യമന്ത്രിയായും മാറി. ഇപ്രകാരം ബക്ഷി ഇന്ത്യയുടെ ഉത്തമബന്ധുവായിരുന്നുവെങ്കിലും അഴിമതിയിൽ കുളിച്ചു നിന്നതുകൊണ്ടും ജനവികാരം അദ്ദേഹത്തിനെതിരായതുകൊണ്ടും മുഖ്യമന്ത്രി സ്ഥാനത്തു നിന്ന് അദ്ദേഹത്തെ മാറ്റേണ്ടത് ആവശ്യമായി തോന്നി. 1963–ൽ കാമരാജനാടാർ അതിന് വഴി കണ്ടു. 10 വർഷത്തിലേറെ അധികാരത്തിലിരുന്നവർ പാർട്ടി പ്രവർത്തനത്തിനുവേണ്ടി അധികാരം ഒഴിയണമെന്ന കാമരാജ് പ്ലാൻ പ്രധാനമായും ബക്ഷിയെ ഉന്നം വെച്ചുകൊണ്ടുള്ളതായിരുന്നു. അതിൻപ്രകാരം ബക്ഷി ഗുലാം മുഹമ്മദ് രാജിവച്ചുവെങ്കിലും അദ്ദേഹം നാമനിർദേശം ചെയ്ത ആളിനെ ജമ്മുകാശ്മീർ മുഖ്യമന്ത്രി ആക്കേണ്ടി വന്നു. അപ്രകാരം മുഖ്യമന്ത്രിയായ ഷംസുദ്ദീൻ തീരെ കഴിവുകെട്ടവനായിരുന്നു എന്നു മാത്രമല്ല ജനവിരോധം ആർജ്ജിച്ച ബക്ഷിയുടെ പിണിയാൾ മാത്രമായിരുന്നു. മീഴ്സാ അഫ്സൽ ബേഗിന്റെ നേതൃത്വത്തിൽ പ്ലബിസൈറ്റ് ഫ്രണ്ട് അഴിമതിക്കെതിരായും ജനഹിതപരിശോധനയ്ക്കുവേണ്ടിയും പ്രക്ഷോഭണം ശക്തിപ്പെടുത്തിക്കൊണ്ടിരുന്നു. അതിനെ നേരിടാനുള്ള വൈഭവം ഷംസുദ്ദീൻ സർക്കാരിനില്ലായിരുന്നു. ഏതു ചെറിയ സംഭവവും ജനരോഷം ആളിക്കത്തിക്കാൻ പര്യാപ്തമായിരിക്കെ കാശ്മീരിനെ ആകെ കലക്കിമറിച്ച ഒരു മഹാസംഭവത്തെ ഷംസുദ്ദീനു നേരിടേണ്ടി വന്നു.

മൊ–ഇ–മുക്കദ്ദസ്

1963 സെപ്റ്റംബറിലാണ് ഷംസുദ്ദീൻ അധികാരമേറ്റത്. ആ വർഷം ഡിസംബർ 27–ാം തീയതി ശ്രീനഗറിലെ ഹസ്രത്ബാൽ പള്ളിയിൽ സൂക്ഷിച്ചിരുന്ന മൊ–ഇ–മുക്കദ്ദസ് കാണാതായി. പ്രവാചകൻ മുഹമ്മദ് നബിയുടെ തിരുശേഷിപ്പായ താടി രോമങ്ങളിലൊന്നാണ് മൊ–ഇ–മുക്കദ്ദസ്. വിസ്മയകരമായ ചരിത്രമുള്ള ആ തിരുശേഷിപ്പിന് കാശ്മീരികൾക്കിടയിലെന്നു മാത്രമല്ല ലോകമുസ്ലീങ്ങളുടെ ഇടയിൽ ത്തന്നെയുള്ള വികാരപരമായ സ്വാധീനം വളരെ വലുതായിരുന്നു. നബിയുടെ വംശപരമ്പരയിലുള്ള സയ്യദ് അബ്ദുള്ള എന്നയാൾ മെദീനയിൽ നിന്ന് 1635 ലാണ് അത് ബിജപ്പൂരിലേക്കു കൊണ്ടുവന്നത്. അവിടെ നിന്നും നൂറുദ്ദീൻ എന്നൊരു വ്യാപാരി അത് കാശ്മീരിലേക്കു കൊണ്ടുവന്നു. അവിടെ പൊതുദർശനത്തിനുവച്ച തിരുശേഷിപ്പ് ഏറെ പ്രസിദ്ധി

ആർജ്ജിച്ചു. അമൂല്യമായ ആ തിരുശേഷിപ്പ് നഷ്ടപ്പെട്ടു പോകാതിരിക്കാൻ ചക്രവർത്തി അറംഗസീബ് അതിനെ അജ്മീരിലുള്ള മൊഹിയുദ്ദീൻ ചിസ്തിയുടെ സ്മാരകമണ്ഡപത്തിൽ സൂക്ഷിക്കാൻ ഏർപ്പാടു ചെയ്തു. തിരുശേഷിപ്പ് കാശ്മീരിൽ തന്നെ വയ്ക്കണം എന്ന് അറംഗസീബിന് സ്വപ്നത്തിൽ പ്രവാചകന്റെ നിർദ്ദേശം ലഭിച്ചതുകൊണ്ട് അതിനെ ദാൽ തടാകത്തിന്റെ കരയിൽ ഷാജഹാന്റെ കാലത്തു പണിയിച്ച ഹസ്രത്ബാൽ പള്ളിയിൽ ഒരു ചെറുപേടകത്തിൽ സൂക്ഷിച്ചു. വലിയ ജനക്കൂട്ടത്തെ ആകർഷിച്ച മൊ–ഇ–മുക്കഡ്ഡസ് ചില പ്രത്യേക ദിവസങ്ങളിൽ രണ്ടാം നിലയിലെ ബാൽക്കണിയിൽ നിന്നും ജനക്കൂട്ടത്തിനു മുമ്പിൽ പ്രദർശിപ്പിക്കുക പതിവായിരുന്നു. ഇപ്രകാരം പ്രദർശിപ്പിക്കാൻ ചുമതലപ്പെട്ടയാളെ നിഷാൻ ദെസ് എന്നും പ്രദർശനത്തെ ദീദാർ എന്നുമാണു പറയുക. ഡിസംബർ 26–ാം തീയതി പ്രദർശനം കഴിഞ്ഞശേഷം 27–ാം തീയതി കാലത്തു തിരുശേഷിപ്പ് അപ്രത്യക്ഷമായതായും അതു സൂക്ഷിച്ചിരുന്ന ചെറിയ മുറിയുടെ വാതിൽ തുറന്നു കിടക്കുന്നതായും കണ്ടു.

തിരുശേഷിപ്പ് നഷ്ടപ്പെട്ട വിവരം കാട്ടുതീപോലെ നാടെങ്ങും പരന്നു. നാടിന്റെ എല്ലാ ഭാഗങ്ങളിൽ നിന്നും ഭക്തന്മാർ തുരുതുരെ ശ്രീനഗറിൽ വന്നു വിലാപം തുടങ്ങി. ഊഹാപോഹങ്ങൾക്ക് നല്ല വളക്കൂറുള്ള സ്ഥിതിവിശേഷമായിരുന്നു. നാട്ടിലെ തിന്മകൾക്കെല്ലാം ആധാരമെന്നു ജനം വിശ്വസിച്ച ബക്ഷി ഗുലാം മുഹമ്മദിനു മേലായിരുന്നു സംശയം. ബക്ഷിയുടെ ഒരു സഹോദരപുത്രനായ അബ്ദുൾ റഷീദ് ജനങ്ങൾക്കിടയിൽ പ്രത്യക്ഷപ്പെട്ട് അവരോട് പിരിഞ്ഞു പോകാനാവശ്യപ്പെട്ടത് ഊഹങ്ങൾക്കു ശക്തി നൽകി. ജനക്കൂട്ടം അയാളുടെ മേൽ ചാടി വീഴുകയും അയാളുടെ വക ഒരു ഹോട്ടലും സിനിമാ തിയേറ്ററും തീ വച്ചു നശിപ്പിക്കുകയും ചെയ്തു. റഷീദിനെ രക്ഷിക്കാൻ നടന്ന വെടിവെപ്പിൽ മൂന്നു പേർ മരണമടഞ്ഞു. പാകിസ്ഥാൻ റേഡിയോ എരിതീയിൽ എണ്ണ ഒഴിച്ചുകൊണ്ടിരുന്നു. ആകാശവാണിയുടെ ശ്രീനഗർ നിലയം തീ വയ്ക്കാൻ ശ്രമം നടന്നു. മരണക്കിടക്കയിലായിരുന്ന ബക്ഷിയുടെ മാതാവിനു ദർശനം നൽകാൻ തിരുശേഷിപ്പു കൊണ്ടുപോയി എന്നായിരുന്നു ജനസംസാരം. പെട്ടെന്ന് ആക്ഷൻ കമ്മിറ്റി രൂപവൽകൃതമായി. മൗലവി മുഹമ്മദ് മാസൂദി അധ്യക്ഷനും മിർവേയ്സ് മൗലവി ഫറൂക്ക്, ഡോ. ഫറൂക്ക് അബ്ദുള്ള എന്നീ ചെറുപ്പക്കാർ കമ്മിറ്റി അംഗങ്ങളുമായിരുന്നു. ഷേക്ക് അബ്ദുള്ളയുടെ എതിരാളികളും ഷേക്കിന്റെ അനുകൂലികളും ആദ്യമായി യോജിക്കുകയായിരുന്നു. ആക്ഷൻ കമ്മിറ്റിക്ക് നാടെങ്ങും ശാഖകളുണ്ടായി.

കാശ്മീരിന്റെ മുക്കിലും മൂലയിലും പ്രതിഷേധ യോഗങ്ങൾ കൂടി. ബക്ഷിയെ അറസ്റ്റു ചെയ്യാനും ഷേക്കിനെ മോചിപ്പിക്കാനും ആഹ്വാനങ്ങളുണ്ടായി. യു എൻ രക്ഷാസമിതി ഇടപെടണമെന്നാവശ്യപ്പെട്ടു കൊണ്ടുള്ള പോസ്റ്ററുകളും പ്രത്യക്ഷപ്പെട്ടു. ഷേക്ക് അബ്ദുള്ള ജനു

വരി മൂന്നാം തീയതി പ്രസിഡന്റിന് അയച്ച ദീർഘമായ കത്തിൽ 1953 മുതലുള്ള ഇന്ത്യാ ഗവൺമെന്റിന്റെ കാശ്മീർ നയം പുനഃപരിശോധിക്കണമെന്നാവശ്യപ്പെട്ടു. രാഷ്ട്രീയലക്ഷ്യമാണ് തിരുശേഷിപ്പിന്റെ മോഷണത്തിനു പിന്നിലെന്ന് ആരോപിച്ചുകൊണ്ട് പടിഞ്ഞാറൻ പാകിസ്ഥാനിൽ മാത്രമല്ല കിഴക്കൻ പാകിസ്ഥാനിലും വർഗീയ വികാരം ആളിക്കത്തിച്ചു. കിഴക്കൻ പാകിസ്ഥാനിൽ നിന്ന് ബംഗാളിലേക്ക് അഭയാർഥി പ്രവാഹമുണ്ടായി. അതിനെതിരെ കൽക്കട്ടയിൽ വർഗീയ കലാപം പൊട്ടിപ്പുറപ്പെട്ടു. വിഷമത്തിലായ ഇന്ത്യാ ഗവൺമെന്റ് ഇന്റലിജൻസ് ബ്യൂറോ തലവൻ ബി എൻ മല്ലിക്കിനെ ഡിസംബർ മുപ്പത്തൊന്നാം തീയതി തന്നെ സ്ഥിതിഗതികൾ നിയന്ത്രിക്കാനും തിരുശേഷിപ്പു കണ്ടെത്താനും കാശ്മീരിലേക്കയച്ചു. ജനുവരി നാലാം തീയതി ഡോ. കരൺ സിംഗ് ഹസ്രത്ബാൽ സന്ദർശിച്ചപ്പോൾ പ്രതീക്ഷക്കു വിപരീതമായി ഊഷ്മളമായ സ്വീകരണമാണു ലഭിച്ചത്. ജമ്മു കാശ്മീരിലെ എല്ലാ ക്ഷേത്രങ്ങളിലും തിരുശേഷിപ്പു തിരിച്ചു കിട്ടാൻ വേണ്ടി വിശേഷാൽ പൂജകൾ നടത്താൻ അദ്ദേഹം ഏർപ്പാടു ചെയ്തു. അന്നു വൈകുന്നേരം ഹസ്രത്ബാൽ പള്ളിയുടെ ബാൽക്കണിയിൽ നിന്നു പേടകത്തിലെ തിരുശേഷിപ്പ് വമ്പിച്ച ജനാവലിക്ക് മുന്നിൽ പ്രദർശിപ്പിക്കപ്പെട്ടു. തിരുശേഷിപ്പു കണ്ടെത്തുന്നതിൽ മല്ലിക്കിന് ജമ്മുകാശ്മീർ പൊലീസിന്റെ സഹായവും ഉണ്ടായിരുന്നു. കുറ്റവാളികളുടെ പേർ ഇനിയും പുറത്തു വിട്ടിട്ടില്ല.

തിരുശേഷിപ്പു തിരിച്ചു കിട്ടിയതിൽ കാശ്മീരികൾ അത്യന്തം ആഹ്ലാദിച്ചുവെങ്കിലും ആക്ഷൻ കമ്മിറ്റി അത് അംഗീകരിക്കാൻ മടിച്ചു. നിഷാൻദേസിലെ അംഗങ്ങളെ തിരുശേഷിപ്പു കാണിച്ചു നേരത്തെ തന്നെ അംഗീകാരം വാങ്ങിയിരുന്നുവെങ്കിലും അത് വ്യാജമാണെന്ന് ആക്ഷൻ കമ്മിറ്റി സംശയിച്ചു. അവർ തെരഞ്ഞെടുക്കുന്ന കുറെ മതമേലധ്യക്ഷന്മാരുടെ മുമ്പിൽ ഒരു പ്രത്യേക പ്രദർശനം വേണമെന്ന് അവർ ശഠിച്ചു. അതിനു സമ്മതിച്ചില്ലെങ്കിൽ ഉണ്ടാകാവുന്ന പ്രത്യാഘാതങ്ങൾ ഗുരുതരമായിരിക്കുമെന്ന് ഇന്ത്യാ ഗവൺമെന്റിന് ബോധ്യമായിരുന്നു. ജനുവരി 6–ാം തീയതി ഒറീസയിലെ ഭുവനേശ്വറിൽ വച്ചു നടന്ന കോൺഗ്രസ് കൺവെൻഷനിലെ ആദ്യദിവസം പണ്ഡിറ്റ്ജി ഹൃദയാഘാതം മൂലം അവശനായി. അപ്പോഴും കൽക്കത്തയിൽ പ്രകടനങ്ങൾ നടന്നുകൊണ്ടിരിക്കുകയായിരുന്നു. പിറ്റെ ദിവസമാണ് പ്രത്യേക ദീദാർ ആവശ്യപ്പെട്ട് ആക്ഷൻ കമ്മിറ്റി അംഗങ്ങൾ ഡോക്ടർ കരൺ സിങ്ങിനെ കണ്ടത്. അത് അപ്പോൾ തന്നെ അനുവദിക്കപ്പെട്ടു. ഫെബ്രുവരി 3–ാം തീയതി ദീദാർ നടത്താമെന്നു നിശ്ചയിച്ചു. ഇന്ത്യാ ഗവൺമെന്റിനു വേണ്ടി ലാൽ ബഹദൂർ ശാസ്ത്രി ശ്രീനഗറിലെത്തി. പതിനാലു മതാധ്യക്ഷന്മാരുടെ പേരുകൾ ആക്ഷൻ കമ്മിറ്റി നൽകി. പതിനാലുപേരും സത്യം ബോധിപ്പിച്ചു കൊള്ളാമെന്നു പ്രതിജ്ഞ ചെയ്തു.തിരുശേഷിപ്പ് കാശ്മീരിൽ ആദ്യമായി കൊണ്ടു വന്ന നൂറുദ്ദീന്റെ പിൻമുറക്കാരനായ നൂറിദ്ദീൻ ബന്ദേ ആയിരുന്നു മുഖ്യ നിഷാൻ ദേസ്. ഡിസ്ട്രിക് മജിസ്ട്രേറ്റ് സേഫിൽ

മുദ്രവച്ചു സൂക്ഷിച്ചിരുന്ന പേടകം പുറത്തെടുത്തു. ഓരോരുത്തരായി സൂക്ഷ്മപരിശോധന നടത്തിയശേഷം തിരുശേഷിപ്പ് അസൽ തന്നെ എന്ന് ഏകകണ്ഠമായി പ്രഖ്യാപിച്ചു. സംഭവിക്കാവുന്ന ഒരു വലിയ ആപത്ത് അങ്ങനെ ഒഴിവാക്കപ്പെട്ടു. തിരുശേഷിപ്പിന്റെ മോഷണം അറിഞ്ഞ് ഡിസംബർ 27-ാം തീയതി ശ്രീനഗറിലെത്തിയ ബക്ഷിഗുലാം മുഹമ്മദ് ജനുവരി 4-ാം തീയതി അത് പ്രദർശിപ്പിക്കുന്നതിന് ഏതാനും മണിക്കൂർ മുമ്പ് ദില്ലിയിലേക്കു പറന്നു.

ഒരു ജനനായകന്റെ യാതനകൾ

1952 ജൂലൈ 24-ാം തീയതി നെഹ്രുവും ഷേക്ക് അബ്ദുള്ളയും ചേർന്ന് ദില്ലിക്കരാർ ഉണ്ടാക്കിയ ശേഷം പെട്ടെന്ന് ഷേക്ക് ആ കരാറിൽ നിന്ന് പിൻമാറി എന്നു കരുതുന്നത് യുക്തിസഹമല്ല. ഇന്ത്യയും പാകിസ്ഥാനും തമ്മിൽ കാശ്മീരിന്റെ പേരിൽ അസമാധാനം സൃഷ്ടിക്കുന്നതിനെ പരിഹരിക്കാനുള്ള ശുപാർശകൾ സമർപ്പിക്കാൻ നാഷണൽ കോൺഫറൻസിന്റെ വർക്കിംഗ് കമ്മിറ്റി ഒരു സ്പെഷ്യൽ കമ്മിറ്റിയെ നിയമിച്ചിരുന്നു. ആ കമ്മിറ്റിയിൽ ഷേക്ക്, ബേഗ്, ബക്ഷി, സാദിക്, ദോഗ്ര, ബുദ്ധ് സിംഗ്, സരാഫ് എന്നിവർ ഉൾപ്പെട്ടിരുന്നു. 1953 ജൂൺ 9-ാം തീയതി അവർ നാലു പോംവഴികളാണ് പരിഗണിച്ചത്. 1. ഇന്ത്യയോടോ പാകിസ്ഥാനോടോ ചേരുന്നതിനെപ്പറ്റിയും സ്വതന്ത്രമായി നിൽക്കുന്നതിനെപ്പറ്റിയും ഒരു ജനഹിത പരിശോധന നടത്തുക (2) മുഴുവൻ സംസ്ഥാനത്തിനും പൂർണ സ്വാതന്ത്ര്യം (3) വിദേശകാര്യം ഇന്ത്യക്കും പാകിസ്ഥാനും വിട്ടുകൊണ്ടുള്ള സ്വാതന്ത്ര്യം (4) രാജ്യത്തെ മതാടിസ്ഥാനത്തിൽ വിഭജിച്ചശേഷം കാശ്മീർ താഴ്വരയുടെ കാര്യം പ്രത്യേകം തീരുമാനിക്കുക. സർ ഓവൻ ഡിക്സിന്റെ പദ്ധതിയാണ് നാലാമത്തേത്. സ്പെഷ്യൽ കമ്മിറ്റിയുടെ ഈ പരിഗണനയായിരിക്കാം ഒരുപക്ഷെ പെട്ടെന്നു നടപടിയെടുക്കാൻ ഇന്ത്യയെ പ്രേരിപ്പിച്ചത്. ഇത് കാശ്മീർ നേതാക്കന്മാർ എല്ലാം ചേർന്നുള്ള ഒരു പഠനം മാത്രമാണെന്നും ഷേക്കിനു മാത്രമല്ല അതിനുത്തരവാദിത്തമെന്നും കാണാതെ പോയി. ഇന്റലിജൻസ് ബ്യൂറോയുടെ നിറം പിടിപ്പിച്ച റിപ്പോർട്ടുകൾക്ക് നെഹ്രുവിനെയും ഷേക്കിനെയും തമ്മിൽ അകറ്റുന്നതിൽ കാര്യമായ പങ്കുണ്ടായിരുന്നു. ഇന്റലിജൻസ് ബ്യൂറോയിലെ ഉയർന്ന ഉദ്യോഗസ്ഥന്മാരായിരുന്ന മാലിക്കും മല്ലിക്കും നെഹ്രുവിന്റെ മരണശേഷം എഴുതിയ ഗ്രന്ഥങ്ങളിൽ നിന്നു (My Years with Nehru) ഇത് വ്യക്തമാണ്. മല്ലിക്കിന് സർദാർ പട്ടേൽ മാർഗനിർദേശം നൽകിയതായി നാം കണ്ടു. മാലിക്കിനാകട്ടെ ഷേക്കിനോട് വ്യക്തിപരമായ വിദ്വേഷമുണ്ടായിരുന്നു. മാലിക്കിന്റെ വിശ്വസ്തനായ ഒരു ഇന്റലിജൻസ് ഓഫീസറെ ഷേക്ക് കാശ്മീരിന് പുറത്താക്കിയിരുന്നു. സംഭവകാലത്ത് കാശ്മീർ പ്രശ്നം കൈകാര്യം ചെയ്തിരുന്ന ഗുൺദേവിയ – അദ്ദേഹം പിന്നീട് ക്യാബിനറ്റ് സെക്രട്ടറിയായി വിരമിച്ചു – രേഖപ്പെടുത്തിയത്. (Outside the Archives) ജമ്മുവിലെയും

ദില്ലിയിലെയും വർഗീയവാദികളും മറ്റ് തൽപ്പരകക്ഷികളും ചേർന്ന് നടത്തിയ ഗൂഢാലോചനയുടെ ഫലമാണ് ഷേക്കിന്റെ അറസ്റ്റ് എന്നാണ്. ഷേക്ക് നഷ്ടപരിഹാരം നൽകാതെ മിച്ച ഭൂമി പിടിച്ചെടുത്തത് ജമ്മുവിലെ ദോഗ്രകളെയും ഇന്ത്യയിലെ യാഥാസ്ഥിതികരെയും എതിരാളികളാക്കി. ഷേക്ക് മാത്രമല്ല ഈ പരിഷ്കാരത്തിന്റെ ഉത്തരവാദി. അദ്ദേഹം സോവിയറ്റ് യൂണിയന്റെ സുഹൃത്തായിരുന്നുവെങ്കിലും കമ്യൂണിസ്റ്റ് പശ്ചാത്തലമുള്ള ആളായിരുന്നില്ല. അദ്ദേഹത്തോടു വിയോജിച്ച സാദിക്, ധർ, ദോഗ്ര എന്നിവരാകട്ടെ കമ്യൂണിസ്റ്റ് അനുഭാവികളായിരുന്നുതാനും. കാശ്മീരിനു പുറത്തുള്ളവർ കാശ്മീരിൽ ഭൂമി വാങ്ങാൻ പാടില്ല എന്ന നിയമമാകട്ടെ ഒരു ശതാബ്ദമായി ജമ്മു-കാശ്മീർ രാജാക്കന്മാർ വളരെ ശുഷ്കാന്തിയോടെ പാലിച്ചിരുന്നതാണ്. ഇന്ത്യൻ ഭരണഘടനയുടെ 370-ാം വകുപ്പിനെതിരെ ശ്യാമപ്രസാദ് മുഖർജി ആരംഭിച്ച പ്രക്ഷോഭണം യഥാർഥത്തിൽ കാശ്മീരിലെ ഭൂനിയമങ്ങൾക്കെതിരെയുള്ളതാണെന്നു കാണാൻ പ്രയാസമില്ല. സുപ്രീംകോടതിക്ക് ജമ്മുകാശ്മീരിനുമേൽ റിട്ട് അധികാരം ലഭിച്ചാൽ ആ നിയമങ്ങളെ നിഷ്പ്രയാസം അസാധുവാക്കാൻ കഴിയും. ഇത് സുപ്രീം കോടതി തെളിയിച്ചിട്ടുള്ളതാണ്. മുഖർജി കാശ്മീരിൽ വീട്ടുതടങ്കലിലായിരിക്കെയാണ് സ്വാതന്ത്ര്യത്തെപ്പറ്റി നാഷണൽ കോൺഫറൻസ് ആലോചിച്ചു തുടങ്ങിയത്. കാശ്മീരികൾ ആഹ്ലാദത്തോടെ സ്വാഗതം ചെയ്ത ഭൂപരിഷ്കരണം സംരക്ഷിക്കാനായിരുന്നു അത്തരം ആലോചന ഉണ്ടായതു തന്നെ. യാഥാസ്ഥിതികരെ നിലയ്ക്കുനിർത്തുന്നതിൽ നെഹ്രു പരാജയപ്പെടുകയാണെന്ന തോന്നൽ ഷേക്കിനുണ്ടായിത്തുടങ്ങിയിരുന്നു. 1953 ജൂൺ 9-ാം തീയതിയിലെ നാഷണൽ കോൺഫറൻസ് സ്പെഷ്യൽ കമ്മിറ്റിയുടെ ശുപാർശയിൻമേൽ അന്തിമതീരുമാനം എടുക്കുന്നത് നെഹ്രു ലണ്ടനിൽ നിന്ന് മടങ്ങി വന്നശേഷം മതി എന്നു വർക്കിംഗ് കമ്മിറ്റി തീരുമാനിച്ചതുതന്നെ അദ്ദേഹത്തിൽ അപ്പോഴും നാഷണൽ കോൺഫറൻസിന് പ്രതീക്ഷ ഉണ്ടായിരുന്നു എന്നാണ് സൂചിപ്പിക്കുന്നത്. നെഹ്രു മടങ്ങിയെത്തുന്നതിനു നാലു ദിവസം മുമ്പ് (ജൂൺ 23ന്) പെട്ടെന്നു മുഖർജി അന്തരിച്ചത് യാദൃച്ഛികമാണോ എന്നുപോലും സംശയിച്ചു പോകും. മെയ് 28 മുതൽ ജൂൺ 27 വരെ നെഹ്രു വിദേശത്തായിരിക്കെ ഡോ. കരൺസിംഗ്, റാഫി അഹമ്മദ് കിദ്വായ്, മഹാവീർത്യാഗി, എ പി ജയിൻ, ബി എൻ മല്ലിക് എന്നിവർചേർന്നു തയ്യാറാക്കിയ പദ്ധതിയിൽ പണ്ഡിറ്റ്ജി കുടുങ്ങിപ്പോയി എന്നുവേണം കരുതാൻ. ശ്രീനഗറിൽ ചെന്ന് ഷേക്കിന്റെ അറസ്റ്റിനു മേൽനോട്ടം വഹിക്കാൻ ഏ പി ജെയിനിനെ അദ്ദേഹത്തിന്റെ നാട്ടിൽ ചെന്ന് കിദ്വായ് ഏർപ്പാടു ചെയ്തു എന്നാണ് ജയിൻ പിൽക്കാലത്ത് രേഖപ്പെടുത്തിയത് (*Kashmir, What Really Happened*). ആഗസ്റ്റ് 9-ാം തീയതി ഷേക്കും കുടുംബവും ഗുൽമാർഗിലേക്ക് പോയത് പാകിസ്ഥാനിലേക്കു രക്ഷപ്പെടാനായിരുന്നു എന്ന് ഊഹാപോഹം പരത്തിയത് ഇന്റലിജൻസ് ബ്യൂറോ ആയിരിക്കണം. ഇന്ത്യയുമായി വേർപിരിഞ്ഞാലും

പാകിസ്ഥാനുമായി യോജിക്കുന്നത് ഷേക്കിന് അചിന്ത്യമായിരുന്നു. കാശ്മീർ പാകിസ്ഥാനുമായി യോജിക്കണമെന്ന് പ്രസംഗിച്ചതിന് ഗുലാം മുഹമ്മദ്കാരയെ അറസ്റ്റു ചെയ്തത് മുഖർജി തടവിൽ കിടക്കുമ്പോഴാണ്; 1953 ജൂണിൽ. ശ്രീനഗറിൽ വച്ച് അദ്ദേഹത്തെ അറസ്റ്റുചെയ്യാൻ ആർക്കും ധൈര്യമില്ലായിരുന്നു എന്നതാണ് വസ്തുത.

ഷേക്കിന്റെ അറസ്റ്റോടുകൂടി കാശ്മീരിന്റെ ഹൃദയം ഇന്ത്യക്കു നഷ്ടമായി. ഹിതപരിശോധനയിൽനിന്നും ഒഴിഞ്ഞു മാറാൻ ഇന്ത്യ ശ്രമിച്ചതിന്റെ പ്രധാനകാരണം അതായിരുന്നു. വെടി നിറുത്തലിനുശേഷം രക്ഷാസമിതിയുടെ ശ്രമങ്ങളെല്ലാം ഓരോ കാരണങ്ങളാൽ വിഫലമാവുകയായിരുന്നു. ആർബിട്രേറ്ററായി അമേരിക്കയിലെ അഡ്മിറൽ നിമിറ്റ്സ് നാമനിർദേശം ചെയ്യപ്പെട്ടു. ജമ്മുകാശ്മീരിന്റെ ഇന്ത്യയുമായുള്ള സംയോജനത്തിന്റെ നിയമസാധുത ചോദ്യം ചെയ്യപ്പെടുന്നു എന്നു പറഞ്ഞ് ഇന്ത്യ അതിനെ എതിർത്തു. അമേരിക്കയോട് ഇന്ത്യക്കുണ്ടായിരുന്ന അവിശ്വാസമായിരിക്കാം യഥാർഥ കാരണം. രക്ഷാസമിതി പ്രസിഡന്റായിരുന്ന ജന.ഏ ജി എൽ മാക്നാട്ടൺ പിന്നീടൊരു ശ്രമം നടത്തി. ആസാദ് കാശ്മീർ ഗവൺമെന്റിനെയും പാകിസ്ഥാനെയും മാക്നാട്ടൺ രണ്ടായി കാണുന്നു എന്നു പറഞ്ഞ് ഇന്ത്യ അപ്പോഴും ഒഴിഞ്ഞു മാറി. പിന്നീടാണ് ജനഹിതപരിശോധനാ അഡ്മിനിസ്ട്രേറ്ററായി ആസ്ട്രേലിയയിലെ പ്രസിദ്ധ നിയമവിദഗ്ധൻ സർ ഓവൻ ഡിക്സൻ നിയമിതനായത്. ജനഹിതപരിശോധന പ്രായോഗികമല്ലെന്നു വരുകിൽ മറ്റു മാർഗങ്ങൾ ശുപാർശ ചെയ്യാനും അദ്ദേഹത്തെ ചുമതലപ്പെടുത്തിയിരുന്നു. ജനഹിതപരിശോധന പ്രയാസമെന്നു ബോധ്യമായ ഡിക്സൻ സൈനീക നിരീക്ഷകർ വെടിനിറുത്തൽ രേഖ കാത്തു സൂക്ഷിക്കുന്നതു തുടരട്ടെ എന്നു നിശ്ചയിച്ചു. ജമ്മു-കാശ്മീരിനെ വിഭജിക്കാനും ജനഹിതപരിശോധന കാശ്മീർ താഴ്‌വരയിൽ മാത്രം ഒതുക്കി നിറുത്താനും അദ്ദേഹം നിർദേശിച്ചു. ഈ നിർദേശമാണ് നാഷണൽ കോൺഫറൻസിന്റെ സ്പെഷ്യൽ കമ്മിറ്റി 1953 ജൂൺ 9-ാം തീയതി പരിശോധിച്ചത്. യഥാർഥത്തിൽ ഷേക്കിന്റെ താൽപ്പര്യവും കാശ്മീർ താഴ്‌വരയിൽ മാത്രമായിരുന്നു. അദ്ദേഹം സ്വാതന്ത്ര്യം കാംക്ഷിച്ചുവെങ്കിൽ അതു കാശ്മീർ താഴ്‌വരയ്ക്കു മാത്രമായിരുന്നു എന്നാണു തോന്നുന്നത്. കാശ്മീരിനൊപ്പം ജിൽജിത്ത്, ലഡാക്, ജമ്മു എന്നിവ കൂടെനിൽക്കുകയാണെങ്കിൽ ഇന്ത്യൻ യൂണിയനുള്ളിൽ സ്വയംഭരണമുള്ള ഒരു സംസ്ഥാനമായി നിൽക്കുകയാണ് നല്ലതെന്നും അദ്ദേഹം കരുതിയിരിക്കണം. പക്ഷെ ജിൽജിത്തും ആസാദ് കാശ്മീരും പാകിസ്ഥാനിൽ നിന്നു മോചിപ്പിക്കുക എളുപ്പമല്ലെന്നു ഷേക്കിനറിയാം. ആസാദ് കാശ്മീർ ഗവൺമെന്റിന്റെ തലവനായിരുന്ന ഗുലാം അബ്ബാസ് ഷേക്കിന്റെ പൂർവകാല സുഹൃത്തായിരുന്നല്ലോ. മഹാരാജാവിനെതിരായ സമരത്തിൽ ഏറെക്കാലം ഒരുമിച്ചു തടവിൽ കഴിഞ്ഞവരുമാണ്. ജിൽജിത്ത് കൂടെ ആസാദ് കാശ്മീരിനു വിട്ടു കൊടുക്കണമെന്ന് ആവശ്യപ്പെടുകമൂലം

അദ്ദേഹം പാക് സർക്കാരിന്റെ അപ്രീതി നേടിയിരിക്കുകയായിരുന്നു. കുഴഞ്ഞുമറിഞ്ഞ ഈ അവസ്ഥയിൽ കാശ്മീർ താഴ്‌വരയെ ഇന്ത്യയിലെയും പാകിസ്ഥാനിലെയും മതവാദികളിൽ നിന്നും യാഥാസ്ഥിതികരിൽ നിന്നും മോചിപ്പിച്ചു സ്വതന്ത്രമാക്കിനിലനിറുത്തണമെന്നാഗ്രഹിച്ചുവെങ്കിൽ നിഷ്പക്ഷമതികൾ അദ്ദേഹത്തെ കുറ്റപ്പെടുത്തുകയില്ല. കാശ്മീർ താഴ്‌വരയുടെ സ്വാതന്ത്ര്യം ഇന്ത്യയും പാകിസ്ഥാനും അമേരിക്കയും റഷ്യയും ഉറപ്പാക്കണമെന്നും അദ്ദേഹം മോഹിച്ചു. പക്ഷെ തന്റെ ലക്ഷ്യം നേടാനുള്ള തന്ത്രജ്ഞത അദ്ദേഹത്തിനില്ലായിരുന്നു എന്നതാണ് വസ്തുത.

1957 ലെ കാശ്മീർ തിരഞ്ഞെടുപ്പ് നീതിപൂർവകമായിരുന്നില്ല എന്നു നെഹ്രുവിനും ലോകത്തിനും ബോധ്യമുണ്ടായിരുന്നു. ഷേക്കിനെ തടവിലാക്കി അഞ്ചു വർഷമായിട്ടും അദ്ദേഹത്തിനും അദ്ദേഹത്തിന്റെ കൂടെയുള്ളവർക്കും എതിരെ കേസെടുക്കാൻ കാശ്മീർ പൊലീസിനോ ഇന്ത്യൻ ഇന്റലിജൻസ് വിഭാഗത്തിനോ കഴിഞ്ഞില്ല. താൻ വഞ്ചിക്കപ്പെടുകയായിരുന്നു എന്ന തോന്നൽ പണ്ഡിറ്റ്ജിയെ വ്യാകുലനാക്കിയിരുന്നു. 1958 ജനുവരി മാസം ഷേക്കിനെ മോചിപ്പിക്കാൻ അദ്ദേഹം ആജ്ഞാപിച്ചു. അഞ്ചുവർഷം കാരണമില്ലാതെ തടവിൽ പോകേണ്ടിവന്നത് ഷേക്കിനെ കൂടുതൽ ഇന്ത്യാവിരോധിയാക്കുകയാണുണ്ടായത്. ഹിതപരിശോധനാ മുന്നണി (Plebisiete Front) എന്ന പാർട്ടിയുടെ നേതൃത്വം അദ്ദേഹം ഏറ്റെടുത്തു. ഇന്ത്യയുമായുള്ള സംയോജനം ജനഹിതപരിശോധന കൊണ്ട് സ്ഥിരീകരിക്കപ്പെടാത്തതിനാൽ അസ്ഥിരപ്പെട്ടുപോയെന്നും ജമ്മു-കാശ്മീർ ഇന്ത്യയുടെ ഭാഗമല്ലെന്നും അദ്ദേഹം പ്രഖ്യാപിച്ചു. ഏപ്രിൽ 7-ാം തീയതി ജനഹിത പരിശോധനാ മുന്നണി അംഗീകരിച്ച കരടു പ്രമേയത്തിൽ, ജമ്മു കാശ്മീർ ഇന്ത്യയോടോ പാകിസ്ഥാനോടോ സംയോജിച്ചിട്ടില്ലാത്തതുകൊണ്ട് പാകിസ്ഥാൻ കാശ്മീരിൽ ആക്രമണം നടത്തിയതിന്റെ പേരിൽ ജമ്മു-കാശ്മീരിന്റെ ഒരു ഭാഗം ഇന്ത്യ കയ്യടക്കിവച്ചിരിക്കുന്നത് അന്യായമാണെന്ന് പറഞ്ഞു. ഷേക്കും 14 അനുയായികളും വീണ്ടും അറസ്റ്റിലായി. ഇത്തവണ ഇന്ത്യക്കെതിരായ ഗൂഢാലോചനക്കേസ് അവരുടെ മേൽ ചുമത്തി.

1962-ലെ ഇന്ത്യാ ചൈന യുദ്ധവും 1963 ൽ ഹസ്രത്ബാൽ സംഭവവും നെഹ്റുവിനെ ഏറെ തളർത്തി. ഇന്ത്യയുടെ കാശ്മീർ നയം നേരായ ദിശയിലല്ല പോകുന്നതെന്ന് അദ്ദേഹത്തിനു ബോധ്യമുണ്ടായിരുന്നു. 1964 ജനുവരി 7-ാം തീയതി ഹസ്രത്ബാൽ ആക്ഷൻ കമ്മിറ്റിയിലെ ഡോ. ഫറൂക്ക് അബ്ദുള്ള, മൗലവി ഫറൂക്ക്, മുഫ്തി ജലാലുദ്ദീൻ, മൗലവി മുഹമ്മദ് യാസിൻ, മുഹമ്മദ് അബ്ബാസ്, ഗുലാം റസൂൽ എന്നിവർ ഡോ. കരൺ സിംഗിനെ സന്ദർശിച്ചു സംഭാഷണം നടത്തി. അവരിൽ ഇന്ത്യാ വിരുദ്ധമനോഭാവം തീരെയില്ലായിരുന്നു. എങ്കിലും ബക്ഷിയുടെ പാവയായ ഷംസുദ്ദീനെപ്പറ്റി കടുത്ത ഈർഷ്യ അവർ പ്രകടിപ്പിച്ചു. ഷംസുദ്ദീനു പകരം ജി എം സാദിക് ഫെബ്രുവരി 29-ാംതീ

യതി മുഖ്യമന്ത്രിയായി നിയമിതനായി. ഷേക്കിനെ മോചിപ്പിക്കുകയായിരുന്നു സാദിക്കിന്റെ ആദ്യ ലക്ഷ്യം. പണ്ഡിറ്റ്ജിയും അതിനനുകൂലമായിരുന്നു. ഷേക്കിന്റെ ഗൂഢാലോചനയ്ക്കു ശക്തമായ തെളിവുണ്ട് എന്നു വിദേശകാര്യസെക്രട്ടറി എം ജെ ദേശായി ഓർമപ്പെടുത്തിയെങ്കിലും അതു നെഹ്റുവിനെ പ്രകോപിപ്പിക്കുകയാണുണ്ടായത്. പതിനൊന്നുവർഷമായി ഷേക്കിനെതിരായി ഒന്നും തെളിയിക്കാൻ കഴിയാത്തത് അദ്ദേഹം ഉദ്യോഗസ്ഥന്മാർക്കു ചൂണ്ടിക്കാട്ടി. ഷേക്കിനെതിരായ കേസ് പിൻവലിക്കപ്പെടുകയും ഏപ്രിൽ 8-ാം തീയതി അദ്ദേഹവും 14 സഹതടവുകാരും മോചിതരാവുകയും ചെയ്തു.

ആക്ഷൻ കമ്മിറ്റി രണ്ടായി പിരിഞ്ഞ് ഒരു ഭാഗം പ്ലെബിസൈറ്റ് ഫ്രണ്ടിനോടൊപ്പം ഷേക്ക് പക്ഷത്തായി. ഇത്തവണ ഷേക്ക് ഇന്ത്യാവിരുദ്ധപ്രഭാഷണത്തിനൊന്നും ഒരുമ്പെട്ടില്ല. നെഹ്റുവിന്റെ ആരോഗ്യനില വളരെ മോശമായിരുന്നു. അദ്ദേഹത്തിന്റെ ജിവിതകാലത്തു തന്നെ കാശ്മീർ പ്രശ്നത്തിനു പരിഹാരമുണ്ടായില്ലെങ്കിൽ മറ്റാർക്കും അതിനുകഴിയുകയില്ലെന്നു ഷേക്ക് മനസിലാക്കി. ഇക്കാര്യം ഏപ്രിൽ 9-ാം തീയതിയിലെ പത്രസമ്മേളനത്തിൽ അദ്ദേഹം തുറന്നു പറഞ്ഞു. ഏപ്രിൽ 29-ാം തീയതി തന്റെ പുത്രൻ ഫറൂക്ക് അബ്ദുള്ളയോടും മിഴ്സാ അഫ്സൽ ബേഗിനോടും ഒപ്പം ദില്ലിയിൽ പോയി നെഹ്റുവിന്റെ അതിഥിയായി താമസിച്ചു. കാശ്മീർ കാര്യങ്ങൾ ചർച്ച ചെയ്യാൻ വിദേശകാര്യവകുപ്പിലെ ഗുൺദേവിയ, ബദറുദ്ദീൻ തയാബ്ജി എന്നിവരും പാകിസ്ഥാനിലെ ഇന്ത്യൻ അംബാസഡർ ജി പാർത്ഥസാരഥിയും നിയോഗിക്കപ്പെട്ടു. ഔദ്യോഗിക ചർച്ചകൾക്കുശേഷം ജയപ്രകാശ് നാരായണൻ, ആചാര്യ വിനോബഭാവെ, സി രാജഗോപാലാചാരി എന്നിവരുമായും ഷേക്ക് ചർച്ചകൾ നടത്തി. ഈ ചർച്ചകളിൽ നിന്നെല്ലാം ഉരുത്തിരിഞ്ഞു വന്ന പ്രശ്നപരിഹാരം ഇന്ത്യയും പാകിസ്ഥാനും കാശ്മീരും ചേർന്ന് ഒരു കോൺഫെഡറേഷനുണ്ടാക്കുക എന്നതായിരുന്നു. കോൺഫെഡറേഷന്റെ നിയമവശങ്ങൾ പരിശോധിക്കാൻ വിദേശകാര്യവകുപ്പിലെ ഡോ. കൃഷ്ണറാവുവിനെ നെഹ്റു ചുമതലപ്പെടുത്തി.

അടുത്തതായി പാകിസ്ഥാനും ആസാദ് കാശ്മീരും സന്ദർശിച്ച് ബന്ധപ്പെട്ടവരുമായി ചർച്ചകൾ നടത്താൻ ഷേക്ക് ഉദ്യമിച്ചു. മെയ് ആറാം തീയതി പാകിസ്ഥാൻ പ്രസിഡന്റ് ആയൂബ്ഖാന്റെ ക്ഷണം ലഭിച്ചതനുസരിച്ചു 23-ാം തീയതി ഷേക്കും അനുയായികളും റാവൽപിണ്ടിയിലെത്തി (കറാച്ചിയിൽ നിന്നും തലസ്ഥാനം റാവൽപിണ്ടിയിലേക്കു മാറ്റിയിരുന്നു. ഇപ്പോഴതിന്റെ പേര് ഇസ്ലാമാബാദ്.) വീരോചിതമായ വരവേൽപ്പാണ് ഷേക്കിനവിടെ ലഭിച്ചത്. എങ്കിലും ചർച്ചകളിലും പ്രഭാഷണങ്ങളിലും ഷേക്ക് ഇന്ത്യയുടെ മതേതരത്വത്തെ വാഴ്ത്തിയത് അവിടത്തെ ഭരണാധികാരികൾക്കും പത്രങ്ങൾക്കും രുചിച്ചില്ല. കോൺഫെഡറേഷൻ പദ്ധതി ആയൂബ്ഖാൻ അപ്പാടെ തള്ളിക്കളഞ്ഞു. ഇന്ത്യയിലെയും പാകിസ്ഥാനിലെയും ശിഥിലീകരണശക്തികളെ അത് ശക്തി

പ്പെടുത്തുമെന്ന് ആയൂബ്ഖാൻ പറഞ്ഞു. ഇരുകക്ഷികളും പരസ്പരം കുറ്റപ്പെടുത്തലുകൾ ഉപേക്ഷിച്ച് ഒരു മേശയ്ക്കു ചുറ്റുമിരുന്നു ചർച്ച ചെയ്താൽ പ്രശ്നങ്ങൾ പരിഹരിക്കാൻ സാധിക്കുമെന്നു ഷേക്ക് പാകിസ്ഥാനെ ഉദ്ബോധിപ്പിച്ചു. ജൂൺമാസത്തിൽ ആയൂബ്ഖാനും നെഹ്റുവും ഒരു ഉന്നതതലചർച്ച നടത്തുന്നതിന് ആയൂബിനെക്കൊണ്ടു സമ്മതിപ്പിക്കുവാൻ ഷേക്കിനു കഴിഞ്ഞു. അതുതന്നെ ഒരു വലിയ കാര്യമാണെന്നു മെയ് 26–ാം തീയതി ഷേക്ക് പ്രഖ്യാപിച്ചു. അന്നു തന്നെ അക്കാര്യം നെഹ്റുവിന്റെ മുമ്പിലെത്തി. കുളുതാഴ്വരയിലെ വിശ്രമത്തിനു ശേഷം അന്നു വൈകുന്നേരമാണ് നെഹ്റു ദില്ലിയിലെത്തിയത്. ഉന്നതതല കൂടിക്കാഴ്ചക്കു സമ്മതിച്ചുകൊണ്ട് അന്നു രാത്രി തന്നെ പാകിസ്ഥാനിലേക്കു സന്ദേശമയച്ചു. 27–ാം തീയതി കാലത്തു സന്ദേശം കറാച്ചിയിലായിരുന്ന ഇന്ത്യൻ അംബാസഡർ ജി പാർത്ഥസാരഥിക്കു ലഭിക്കുകയും ചെയ്തു*. പിന്നാലെയാണ് ആ ഞെട്ടിപ്പിക്കുന്ന വാർത്തയെത്തിയത്. 26 രാത്രി തന്നെ പണ്ഡിറ്റ്ജി നിര്യാതനായി.

1953–ൽ ഇന്ത്യാ പാകിസ്ഥാൻ ഉന്നതതല സമ്മേളനത്തോടെ ഇരുകൂട്ടരും അടുത്തു കൊണ്ടിരുന്നപ്പോൾ ഇന്റലിജൻസ് ബ്യൂറോയും ദില്ലിയിലെ യാഥാസ്ഥിതികരായ ഉദ്യോഗസ്ഥവൃന്ദവും ആണ് അതിനെ അട്ടിമറിച്ചതെങ്കിൽ ഇത്തവണ വിധിയാണ് അട്ടിമറി നടത്തിയത്. നെഹ്റുവിനുശേഷം പ്രശ്നപരിഹാരം എളുപ്പമല്ല എന്ന ഷേക്കിന്റെ പ്രവചനം ശരിയാവുകയായിരുന്നു. ഷേക്ക് റാവൽപിണ്ടിക്കു പുറപ്പെടുന്നതിനു മുമ്പ് അന്തരീക്ഷം പ്രതീക്ഷാനിർഭരമായിരുന്നു. മെയ് 15–ാം തീയതി ബോംബെയിൽ വച്ചു നടന്ന ആൾ ഇന്ത്യാ കോൺഗ്രസ് കമ്മിറ്റിയിൽ ഷേക്കിന്റെ മതേതരത്വത്തെ നെഹ്റു പുകഴ്ത്തി. ദ്വിരാഷ്ട്ര സിദ്ധാന്തമാണ് ഇന്ത്യയെ വിഭജിച്ചത്. ഷേക്ക് അതിൽ വിശ്വസിക്കുന്നവനല്ല. ഇന്ത്യയും പാകിസ്ഥാനും തമ്മിൽ സൗഹൃദപൂർവ്വം കഴിയുന്നതിന് ഷേക്ക് എന്തെങ്കിലും ചെയ്താൽ അതു വലിയൊരു സേവനമായിരിക്കും. സാദിക് ഇപ്രകാരം രേഖപ്പെടുത്തി; ഇന്ത്യയും പാകിസ്ഥാനും അഫ്ഘാനിസ്ഥാനും സോവിയറ്റ് യൂണിയനും ചൈനയും ചേർന്ന ഒരു ഏജൻസി മേൽനോട്ടം വഹിക്കാൻ സമ്മതിച്ചാൽ ഒരു ഹിതപരിശോധനയ്ക്ക് നാം തയ്യാറാവണം എന്നതാണ് എന്റെ അഭിപ്രായം. അത് പറ്റിയില്ലെങ്കിൽ രക്ഷാസമിതിയിലെ എല്ലാ അംഗങ്ങളും ചേർന്ന് നീതിപൂർവമായ ഒരു ഹിതപരിശോധന ഉറപ്പാക്കണം. ജയപ്രകാശ് നാരായണൻ, സി രാജഗോപാലാചാരി, ബി ശിവറാവു എന്നിവരും പരസ്പരചർച്ചയിലൂടെ പ്രശ്നപരിഹാരം കണ്ടെത്തണമെന്ന അഭിപ്രായക്കാരായിരുന്നു. പ്രതിരോധം ഐക്യരാഷ്ട്രസഭയുടെ ചുമതലയായി കാശ്മീർ സ്വതന്ത്രമാകണം. 10 വർഷത്തേക്ക് കാശ്മീരിന്റെ ഭരണം യു എൻ ട്രസ്റ്റീഷിപ്പ് കൗൺസിലിന്റെ കീഴിലാക്കണം. അതിനുശേഷം ഹിതപരിശോ

---

* പാക് തലസ്ഥാനം കറാച്ചിയിൽ നിന്നു മാറിയെങ്കിലും ഇന്ത്യൻ എംബസി അപ്പോഴും കറാച്ചിയിലായിരുന്നു പ്രവർത്തിച്ചത്.

ധന. ഇന്ത്യയോടൊ പാകിസ്ഥാനോടൊ ചേരാനും സ്വതന്ത്രമായി നിൽക്കാനും കാശ്മീരിന് അവകാശമുണ്ടായിരിക്കണം. അല്ലെങ്കിൽ ഇന്ത്യയും പാകിസ്ഥാനും കാശ്മീരും ചേർന്ന ഒരു കോൺഫെഡറേഷൻ ഉണ്ടാവണം. ഇതൊക്കെയായിരുന്നു നെഹ്റുവിന്റെ നിര്യാണകാലത്ത് ഉന്നതതലങ്ങളിൽ പറഞ്ഞു കേട്ടത്. ഏതായാലും, കാശ്മീർ അന്തിമമായി ഇന്ത്യയോടു സംയോജിച്ചു കഴിഞ്ഞു എന്ന നിലപാട് ദുർബലപ്പെട്ടു പോയിരുന്നു.

നെഹ്റുവിന്റെ മരണം കാശ്മീർ പ്രശ്നപരിഹാരത്തിന്, ഷേക്ക് കരുതിയതിനെക്കാൾ വലിയ ആഘാതമാണേൽപ്പിച്ചത്. നെഹ്റുവിന്റെ ഏറ്റവും അടുത്ത വിശ്വസ്തനായിരുന്നു ലാൽ ബഹദൂർ ശാസ്ത്രിയെങ്കിലും കാശ്മീർ പ്രശ്നപരിഹാരത്തിനു തുരങ്കംവച്ചവരെ നിലയ്ക്കു നിറുത്താനുള്ള വ്യക്തിപ്രഭാവം അദ്ദേഹത്തിനുണ്ടായിരുന്നില്ല. കാശ്മീരിനെ ഇന്ത്യയിലെ മറ്റു സംസ്ഥാനങ്ങൾക്കൊപ്പമാക്കാനാണ് ശ്രമം നടന്നത്. ഇന്ത്യൻ ഭരണഘടനാ വകുപ്പ് 356, 357 എന്നിവ കൂടെ ജമ്മു–കാശ്മീരിനു ബാധകമാക്കി. സദർ–ഇ–റിയാസത് എന്നതിനെ ഗവർണ്ണർ എന്നും വാസിർ–ഇ–ആസാം എന്നതിനെ മുഖ്യമന്ത്രിയെന്നുമാക്കി. ഗവർണറെ നിയമിക്കുന്നതിൽ കാശ്മീർ നിയമസഭയ്ക്കു പങ്കില്ല. മന്ത്രിസഭ പിരിച്ചുവിട്ട് ഗവർണർ ഭരണം ഏർപ്പെടുത്താനും നിയമസഭയുടെ അംഗീകാരം ആവശ്യമില്ല.* ഇതിനൊക്കെപ്പുറമെ ഇന്ത്യൻ നാഷണൽ കോൺഗ്രസിന്റെ ശാഖ 1965 ജനുവരി 26–ാം തീയതി ജമ്മു കാശ്മീരിൽ സ്ഥാപിച്ചു. ഈ നടപടികളിൽ അസഹ്യത ഭാവിച്ചിരുന്ന ഷേക്കിന്റെ ക്രോധം അണപൊട്ടിയൊഴുകി. കോൺഗ്രസിൽ ചേരുന്നവരെ സാമൂഹികമായി ബഹിഷ്കരിക്കാൻ അദ്ദേഹം ആഹ്വാനം ചെയ്തു. പ്ലെബിസൈറ്റ് ഫ്രണ്ടിനെ പുനരുജ്ജീവിപ്പിച്ച ഷേക്ക് പൊതുയോഗങ്ങളിലും പള്ളിയിലും സ്വയം നിർണയാവകാശത്തിനുവേണ്ടി കാശ്മീരികളെ ആഹ്വാനം ചെയ്തു. വിവിധ ഭാഗങ്ങളിൽ നിന്നും 200 പ്ലെബിസൈറ്റ് ഫ്രണ്ട് വാളണ്ടിയർമാർ അറസ്റ്റിലായി.

ഈയവസരത്തിൽ ഹജ്ജിനു പോകാനും ഇതര രാജ്യങ്ങൾ സന്ദർശിക്കാനും ഷേക്കിനു അനുമതി നൽകപ്പെട്ടു. ഉദ്യോഗസ്ഥന്മാർ അതിനെ എതിർത്തുവെങ്കിലും മതകാര്യമായതിനാൽ പാസ്പോർട്ട് നൽകി. ഹജ്ജിനു ശേഷം കെയ്റോയിലെത്തിയ ഷേക്ക്, ഗമാൽ അബ്ദൽ നാസറെ സന്ദർശിച്ച് കാശ്മീരിന്റെ സ്വയം നിർണയാവകാശത്തിനുവേണ്ടി ധാർമ്മികപിന്തുണ നൽകണമെന്നാവശ്യപ്പെട്ടു. അൾജിയേഴ്സിൽ വച്ചു നടക്കുന്ന ഏഷ്യൻ ആഫ്രിക്കൻ കോൺഫറൻസിൽ സംബന്ധിക്കാനെത്തിയ ചൈനീസ് പ്രധാനമന്ത്രി ചൗ–എൻ–ലായിയുമായി സംഭാഷണം നടത്താൻ പാകിസ്ഥാനിലെ സുൽഫിക്കർ ആലി ഭൂട്ടോ ഏർപ്പാടുകൾ ചെയ്തു കൊടുത്തു. വിദേശസഞ്ചാരകാലത്ത് എല്ലാ സൗകര്യങ്ങളും പാകിസ്ഥാൻ എംബസികളാണ് ചെയ്തു കൊടുത്തത്.

---

* 1965 ഏപ്രിൽ 10–ാം തീയതി ജമ്മു കാശ്മീർ എല്ലാ വിധത്തിലും ഇന്ത്യയിലെ ഇതര സംസ്ഥാനങ്ങൾക്കൊപ്പമായി.

മാർച്ചുമാസം 31–ാം തീയതി നടന്ന സംഭാഷണത്തിൽ ചൌ–എൻ–ലായ് കാശ്മീരിന്റെ സ്വയം നിർണയാവകാശത്തെ പൂർണമായി പിൻതാങ്ങി. ഇത് ഇന്ത്യയിൽ കടുത്ത പ്രതിഷേധങ്ങൾക്കു കാരണമായി. ഷേക്കിന്റെ പാസ്സ്പോർട്ട് റദ്ദാക്കി. 1965 മെയ് 8–ാം തീയതി ഇന്ത്യയിലെത്തിയ ഷേക്കിനെ അറസ്റ്റു ചെയ്ത് ആദ്യം ഊട്ടിയിലും പിന്നീട് കൊടൈക്കനാലിലും താമസിപ്പിച്ചു.

കാശ്മീരും ചൈനയും

ചൈനയുടെ കാശ്മീർ നയത്തിൽ വന്ന മാറ്റത്തിന്റെ പശ്ചാത്തലം ശ്രദ്ധാർഹമാണ്. ഇന്ത്യയുടെ വിദേശരംഗത്തുണ്ടായ പരാജയങ്ങളിലൊന്നാണത്. 1949 ൽ ചിയാങ് കൈഷക്കിന്റെ കുമിന്താങ് ഗവൺമെന്റിനെ ഫൊർമോസ (തയ്വാൻ)യിലേക്കോടിച്ച് മാവോസെ തുങ്ങിന്റെ നേതൃത്വത്തിൽ കമ്യൂണിസ്റ്റു പാർട്ടി ചൈനയിൽ അധികാരത്തിൽ വന്നപ്പോൾ അതിനെ അംഗീകരിക്കുന്ന ആദ്യരാജ്യം ഇന്ത്യയായിരിക്കണമെന്നു നെഹ്റുവിന് അതിയായ താൽപ്പര്യമുണ്ടായിരുന്നു. അതിനുവേണ്ടി സോവിയറ്റ് റഷ്യ പോലും വഴി മാറിക്കൊടുത്തു. ഇന്തി–ചിനി ഭായ് ഭായ് എന്ന മുദ്രാവാക്യം ഇന്ത്യൻ നാഷണൽ കോൺഗ്രസ് തന്നെ നാടിനു നൽകി. റ്റിബറ്റിനുമേൽ ചൈനയ്ക്കുണ്ടായിരുന്നതായി അവർ അവകാശപ്പെട്ടിരുന്ന പരമാധികാരം ഇന്ത്യ അംഗീകരിച്ചു. കാശ്മീരിനുമേൽ ഇന്ത്യക്കുണ്ടായിരുന്ന പരമാധികാരം ചൈനയും അംഗീകരിച്ചു. പക്ഷെ കാശ്മീരിലെ ലഡാക്കും റ്റിബറ്റും തമ്മിലുള്ള അതിർത്തി ഇരുകൂട്ടരും നിർണയിച്ചിരുന്നില്ല. ആണ്ടിൽ മുഴുവൻ മഞ്ഞുമൂടി കിടന്നിരുന്ന അതിർത്തി പ്രദേശത്തിനുമേൽ രണ്ടു കൂട്ടർക്കും താൽപ്പര്യമുണ്ടായിരുന്നില്ല.

ദക്ഷിണപൂർവേഷ്യൻ സഖ്യത്തിലൂടെയും (SEATO) ബാഗ്ദാദ് സഖ്യത്തിലൂടെയും (CENTO) പാകിസ്ഥാൻ അമേരിക്കയുടെ സഖ്യരാഷ്ട്രമായിത്തീർന്നതോടുകൂടി ജിൽജിത്ത് വഴി ചൈനയുടെ സിങ്കിയാങ് പ്രവിശ്യയുടെ തെക്കനതിർത്തിവരെ അമേരിക്കയ്ക്കു സ്വാധീനം സ്ഥാപിക്കാൻ കഴിഞ്ഞു. ചിയാങ്കൈഷക്കിന്റെ കുമിന്താങ് സർക്കാരിന്റെ സഖിയെന്ന നിലയിൽ റ്റിബറ്റിലെ ചൈനാവിരുദ്ധരുമായും അമേരിക്ക ബന്ധം സ്ഥാപിച്ചു. റ്റിബറ്റിന്റെയും സിങ്കിയാങ്ങിന്റെയും അതിർത്തികൾ സംരക്ഷിക്കേണ്ടത് ചൈനയ്ക്ക് ആവശ്യമായി വന്നു. റ്റിബറ്റിനെയും സിങ്കിയാങ് പ്രവിശ്യയേയും ബന്ധിപ്പിക്കുന്ന ഒരു രാജപാത നിർമിക്കുന്ന കാര്യം അങ്ങനെയാണ് ആലോചനയിൽ വന്നത്. സിങ്കിയാങ് പ്രവിശ്യയുടെയും റ്റിബറ്റിന്റെയും ഇടയ്ക്കു സ്ഥിതിചെയ്യുന്ന അക്സായ്ചിൻ വഴിയാണ് ഈ രാജപാത കടന്നുപോകേണ്ടത്. ലഡാക്കിന്റെ വടക്കുകിഴക്കു സ്ഥിതിചെയ്യുന്ന അക്സായ്ചിൻ ലഡാക്കിന്റെ ഭാഗമാണെന്ന് ഇന്ത്യയും ടിബറ്റിന്റെ ഭാഗമാണെന്നു ചൈനയും കരുതി. 1954 ജൂൺ 29–ാം തിയതി 33 പേരടങ്ങുന്ന ഒരു ഇന്ത്യൻ സായുധസംഘം അക്സാ

യ്ചിന്നിൽ അതിക്രമിച്ചു കടന്നു താവളമടിച്ചു എന്നും റ്റിബറ്റിന്റെ ഭാഗ മായ അവിടെ ഇന്ത്യൻ സേന കടന്നത് ഇരുരാജ്യങ്ങളും തമ്മിൽ നില നിൽക്കുന്ന സുഹൃദ്ബന്ധത്തിനു നിരക്കാത്തതായതിനാൽ അവരെ പിൻവലിക്കണമെന്നും ഇന്ത്യയിലെ ചൈനീസ് പ്രതിനിധി ജൂലൈ 17–ാം തിയതി ഇന്ത്യൻ സർക്കാരിനെ അറിയിച്ചു. അതിന് ആഗസ്റ്റ് 27–ാം തിയതി നൽകിയ മറുപടിയിൽ അക്സായ്ചിൻ ലഡാക്കിന്റെ ഭാഗമായി നേരത്തേ തന്നെ നിശ്ചയിച്ചിട്ടുള്ളതായി അറിയിച്ചു. ഇതേത്തുടർന്ന് 1958 വരെ ഇരുപതോളം കത്തുകളും കുറിപ്പുകളും പരസ്പരം കൈമാറി യെങ്കിലും തീരുമാനമൊന്നും ഉണ്ടായില്ല.

1954–ൽ പണ്ഡിറ്റ് നെഹ്റു പീക്കിങ് സന്ദർശിച്ചപ്പോഴും 1956–ൽ ചൈനീസ് പ്രധാനമന്ത്രി ചൌ എൻ ലായ് ഇന്ത്യ സന്ദർശിച്ചപ്പോഴും ഇന്ത്യയും ചൈനയുമായുള്ള അതിർത്തികൾ സർവേ ചെയ്തു സൗഹൃ ദപൂർവം തീരുമാനിക്കാമെന്നു സമ്മതിച്ചു. ഇന്ത്യാചൈനാ സൗഹൃദം ഉച്ചസ്ഥായിയിലായിരുന്ന കാലമായിരുന്നു അത്. ഈ സൗഹൃദം നില നിൽക്കെത്തന്നെ അക്സായ്ചിൻവഴി ചൈനീസ് സർക്കാർ 1957 സെപ്റ്റം ബർ മാസത്തിൽ സിങ്കിയാങ് റ്റിബറ്റ് ഹൈവേ പൂർത്തിയാക്കി. അതി നുശേഷവും ഇരുരാജ്യങ്ങളും അവരുടെ നിലപാടുകൾ ആവർത്തിച്ച തല്ലാതെ ഗൗരവപൂർവമായ നടപടികൾക്കൊന്നും മുതിർന്നില്ല. 1958 ഡിസംബർ 14–ാം തിയതി പണ്ഡിറ്റ് നെഹ്റു ചൌ എൻലായിക്കയച്ച സൗഹൃദപൂർണമായ കത്തിൽ മറ്റുചില കാര്യങ്ങൾക്കിടയിൽ ഇന്ത്യാ റ്റിബറ്റ് അതിർത്തിയിലെ മാക്മഹോൻ ലൈനിനെപ്പറ്റിയും എഴുതിയിരി ന്നു. മാക്മഹോൻ ലൈൻ പലതവണ ചൈനീസ് പട്ടാളം അതിക്രമിച്ച തിനെ ശ്രദ്ധയിൽപെടുത്തുകയായിരുന്നു. മാക്മഹോൻ ലൈൻ അംഗീ കരിക്കാമെന്ന് 1956–ൽ ചൌ എൻലായ് ദില്ലിയിൽ വച്ച് സമ്മതിച്ചിരുന്ന തായി ഓർമിപ്പിച്ചു. ഈ കത്തെഴുതുന്നതിനു മൂന്നുമാസം മുമ്പ് (സെ പ്റ്റംബർ 8,12) രണ്ടു വിഭാഗം ഇന്ത്യൻ സൈനികർ അക്സായ് ചിന്നിൽ കടക്കുകയും അവരെ പിടികൂടിയ ചൈനീസ് സൈന്യം ഒക്ടോബർ രണ്ടാം തിയതി തിരിച്ചയയ്ക്കുകയും ചെയ്തിരുന്നു. എങ്കിലും, ഇക്കാര്യം നെഹ്റു ഡിസംബർ 14–ാം തിയതി അയച്ച കത്തിൽ പരാമർശിച്ചതേയി ല്ല. പണ്ഡിറ്റ് നെഹ്റുവിന്റെ കത്തിനു ചൌ എൻ ലായ് അയച്ച മറുപ ടിയിൽ (ജനുവരി 23,1959) മാക്മഹോൻ ലൈൻ ചൈനീസ് സർക്കാരും ഇന്ത്യൻ സർക്കാരും അംഗീകരിച്ചുകരാറൊന്നും ഉണ്ടാകാത്തതാണ് അതിർത്തി ലംഘനങ്ങളുണ്ടാക്കുന്നതെന്നും അപ്രകാരം തന്നെ ഇന്ത്യൻ പട്ടാളം അക്സായ് ചിന്നിൽ പ്രവേശിച്ചത് അതിർത്തിലംഘനമായാണ് ചൈന കാണുന്നതെന്നും ഇരുരാജ്യങ്ങളും തമ്മിലുള്ള ഉറ്റസൗഹൃദ ത്തിനു ഭംഗം വരാതെ അതിർത്തികൾ നിശ്ചയിക്കാവുന്നതേയുള്ളു എന്നും എഴുതിയിരുന്നു. ഈ കത്തിന് 1959 മാർച്ച് 23–ാം തീയതി ജവ ഹർലാൽ നെഹ്റു അയച്ച മറുപടി ഇന്ത്യയുടെ മുൻനിലപാടുകൾ ആവർത്തിക്കുന്നതായിരുന്നു. 1842–ൽ കാശ്മീർ സർക്കാർ ഒരു വശത്തും

ചൈനീസ് ചക്രവർത്തിയും ലാസയിലെ ലാമാഗുരുവും മറുവശത്തുമായി ഉണ്ടാക്കിയ കരാറിൽ ലഡാക്കും റ്റിബറ്റുമായുള്ള അതിർത്തി നിശ്ചയിച്ചതും 1847-ൽ ചൈനീസ് സർക്കാർ വീണ്ടും തൃപ്തികരമായി അംഗീകരിച്ചതുമാണെന്നും എഴുതിയിരുന്നു.

ഇന്ത്യയുടെ ഈ നിലപാട് വസ്തുതാപരമായി ശരിയല്ലായിരുന്നു. 1842 ൽ ജമ്മുകാശ്മീർ രാജാവ് ഗുലാബ് സിംഗ്, ലേഹിലെ റ്റിബറ്റൻ ഭരണാധികാരിയെ നിഷ്കാസനം ചെയ്ത് ലഡാക് കൈവശപ്പെടുത്തിയശേഷം ഉത്തരാതിർത്തിയിലുള്ള കാറക്കോറം മലകടന്ന് ക്വൻലൂൺ പർവതത്തിന്റെ തെക്കൻ താഴ്വരയിലുള്ള ഷഹീദുള്ള പട്ടണം വരെ ലഡാക്കിന്റെ അതിർത്തി വ്യാപിപ്പിച്ചു. ആ വർഷം റ്റിബറ്റുമായുണ്ടാക്കിയ കരാറിൽ ഗുലാബ് സിംഗ് പിടിച്ചടക്കിയ പ്രദേശങ്ങൾ ലഡാക്കിന്റെ ഭാഗമായി ഉൾപ്പെടുത്തിയിരുന്നു. എന്നാൽ അക്സായ് ചിൻ അതിൽ ഉൾപ്പെടുത്തിയിരുന്നില്ല. എന്നുമാത്രമല്ല ചൈന ആ കരാറിൽ കക്ഷിയായിരുന്നുമില്ല. ക്രി. 1850ൽ സർവേ ഓഫ് ഇന്ത്യയിലെ ഒരു ഉദ്യോഗസ്ഥനായിരുന്ന ഡബ്ലിയു. എച്ച് ജോൺസൺ എന്നയാൾ ലഡാക്കിന്റെ അതിർത്തികൾ നിശ്ചയിക്കാൻ നിയോഗിക്കപ്പെട്ടിരുന്നു. 30 ദിവസം ലഡാക്കിൽ സഞ്ചരിച്ച അയാൾ ലഡാക്കിന്റെ അതിർത്തികൾ നിശ്ചയിച്ചതായി അവകാശപ്പെട്ടുകൊണ്ട് തയ്യാറാക്കിയ ഭൂപടത്തിൽ അക്സായ് ചിൻ ലഡാക്കിന്റെ ഭാഗമായി ഉൾപ്പെടുത്തിയിരുന്നു. ഈ ഭൂപടം വെറും ഭാവനാസൃഷ്ടിയാണെന്നു മനസിലാക്കിയ സർവേ ഓഫ് ഇന്ത്യ ജോൺസന്റെ ഭൂപടം തള്ളിക്കളഞ്ഞു. ഗുലാബ്സിംഗിന്റെ ആഗ്രഹപ്രകാരം നിർമിച്ചതാണ് ഭൂപടം എന്നു വ്യക്തമായി. ഗുലാബ്സിംഗ്, ജോൺസനെ ലഡാക്കിന്റെ ഗവർണറായി നിയമിച്ചു.

1899 ൽ റ്റിബറ്റിലെ ബ്രിട്ടീഷ് പ്രതിനിധിയായിരുന്ന റിച്ചാർഡ്സൺ റ്റിബറ്റ്-ലഡാക്ക് അതിർത്തി നിർണയത്തിനുള്ള ഒരു നിർദേശം ചീനാ ഗവൺമെന്റിനു സമർപ്പിച്ചു. അതിൽ അക്സായ്ചിൻ ലഡാക്കിൽ ഉൾപ്പെട്ടിരുന്നില്ല എന്നു മാത്രമല്ല 1959 ൽ ചൈനീസ് സർക്കാർ അവകാശപ്പെട്ടതിലും കൂടുതൽ ഭാഗം അക്സായിചിന്നിൽ ഉൾപ്പെടുത്തിയുമിരുന്നു. എങ്കിലും, അന്നത്തെ ദുർബലമായ ചീനാ സർക്കാർ റിച്ചാർഡ്സന്റെ നിർദേശം അംഗീകരിച്ചില്ല. അതിനുശേഷം 1947 വരെ അക്സായ് ചിൻ ബ്രിട്ടീഷ് ഇന്ത്യയുടെ പരിഗണനയിലുണ്ടായിരുന്നില്ല. സ്വാതന്ത്ര്യലബ്ധിക്കുശേഷം 1954 ൽ ആണ് അക്സായ് ചിൻ ലഡാക്കിന്റെ ഭാഗമാണെന്ന വാദം ഇന്ത്യ ആദ്യമായി ഉന്നയിച്ചത്. എങ്കിലും ഇന്ത്യയും ചൈനയുമായി അന്നുണ്ടായിരുന്ന ഉറ്റസൗഹൃദം കാരണം അതിർത്തി നിർണയത്തിനു യാതൊരു ശ്രമവും നടന്നില്ല. ഈ സാഹചര്യത്തിൽ 1959 മാർച്ചിൽ ഇന്ത്യ എടുത്ത നിലപാട് നിഷ്പക്ഷമതികൾക്ക് അംഗീകരിക്കാവുന്നതായിരുന്നില്ല. സോവിയറ്റ് റഷ്യയുടെ പ്രേരണയാണ് ഇന്ത്യയുടെ നിലപാടിനു പിന്നിലെന്നു ചൈന സംശയിച്ചു. ക്രൂഷ്ചേവ് സോവിയറ്റ് റഷ്യയിൽ അധികാരത്തിൽ വന്ന

ശേഷം ചൈനയും റഷ്യയും തമ്മിൽ അകൽച്ച ആരംഭിച്ചിരുന്നു. ധാതുസമ്പന്നമായ സിങ്കിയാങ്ങിനു മേൽ റഷ്യക്കു മോഹം വർദ്ധിച്ചിരുന്നു. സിങ്കിയാങ്ങിൽ പിടിയുറപ്പിച്ചശേഷം റ്റിബറ്റിലും സ്വാധീനം ഉറപ്പിക്കാനും അങ്ങനെ ചൈനയെ വലയം ചെയ്യാനും റഷ്യ ആഗ്രഹിച്ചു. അക്സായ് ചിൻ ചൈനയുടെ ഭാഗമായിരിക്കുന്നത് മേൽപ്പറഞ്ഞ പദ്ധതിക്കു തടസമായിരിക്കും. യു എൻ രക്ഷാസമിതിയിൽ റഷ്യയുടെ വീറ്റോ അധികാരം ഇന്ത്യയ്ക്കാവശ്യമായിരുന്നതിനാൽ റഷ്യയുടെ ഇംഗിതമനുസരിച്ച് പ്രവർത്തിക്കാൻ ഇന്ത്യ ബാധ്യസ്ഥമായിരുന്നു. 1842 ൽ ജമ്മു കാശ്മീരും റ്റിബറ്റുമായുണ്ടാക്കിയ കരാറിനെ ഉയർത്തിപ്പിടിക്കുന്ന ഇന്ത്യ റ്റിബറ്റിന്റെ പരമാധികാരത്തെ അംഗീകരിക്കുകയാണ് ചെയ്യുന്നത്. ഇത് ഒരിക്കലും ചൈനയ്ക്ക് അംഗീകരിക്കാവുന്നതല്ല.

ഇന്ത്യ സ്വീകരിച്ച സഹായകരമല്ലാത്ത നിലപാടിനെ തുടർന്ന് റ്റിബറ്റിൽ ചൈനീസ് അധിനിവേശത്തിനെതിരെ ഉയർന്ന വിപ്ലവം ചൈനയെ കൂടുതൽ അസ്വസ്ഥമാക്കി. വിപ്ലവത്തിനു വിദേശപിന്തുണ ഉണ്ടെന്നു സംശയിക്കാൻ വകയുണ്ട്. ഇന്ത്യാ ഗവൺമെന്റിന് അതിൽ പങ്കില്ലെങ്കിലും ഇന്ത്യയിലെ സോഷ്യലിസ്റ്റുകളും ഹിന്ദു വർഗീയവാദികളും വിപ്ലവത്തെയും ദലൈലാമയെയും അനുകൂലിക്കുന്നവരായിരുന്നു. വിപ്ലവം അടിച്ചമർത്തപ്പെട്ടു. ദലൈലാമ പരിവാരങ്ങളോടും ധനശേഖരത്തോടും ഒപ്പം ഇന്ത്യയിൽ അഭയംപ്രാപിച്ചു. ബഹുമാന്യനായ ഒരു വിദേശഭരണാധികാരിയെ എന്നപോലെ ഇന്ത്യാ ഗവൺമെന്റ് ദലൈലാമയ്ക്കു നൽകിയ സ്വീകരണം കൂടുതലും പ്രതിപക്ഷത്തെ തൃപ്തിപ്പെടുത്താനുള്ളതായിരുന്നു. റ്റിബറ്റിലെ ആത്മീയഗുരുവും ഭൗതിക ഭരണാധികാരിയുമായിരുന്ന ദലൈലാമയുടെ ഭൗതികാധികാരങ്ങൾ 1950 ൽ തന്നെ ചീനാ ഗവൺമെന്റ് എടുത്തുകളഞ്ഞതാണ്. പ്രവാസി ഭരണാധികാരി എന്ന നിലയിൽ ദലൈലാമ ചൈനയ്ക്കെതിരായി വിപ്ലവം നയിക്കാൻ ഇടയുള്ളതിനാൽ അദ്ദേഹത്തെ ഇന്ത്യയിൽ സ്വീകരിച്ചതു ചൈനയ്ക്കു രുചിച്ചില്ല. എങ്കിലും അതിർത്തി തർക്കം സംബന്ധിച്ച് ന്യായമായ ഒരു ഒത്തുതീർപ്പുണ്ടാക്കാൻ ചൈനീസ് പ്രധാനമന്ത്രി ചൗ-എൻ-ലായ് ശ്രമിച്ചുകൊണ്ടിരുന്നു. അതിനുവേണ്ടി അദ്ദേഹം 1960 ൽ ദില്ലി സന്ദർശിക്കുകയും ചെയ്തു. അവിടെ അദ്ദേഹത്തിനു തണുപ്പൻ സ്വീകരണമാണു ലഭിച്ചത്. ഇന്ത്യ ഒരു വിട്ടുവീഴ്ചക്കും തയ്യാറല്ലെന്നു തോന്നിച്ചു.

ഇന്ത്യയും ചൈനയുമായി അകന്ന സാഹചര്യം മുതലെടുക്കാൻ പ്രഗത്ഭനായ പാക്‌വിദേശകാര്യമന്ത്രി സുൽഫിക്കർ ആലി ഭൂട്ടോയ്ക്കു കഴിഞ്ഞു. പാകിസ്ഥാൻ ചൈനയുമായി സൗഹൃദം സ്ഥാപിച്ചു. പാകിസ്ഥാന്റെ കൈവശമുള്ള ജിൽജിത്ത്, സ്കാർഡു പ്രദേശങ്ങളും ചൈനീസ് സിങ്കിയാങ്ങും തമ്മിലുള്ള അതിർത്തി നിർണയിച്ചു. അതിന്റെ ഫലമായി പാകിസ്ഥാന്റെ കൈവശമിരുന്ന കുറച്ചു സ്ഥലം ചൈനക്കു വിട്ടു കൊടുത്തു (1962 മെയ് 10). ഇപ്രകാരം വിട്ടു കൊടുത്ത സ്ഥലം കാശ്മീരിന്റെ ഭാഗമാണെന്നും കാശ്മീർ ഇന്ത്യയുടെ ഭാഗമാണെന്നും

അതുകൊണ്ട് ആ പ്രദേശം വിട്ടു കൊടുക്കാൻ പാകിസ്ഥാനധികാരമില്ലെന്നും ഒരു പ്രതിഷേധ കുറിപ്പിൽ ഇന്ത്യ ചൈനയെ അറിയിച്ചു. അതിനു മറുപടിയിൽ പരമാധികാരം ആർക്കാണെന്ന് അവസാനമായി തീരുമാനിക്കപ്പെട്ടാൽ അതിർത്തിക്കരാർ മാറ്റിയെഴുതുന്നതിനു കരാറിൽ വ്യവസ്ഥയുണ്ടെന്നു ചൈന ഇന്ത്യയെ അറിയിച്ചു. 1956 മാർച്ചു മാസം 16–ാം തീയതി ഇന്ത്യയുമായുള്ള സംയോജനം കാശ്മീർ ജനത തീരുമാനിച്ചു കഴിഞ്ഞതാണ് എന്നു ചൗ എൻ –ലായ് പ്രസ്താവിച്ചതിനു ഘടകവിരുദ്ധമാണ് ഈ നയമാറ്റം. അക്സായ് ചിന്നിന്റെ കാര്യത്തിൽ ഇന്ത്യയുടെ കടുംപിടിത്തമാണു നയം മാറ്റത്തിനു കാരണം എന്നു വ്യക്തം. അതിനുമുമ്പ് മാർച്ച് 31–ാം തീയതി കാശ്മീരിന്റെ സ്വയം നിർണയാവകാശത്തെ ചൗ–എൻ–ലായ് പൂർണമായി പിന്തുണച്ചതിനു പിന്നാലെയാണിത്.

ചൈനയുമായി ആക്സായി ചിന്നിന്റെ കാര്യത്തിൽ ഇന്ത്യ വിട്ടുവീഴ്ചക്കു തയ്യാറല്ലെന്നു ബോധ്യമായപ്പോൾ മാക്മഹോൻ രേഖ അംഗീകരിക്കാതിരിക്കാൻ ചൈനയും തീരുമാനിച്ചു. 1962 ഒക്ടോബർ 20–ാം തീയതി ചൈനീസ് പട്ടാളം മാക്മഹോൻ അതിർത്തി ലംഘിച്ച് വടക്കു കിഴക്കൻ അതിർത്തി ഏജൻസി (NEFA)യിൽ പ്രവേശിച്ചു. ലഡാക്കിന്റെ ഭാഗമെന്ന് ഇന്ത്യ വാദിച്ച ആക്സായ് ചിൻ കടന്നു ചൈനീസ് സേന പടിഞ്ഞാറോട്ടു നീങ്ങി. തീരെ അപ്രതീക്ഷിതമായിരുന്നതിനാലും തണുപ്പുകാലം ആരംഭിച്ചു കഴിഞ്ഞിരുന്നതിനാലും ഇരുമുന്നണികളിലും ഇന്ത്യയുടെ എതിർപ്പ് ശക്തമായിരുന്നില്ല. അതിർത്തികളെപ്പറ്റി ഇന്ത്യ ശക്തമായി അഭിപ്രായം വച്ചു പുലർത്തിയിരുന്നുവെങ്കിലും അവ സംരക്ഷിക്കുന്ന കാര്യത്തിൽ കടുത്ത അവഗണനയായിരുന്നു ഇന്ത്യയുടെ നേതാക്കൾ പ്രകടിപ്പിച്ചത്. ലോകരാഷ്ട്രങ്ങൾക്കിടയിൽ ഇന്ത്യക്കുള്ള സ്വാധീനത്തെപ്പറ്റിയുള്ള മിഥ്യാധാരണയും പ്രതിരോധസജ്ജീകരണത്തിൽ അലംഭാവത്തിനു കാരണമായി. നേഫാ കടന്ന് ആസാമിലേക്കു ചൈനീസ് പട്ടാളം കടക്കുമെന്നായി. ലഡാക്കിലെ ചുഷകൾ വിമാനത്താവളം ചൈനീസ് വിമാനങ്ങൾ ബോംബിട്ടു നശിപ്പിച്ചു. ഇത്രയും ആയപ്പോൾ ഇന്ത്യക്കു സഹായവാഗ്ദാനവുമായി അമേരിക്കൻ പ്രസിഡന്റ് കെന്നഡി മുന്നോട്ടു വന്നു. ചൈനയും ഇന്ത്യയുമായുള്ള യുദ്ധം സഹോദരനും സ്നേഹിതനും തമ്മിലുള്ള യുദ്ധമായാണ് റഷ്യ കണ്ടത്. തുടർന്ന് ചൈന ഏകപക്ഷീയമായി വെടിനിറുത്തൽ പ്രഖ്യാപിച്ചു. മാക്മഹോൻ രേഖയിൽ നിന്നും ഇരുകൂട്ടരും പിൻമാറുക; ലഡാക്കിൽ ആക്സായ് ചിൻ പ്രദേശത്തിനു പുറമെ അൽപ്പം കൂടെ പടിഞ്ഞാറുമാറി വെടി നിറുത്തൽ രേഖ അവർ നിശ്ചയിച്ചു (ചിത്രം 3). ഏകപക്ഷീയമായ വെടി നിറുത്തൽ അംഗീകരിക്കാതെ ഇന്ത്യക്കു നിവൃത്തിയില്ലായിരുന്നു.

5

ഇന്ത്യാ-പാക് യുദ്ധങ്ങൾ

ഇന്ത്യാ-പാക് യുദ്ധം 1965

കമ്യൂണിസ്റ്റ് ചൈനയെ അംഗീകരിക്കുന്ന ആദ്യത്തെ രാഷ്ട്രം തങ്ങളായിരിക്കണമെന്നു കരുതിയ ഇന്ത്യ ചൈനയെ രക്ഷാസമിതിയിലെ സ്ഥിരാംഗമായി കൊണ്ടു വരുന്നതിന് നിരന്തരം ശ്രമിച്ചുകൊണ്ടു വരികയായിരുന്നു. ചൈനായുദ്ധത്തിലെ നാണക്കേടിനു പുറമെ ഇന്ത്യയുടെ നിഷ്പക്ഷതയെ എതിർത്ത അമേരിക്കയിൽനിന്ന് ആശ്വാസം തേടേണ്ടി വന്നത് കൂടുതൽ പരിതാപകരമായി. അമേരിക്കയുമായി സൈനിക സഖ്യമുള്ള പാകിസ്ഥാനാകട്ടെ ചൈനയുമായുള്ള ബന്ധം കൂടുതൽ ദൃഢപ്പെടുത്തുകയും ചെയ്തു. ഹിമാലയത്തിലും ലഡാക്കിലും സൈനിക ശക്തി ഉറപ്പാക്കേണ്ടി വന്നതുമൂലം ഇന്ത്യയുടെ പ്രതിരോധ ശ്രമം മുഴുവൻ അവിടെ കേന്ദ്രീകരിക്കേണ്ടതായും വന്നു. ഇന്ത്യയുടെ മൂന്നാം പഞ്ചവത്സരപദ്ധതിയെ ഇതു താറുമാറാക്കി. ഇതിനൊക്കെ പുറമെയാണ് നെഹ്റുവിന്റെ നിര്യാണവും ഷേക്കിനെ വീണ്ടും തടവിലാക്കേണ്ടി വന്നതും.

ഇന്ത്യയുടെ ക്ഷീണം എല്ലാ തലങ്ങളിലും മുതലെടുക്കാൻ പാക് ഭരണാധികാരികൾക്കു കഴിഞ്ഞു. പ്രസിഡന്റ് ആയൂബ്ഖാന്റെ നേതൃത്വത്തിൽ പാക്സൈന്യം ശക്തിയുടെ പരമകാഷ്ഠയിലെത്തിയിരുന്നു. സീറ്റോയിലും സെന്റോയിലും അംഗമായിരുന്ന പാകിസ്ഥാന് അപാരമായ ആയുധശേഖരമാണ് ലഭ്യമായിരുന്നത്. വിദേശമന്ത്രിസ്ഥാനത്തേക്കുയർത്തപ്പെട്ട സുൽഫിക്കർ ആലി ഭൂട്ടോ എന്ന തന്ത്രശാലി ഒരേ സമയം ചൈനയുടെയും കമ്യൂണിസ്റ്റ് വിരുദ്ധശക്തികളുടെയും സുഹൃത്തായി പാകിസ്ഥാനെ എത്തിച്ചു. ഉത്തരാതിർത്തിയിൽ ശ്രദ്ധ കേന്ദ്രീകരിച്ചിരുന്ന ഇന്ത്യയെ സൈനികമായിത്തന്നെ നേരിടാൻ കഴിയുമെന്ന ആത്മവിശ്വാസം പാക് അധികൃതർക്കുണ്ടായി. അട്ടിമറിയിലൂടെയും ബലപ്രയോഗത്തിലൂടെയും ജമ്മു കാശ്മീരിനെ പാകിസ്ഥാനോടു ചേർക്കാൻ പദ്ധ

തിക്കു രൂപംനൽകി. സുൽഫിക്കർ ആലി ഭൂട്ടോ, വിദേശകാര്യ സെക്രട്ടറി അസീസ് അഹമ്മദ്, ആസാദ് കാശ്മീർ സൈന്യാധിപൻ മേജർ ജനറൽ അക്താർ ഹുസൈൻ മാലിക് എന്നിവരായിരുന്നു പദ്ധതിക്ക് രൂപം നൽകിയത്. ഇന്ത്യൻ സേനയ്ക്ക് ആത്മവീര്യം നഷ്ടപ്പെട്ടിരിക്കുകയാണെന്ന സങ്കൽപ്പത്തിലുള്ള ഈ പദ്ധതി ആദ്യം പാക് സൈനിക നേതാക്കൾ കാര്യമായെടുത്തില്ല. പാക് വിദേശകാര്യസെക്രട്ടറി ചെയർമാനായി 1964 ൽ കാശ്മീർ സെൽ രൂപീകരിച്ചിരുന്നു. കാശ്മീരിൽ ഗൊറില്ലാ പ്രവർത്തനത്തിന് ആയൂബ്ഖാൻ ആ വർഷം ഡിസംബറിൽ അനുവാദം നൽകി. 1965 ൽ ഷേക്ക് അറസ്റ്റിലായപ്പോൾ ഗൊറില്ലാ പ്രവർത്തനങ്ങൾ ശക്തിപ്പെടുത്തി.

ഇന്ത്യൻ ആത്മവീര്യം പരിശോധിക്കാനായി ആദ്യമായി ബലപരീക്ഷണത്തിനൊരുങ്ങിയത് ഗുജറാത്തിലെ കച്ചിലായിരുന്നു. 1965 ഏപ്രിൽ 9–ാം തീയതി പാക് സൈന്യം അവിടെ പ്രവേശിച്ചു. കച്ചിലെ റാൺ മുഴുവൻ വെള്ളം കെട്ടിക്കിടക്കുന്ന ചതുപ്പുകളായിരുന്നു. സൈനിക പ്രവർത്തനം ദുഷ്കരമായ അവിടം ഏതാനും സംഘട്ടനങ്ങൾക്കുശേഷം പാക് സൈന്യത്തിന്റെ നിയന്ത്രണത്തിലായി. അവരെ അവിടെനിന്നൊഴിപ്പിക്കുക എളുപ്പമല്ലായിരുന്നു. ബ്രിട്ടീഷ് പ്രധാനമന്ത്രി ഹാരോൾഡ് വിൽസൻ ഇടപെട്ടുണ്ടാക്കിയ ഒത്തുതീർപ്പനുസരിച്ച് പാക് സൈന്യം അവിടെനിന്നു പിന്മാറി. പരീക്ഷണത്തിലെ വിജയം നൽകിയ ആത്മവിശ്വാസത്തോടെ കാശ്മീർ ആക്രമണ പദ്ധതിക്കു അനുവാദം നൽകപ്പെട്ടു.

പദ്ധതിക്ക് രണ്ടു ഘട്ടങ്ങളാണുള്ളത്. ആദ്യഘട്ടത്തിൽ വിധ്വംസക പ്രവർത്തനങ്ങളിൽ പരിശീലനം നേടിയ ഗൊറില്ലകളെ ജമ്മു കാശ്മീരിൽ നുഴഞ്ഞു കയറാൻ അനുവദിക്കുകയും അവിടെ വ്യാപകമായി പ്രവർത്തനങ്ങളിലേർപ്പെടാൻ വിടുകയുമാണു ചെയ്യുക. വാർത്താവിനിമയസൗകര്യങ്ങൾ, പാലങ്ങൾ എന്നിവ നശിപ്പിക്കുക, നാട്ടുകാരെ സംഘടിപ്പിച്ചു പരിശീലനവും ആയുധങ്ങളും നൽകി അവരെക്കൊണ്ടു നിയമ സമാധാന പ്രശ്നങ്ങളുണ്ടാക്കുക എന്നിവയാണ് അട്ടിമറി പ്രവർത്തനങ്ങൾ. പട്ടാളത്തിന്റെയും പൊലീസിന്റെയും ശ്രദ്ധ മുഴുവൻ വിധ്വംസകരിൽ കേന്ദ്രീകരിക്കുമ്പോൾ 470 നാഴിക നീളം വരുന്ന പാക്–കാശ്മീർ അതിർത്തിയിലെ വിവിധ ഭാഗങ്ങളിലൂടെ പാകിസ്ഥാൻ സൈന്യം ജമ്മു കാശ്മീരിൽ കടന്ന് ചുരുങ്ങിയ സമയംകൊണ്ട് ആക്രമണം പൂർത്തിയാക്കുക എന്നതായിരുന്നു രണ്ടാം ഘട്ടം.

പരിശീലനം ലഭിച്ച 7000 പേരെയാണ് വിധ്വംസക പ്രവർത്തനത്തിനായി നിയോഗിച്ചത്. ജിബ്രാൾട്ടർ ഫോഴ്സ് എന്നായിരുന്നു ഈ അർദ്ധ സൈനിക സംഘത്തിനു നൽകിയിരുന്ന പേര്. സ്പെയിനിൽ നിന്നും ജിബ്രാൾട്ടറിന്റെ നിയന്ത്രണം പിടിച്ചെടുത്ത മുസ്ലീം വീരയോദ്ധാവിന്റെ പേരിനെ അനുസ്മരിക്കുന്നതായിരുന്നു ആ പേര്. ദ്രുതപ്രവർത്തനത്തിനു പരിശീലനം നേടിയ അവർ രണ്ടും മൂന്നും പേരായി 1965 ആഗസ്റ്റ് ഏഴാം തീയതി മുതൽ കാശ്മീരിന്റെ വിവിധ ഭാഗങ്ങളിൽ നുഴഞ്ഞു കയറി. ജിബ്രാൾട്ടർ ഫോഴ്സിന്റെ എട്ടു വിഭാഗങ്ങളിൽ ഓരോന്നിനും

ഓരോ മുസ്ലീം വീരനായകന്റെ പേരാണ് നൽകിയിരുന്നത്. ഓരോ വിഭാഗത്തിനും പ്രത്യേകം പ്രത്യേകം പ്രദേശങ്ങളും വിഭജിച്ചു നൽകിയിരുന്നു. അവ ഇപ്രകാരമായിരുന്നു:

1.	തരീക് ഫോഴ്സ്	6 കമ്പനികൾ, കാർഗിൽ പ്രദേശം
2.	കാസിം ഫോഴ്സ്	3 കോളങ്ങൾ, ഗുരെസ് പ്രദേശം
3.	ഖാലിദ് ഫോഴ്സ്	400 മുജാഹിദ്ദീനുകൾ ഉള്ള ഏറ്റവും വലിയവിഭാഗം, തിത്വാൾ പ്രദേശം
4.	കെ. ഫോഴ്സ്	ഉറി പ്രദേശം
5.	സലാഹുദ്ദീൻ ഫോഴ്സ്	ഗുൽമാർഗ്, ശ്രീനഗർ, ജമ്മുവിലെ മന്ദി എന്നീ പ്രദേശങ്ങൾ
6.	നുസ്രത് ഫോഴ്സ്	രജൗറി, മെന്ഡാർ പ്രദേശങ്ങൾ
7.	ഗസ്നവി ഫോഴ്സ്	പൂഞ്ച്, രജൗറി പ്രദേശങ്ങൾ
8.	ബാബർ ഫോഴ്സ്	നൗഷേറ, ഛാംബ് പ്രദേശങ്ങൾ

വിധ്വംസക പ്രവർത്തനങ്ങൾ വിജയിക്കാൻ നാട്ടുകാരുടെ സഹകരണം ആവശ്യമായിരുന്നു. അതുണ്ടായില്ല എന്നു മാത്രമല്ല നാട്ടുകാർ ശക്തിയായി അതിനെ എതിർക്കുകയും ചെയ്തു. മുജാഹിദ്ദീനുകളെ പിടികൂടാൻ അവർ രക്ഷാഭടന്മാരെ സഹായിക്കുകയും ചെയ്തു. ഇത് മുജാഹിദ്ദീനുകളെ മാത്രമല്ല ജമ്മു കാശ്മീർ സർക്കാരിനെയും വിസ്മയിപ്പിച്ചു. ഇന്ത്യാവിരുദ്ധ വികാരം വ്യാപകമായിരുന്നുവെങ്കിലും കാശ്മീർ ദേശീയതയ്ക്ക് ഒട്ടും ന്യൂനതസംഭവിച്ചിരുന്നില്ല എന്നതായിരുന്നു സ്ഥിതി.

ഒന്നാം ഘട്ടം പരാജയപ്പെട്ടു കൊണ്ടിരുന്നപ്പോൾതന്നെ രണ്ടാംഘട്ടം ആരംഭിച്ചു. മേജർ ജനറൽ ഹുസൈൻ മാലിക്കിനായിരുന്നു സൈന്യത്തിന്റെ കമാന്റ് നൽകിയിരുന്നത്. സൈന്യനീക്കത്തിൽ മുൻഗണന നൽകിയത് അഖ്നൂരും ജമ്മുവും പിടിച്ചടക്കുന്നതിനാണ്. ജമ്മു പിടിച്ചാൽ ഇന്ത്യയും ശ്രീനഗറുമായുള്ള ബന്ധം വിച്ഛേദിക്കപ്പെടും. കാശ്മീർ താഴ്വര കീഴടക്കുക പിന്നീട് എളുപ്പമാവും. പാക് അധീന കാശ്മീരിലെ ഭിംബറിൽ നിന്നു പുറപ്പെട്ട പാകിസ്ഥാൻ പട്ടാളം വെടിനിറുത്തൽ രേഖ കടന്ന് സെപ്റ്റംബർ 1ന് ഛാംബ് പട്ടണം പിടിച്ചെടുത്തു. അവിടെ നിന്നു തവി നദി കടന്ന് അഖ്നൂരിനു നേരെ പാഞ്ഞ സൈന്യത്തിന്റെ മുന്നേറ്റം പെട്ടെന്നാണ് നിലച്ചത്. സൈനീകകമാന്റിൽ വരുത്തിയ മാറ്റമായിരുന്നു അതിനു കാരണം. 7-ാം ഡിവിഷന്റെ കമാന്ററായിരുന്ന ഹുസൈൻ മാലിക്കിനെ കാർഗിൽ പ്രദേശത്തേക്കു മാറ്റിയശേഷം മേജർ ജനറൽ യാഹ്യാ ഖാനെ (പിൽക്കാലത്ത് പാക് പ്രസിഡന്റ്) തൽസ്ഥാനത്തു നിയമിച്ചു. ഇത് അണികളിൽ ചിന്താക്കുഴപ്പവും മുകളിൽ നിന്നും നിർദേശങ്ങൾ കിട്ടാൻ താമസവും ഉണ്ടാക്കി. ഇന്ത്യൻ പ്രതിരോധ സജ്ജീകരണങ്ങൾക്ക് ഇതുമൂലം സാവകാശം ലഭിച്ചു. ഇന്ത്യൻ വായുസേനയിലെ നാറ്റ്, വാമ്പയർ വിമാനങ്ങൾ ഇതിനിടയിൽ ശത്രുനിരയിൽ നാശം വിതച്ചു. അഖ്നൂർ വിളിപ്പാടകലെ ആയിരുന്നുവെങ്കിലും, അഖ്നൂർ ആക്രമിക്കാൻ യാഹ്യാഖാനു നിർദേശം ലഭിച്ചുവെങ്കിലും, എന്തു കാരണം കൊണ്ടോ പാക്സൈന്യം അറച്ചു നിന്നു. തന്മൂലം ആക്രമണത്തിന്റെ മൂർച്ച നഷ്ടപ്പെട്ടു പോവുകയും ചെയ്തു.

പശ്ചിമരംഗത്തെ ഇന്ത്യൻ സൈന്യത്തിന്റെ മൊത്തം മേധാവി ലഫ്. ജനറൽ ഹർബക് സിംഗായിരുന്നു. പാക് സൈന്യം വെടിനിറുത്തൽ രേഖ ലംഘിച്ച് ഛാംബ് പിടിച്ചടക്കിയ ഉടനെ തന്നെ പഞ്ചാബിൽ മറ്റൊരു സമ രമുഖം തുറക്കാൻ അദ്ദേഹം പദ്ധതിയിട്ടു. പശ്ചിമ പഞ്ചാബിന്റെ തല സ്ഥാനമായ ലാഹോർ ആയിരുന്നു ലക്ഷ്യം. മേജർ ജനറൽ ഗുർബക്സിംഗ് നയിച്ച നാലാം ഡിവിഷന്റെ കീഴിലുള്ള രണ്ടു ഇൻഫൻട്രി ബ്രിഗേഡുക ളും ഒരു പീരങ്കി ബ്രിഗേഡും ഒരു ടാങ്ക് റെജിമെന്റും അതിലേക്കായി നിയോഗിക്കപ്പെട്ടു. അതിർത്തിക്കു സമീപമുള്ള ഖേം കരൺ ഗ്രാമത്തിൽ സെപ്റ്റംബർ 4–ാം തീയതി ഇന്ത്യൻ സൈന്യം നിലയുറപ്പിച്ചു. പാകി സ്ഥാൻ അതിർത്തിക്കുള്ളിൽ 45 മീ. വീതിയുള്ള ഇച്ചോഗിൽ കനാലും അതു കഴിഞ്ഞുള്ള കോൺക്രീറ്റ് വരമ്പും അഭേദ്യങ്ങളായ പ്രതിരോധ സജ്ജീകരണങ്ങളായിരുന്നു. അതുകഴിഞ്ഞുള്ള കുസൂർ എന്ന നഗര ത്തിൽ പ്രഗത്ഭനായ മേജർ ജനറൽ അഹമ്മദ്ഖാന്റെ കീഴിൽ പാകി സ്ഥാന്റെ ഒന്നാം ആർമേർഡ് ഡിവിഷൻ തയ്യാറായി നിൽപ്പുണ്ടായിരു ന്നു. മൂന്നു ടാങ്ക് ബ്രിഗേഡുകളായിരുന്നു അതിനു കീഴിലുണ്ടായിരുന്നത്. അവയിൽ കൂടുതലും അമേരിക്കൻ നിർമിത പാറ്റൺ ടാങ്കുകളായിരു ന്നു. വേഗതയിലും സൂക്ഷ്മവേധനത്തിലും ലോകത്തിലെ ഏറ്റവും മിക ച്ചവയായിരുന്നു പാറ്റൺ ടാങ്കുകൾ. ഇന്ത്യയുടെ സെഞ്ചൂറിയൻ, ഷെർമാൻ ടാങ്കുകളെ അപേക്ഷിച്ച് അവ തുലോം സാങ്കേതികമേന്മ തികഞ്ഞവയാ യിരുന്നു. എണ്ണത്തിലും അവ ഇന്ത്യൻ ടാങ്കുകളുടെ നാലിരട്ടിയോളം വരും. ആർമേർഡ് ഡിവിഷന്റെ സഹായത്തിനായി 11–ാം ഇൻഫൻട്രി ഡിവിഷനുമുണ്ട്. ഇത്രവലിയ സേനാ സജ്ജീകരണത്തിന്റെ ലക്ഷ്യവും വലുതായിരുന്നു. ഖേംകരണിലെ ഇന്ത്യൻ സൈന്യത്തെ പിളർന്നു മാറ്റി പാക് സൈന്യം മൂന്നായി പിരിഞ്ഞ് അമൃത്സർ വലയം ചെയ്തു കര സ്ഥമാക്കണം. അതിനുശേഷം ബിയാസ് നദിക്കു കുറുകെയുള്ള റോഡ് –റെയിൽ പാലങ്ങൾ എന്നിവ നശിപ്പിച്ചതിനുശേഷം സെപ്റ്റംബർ 10–ാം തീയതിക്കു മുമ്പെ ജലന്ധർ, ലുധിയാന എന്നീ നഗരങ്ങളും പിടിച്ചടക്ക ണം. ഇന്ത്യക്കും പാകിസ്ഥാനും ഇടയ്ക്ക് അമൃത്സർ കേന്ദ്രമാക്കി ഒരു സിഖ് സംസ്ഥാനം രൂപീകരിക്കാനും പരിപാടിയുണ്ടായിരുന്നുവത്രെ! അപ്പോൾ ഇന്ത്യക്കു ജമ്മു–കാശ്മീരുമായുള്ള ബന്ധം നിശ്ശേഷം അറ്റു പോകും.

സെപ്റ്റംബർ 4–ാം തീയതി 'ചുവന്ന പരുന്ത് ' കൊടിയടയാളമുള്ള ഇന്ത്യയുടെ നാലാം ഡിവിഷൻ പാക് അതിർത്തി കടന്ന് നാലു കിലോ മീറ്ററോളം മുന്നോട്ടു പോയി. പെട്ടെന്ന് ഭീകരമായ ഒരു കൊടുങ്കാറ്റു പോലെ പാറ്റൺ ടാങ്കുകളുടെ ഒരു പ്രവാഹം ഇന്ത്യൻ സേനയെ തകർ ത്തു തരിപ്പണമാക്കി ഖേം കരൺ പിടിച്ചടക്കി. ഇന്ത്യൻ ഇന്റലിജൻസിന്റെ മറ്റൊരു ഭീമമായ പരാജയമായിരുന്നു ഇതിനു കാരണം. പാകിസ്ഥാൻ അതിർത്തിയിൽ 'സത്‌ലജ് റേഞ്ചേഴ്സ്'എന്ന ചെറിയൊരു സേനാവി ഭാഗം മാത്രമാണുള്ളതെന്ന ധാരണയായിരുന്നു അവർ നൽകിയത്. ഈ തെറ്റായ ധാരണയാണ് ലാഹോറിനു നേരെ പുറപ്പെടാനുള്ള സാഹസി കതയ്ക്ക് പ്രേരകമായത്. സെപ്റ്റംബർ ആറാം തീയതിയോടെ മുൻ പദ്ധ

തിയനുസരിച്ച് ഖേംകരണിൽ നിന്നു മൂന്നായി പിരിഞ്ഞ പാക് സൈന്യം അമൃത്സറിനു നേരെ കുതിക്കുകയായിരുന്നു. കനാലുകൾ മുറിച്ച് അതി വിസ്തൃതമായ പാടശേഖരങ്ങളെ ചതുപ്പുകളാക്കി മാറ്റിയിരുന്നതിനാൽ പാക് ടാങ്കുകളുടെ ഗതിവേഗം മന്ദമായി. അടുത്ത മൂന്നു ദിവസങ്ങളിൽ ഇന്ത്യൻ ജവാൻമാരും ആർട്ടിലറിയും ടാങ്കുകളും അസാധാരണ ശൗര്യം പ്രകടിപ്പിച്ചതുകൊണ്ട് പാക് മുന്നേറ്റം ഫലിക്കാതെ പോയി. പാക് സൈന്യാധിപൻ നസീർ അഹമ്മദ് ഖാൻ ഹെലികോപ്റ്ററിൽ നിന്നു യുദ്ധരംഗം വീക്ഷിക്കുകയും മുന്നേറാൻ നിർദേശങ്ങൾ നൽകുകയും ചെയ്തുകൊണ്ടിരുന്നു. പാക് സൈന്യത്തിന്റെ മുന്നേറ്റദിശയിലുള്ള ഒരു കരിമ്പിൻതോട്ടത്തിന്റെ മറവിൽ ഇന്ത്യൻ പീരങ്കികളും ടാങ്കുകളും സെപ്റ്റംബർ 9–ാം തീയതി രാത്രി തയ്യാറായി നിന്നു. അടുത്തദിവസം പാക് സൈന്യം കുതിരക്കുളമ്പിന്റെ ആകൃതിയിൽ വിന്യസിക്കപ്പെട്ടിരുന്ന ഇന്ത്യൻ പീരങ്കികളുടെയും ടാങ്കുകളുടെയും നടുവിൽ ചെന്നുപെട്ടു. മൂന്നു ഭാഗത്തു നിന്നും പാക് സൈന്യത്തിനു നേരെ നിറയൊഴിക്കപ്പെട്ടപ്പോൾ വ്യൂഹത്തിൽപെട്ട പാക്സൈന്യം ആകെ കുഴപ്പത്തിലായി. ഇന്ത്യൻ ടാങ്കുകളെക്കാൾ നാലിരട്ടി ടാങ്കുകളും ഇന്ത്യൻ ഭടന്മാരെക്കാൾ അഞ്ചിരട്ടി ഭടന്മാരുമുണ്ടായിരുന്ന പാക്സൈന്യത്തിന് എണ്ണം ഒരു വിനയായി മാറി. മുന്നോട്ടോ പിന്നോട്ടോ വശങ്ങളിലേക്കോ നീങ്ങാനാകാതെ വമ്പിച്ച ആ പടസന്നാഹം ദേശസ്നേഹദത്തമായ ആത്മവീര്യത്തിനുമുമ്പിൽ ആഹൂതി ചെയ്യപ്പെട്ടു. ഹെലികോപ്റ്ററിലിരുന്നു സ്ഥിതി മനസിലാക്കിയ പാക് മേജർ ജനറൽ 'ഞാനിതാ സൈന്യത്തെ നേരിട്ടു നയിക്കാൻ വരുന്നു' എന്നു പറയുന്നത് ഇന്ത്യൻ സിഗ്നൽ കേട്ടു. നസീർ അഹമ്മദ്ഖാനും ബ്രിഗേഡിയർ ഷമ്മിയും അകമ്പടിയുമായി രണ്ടു ടാങ്കുകളിൽ യുദ്ധരംഗത്തേക്കു കുതിക്കുന്നത് അടുത്തുള്ള കുറ്റിക്കാട്ടിൽ മറഞ്ഞുനിന്ന് ശക്തമായ ഒരു ഇന്ത്യൻ സൈന്യവിഭാഗം വീക്ഷിക്കുകയായിരുന്നു. പെട്ടെന്നു ചെറുപീരങ്കികളിൽ നിന്നുള്ള വെടിയേറ്റ് പാക് ടാങ്കുകൾ സ്തബ്ധമായി. തുടർന്നുണ്ടായ ഘോരമായ വെടിവെപ്പിൽ മേജർ ജനറലും ബ്രിഗേഡിയറും മരിച്ചു. ബ്രിഗേഡിയറുടെ ശവശരീരം ഉപേക്ഷിച്ച് അഹമ്മദ്ഖാന്റെ ശവശരീരവുമായി ടാങ്കുകളിലൊന്നു മടങ്ങിയോടി. പാക്സൈനികശക്തിയുടെ പ്രതീകമായ ഒന്നാം ആർമേർഡ് ഡിവിഷനും അതിന്റെ കമാന്ററും അടിപെട്ടതുമൂലം പാകിസ്ഥാന്റെ സൈനിക ഹുങ്ക് ആകെ തളർന്നു. പക്ഷെ, ഇന്ത്യൻ പോഷകസേന ഖേംകരണിലെത്തിയെങ്കിലും അതിനെ മോചിപ്പിക്കാൻ കഴിഞ്ഞില്ല. ഐക്യരാഷ്ട്രസഭയുടെ ആഭിമുഖ്യത്തിൽ സെപ്റ്റംബർ 23–ാം തീയതി വെടിനിറുത്തൽ നിലവിൽ വന്നുവെങ്കിലും 27–ാം തീയതി ഗ്രാമം മുഴുവൻ പാക് പട്ടാളം അഗ്നിക്കിരയാക്കി.

യുദ്ധാവസാനം പാകിസ്ഥാന്റെ വക 740 ചതുരശ്ര നാഴിക സ്ഥലം ഇന്ത്യയുടെ കീഴിലും ഇന്ത്യയുടെ വക 210 ച. നാ. സ്ഥലം പാകിസ്ഥാന്റെ നിയന്ത്രണത്തിലുമായിരുന്നു. ഖേംകരണിൽ 97 പാറ്റൺ ടാങ്കുകളാണ് പാകിസ്ഥാന് നഷ്ടമായത്. ഇന്ത്യക്ക് ഇരുപതോളം ടാങ്കുകളും നഷ്ടപ്പെട്ടു. അറുപത് ആഫീസർമാരുൾപ്പെടെ അറുനൂറോളം ഭടന്മാരും

ഇന്ത്യക്കു നഷ്ടമായി. യുദ്ധകാലത്ത് മാക്മഹോൻ രേഖക്കു സമീപമുള്ള ചുംബി താഴ്‌വരയിൽ ഇന്ത്യൻ സേന അതിക്രമിച്ചു കടന്നു എന്നാരോപിച്ച് ഇന്ത്യക്കുനേരെ ചൈന ഭീഷണി മുഴക്കി. എങ്കിലും സൈനികനീക്കമൊന്നും ഉണ്ടായില്ല. പാകിസ്ഥാനോടു കൂറു കാട്ടുകയായിരുന്നു ഉദ്ദേശ്യം. ഖേംകരൺയുദ്ധത്തിൽ ഇന്ത്യൻസേനയ്ക്കു നേരെ പാകിസ്ഥാൻ ഉപയോഗിച്ച ആദ്യ ഷെല്ലുകൾ ചൈനീസ് നിർമിതമായിരുന്നു എന്നതും പ്രസ്താവ്യമാണ്.

ഇന്ത്യയും പാകിസ്ഥാനും തമ്മിൽ സമാധാനചർച്ച നടത്തുന്നതിനു സോവിയറ്റ് യൂണിയൻ മുൻകൈ എടുത്തു. പ്രസിഡന്റ് ആയൂബ് ഖാനെയും ഇന്ത്യൻ പ്രധാനമന്ത്രി ലാൽ ബഹദൂർ ശാസ്ത്രിയെയും സമാധാനചർച്ചകൾക്കായി താഷ്കെന്റിലേക്കു ക്ഷണിച്ചു. പരോക്ഷമായെങ്കിലും അമേരിക്ക സമാധാനചർച്ചകളെ അനുകൂലിച്ചു. 1966 ജനുവരി 10-ാം തീയതി താഷ്കെന്റ് കരാർ ഇരുരാജ്യങ്ങളും അംഗീകരിച്ചു. കാശ്മീരിനു വേണ്ടി 1000 വർഷം യുദ്ധം ചെയ്യേണ്ടി വന്നാലും അതിനു തയ്യാറെന്നു സെപ്റ്റംബറിൽ വീരവാദം മുഴക്കിയ ഭൂട്ടോയ്ക്ക് കരാറിലെ വ്യവസ്ഥകൾ ഒട്ടും ഇഷ്ടമായിരുന്നില്ല. കരാറിലെ വ്യവസ്ഥകൾ:

- ഇന്ത്യയുടെയും പാകിസ്ഥാന്റെയും സൈന്യങ്ങൾ 1965 ആഗസ്റ്റ് 5-ാം തീയതിയിലെ അതിർത്തിയിലേക്കു പിൻവാങ്ങുക.
- നയതന്ത്രബന്ധങ്ങളും മറ്റു കരാറുകളും പുനഃസ്ഥാപിക്കുക.
- ഇരു രാഷ്ട്രങ്ങളും പരസ്പരബന്ധമുള്ള പ്രധാന കാര്യങ്ങൾ ഉന്നതതലത്തിൽ ചർച്ച ചെയ്യുക.

അന്നു രാത്രി ദില്ലിയുമായി സമ്പർക്കം പുലർത്തിയ ഇന്ത്യൻ പ്രധാനമന്ത്രി കേട്ടത് കരാറിൽ ഇന്ത്യൻ ജനതയ്ക്കു പൊതുവെ അതൃപ്തിയാണെന്നാണ്. കാശ്മീരിന്റെ പൂർണവിമോചനമാണ് ഇന്ത്യാക്കാർ ആഗ്രഹിച്ചതത്രെ!. അന്നു രാത്രി തന്നെ ലാൽ ബഹദൂർ ശാസ്ത്രി താഷ്കെന്റിൽ വച്ച് ഹൃദയസ്തംഭനം മൂലം നിര്യാതനായി.

1965 മുതൽ 1971 വരെ

1965 ലെ യുദ്ധത്തിനുശേഷം അൽപ്പകാലത്തേക്ക് കാശ്മീരിൽ ശാന്തത കളിയാടി. കാശ്മീർ ജനത തങ്ങളോടൊപ്പം ഇല്ലെന്നു മനസിലാക്കിയ പാകിസ്ഥാൻ ചൈനയുമായി ബന്ധം ദൃഢീകരിച്ച് ദീർഘകാല പദ്ധതിക്കു രൂപംനൽകുകയായിരുന്നു. ചൈനയേയും പാകിസ്ഥാനെയും ബന്ധിപ്പിക്കുന്ന ഒരു പാത കാറക്കോറം മലയിടുക്കുവഴി ചൈന പണിയിച്ചു. കാറക്കോറം ഹൈവേ എന്ന ആ പാതയ്ക്ക് ഏറെ തന്ത്രപ്രാധാന്യം ഉണ്ടായിരുന്നു. പക്ഷേ ഈ സമയത്ത് കിഴക്കൻ പാകിസ്ഥാനിൽ അസ്വസ്ഥതകൾ തലയുയർത്തിയത് മൂലം കാശ്മീർ കാര്യത്തിൽ കൂടുതൽ ശ്രദ്ധിക്കാൻ പാകിസ്ഥാനു സമയം ലഭിച്ചില്ല. കിഴക്കൻ പാകിസ്ഥാനിലെ അസ്വസ്ഥതകൾക്കു കാരണം ഇന്ത്യയാണെന്നരോപിക്കാൻ മാത്രമേ അവർക്കു കഴിഞ്ഞുള്ളൂ.

1967-ൽ ജമ്മു കാശ്മീരിലെ നാലാമത്തെ പൊതുതിരഞ്ഞെടുപ്പ് നടന്നു. സാദിക്കിന്റെ നേതൃത്വത്തിലുള്ള പ്രദേശ് കോൺഗ്രസിനു നല്ല ഭൂരി

പക്ഷം ലഭിച്ചു. 75 ൽ 59. നാഷണൽ കോൺഫറൻസിന് 9 സീറ്റാണ് ലഭിച്ചത്. പ്ലബിസൈറ്റ് ഫ്രണ്ട് തെരഞ്ഞെടുപ്പിൽ പങ്കെടുത്തില്ല. ആത്മ വിശ്വാസം നേടിയ സാദിക് ഗവൺമെന്റ് ബീഗം ഷേക്ക് അബ്ദുള്ള, മിഴ്സ അഫ്സൽ ബേഗ്, മൗലാനാ മാസൂദി എന്നിവരെ തടവിൽനിന്നു മോചിപ്പിച്ചു. ഷേക്ക് അബ്ദുള്ളയെ കൊടൈക്കനാലിൽനിന്ന് ദില്ലിയിലേക്കുമാറ്റി. ജയപ്രകാശ് നാരായണൻ ഷേക്കിന്റെ മോചനത്തിനുവേണ്ടി ഇന്ദിരാഗാന്ധിയുടെമേൽ സമ്മർദ്ദം ചെലുത്തികൊണ്ടിരുന്നു. ഷേക്കിനെ വർഗീയവാദിയായി കാണുന്നത് ഒട്ടും ശരിയല്ല എന്നായിരുന്നു ഇന്ദിരാ ഗാന്ധിയുടെയും നിലപാട്. ഇന്ത്യൻ രാഷ്ട്രീയത്തിൽ പങ്കാളിയാകാൻ ഷേക്ക് താൽപ്പര്യം പ്രകടിപ്പിക്കുകയും ചെയ്തു. ഇക്കാരണത്താൽ 1968 ജനുവരി 2–ാം തീയതി ഷേക്ക് മോചിപ്പിക്കപ്പെട്ടു. സ്വതന്ത്ര കാശ്മീർ എന്ന ആശയം ഷേക്ക് ഉപേക്ഷിച്ചതായി തോന്നി. അൾജിയേഴ്സിൽ വച്ച് ചൗ–എൻ–ലായിയുമായി സംസാരിച്ചത് കാശ്മീരിലെ രണ്ടായിരം ചതുരശ്രനാഴിക വിസ്തീർണമുള്ള പ്രദേശം പാകിസ്ഥാൻ ചൈനയ്ക്ക് വിട്ടുകൊടുത്തതിനെപ്പറ്റിയാണെന്ന് അദ്ദേഹം പറഞ്ഞു. താൻ ചൗ–എൻ–ലായിയുമായി സംസാരിച്ചത് അൾജിയേഴ്സിലെ ഇന്ത്യൻ അംബാസഡറുടെ അറിവോടുകൂടിയാണെന്നും അദ്ദേഹം പറഞ്ഞു. ഫ്രോണ്ടിയർ ഗാന്ധി ഖാൻ അബ്ദുൾ ഗാഫർ ഖാൻ 1920ൽ സ്ഥാപിച്ച ഖുദായ്ഖിത് മത്ഗാർ (ചെമ്പട) പുനരുജ്ജീവിപ്പിക്കാൻ ഷേക്ക് ജയപ്രകാശ് നാരായണനുമൊത്തു കുറച്ചു നാൾ പ്രവർത്തിച്ചു.

1968 ഒക്ടോബറിൽ ഷേക്ക് ജയപ്രകാശ് നാരായണനുമൊത്ത് അഖിലകാശ്മീർ സംസ്ഥാന കൺവെൻഷൻ വിളിച്ചുകൂട്ടി. എല്ലാ ഇന്ത്യൻ സംസ്ഥാനങ്ങൾക്കും കൂടുതൽ സ്വയംഭരണം അനുവദിക്കണമെന്ന അഭിപ്രായമായിരുന്നു ചർച്ചകളിൽ ഉരുത്തിരിഞ്ഞത്. സ്വപ്ന ജീവിയായ ജയപ്രകാശിന്റെ വിനോദങ്ങളിലൊന്നായി മാത്രം അതിനെ ഔദ്യോഗികതലത്തിൽ കരുതിയിരിക്കാം. പക്ഷേ, കാശ്മീരിലെത്തിയ ഷേക്ക് പ്ലബിസൈറ്റ് ഫ്രണ്ടിലെ സഹപ്രവർത്തകരുമൊത്ത് കാശ്മീരിന്റെ സ്വാതന്ത്ര്യത്തെപ്പറ്റി സൂചന നൽകി. ജനുവരി 9–ാം തീയതി ഷേക്കിനെ കാശ്മീരിൽനിന്ന് പുറത്താക്കി. 12–ാം തീയതി പ്ലബിസൈറ്റ് ഫ്രണ്ടിനെ നിരോധിച്ചു. 1972–ലെ പൊതുതെരഞ്ഞെടുപ്പിനെ തുരങ്കം വയ്ക്കാതിരിക്കുവാനായിരുന്നു ഈ കരുതൽ നടപടികൾ. ന്യൂഡൽഹിയിലെ 3–ാം നമ്പർ കോട്ലയിനിൽ താമസമാക്കിയിരുന്ന ഷേക്കിനോട് രഹസ്യചർച്ചകൾ നടത്താൻ ഇന്ദിരാഗാന്ധി ഡി പി ധറെ ഏർപ്പെടുത്തിയിരുന്നു. ഇന്ത്യ കിഴക്കൻ പാകിസ്ഥാനിൽ യുദ്ധത്തിനൊരുങ്ങുകയാണെന്ന വിവരം ഷേക്കിനും ബേഗിനും അറിയാമായിരുന്നു. ബംഗാളികൾ പാക്കിസ്ഥാൻ ഭരണത്തിൻകീഴിൽ അനുഭവിക്കുന്ന ദുരിതങ്ങളെപ്പറ്റി മനസിലാക്കിയ ഷേക്കിനും ബേഗിനും ഇന്ത്യയിൽ തങ്ങളുടെ നില ഇതിലും ഭേദമെന്ന് ഒരുപക്ഷേ തോന്നിയിരിക്കാം. ഡി പി ധറിനുവേണ്ടി ബേഗിനോടു സംസാരിച്ച എം എൽ ഫോട്ടെദാർ പറഞ്ഞത് ഇന്ത്യയുമായുള്ള കാശ്മീരിന്റെ സംയോജനം തിരുത്താനാവാത്തതാണെന്നത്രേ.

1971 ജനുവരി 30–ാം തീയതി "കാശ്മീർ നേഷണൽ ലിബറേഷൻ

ഫ്രണ്ട്" എന്ന സംഘടനയിലെ രണ്ടു ചെറുപ്പക്കാർ ചേർന്ന് ഇന്ത്യൻ എയർലൈൻസ് വക 'ഗംഗ'എന്ന വിമാനത്തെ ലാഹോറിലേക്ക് തട്ടിക്കൊണ്ടുപോയി. ഭൂട്ടോയുടെ നേതൃത്വത്തിൽ അവർക്ക് വീരോചിതമായ സ്വീകരണമാണ് നൽകിയത്. വിമാനവും വിമാനമോഷ്ടാക്കളെയും തിരിച്ചുകിട്ടണമെന്ന് ഇന്ത്യ ആവശ്യപ്പെട്ടു. വിമാനം തീവെച്ചു നശിപ്പിക്കപ്പെട്ടു. മോഷ്ടാക്കളെ വിട്ടുകൊടുത്തതുമില്ല. പടിഞ്ഞാറൻ പാകിസ്ഥാനും കിഴക്കൻ പാകിസ്ഥാനും ഇടയ്ക്കു സഞ്ചരിക്കുന്ന പാകിസ്ഥാൻ വിമാനങ്ങൾ ഇന്ത്യക്കു മുകളിലൂടെ പറക്കുന്നത് ഇന്ത്യ നിരോധിച്ചു. ആ വർഷം ഡിസംബർ 3-ാം തീയതി കിഴക്കൻ പാകിസ്ഥാനെതിരായി യുദ്ധം ആരംഭിച്ചപ്പോൾ തന്നെ ഡാക്കാ വിമാനത്താവളത്തിലെ യുദ്ധവിമാനങ്ങളെയെല്ലാം നശിപ്പിക്കുന്നതിന് ഇന്ത്യക്കു സാധിച്ചു. കിഴക്കൻ പാകിസ്ഥാനിലെ സൈന്യങ്ങളുടെ കീഴടങ്ങൽ ഇതു എളുപ്പമാക്കി. യുദ്ധം നടന്നുകൊണ്ടിരിക്കവേ ഡിസംബർ 13-ാം തീയതി ജി എം സാദിക് അന്തരിക്കുകയും മിർക്കാസിം മുഖ്യമന്ത്രിയാവുകയും ചെയ്തു.

മൂന്നാം ഇന്ത്യാ-പാക് യുദ്ധവും സിംലാകരാറും

1965-ലെ യുദ്ധത്തിൽ നിന്നു പാകിസ്ഥാൻ ഒരു കാര്യം മനസിലാക്കി: കാശ്മീർ ജനത ഇന്ത്യാ വിരോധികളായിരിക്കുമ്പോഴും തങ്ങളോടൊപ്പമില്ലെന്ന്. അതുകൊണ്ടു തന്നെ ഒരു യുദ്ധം കൊണ്ട് കാശ്മീരിനെ കീഴടക്കാമെന്ന മോഹവും ഇല്ലാതായി. ഇസ്ലാമിക ഐക്യത്തിന്റെ പേരിൽ കാശ്മീർ ജനതയെ തങ്ങളോടൊപ്പം നിറുത്തിയാലല്ലാതെ തങ്ങളുടെ ലക്ഷ്യം കൈവരിക്കാനാവില്ലെന്നും അവർ കണ്ടു. 1000 വർഷത്തെ സമരം ഭൂട്ടോ പ്രഖ്യാപിച്ചത് ഈ പശ്ചാത്തലത്തിലാണ്. 1966 ജൂണിൽ ആയൂബ്ഖാൻ ഭൂട്ടോയെ മന്ത്രിസഭയിൽ നിന്നും പുറത്താക്കി. പാകിസ്ഥാൻ പീപ്പിൾസ് പാർട്ടി സ്ഥാപിച്ച ഭൂട്ടോ ഒരു ജനാധിപത്യവാദിയായി രൂപം മാറി. ആയൂബ്ഖാന്റെ സ്വേച്ഛാധിപത്യത്തിലും സൈനിക ഭരണത്തിലും എതിർപ്പുകൂടി വന്നു. അഴിമതി, വിലക്കയറ്റം, സൈന്യാധിപൻമാരുടെ സ്വജനപക്ഷപാതം എന്നിവ മൂത്തപ്പോൾ പശ്ചിമപാകിസ്ഥാനിൽ ഭൂട്ടോയും കിഴക്കൻ പാകിസ്ഥാനിൻ മുജിബൂർ റഹ്മാനും സ്വേച്ഛാധിപത്യത്തിനെതിരെ ആഞ്ഞടിച്ചു. ആയുബ്ഖാനെ രാജി വയ്പിച്ച് യാഹ്യാഖാനെ തൽസ്ഥാനത്തു പ്രതിഷ്ഠിച്ചു. പാകിസ്ഥാൻ തൽക്കാലം രക്ഷപ്പെട്ടു. 1970 ൽ പാകിസ്ഥാനിൽ ആദ്യമായി നീതിപൂർവകമായ തെരഞ്ഞെടുപ്പു നടന്നു. കിഴക്കൻ പാകിസ്ഥാനിലെ മുജിബുർ റഹ്മാനാണ് പാർലമെന്റിൽ ഭൂരിപക്ഷം ലഭിച്ചത്. ഒരു ബംഗാളിക്ക് അധികാരം കൈമാറുന്നതിനെ സൈന്യവും ഭൂട്ടോയും എതിർത്തു. ജന. ടിക്കാഖാനെ കിഴക്കൻ ബംഗാളിന്റെ സൈനികഭരണാധികാരി ആയി നിയമിച്ചു. അവിടെ വർഗീയ കലാപം ഇളക്കിവിട്ടതിനാൽ ഇന്ത്യയിലേക്കു അഭയാർഥി പ്രവാഹം രൂക്ഷമായി. മുജിബുർ റഹ്മാൻ തടവിലായി. സൈനീകഭരണത്തിനെതിരെ 'മുക്തിബാഹിനി' എന്ന ജനകീയസൈന്യം കിഴക്കൻ പാകിസ്ഥാനിൽ രൂപംകൊണ്ടു. ഇന്ത്യൻ സൈന്യം ബംഗാൾ അതിർത്തി

യിൽ തയാറായി നിന്നു. 1971 ഡിസംബർ 3–ാം തീയതി പാകിസ്ഥാൻ വ്യോമസേനാവിമാനങ്ങൾ, കാശ്മീർ, പഞ്ചാബ്, രാജസ്ഥാൻ, യു പി എന്നിവിടങ്ങളിലെ വിമാനത്താവളങ്ങളിൽ ബോംബു വർഷിച്ചു. അന്നു തന്നെ ഇന്ത്യൻ സൈന്യം കിഴക്കൻ പാകിസ്ഥാനിൽ പ്രവേശിച്ചു. എതിർപ്പു ദുർബലമായിരുന്നു. 11–ാം തീയതി ഢാക്കാ കീഴടങ്ങുകയും 16–ാം തീയതി പാക് സൈന്യം ഇന്ത്യൻ സേനയ്ക്കു കീഴടങ്ങുകയും ചെയ്തു.

പടിഞ്ഞാറൻ അതിർത്തിയിൽ പാകിസ്ഥാൻ സൈന്യം ആക്രമണത്തിനു തയ്യാറായി. അവർ ചാംബ് താഴ്‌വര കീഴടക്കി. എങ്കിലും ഒരു തുറന്ന യുദ്ധത്തിന് ഇരുകൂട്ടരും തയ്യാറായില്ല. കിഴക്കൻ പാകിസ്ഥാനിലെ 94,000 പാക് സൈനികർ തടവുകാരായി. കിഴക്കൻ പാകിസ്ഥാൻ നഷ്ടപ്പെട്ടതോടുകൂടി പശ്ചിമപാകിസ്ഥാനിൽ ഭൂരിപക്ഷം നേടിയിരുന്ന ഭൂട്ടോ സൈനികഭരണം അവസാനിപ്പിക്കാൻ സമ്മർദ്ദം ചെലുത്തി. ഭൂട്ടോ പാകിസ്ഥാൻ പ്രധാനമന്ത്രിയായി അധികാരമേറ്റു. ഇന്ത്യാ പാകിസ്ഥാൻ തർക്കത്തിൽ ഇടപെടാൻ മറ്റു രാജ്യങ്ങളെ ഇന്ത്യൻ പ്രധാനമന്ത്രി ഇന്ദിരാഗാന്ധി അനുവദിച്ചിരുന്നില്ല. സിംലായിൽ വെച്ച് സമാധാന ചർച്ചയ്ക്ക് അവർ ഭൂട്ടോയെ ക്ഷണിച്ചു. അതിനുമുമ്പ് പ്രധാനമന്ത്രിയുടെ പ്രതിനിധിയായി ഡി പി ധർ ഇസ്ലാമാബാദിലെത്തി പ്രാരംഭചർച്ചകൾ നടത്തിയിരുന്നു. പാകിസ്ഥാൻ സൈനികർ തടവുകാരായി ഇന്ത്യൻ മണ്ണിൽ കിടന്നിരുന്നതുകൊണ്ട് ക്ഷണം സ്വീകരിക്കുകയല്ലാതെ പാകിസ്ഥാനു പോംവഴികളൊന്നും ഇല്ലായിരുന്നു. 1972 ജൂൺ 28–ാം തീയതി ഭൂട്ടോയും സംഘവും സിംലയിലെത്തി. കിഴക്കൻ പാകിസ്ഥാനാണ് സിംലാ കരാറിലേക്കു നയിച്ചതെങ്കിലും കാശ്മീർ ആയിരുന്നു പ്രധാന ചർച്ചാവിഷയം. നയതന്ത്രരംഗത്തെ രണ്ട് അതികായന്മാർ തമ്മിലുള്ള കൂടിക്കാഴ്ചയായിരുന്നു നടന്നത്. നിരാശയോടെ ഭൂട്ടോ നാട്ടിലേക്കു മടങ്ങുന്നത് ഭാവിക്കു നല്ലതല്ല എന്നു മനസിലാക്കിയ ഇന്ദിരാഗാന്ധി വിജയിക്കുണ്ടായിരിക്കേണ്ട മഹാമനസ്കത പ്രകടമാക്കി. ജൂലൈ 3–ാം തീയതി സിംലാ കരാറിൽ ഇരുകൂട്ടരും ഒപ്പുവച്ചു. അതിലെ പ്രധാന വ്യവസ്ഥകൾ:

- പരസ്പരചർച്ചയിലൂടെയോ അല്ലാതുള്ള സമാധാനപരമായ നടപടികളിലൂടെയോ വേണം തർക്കങ്ങൾ പരിഹരിക്കപ്പെടേണ്ടതെന്ന് ഇരുകൂട്ടരും സമ്മതിച്ചു.
- ഏതു പ്രശ്നത്തിനും അവസാന തീരുമാനം ഉണ്ടാകുന്നതുവരെ ഇപ്പോഴത്തെ അവസ്ഥയ്ക്ക് മാറ്റം വരുത്തരുത്. സമാധാനത്തിനും യോജിപ്പിനും നിരക്കാത്ത ഒരു കാര്യവും ഏകപക്ഷീയമായി ഒരു കക്ഷിയും ചെയ്യാൻപാടില്ല.
- ജമ്മു കാശ്മീരിൽ 1971 ഡിസംബർ 17–ാം തീയതി നിലവിലിരുന്ന നിയന്ത്രണരേഖ ഇരുകൂട്ടരും അംഗീകരിക്കണം. അഭിപ്രായവ്യത്യാസങ്ങളോ നിയമ വ്യാഖ്യാനത്തിലുള്ള വൈരുധ്യമോ ആ രേഖയെ മാറ്റാൻ കാരണമാവരുത്.ആ രേഖയ്ക്കു നേരെ ഭീഷണിയോ ഉല്ലംഘനമോ ഉണ്ടാവാതെ ഇരുകക്ഷികളും ശ്രദ്ധിക്കണം.

സിംലാ കരാർ ആർക്കും വിജയമോ പരാജയമോ ആയിരുന്നില്ല. കാശ്മീർ പ്രശ്നം അവസാനിച്ചതായി ഭൂട്ടോ സമ്മതിച്ചു കൊടുത്തില്ല.

എങ്കിലും ബലപ്രയോഗം പ്രശ്നപരിഹാരമാർഗമായിരിക്കില്ല എന്നു പാകിസ്ഥാൻ സമ്മതിച്ചു.

ഷേക്ക് – ഇന്ദിരാ ഗാന്ധി കരാർ

പാകിസ്ഥാൻ രണ്ടായതോടെ ദക്ഷിണേഷ്യയിലെ പ്രധാന ശക്തിയായി ഇന്ത്യ ഉയർന്നു. ലോകരാഷ്ട്രങ്ങൾക്കിടയിൽ ഇന്ദിരാ ഗാന്ധിയുടെ പദവിക്കും അംഗീകാരം ലഭിച്ചു. പാകിസ്ഥാൻ മാനസികമായും സാമ്പത്തികമായും സൈനികമായും തകർന്നുവെന്ന് പ്രധാനമന്ത്രിയായി ത്തീർന്ന ഭൂട്ടോ പോലും സമ്മതിച്ചു. ഇവയെല്ലാം കാശ്മീരിലെ രാഷ്ട്രീയത്തിലും പ്രതിഫലിച്ചു. കിഴക്കൻ പാകിസ്ഥാനിൽ മർദ്ദന ഭരണം നടത്തിയ പാകിസ്ഥാനെപ്പറ്റി കാശ്മീരിൽ മതിപ്പുതീരെ നഷ്ടമായി. മതം മനുഷ്യനെ ഏകോപിപ്പിക്കുന്നില്ല എന്നവർക്കു ബോധ്യമായി. ഇന്ത്യ വിട്ടുപോകണമെന്ന ആഗ്രഹത്തിനു താൽക്കാലികമായെങ്കിലും ശക്തി കുറഞ്ഞു. തന്മൂലം കാശ്മീരിൽ പൊതുസമാധാനം ഭേദപ്പെട്ടു.

സിംലാ കരാറിനെ ഷേക്ക് സ്വാഗതം ചെയ്തില്ല. കാശ്മീരിന്റെ ഭാവി അന്തിമമായി തീരുമാനിക്കപ്പെട്ടില്ല എന്നതിൽ അദ്ദേഹം സന്തോഷിച്ചു. 1972 ൽ കാശ്മീരിൽ നടന്ന പൊതുതെരഞ്ഞെടുപ്പും അദ്ദേഹത്തിനു സന്തോഷം നൽകിയില്ല. 75 ൽ 57 സീറ്റ് മിർകാസിമിന്റെ നേതൃത്വത്തിലുള്ള ഇന്ത്യൻ നാഷണൽ കോൺഗ്രസിന് ലഭിച്ചു. പാകിസ്ഥാൻ പക്ഷപാതികളായ ജമായത്-ഇ-ഇസ്ലാമി പാർട്ടിക്ക് 5 സീറ്റും ജനസംഘത്തിനു 3 സീറ്റും ലഭിച്ചു. പ്ലബിസൈറ്റ് ഫ്രണ്ട് തെരഞ്ഞെടുപ്പിൽ പങ്കെടുത്തില്ല. ഇന്ത്യ വിട്ടുപോകുന്നത് അസാധ്യമെന്ന് ഷേക്കിന് തോന്നിത്തുടങ്ങിയെങ്കിലും അനുയായികളെ മാറ്റിയെടുക്കുന്നത് എളുപ്പമായിരുന്നില്ല. ഷേക്കുമായി ധാരണയുണ്ടാക്കാൻ പറ്റിയ അവസരം ഇതാണെന്ന് ഇന്ദിരാഗാന്ധിക്കു നല്ല ബോധ്യമുണ്ടായിരുന്നെങ്കിലും പലപ്രാവശ്യം ഇന്ത്യയെ നിരാശപ്പെടുത്തിയ ഷേക്കിനോട് വീണ്ടും ഒരു ധാരണ ഉണ്ടാക്കുന്നതിലെ നേട്ടം ഇന്ത്യൻ ജനതയെ ബോധ്യപ്പെടുത്തേണ്ട ചുമതല ഇന്ദിരാഗാന്ധിക്കുണ്ടായിരുന്നു. സൗഹൃദത്തിന്റെ അന്തരീക്ഷം സൃഷ്ടമാക്കുന്നതിന്റെ ആദ്യപടിയായി ഷേക്കിന്റെയും ബേഗിന്റെയും മേലുള്ള നിരോധനം 1972 ജൂൺ 5–ാം തീയതി നീക്കം ചെയ്തു. 1973 ജനുവരി 12–ാം തീയതി പ്ലബിസൈറ്റ് ഫ്രണ്ടിനുമേലുണ്ടായിരുന്ന നിരോധനം കാലഹരണപ്പെട്ടു. 1972 ജൂൺ 5–ാം തീയതി ശ്രീനഗറിലെ ഹസ്രത്ബാലിൽ വച്ച് കാശ്മീരിന് കൂടുതൽ സ്വയംഭരണത്തിനുവേണ്ടി ഇന്ത്യാ ഗവൺമെന്റുമായി കൂടിയാലോചിക്കുവാൻ താൻ മീഴ്സാ അഫ്സൽ ബേഗിനെ പൂർണമായി ചുമതലപ്പെടുത്തിയിരിക്കുകയാണ് എന്ന് ഷേക്ക് പ്രഖ്യാപിച്ചു. സ്വയംഭരണ വാദം ഉപേക്ഷിച്ചു എന്ന സൂചന വ്യക്തമായിരുന്നു.

ഇന്ത്യാ ഗവൺമെന്റിനുവേണ്ടി ബേഗുമായി ചർച്ചകൾ നടത്തിയത് വിദേശ വകുപ്പിലെ പോളിസി പ്ലാനിംഗ് കമ്മീഷൻ ചെയർമാനായിരുന്ന ജി പാർത്ഥസാരഥി, ഡി പി ധർ, പി എൻ ഹക്സർ എന്നിവരായിരുന്നു.

കാശ്മീരിൽ പുതിയൊരു തെരഞ്ഞെടുപ്പു നടത്തിയാൽ താനതിൽ പങ്കെടുക്കാമെന്ന് ഷേക്ക് സമ്മതിച്ചതായി 1973 ഡിസംബർ 28–ാം തീയതി ഡി പി ധർ പ്രധാനമന്ത്രിയെ അറിയിച്ചു. 1974 ൽ ഡോ. ഫറൂക്ക് അബ്ദുള്ള ലണ്ടനിൽ നിന്ന് ആസാദ് കാശ്മീർ സന്ദർശനത്തിനെത്തി. അവിടത്തെ പ്ലബിസൈറ്റ് ഫ്രണ്ടിന്റെ ആതിഥേയനായിരുന്നു ഡോ. ഫറൂക്ക്. പിൽക്കാലത്തു പ്രസിദ്ധിയാർജ്ജിച്ച ഹാഷിം ഖുറേഷി, മക്ബൂൽ ഭട്ട്, അമാനുള്ളഖാൻ എന്നിവരുമായും കൂടിയാലോചിച്ചു. ആസാദ് കാശ്മീരിലെ ജനത പാകിസ്ഥാനോടു സംയോജിക്കുന്നതിൽ താൽപ്പര്യമുള്ളവരല്ലെന്നും സ്വതന്ത്രമായി നിൽക്കാനാണ് അവർക്കു താൽപ്പര്യമെന്നുമാണ് അവിടെ നിന്നും ഡോ. ഫറൂക്കിന് കിട്ടിയ സൂചന. ബംഗ്ലാദേശിന്റെ ജനനത്തിനുശേഷം അവർക്കും പാകിസ്ഥാൻ വേണ്ടതായി. റാവൽപിണ്ടിയിലെത്തി ഭൂട്ടോയുമായി സംഭാഷണം നടത്തിയ ഡോ. ഫറൂക്കിനു വിസ്മയകരമായ വാർത്തയാണ് ലഭിച്ചത്. വെടിനിറുത്തൽ രേഖയുടെ അടിസ്ഥാനത്തിൽ ജമ്മുകാശ്മീരിനെ വിഭജിക്കാൻ പാകിസ്ഥാൻ തയ്യാറാണത്രേ. 1971 ലെ പാകിസ്ഥാൻ വിഭജനം മാനസികമായി അവരെ അത്രമാത്രം തളർത്തിക്കളഞ്ഞു. തന്റെ പാകിസ്ഥാൻ സന്ദർശനത്തിന്റെ പൂർണവിവരം ഫറൂക്ക് പ്രിൻസിപ്പൽ പ്രൈവറ്റ് സെക്രട്ടറി പി എൻ ധറിന്റെ സാന്നിധ്യത്തിൽ പ്രധാനമന്ത്രിയെ അറിയിച്ചു.

പാകിസ്ഥാനോടുള്ള താൽപ്പര്യം കുറഞ്ഞുവെങ്കിലും മതവികാരം കാശ്മീർ താഴ്‌വരയിൽ ശക്തിപ്പെട്ടുകൊണ്ടിരുന്നു. ഏതൊരു ചെറിയ കാര്യത്തിന്മേലും മതവികാരം ആളിക്കത്തിക്കുവാൻ മതമൗലികവാദികൾ ശ്രമിച്ചു. ഒരു ബ്രിട്ടീഷ് എൻസൈക്ലോപ്പീഡിയയിൽ മുഹമ്മദ് നബിയുടെ ചിത്രം അടിച്ചുവന്നത് വർഗീയ ലഹള ആളിപ്പടരാൻ കാരണമായി. പുസ്തകം ഉടൻതന്നെ നിരോധിക്കപ്പെട്ടുവെങ്കിലും ഹർത്താലുകളും ഘോഷയാത്രകളും ക്രിസ്ത്യൻ പള്ളികൾക്കു നേരെയുള്ള ആക്രമണങ്ങളും മുറ പോലെ നടന്നു. മതവികാരം ഗവൺമെന്റിനെതിരായി തിരിച്ചുവിടാൻ പാകിസ്ഥാൻ പക്ഷപാതികൾക്കു കഴിഞ്ഞു. മുസഫറാബാദിലെത്തിയ ഭൂട്ടോ കാശ്മീരിനു സ്വയം നിർണയാവകാശം വേണമെന്ന് പ്രഖ്യാ പിച്ചു. ഭൂട്ടോയുടെ ഇടപെടലിനെ ഷേക്ക് ശക്തിയായി എതിർത്തു. ഇന്ത്യാഗവൺമെന്റുമായി ഒത്തു തീർപ്പുചർച്ചകൾ പുരോഗമിച്ചുകൊണ്ടിരിക്കുന്ന സമയമായിരുന്നു അത്. 1952ലെ നെഹ്റു –അബ്ദുള്ള കരാർ (ദില്ലി കരാർ) അടിസ്ഥാനപ്രമാണമായി സ്വീകരിച്ചാൽ ഒത്തുതീർപ്പാകാമെന്നു ഷേക്ക് ഒരവസരത്തിൽ സമ്മതിച്ചു. പിൽക്കാലത്തുള്ള എല്ലാ നടപടികളും റദ്ദാക്കുന്നത് ഇന്ത്യക്കു സ്വീകാര്യമായിരുന്നില്ല. മിർകാസിം, ഡി പി ധർ, എൽ കെ ഝാ, കരൺസിംഗ് എന്നിവരും ചർച്ചകളിൽ പങ്കെടുത്തു. 1975 ഫെബ്രുവരിയിൽ ഒരു ധാരണയിലെത്താൻ ഇരുകൂട്ടർക്കും കഴിഞ്ഞു. ഫെബ്രുവരി 24–ാം തീയതി ധാരണയുടെ വിശദാംശങ്ങൾ ഇന്ദിരാഗാന്ധി പാർലമെന്റിനു സമർപ്പിച്ചു. താഴെപ്പറയുന്നവയായിരുന്നു പ്രധാന വകുപ്പുകൾ:

- ഭരണഘടന വകുപ്പ് 370–ൽ മാറ്റമില്ല
- മറ്റൊരു നിയമത്തിലും ഇല്ലാത്ത കാര്യങ്ങൾ ജമ്മു കാശ്മീർ നിയ

മസഭ തീരുമാനിക്കും. ഇന്ത്യയുടെ പരമാധികാരത്തെ സ്പർശിക്കുന്ന കാര്യങ്ങൾ അതിൽപ്പെടുകയില്ല.

- 1953നുശേഷം ഇരുഗവൺമെന്റുകൾക്കും അധികാരമുള്ള കാര്യങ്ങളെപ്പറ്റിയുള്ള നിയമങ്ങൾ കാശ്മീർ നിയമസഭയ്ക്കു പുനഃ പരിശോധിക്കാവുന്നതാണ്. അതിന് ഇന്ത്യൻ പ്രസിഡന്റിന്റെ അനുവാദം അനുഭാവപൂർവം പരിഗണിക്കുന്നതാണ്.
- ഭരണഘടനാ വകുപ്പ് 356 ഉം ഇലക്ഷൻ കമ്മീഷനും ജമ്മുകാശ്മീരിനും ബാധകമാണ്.

ജമ്മുകാശ്മീർ ഭരണഘടനയിലെ സദർ–ഈ–റിയാസത്ത്, വാസിർ –ഈ– ആസാം എന്നീ പദവികൾ – അവ ഗവർണറെന്നും മുഖ്യമന്ത്രിയെന്നും ആക്കിയിരുന്നു – പുനഃസ്ഥാപിക്കണമെന്ന ആവശ്യത്തിൽ മാത്രം ധാരണയുണ്ടായില്ല. അവ പിന്നീട് ഉയർന്ന തലത്തിൽ തീരുമാനിക്കാമെന്ന് പറഞ്ഞ് മാറ്റിവച്ചു.

ഷേക്കിനുവീണ്ടും അധികാരത്തിൽ വരാൻ സാധിക്കുമാറു പൊതുതെരഞ്ഞെടുപ്പ് നടത്തപ്പെടണമെന്ന് ആവശ്യപ്പെട്ടിരുന്നു. അതുതന്നെയായിരുന്നു ഇന്ദിരാഗാന്ധിയും ആഗ്രഹിച്ചത്. നിയമസഭ പിരിച്ചുവിടാതെ തന്നെ ഷേക്കിന്റെ മന്ത്രിസഭയ്ക്ക് അധികാരം കൈമാറാൻ തയ്യാറാണെന്ന് മിർ കാംസിം അറിയിച്ചു. പ്രദേശ് കോൺഗ്രസ് ഷേക്കിന് പിന്തുണ നൽകുമെന്നും അദ്ദേഹം ഏറ്റു. മന്ത്രിസഭയിൽ കോൺഗ്രസും പങ്കാളികളാകുമെന്ന് കരുതിയിരുന്നു. എന്നാൽ മിർ കാസിം നിർദേശിച്ച ഒരാളെ മന്ത്രിസഭയിലെടുക്കുന്നത് ഷേക്കിനു സമ്മതമായിരുന്നില്ല. പ്രദേശ് കോൺഗ്രസ് പ്രസിഡന്റായിരുന്ന മുഹമ്മദ് സെയ്ദിനെ മന്ത്രിസഭയിലെടുക്കുന്നതിന് ഷേക്കിനു സമ്മതമായിരുന്നു. എങ്കിലും കോൺഗ്രസിൽനിന്ന് ആരും മന്ത്രിസഭയിൽ വേണ്ടെന്നു മിർകാസിം നിർബന്ധിച്ചതിനാൽ മിഴ്സ അഫ്സൽ ബേഗ് ഉൾപ്പടെ ഷേക്കിന്റെ അനുയായികൾ മാത്രമാണ് മന്ത്രിസഭയിലുണ്ടായിരുന്നത്. അധികാരമേൽക്കാനായി ജമ്മുവിൽനിന്ന് ശ്രീനഗറിലേക്ക് കാറിൽ യാത്രചെയ്ത ഷേക്കിന് വീരോചിതമായ വരവേൽപ്പാണ് ലഭിച്ചത്. പാകിസ്ഥാൻ പക്ഷപാതികളായിരുന്ന ന്യുനപക്ഷം നാടിനെ ഒറ്റുകൊടുത്തവൻ എന്നു ഷേക്കിനെ വിമർശിച്ചു. ഷേക്ക് ദില്ലിക്ക് കീഴടങ്ങുകയായിരുന്നെന്നും അധികാരത്തിനുവേണ്ടി നാടിനെ ഒറ്റു കൊടുക്കുകയാണെന്നും പാകിസ്ഥാനിൽ വിമർശനം ഉണ്ടായി. ലാൽ ചൗക്കിൽ വച്ചു നടന്ന പൗരസ്വീകരണത്തിൽ ഷേക്ക് തുറന്നടിച്ചു. "പാകിസ്ഥാൻ ഞങ്ങളുടെ കാര്യത്തിൽ ഇടപെടേണ്ട. ഇവിടെ ആരും ജയിക്കുകയോ തോൽക്കുകയോ ചെയ്തിട്ടില്ല. വിഷമങ്ങൾ ഏറെ തരണം ചെയ്യേണ്ടതായുണ്ട്. പരസ്പരവിശ്വാസം കൊണ്ടല്ലാതെ അതു സാധിക്കില്ല.''

'370 –ാം വകുപ്പു താൽക്കാലികമാണെന്ന് ഭരണഘടനയിൽ തന്നെ പറഞ്ഞിട്ടുള്ളതാണ്. ഷേക്കുമായുണ്ടാക്കിയ ധാരണ ആ വകുപ്പിനെ സ്ഥിരീകരിക്കുന്നതാണ്' എന്നു ജനസംഘത്തിന്റെ വക്താവായിരുന്ന വാജ്പേയി പാർലമെന്റിൽ വിമർശിച്ചു. അതിനു തക്കതായ വിശദീകരണം ഇന്ദിരാഗാന്ധി നൽകി 'ജമ്മുകാശ്മീരിനു സ്വന്തം ഭരണഘടന

യുണ്ടാക്കാനുള്ള പ്രത്യേകാവകാശം നൽകുന്നതാണ് 370-ാം വകുപ്പ്. 1950 ൽ ജമ്മു കാശ്മീർ ഭരണഘടന രൂപംകൊണ്ടിരുന്നില്ല. അതുകൊണ്ടാണ് 370-ാം വകുപ്പ് താൽക്കാലികമെന്ന് അന്നു പറഞ്ഞത്. 1956 ൽ ജമ്മു കാശ്മീർ ഭരണഘടന പാസ്സായി. അതുകൊണ്ട് 370-ാം വകുപ്പ് അന്നുമുതൽ സ്ഥിരീകരിക്കപ്പെടുകയും ചെയ്തു.

ഷേക്കിന്റെ പാർട്ടിക്കു നിയമസഭയിൽ പ്രാതിനിധ്യമില്ലാതിരുന്നതുകൊണ്ട് നിയമനിർമാണത്തിനു പൂർണമായും കോൺഗ്രസിനെ ആശ്രയിക്കേണ്ടതായിട്ടാണു വന്നത്. മിർകാസിം ഒഴികെയുള്ള കാശ്മീരിലെ കോൺഗ്രസുകാർക്ക് അധികാരത്തിൽ പങ്കാളികളാകണമെന്ന താൽപ്പര്യം രൂഢമായിരുന്നു. ഇന്ദിരാഗാന്ധിയുടെ ഉറച്ച നിലപാടുമൂലം അവർക്കതിനു സാധിച്ചില്ല. 1977 മാർച്ചിലെ തെരഞ്ഞെടുപ്പിൽ ഇന്ദിരാഗാന്ധി അധികാരത്തിന് പുറത്താവുകയും മൊറാർജി ദേശായിയുടെ ജനതാ മന്ത്രിസഭ നിലവിൽ വരികയും ചെയ്തു. ഇന്ദിരാഗാന്ധിക്കെതിരെ കോൺഗ്രസിനുള്ളിൽത്തന്നെ എതിർപ്പു രൂപംകൊണ്ടു. തെരഞ്ഞെടുപ്പിൽ പാർലമെന്റ് അംഗത്വം നഷ്ടപ്പെട്ട അവരെ ഷേക്ക് കാശ്മീരിലേക്ക് ക്ഷണിച്ചു. ഷേക്കിന്റെ ഭാര്യയായിരുന്നു പാർലമെന്റിൽ ശ്രീനഗറിനെ പ്രതിനിധീകരിച്ചത്. പലരും എതിർത്തെങ്കിലും ബീഗം അബ്ദുള്ളയെകൊണ്ട് രാജിവയ്പിച്ച് അവിടെനിന്ന് ഇന്ദിരാഗാന്ധിയെ പാർലമെന്റിലയയ്ക്കാൻ അദ്ദേഹം തയ്യാറായി. കാശ്മീരിന്റെ ചരിത്രത്തിൽ ഒരു വഴിത്തിരിവായേക്കാമായിരുന്ന ആ വാഗ്ദാനം എന്തുകൊണ്ടോ അവർ നിരസിച്ചു. കാശ്മീരിലെ കോൺഗ്രസുകാർക്ക് ഷേക്കുമായുണ്ടായിരുന്ന തണുത്ത ബന്ധമായിരുന്നിരിക്കാം അതിനുകാരണം. അതായിരുന്നു കാരണം എന്നുതോന്നുംവിധം മുഫ്തി മുഹമ്മദ് സായിദിന്റെ നേതൃത്വത്തിൽ ഷേക്കിനു നൽകിയിരുന്ന കോൺഗ്രസ്സ് പിന്തുണ പിൻവലിക്കാൻ തീരുമാനമായി. ഇന്ദിരാഗാന്ധിക്കു പാർട്ടിയിൽ കാര്യമായ നിയന്ത്രണമൊന്നും ഇല്ലാതിരുന്ന കാലമായിരുന്നു. ഉത്തരേന്ത്യൻ സംസ്ഥാനങ്ങളിൽ കോൺഗ്രസ്സ് സർക്കാരുകളെ പിരിച്ചുവിടുകയും അവിടെയെല്ലാം ജനതാപാർട്ടി അധികാരത്തിൽ വരികയും ചെയ്തു. പ്രധാനമന്ത്രി ദേശായിയുമായി നല്ല ബന്ധം പുലർത്തിയ ഷേക്കിനെ മാറ്റി ഉത്തരേന്ത്യയിൽ അടിയന്തരാവസ്ഥക്കുശേഷമുള്ള ആദ്യത്തെ കോൺഗ്രസ്സ് മന്ത്രിസഭ സ്ഥാപിക്കാനായിരുന്നു മുഫ്തിയുടെ ആഗ്രഹം. കോൺഗ്രസ്സ് പിന്തുണ പിൻവലിച്ച ഉടനെ നിയമസഭ പിരിച്ചുവിടാൻ ശുപാർശ ചെയ്യുകയാണ് ഷേക്ക് ചെയ്തത്. വിശ്വാസവഞ്ചന കാണിച്ച മുഫ്തിയെ മുഖ്യമന്ത്രിയാക്കാൻ ഗവർണർ എൽ.കെ. ഝായ്ക്കും ഒരു കോൺഗ്രസ്സ് സർക്കാരിനെ അധികാരത്തിലേറ്റാൻ ജനതാ സർക്കാരിനും ഒട്ടും താൽപ്പര്യമുണ്ടായിരുന്നില്ല. നിയമസഭ പിരിച്ചുവിട്ടു.

1977 ജൂൺ, ജൂലൈ മാസങ്ങളിൽ തെരഞ്ഞെടുപ്പു നടത്താനായിരുന്നു തീരുമാനം. ഏതാനും നാൾ മുമ്പു മാത്രം രൂപീകൃതമായ ജനതാ പാർട്ടിക്ക് ജമ്മു കാശ്മീരിൽ തീരെ വേരുകളുണ്ടായിരുന്നില്ല. ഷേക്ക് അബ്ദുള്ള തന്റെ പഴയ സഹപ്രവർത്തകരെ പ്ലബിസൈറ്റ് ഫ്രണ്ടിലേക്ക് കൊണ്ടുവരുകയും ആ പാർട്ടിയെ നാഷണൽ ഫ്രണ്ട് എന്ന് പുനർനാമ

കരണം ചെയ്യുകയും ചെയ്തിരുന്നു. പിന്നീട് അദ്ദേഹം അതിനെ നാഷണൽ കോൺഫറൻസായി പരിവർത്തിപ്പിച്ചു പിന്നീട് ചിലർ അതിനെ ജനതാപാർട്ടിയുടെ കാശ്മീർ ഘടകമാക്കാൻ ശ്രമിച്ചെങ്കിലും ഷേക്ക് വഴങ്ങിയില്ല. പഴയ പ്രജാപരിഷത്തിനെയും യാഥാസ്ഥിതികന്മാരായ ഷേക്ക് വിരോധികളെയും ചേർത്ത് കാശ്മീർ ജനതാപാർട്ടി രൂപീകൃതമായി. ശത്രുവിന്റെ ശത്രു ബന്ധു എന്ന ന്യായത്തിൽ പാകിസ്ഥാൻ പക്ഷപാതികളായ മിർ വെയ്സ് മൗലവി ഫറൂഖ് തുടങ്ങിയവർ പോലും ജനതാപാർട്ടിയെ പിന്തുണച്ചു. തെരഞ്ഞെടുപ്പിനു മൂന്നുദിവസം മുമ്പ് ഷേക്ക് ശയ്യാവലംബിയായി. രോഗശയ്യയിൽനിന്ന് പുറപ്പെടുവിച്ച ഒരു പ്രസ്താവനയിൽ ഈ തെരഞ്ഞെടുപ്പ് ഒരു ജനഹിതപരിശോധനയാണെന്നും ദേശാഭിമാനികൾ നാഷണൽ കോൺഫറൻസിനു വോട്ടു ചെയ്യണമെന്നും ആഹ്വാനം ചെയ്തു. ആഹ്വാനം ജനം ചെവിക്കൊണ്ടു. നാഷണൽ കോൺഫറൻസിന് നല്ല ഭൂരിപക്ഷം ലഭിച്ചു. 76 അംഗസഭയിൽ നാഷണൽ കോൺഫറൻസിന് 47, ജനതാപാർട്ടിക്ക് 13, കോൺഗ്രസ്സിന് 11 സീറ്റുകൾ.

നിയമസഭ പിരിച്ചുവിട്ടതും തെരഞ്ഞെടുപ്പ് നടത്തിയതും ചില സൽഫലങ്ങളുളവാക്കി. നിയമസഭയിൽ ഭൂരിപക്ഷമുണ്ടായിരുന്ന കോൺഗ്രസിനെ മന്ത്രിസഭ രൂപീകരിക്കാൻ അനുവദിക്കാതിരിക്കുന്നതിനെ അന്നു കോൺഗ്രസ്സ് എം പി യായിരുന്ന ഡോ. കരൺസിംഗ് പാർലമെന്റിൽ നിശിതമായി വിമർശിച്ചു. അതിനു മറുപടിയായി ആഭ്യന്തരമന്ത്രി ചരൺസിംഗ് പറഞ്ഞു: ജമ്മു കാശ്മീർ ഭരണഘടനയിലെ 92-ാം വകുപ്പനുസരിച്ച് മന്ത്രിസഭയുടെ ശുപാർശ സ്വീകരിക്കാൻ ഗവർണർ ബാധ്യസ്ഥനാണ്. അന്നു വിദേശകാര്യ മന്ത്രിയായിരുന്ന അടൽ ബിഹാരി വാജ്പേയി പറഞ്ഞത് : ഭരണഘടനയിലെ 370-ാം വകുപ്പ് റദ്ദാക്കാൻ ഗവൺമെന്റിന് യാതൊരു പരിപാടിയും ഇല്ലെന്നാണ്. 370-ാം വകുപ്പു നിലനിർത്തുന്നതിനെ മുൻപ് പാർലമെന്റിൽ ശക്തിയായി വിമർശിച്ച വാജ്പേയിയാണ് പറയുന്നത്. അങ്ങനെ കാശ്മീർ ഭരണഘടനയ്ക്കും 370-ാം വകുപ്പിനും അവയുടെ പഴയ എതിരാളികളിൽ നിന്ന് അംഗീകാരം ലഭിച്ചു. 1977 ലെ തെരഞ്ഞെടുപ്പ് ജനഹിതപരിശോധനയാണെന്നു സമ്മതിക്കുക വഴി കാശ്മീരിന്റെ ലയനം അന്തിമമാണെന്ന് ഷേക്കും സമ്മതിച്ചു. മിർവെയ്സ് മൗലവി ഫറൂഖും ജമായത്-ഇ-ഇസ്ലാമിയും ജനതാ പാർട്ടിയെ സഹായിക്കുക വഴി തൽക്കാലത്തേക്കെങ്കിലും പാകിസ്ഥാൻ പക്ഷപാതം വെടിയുകയാണുണ്ടായത്.

ഒരു യുഗാന്ത്യം

അരനൂറ്റാണ്ടിലെ സംഭവബഹുലമായ രാഷ്ട്രീയജീവിതം ഷേക്കിനെ ശാരീരികമായും മാനസികമായും തളർത്തിത്തുടങ്ങി. ഷേക്കിന്റെ മതേതരത്വത്തിനെതിരായ പാകിസ്ഥാന്റെ പ്രചരണം അതിന്റെ മൂർദ്ധന്യ ദശയിലെത്തി. കാശ്മീരിൽ മുസ്ലീം മൗലികവാദം ശക്തിപ്പെടുത്തുകയായിരുന്നു ഷേക്കിന്റെ ജനസമ്മതിക്ക് കോട്ടം വരുത്താൻ കണ്ട

ഒരു മാർഗം. കാശ്മീർ താഴ്വരയിൽ അനുക്രമമായി ധാരാളം മദ്രസകൾ ഉയർന്നു വന്നു. ഉത്തർപ്രദേശിലും ബീഹാറിലും നിന്നു വന്ന മുസ്ലീം മതമൗലികവാദികളായിരുന്നു അവയ്ക്കു പിന്നിൽ. മതേതരത്വത്തിനെതിരായ ഉദ്ബോധനങ്ങളായിരുന്നു അവയിൽ നിന്നുരുത്തിരിഞ്ഞത്. പുതിയ തലമുറയെ സൂഫിസത്തിൽ നിന്നു മൗലികവാദത്തിലേക്കു നയിക്കാൻ അവ പ്രയോജനപ്പെട്ടു. ജമ്മുവിലെയും ലഡാക്കിലെയും അമുസ്ലീങ്ങളിൽ നിന്നും ഷേക്കിനെതിരെ വിമർശനങ്ങളുയർന്നു. ആ പ്രദേശങ്ങളെ ഷേക്ക് അവഗണിക്കുന്നു എന്നായിരുന്നു പരാതി. ഷേക്കിന്റെ കുടുംബം കൂടുതൽ കൂടുതൽ സ്വാധീനം ചെലുത്തിക്കൊണ്ടിരുന്നതും വിമർശനവിധേയമായി. ബീഗം അബ്ദുള്ളയും മകൾ ഖലീദയും ഷേക്കിന്റെ പ്രവർത്തനങ്ങളെ സ്വാധീനിച്ചിരുന്നു. ഖലീദയുടെ ഭർത്താവ് ജി എം ഷാ, ഷേക്കിന്റെ പിൻഗാമിയാകാൻ ഒരുങ്ങി. അതിനെ നേരിടാൻ ഡോ. ഫറൂഖ് അബ്ദുള്ളയെ ആരോഗ്യവകുപ്പുമന്ത്രിയായി അദ്ദേഹം നിയമിച്ചു. ഷേക്കിന്റെ ഏറ്റവും വിശ്വസ്തനായിരുന്ന മിഴ്സാ അഫ്സൽ ബേഗ് മന്ത്രിസഭയിൽ നിന്നും രാജിവച്ചു.

1980 ൽ ഇന്ത്യൻ പാർലമെന്റിലേക്കുള്ള തെരഞ്ഞെടുപ്പിൽ ഇന്ദിരാഗാന്ധിക്കുവേണ്ടി പ്രചരണം നടത്താൻ ഫറൂഖ് അബ്ദുള്ളയെ ഷേക്ക് നിയോഗിച്ചു. ഇന്ദിരയ്ക്കു ഷേക്കിനോടുള്ള സൗഹാർദ്ദം ഉറച്ചതായിരുന്നുവെങ്കിലും രാഷ്ട്രീയത്തിൽ പാഞ്ഞുവന്ന സഞ്ജയ് ഗാന്ധിക്ക് ഇന്ത്യയിലെ എല്ലാ സംസ്ഥാനങ്ങളിലും കോൺഗ്രസ്സ് ഭരണം സ്ഥാപിക്കുകയായിരുന്നു ലക്ഷ്യം. അരുൺ നെഹ്റുവും അതിനു സഹായിയായി ഉണ്ടായിരുന്നുവെങ്കിലും ഇന്ദിരയുടെ ഉറച്ച നിലപാടുകാരണം ഷേക്കിനെതിരെ ഒന്നും ചെയ്യാൻ സാധിച്ചില്ല. ഈ അവസരത്തിലായിരുന്നു പുനരധിവാസ ബിൽ (Resettlement Bill)എന്ന നിയമം പാസാക്കിയെടുക്കാൻ അദ്ദേഹം ശ്രമം നടത്തിയത്. ആസാദ് കാശ്മീരിലും പാകിസ്ഥാനിലും മറ്റും താമസമാക്കിയ കാശ്മീരികൾക്ക് കാശ്മീരിലേക്കു തിരിച്ചു വരാൻ അനുവാദം നൽകുന്നതായിരുന്നു ആ ബിൽ. ബിൽ നിയമമായാൽ മടങ്ങിവരുന്നയാൾ കാശ്മീർ ഭരണഘടനയോടും ഇന്ത്യൻ ഭരണഘടനയോടും കൂറ് പ്രസ്താവിക്കുന്ന ഒരു സത്യപ്രതിജ്ഞ ചെയ്യണമെന്ന നിബന്ധനമാത്രമേ ഉള്ളൂ. 1954 മേയ് 4 ൽ കാശ്മീരിലുണ്ടായിരുന്ന ഒരാളുടെ സന്തതികൾക്കും ഭാര്യക്കും ഭർത്താവിനും ഇപ്രകാരം കടന്നുവരാം. ഇത്തരം ഒരു നിയമത്തിന്റെ അപകട സാധ്യതയെപ്പറ്റി ഷേക്ക് ബോധവാനായിരുന്നുവെന്നു തോന്നുന്നില്ല. നാട്ടിൽ കുഴപ്പങ്ങളുണ്ടാക്കാൻ ഉദ്ദേശ്യമുള്ള ആർക്കും കടന്നുവരാൻ ഇത് സൗകര്യം നൽകും. നിയമസഭ പാസാക്കിയ ഈ ബിൽ ഗവർണ്ണറുടെ അനുവാദത്തിനയച്ചിരിക്കവെയാണ്, 1982 സെപ്റ്റംബർ 8–ാം തീയതി ഷേക്ക് നിര്യാതനായത്. സ്വന്തം നാട്ടുകാരുടെ സ്നേഹബഹുമാനങ്ങൾ ഇത്രയേറെ ആർജ്ജിച്ച ജനനായകന്മാർ ചരിത്രത്തിൽ വിരളമാണ്. നിരന്തരം അഭിപ്രായം മാറ്റിക്കൊണ്ടിരിക്കുന്ന ഒരാളായി പല ചരിത്രകാരന്മാരും അദ്ദേഹത്തെ ചിത്രീകരിച്ചത് നീതി പൂർവമല്ല. യഥാർഥത്തിൽ ഇന്ത്യൻ ഭരണാധികാരികളായിരുന്നു കരാറുകളിൽ നിന്ന് പിന്നോട്ട് പോയത് . ഇന്ത്യയോട് വളരെ വിയോ

ജിച്ച് നിന്നപ്പോൾപോലും പാകിസ്ഥാനോട് കാശ്മീരിനെ സംയോജിപ്പിക്കാൻ അദ്ദേഹം ചിന്തിച്ചില്ല. സ്വതന്ത്രമായി നിൽക്കുന്നതുകൊണ്ടുള്ള വിപത്തുകളെപ്പറ്റിയും അദ്ദേഹം ബോധവാനായിരുന്നു. ഇന്ത്യക്കുള്ളിൽ നിന്നുകൊണ്ട് അർഹിക്കുന്നിടത്തോളം സ്വയംഭരണം നേടുകമാത്രമായിരുന്നു അദ്ദേഹത്തിന്റെ ലക്ഷ്യം. ഇന്ത്യയിലെ ഇതരസംസ്ഥാനങ്ങളെപ്പോലെ കാശ്മീരിനെയും തരംതാഴ്ത്താൻ ഇന്ത്യയിലെ യാഥാസ്ഥിതിക നേതാക്കളും ഉദ്യോഗസ്ഥ ദുഷ്പ്രഭുത്വവും ശ്രമിച്ചപ്പോഴൊക്കെയാണ് സ്വാതന്ത്ര്യമെന്നും ജനഹിതപരിശോധനയെന്നുമൊക്കെ അദ്ദേഹം പറഞ്ഞത്. ഇന്ത്യക്കു മേൽ ബ്രിട്ടീഷ് മേധാവിത്വം ഉച്ചസ്ഥമായിരുന്നപ്പോൾ പോലും ഇന്ത്യയിലെ ഇതര സംസ്ഥാനങ്ങളെക്കാൾ ജമ്മു കാശ്മീർ കൂടുതൽ സ്വയംഭരണം നേടിയിരുന്നു. 1935 ലെ ഇന്ത്യാഗവൺമെന്റ് ആക്ട് അനുസരിച്ചല്ലാതെ, ഇന്ത്യൻ യൂണിയന് ഭാവിയിലുണ്ടാക്കുന്ന ഭരണഘടന ജമ്മുകാശ്മീരിന് ബാധകമായിരിക്കുകയില്ല എന്ന് സംയോജനക്കരാറിൽ മഹാരാജാവ് വ്യക്തമായി പറഞ്ഞിട്ടുള്ളതാണ്. ജമ്മു കാശ്മീരിനുള്ളിൽ വസ്തു സമ്പാദിക്കുന്നതിനുപോലും ഇന്ത്യൻ യൂണിയന് അവകാശമുണ്ടായിരിക്കുന്നതല്ല എന്ന് കരാറിലെ 6-ാം വകുപ്പിൽ പറഞ്ഞിട്ടുണ്ടായിരുന്നു. കരാറിലെ 5,6,7 എന്നീ വകുപ്പുകൾ ഇന്ത്യൻ ഭരണഘടനയ്ക്ക് കാശ്മീരിനുമേലുള്ള കോയ്മയുടെ പരിമിതികൾ വ്യക്തമാക്കുന്നതാണ്. ആ വ്യവസ്ഥകളുടെ അടിസ്ഥാനത്തിലാണ് സംയോജനക്കരാർ ഗവർണർ ജനറൽ അംഗീകരിച്ചത്.

മേൽപ്പറഞ്ഞ പരിമിതികളുണ്ടെങ്കിലും കാശ്മീരിലെ ജനപ്രതിനിധികൾക്ക് സ്വീകാര്യമാകുന്നിടത്തോളം നിയന്ത്രണം കാശ്മീരിന് മേൽ ഭരണഘടനയ്ക്ക് ഏർപ്പെടുത്താവുന്നതാണ്. അതിനുവേണ്ടിയാണ് ഇന്ത്യൻ ഭരണഘടനയിലെ 370-ാം വകുപ്പ് ഉൾപ്പെടുത്തിയിട്ടുള്ളത്. കാശ്മീർ ജനപ്രതിനിധിസഭയ്ക്കുവേണ്ടി ഷേക്കും ഇന്ത്യക്കുവേണ്ടി നെഹ്രുവും ചേർന്ന് രൂപംനൽകിയ ദില്ലികരാറിൽ ജമ്മു കാശ്മീർ ഭരണഘടനാസഭയ്ക്ക് ഒരു ഭരണഘടന ഉണ്ടാക്കാവുന്നതാണ് എന്നു വ്യവസ്ഥ ചെയ്തിരുന്നു. ഈ ദില്ലി കരാറിൽനിന്ന് ഷേക്ക് പുറകോട്ടു പോയതായി യാതൊരു തെളിവും ഇല്ല. ഷേക്കിന്റെ മൈതാനപ്രസംഗങ്ങളെയും സ്വകാര്യ സംഭാഷണങ്ങളെയും വളച്ചൊടിച്ച് ഇന്റലിജൻസ് ബ്യൂറോയിലെ തൽപ്പരകക്ഷികൾ നൽകിയ റിപ്പോർട്ടിന്റെ അടിസ്ഥാനത്തിലാണ് ഷേക്കിനെ സ്ഥാനഭ്രഷ്ടനാക്കിയതും തടവുകാരനാക്കിയതും. 1956 ൽ ജമ്മുകാശ്മീർ ഭരണഘടനാസഭ പാസാക്കിയ കാശ്മീർ ഭരണഘടന, ഇന്ത്യ കാശ്മീരിനുമേൽ അടിച്ചേൽപ്പിച്ചതാണ്. അത് നിയമാനുസൃതം പാസാക്കിയതാണെന്ന് സമ്മതിച്ചാൽത്തന്നെയും ഇന്ത്യാഗവൺമെന്റ് വീണ്ടും അതിൽനിന്ന് പിന്നോട്ടു പോയതായി കാണാം. കംപ്ട്രോളർ ആന്റ് ആഡിറ്റർ ജനറലിന്റെ അധികാരം കാശ്മീരിലേക്ക് വ്യാപിപ്പിച്ചതും സദർ-ഇ-റിയാസത്തിനെയും വാസിർ-ഇ-ആസാമിനെയും ഗവർണറും മുഖ്യമന്ത്രിയുമായി തരംതാഴ്ത്തിയതും, ഭരണഘടനയിലെ 356, 357 എന്നീ വകുപ്പുകൾ കാശ്മീരിനു ബാധകമാക്കിയതും പിന്നോക്കം പോകലിന്റെ ഭാഗമായിരുന്നു. ദേശാഭിമാനത്തിന്റെ കണിക

യെങ്കിലും അവശേഷിച്ചിട്ടുള്ളവർ ഈ നടപടികളിൽ തീർച്ചയായും പ്രകോപിതരാകും. ഷേക്കാകട്ടെ സ്വാതന്ത്ര്യപ്രാപ്തിക്കു വളരെ മുമ്പു തന്നെ കാശ്മീരിൽ സ്വയംഭരണത്തിനുവേണ്ടി പോരാടി ജയിൽവാസം വരിച്ച ആളാണ്. ബ്രിട്ടീഷ് മേധാവിത്തത്തിനെതിരെ ഒരു നൂറ്റാണ്ടിലേറെ പോരാടിയ ഇന്ത്യയിലെ ഭരണാധികാരികളിൽനിന്നും ഒരിക്കലും പ്രതീക്ഷിക്കാനാവാത്ത നടപടികളാണവയെല്ലാം. ഇന്ത്യയോട് അദ്ദേഹത്തിനുണ്ടായിരുന്ന അചഞ്ചലമായ ആദരവു സൂചിപ്പിക്കുന്ന ഒരു സംഭവം അദ്ദേഹത്തിന്റെ മരണത്തിന് 23 ദിവസം മുമ്പുനടന്നു. 1982 ആഗസ്റ്റ് 15; അന്ന് ശാരീരികമായി അവശനായിരുന്ന ഷേക്കിന് ഇന്ത്യൻ ത്രിവർണ പതാകയെ വന്ദിക്കണമെന്ന് നിർബന്ധമായിരുന്നു. ഡോക്ടർമാർ വിലക്കിയിട്ടും അദ്ദേഹം പതാക വന്ദനം നടത്തുക തന്നെ ചെയ്തു. ഈ സംഭവത്തിനുശേഷമെങ്കിലും അദ്ദേഹത്തെ ഇന്ത്യാവിരോധിയായി ചിത്രീകരിച്ചുകൊണ്ട് മറ്റാരും ആത്മകഥകൾ എഴുതരുതായിരുന്നു. ഷേക്കിനുശേഷം കാശ്മീരിനെന്തു സംഭവിച്ചു എന്നു കാണുമ്പോഴാണ് ഷേക്കിന്റെ മഹത്വം ശരിക്കും മനസിലാവുക.

6

അസ്വസ്ഥതയുടെ നാളുകൾ

ഫറൂക്ക് അബ്ദുള്ള

1982 സെപ്തംബർ 7–ാം തീയതി പിതാവിനെ പിന്തുടർന്ന് ഫറൂക്ക് അബ്ദുള്ള മുഖ്യമന്ത്രിപദം ഏറ്റെടുത്തു. 1981 ആഗസ്റ്റ് 21–ാം തീയതി പിതാവിന്റെ മന്ത്രിസഭയിൽ അംഗമാകുന്നതുവരെ രാഷ്ട്രീയമോ ഭരണപരമോ ആയ പരിചയം അദ്ദേഹത്തിനില്ലായിരുന്നു. പിതാവിന്റെ വ്യക്തിപ്രഭാവവും പുത്രനില്ലായിരുന്നു. എങ്കിലും ആത്മാർഥതയിലും ആർജ്ജവത്തിലും ഒട്ടും പിന്നിലായിരുന്നില്ല. ഷേക്കിന്റെ മന്ത്രിസഭയിൽ രണ്ടാമനെന്ന നിലയിൽ അഹങ്കരിച്ച് ജനങ്ങളുടെ അപ്രീതി സമ്പാദിച്ചിരുന്ന സ്വന്തം സഹോദരീ ഭർത്താവ് ഗുലാം മുഹമ്മദ് ഷായേയും ഉപജാപകനായിരുന്ന ഡി ഡി താക്കൂറിനെയും ഫറൂക്ക് മന്ത്രിസഭയിൽ ഉൾപ്പെടുത്തിയില്ല, ഫറൂക്കിനെ മുഖ്യമന്ത്രിയാക്കുന്നതിൽ ഇന്ദിരാഗാന്ധിക്കും താൽപ്പര്യമുണ്ടായിരുന്നു. രാജീവ് ഗാന്ധിയുമായുള്ള സൗഹൃദവും ഫറൂക്കിന് മുതൽക്കൂട്ടായിരുന്നു.

ഫറൂക്കിന് കൈകാര്യം ചെയ്യേണ്ടിവന്ന ആദ്യത്തെ പ്രധാന ഭരണകാര്യം പുനരധിവാസബില്ലായിരുന്നു. ഭരണം ഏറ്റ് രണ്ടാഴ്ച കഴിഞ്ഞപ്പോൾ ഗവർണർ ബി കെ നെഹ്റു ബിൽ മടക്കിഅയച്ചു. ഉദ്ദേശിക്കാത്ത പല അപകടങ്ങളും ബില്ലിലുണ്ടെന്നും* സംസ്ഥാന നിയമസഭയ്ക്ക് ഇന്ത്യൻ പൗരത്വത്തെപ്പറ്റി നിയമമുണ്ടാക്കാൻ അധികാരമുണ്ടോ എന്ന കാര്യം സംശയമാണെന്നും മറ്റും ദീർഘമായി ഗവർണർ എഴുതി. ഷേക്കിന്റെ മന്ത്രിസഭ ഏകാഭിപ്രായമായി രൂപംനൽകിയ ബില്ല് ഗവർണർ

---

* ബില്ലു പാസായാലുള്ള അപകടങ്ങൾ എട്ടുവർഷത്തിനുശേഷം ഫറൂക്കിനു ബോധ്യമായി.

മടക്കി അയച്ചതിനെ ഒരു വെല്ലുവിളിയായി ഫറൂക്ക് മന്ത്രിസഭ കണ്ടു. നിയമവകുപ്പ് മന്ത്രി പ്യാരിലാൽ ഹണ്ട് ബില്ലിൽ മാറ്റമൊന്നും വരുത്താതെ തന്നെ വീണ്ടും നിയമസഭയിൽ അവതരിപ്പിച്ചു. സമചിത്തതയോടെ ബില്ലിനെപ്പറ്റി പഠിക്കാൻ സമയം വേണമെന്ന് കോൺഗ്രസ് എം എൽ എ മംഗത്റാം ആവശ്യപ്പെട്ടതനുസരിച്ച് ബില്ലിന്റെ പരിഗണന തൽക്കാലത്തേക്കു മാറ്റിവെച്ചു. ഗവർണറും ഡോ. ഫറൂക്കും ദില്ലിയിൽ ചെന്ന് ചർച്ചകൾ നടത്തിയതിന്റെ ഫലമായി ബില്ലിന്റെ നിയമസാധുത സുപ്രീം കോടതി തീരുമാനിക്കട്ടെ എന്നു നിശ്ചയിച്ചു. അക്കാര്യം അവിടെ അവസാനിച്ചു.

ദില്ലിയിലെ ചർച്ചകൾക്കിടയിൽ നിയമസഭ പിരിച്ചുവിട്ട് വീണ്ടും തെരഞ്ഞെടുപ്പു നടത്താൻ ഫറൂക്ക് അനുമതി ആവശ്യപ്പെട്ടു. കാശ്മീർ ഭരണഘടന അനുസരിച്ച് നിയമസഭയുടെ കാലാവധി ആറുവർഷം ആയതിനാൽ ഒരു വർഷം കൂടെ കാലാവധി ഉണ്ടായിരുന്നു. ഷേക്കിന്റെ മരണം മൂലമുള്ള സഹതാപതരംഗം പ്രയോജനപ്പെടുത്താനായിരിക്കാം ഉടൻ തെരഞ്ഞെടുപ്പിന് ഫറൂക്ക് ഉത്സാഹിച്ചത്. സഹതാപതരംഗത്തിന്റെ പ്രയോജനം കോൺഗ്രസ് പാർട്ടിക്കും ലഭിക്കട്ടെ എന്നു കരുതിയാവാം, നാഷണൽ കോൺഫറൻസും കോൺഗ്രസും ചേർന്ന് സഖ്യമുണ്ടാക്കാൻ ഇന്ദിരാഗാന്ധി താൽപ്പര്യം പ്രകടിപ്പിച്ചു. അത്തരം ഒരു സഖ്യത്തിന് ഷേക്ക് സന്നദ്ധനായിരുന്നെങ്കിലും മിർക്കാസിമിന്റെ എതിർപ്പു മൂലമാണ് അത് നടക്കാതെ പോയത്. നാഷണൽ കോൺഫറൻസിന് തനിയെ ഭൂരിപക്ഷം ലഭിക്കാൻ കഴിയുമായിരിക്കെ കോൺഗ്രസുമായുള്ള സഖ്യം നാഷണൽ കോൺഫറൻസിന്റെ നയപരിപാടികൾക്ക് തടസമാവും എന്നു ഫറൂക്ക് കരുതി. അക്കാരണത്താൽ ഇടക്കാല തിരഞ്ഞെടുപ്പ് നടക്കാതെ പോയി.

1983 ജൂൺ 5–ാം തീയതി ആണ് പൊതു തിരഞ്ഞെടുപ്പ് നടന്നത്. നാഷണൽ കോൺഫറൻസ് എല്ലാ സീറ്റുകളിലും മത്സരിച്ചു. കോൺഗ്രസ് നാലു സീറ്റുകൾ സഖ്യകക്ഷികൾക്ക് വിട്ടുകൊടുത്തുകൊണ്ട് ബാക്കി എല്ലാ സീറ്റുകളിലും മത്സരിച്ചു. ജനസംഘം ജമ്മുവിലെ 28 സീറ്റുകളിലും മത്സരത്തിനുണ്ടായിരുന്നു. പീപ്പിൾസ് കോൺഫറൻസും ജമായത്ത്–ഇ–ഇസ്ലാമിയും മത്സരത്തിനുണ്ടായിരുന്നു. ആകെയുള്ള 76 സീറ്റുകളിൽ 46 എണ്ണം നാഷണൽ കോൺഫറൻസിനു കിട്ടി; 38 എണ്ണം കാശ്മീരിലും 8 എണ്ണം ജമ്മുവിലും. ജമ്മുവിൽ ബാക്കിയുള്ള 24 എണ്ണം ഉൾപ്പെടെ 26 സീറ്റുകൾ കോൺഗ്രസിനു ലഭിച്ചു. ഇന്ദിരാഗാന്ധി 10 ദിവസം ജമ്മുകാശ്മീരിലുടനീളം സഞ്ചരിച്ച് പ്രചരണം നടത്തിയെങ്കിലും കാശ്മീർ താഴ്‌വരയിൽ ഒരു സീറ്റും കോൺഗ്രസിനു ലഭിച്ചില്ല. ഈ പ്രചരണതീവ്രത ഇരുകക്ഷികളെയും ഏറെ അകറ്റി. ഇന്ദിരാഗാന്ധി– ഫറൂക്ക് വ്യക്തിബന്ധവും ശിഥിലമായി. ആ വർഷം ആദ്യം കർണ്ണാടകയിലും ആന്ധ്രയിലും കോൺഗ്രസിനു കനത്ത തിരിച്ചടിയാണ് കിട്ടിയിരുന്നത്. ഇന്ത്യയിലെ കോൺഗ്രസ് വിരുദ്ധരെയെല്ലാം ഏകോപിപ്പിക്കാൻ ആന്ധ്രയിലെ രാമറാവു ശ്രമം തുടങ്ങിയിരുന്നു. എല്ലാ സംസ്ഥാനങ്ങളിൽ നിന്നു

മായി 14 ഉന്നത നേതാക്കൾ 1983 മെയ് 28–ാം തീയതി വിജയവാഡയിൽ സമ്മേളിച്ചു. ജമ്മുകാശ്മീരിലെ തെരഞ്ഞെടുപ്പു പ്രവർത്തനങ്ങൾക്കിടയിലും വിജയവാഡാ സമ്മേളനത്തിൽ പങ്കെടുക്കാൻ ഫറൂക്ക് സമയം കണ്ടെത്തി. കോൺഗ്രസ് വിരോധം അതുകൊണ്ട് അവസാനിപ്പിച്ചില്ല. ഒക്ടോബർ 5,6,7 തീയതികളിൽ 17 കോൺഗ്രസ് വിരുദ്ധപാർട്ടികളിലെ 59 നേതാക്കൻമാരുടെ ഒരു മഹാസമ്മേളനവും ശ്രീനഗറിൽ ഫറൂക്ക് സംഘടിപ്പിച്ചു. കേന്ദ്ര–സംസ്ഥാനബന്ധങ്ങളായിരുന്നു ചർച്ചാവിഷയം. കേന്ദ്രത്തിന്റെ ശക്തികുറയ്ക്കാനുള്ള ഒരു നീക്കം ശ്രീനഗറിൽ നിന്നുണ്ടായതിൽ ഇന്ദിരാഗാന്ധി അത്യന്തം ക്ഷുഭിതയായി. ആസാമിലെയും പഞ്ചാബിലെയും കലാപങ്ങൾ അവർ നേരിട്ടുകൊണ്ടിരുന്ന കാലത്തായിരുന്നു അതുണ്ടായത്. കാശ്മീരിൽതന്നെയും പാകിസ്ഥാന്റെ സഹായത്തോടെ ഛിദ്രശക്തികൾ ഊർജസ്വലരായിരുന്നതും ഫറൂക്ക് കാര്യമാക്കിയില്ല.

1983 ജൂണിലെ തെരഞ്ഞെടുപ്പിൽ ജി.എം. ഷായെയും അയാളുടെ അനുയായികളായ ആറേഴു പേരെയും നാഷണൽ കോൺഫറൻസിന്റെ സ്ഥാനാർഥി ലിസ്റ്റിൽ ഫറൂക്ക് ഉൾപ്പെടുത്തിയിരുന്നു. സ്വന്തം മാതാവിന്റെയും സഹോദരി ഖലീദയുടെയും സമ്മർദ്ദത്തിനു വഴങ്ങിയാണ് അഴിമതിക്കാരായ അവരെ ലിസ്റ്റിൽ പെടുത്തിയത്. ഷായും കൂട്ടരും ഫറൂക്കിനോടുള്ള ഈർഷ്യ പ്രകടിപ്പിക്കാൻ കോൺഗ്രസുകാരുമായി സൗഹൃദം സ്ഥാപിച്ചു. ശ്രീനഗറിലെ മഹാസമ്മേളനത്തിന്റെ തലേദിവസം ഇവരെ പാർട്ടിയിൽ നിന്നു പുറത്താക്കി. കോൺഗ്രസിനോടുള്ള ഒരു വെല്ലുവിളിയായിരുന്നു അത്. 1984 മെയ് മാസത്തിൽ ഷാ അസ്ലി(അസ്സൽ) നാഷണൽ കോൺഫറൻസ് എന്ന പേരിൽ ഒരു സംഘടനയുണ്ടാക്കി. സ്വന്തം ഭാര്യയെ അതിന്റെ പ്രസിഡന്റായി വച്ചു. ഷേക്കിന്റെ രണ്ടാമത്തെ പുത്രനും പാകിസ്ഥാൻ വിദേശകാര്യ വകുപ്പിൽ പ്രവർത്തിച്ചിരുന്ന ആളുമായ തരീഖ് അബ്ദുള്ളയും പുതിയ പാർട്ടിയിൽ ചേർന്നു. 1984 ജനുവരിയിൽ ദില്ലി സന്ദർശിച്ച ഫറൂക്കിന് തന്റെ മന്ത്രിസഭയെ അട്ടിമറിക്കാൻ ശ്രമം നടക്കുകയാണെന്നു മനസിലായി. അടുത്ത മാസം ബഡ്ജറ്റ് സമ്മേളനത്തിന്റെ തുടക്കത്തിൽ ഫറൂക്ക് നിയമസഭയിൽ വിശ്വാസവോട്ടു നേടി. കോൺഗ്രസ് എം എൽ എ തിരാത്ത് റാംഅല്ലയും ഡിഡി താക്കൂറും ചേർന്ന് എം എൽ എ മാരെ പ്രലോഭിപ്പിക്കുകയാണെന്ന ആരോപണം ഉയർന്നു. ഗവർണർ ബി കെ നെഹ്റു എതിർത്തതു കൊണ്ട് തൽക്കാലം മന്ത്രിസഭയെ മറിച്ചിടാൻ സാധിച്ചില്ല. ബി കെ നെഹ്റുവിനെ ഗുജറാത്തിലേക്ക് മാറ്റി പകരം ദില്ലിയിൽ സഞ്ജയ്ഗാന്ധിയുടെ വലംകൈയായി പ്രവർത്തിച്ചിരുന്ന ജഗ്മോഹൻ കാശ്മീർ ഗവർണറായി നിയമിതനായി.

പഞ്ചാബിൽ ബിന്ദ്രൻ വാലയുടെ നേതൃത്വത്തിൽ വിഘടനവാദം ശക്തി പ്രാപിച്ചുവരികയായിരുന്നു. കാശ്മീരിലും നാഷണൽ കോൺഫറൻസിലെയും കോൺഗ്രസിലെയും പ്രവർത്തകർ തമ്മിൽ കലഹങ്ങൾ സാധാരണയായി. സിക്ക് വിഘടനവാദികളും ഫറൂക്ക് അബ്ദുള്ളയും

തമ്മിൽ യോജിപ്പിലാണെന്ന ആരോപണങ്ങൾ കോൺഗ്രസ് നേതാക്കന്മാരിൽ നിന്നുണ്ടായി. അതു ശരിയാണെങ്കിലും അല്ലെങ്കിലും ബിന്ദ്രൻ വാലയും ഫറൂക്കും അമൃത്സറിൽ വച്ചു കണ്ടുമുട്ടി എന്നത് സത്യമായിരുന്നു. അത് യാദൃച്ഛികമാണെന്ന് ഫറൂക്ക് അബ്ദുള്ള പറഞ്ഞുവെങ്കിലും കോൺഗ്രസുകാർ അത് വിശ്വസിച്ചില്ല. സിക്ക് വിഘടനവാദികൾക്ക് കാശ്മീരികളോട് അനുഭാവം ഉണ്ടെന്ന് ബിന്ദ്രൻ വാല പ്രഖ്യാപിച്ചു. അകാൽതക്തിൽ താവളമടിച്ചു കിടന്ന ബിന്ദ്രൻ വാലക്കും അനുയായികൾക്കും നേരെ 1984 ജൂൺ 7–ാം തീയതി സൈനിക നടപടി ഉണ്ടായി. സുവർണ ക്ഷേത്രത്തിനോടനുബന്ധിച്ചിട്ടുള്ള അകാൽ തക്ത് നശിപ്പിച്ചതിലും ബിന്ദ്രൻ വാലയെയും അനുയായികളെയും വധിച്ചതിലും നാടെങ്ങും സിക്കുകാർ പ്രതിഷേധിച്ചു. കാശ്മീരിലും സിക്കുകാർ കലാപമുണ്ടാക്കി. പോലീസ് വെടിവെപ്പിൽ 9 പേർ മരിക്കുകയും 313 പേർ അറസ്റ്റു ചെയ്യപ്പെടുകയും ഉണ്ടായി. എങ്കിലും ഫറൂക്ക് ഗവൺമെന്റ് കലാപകാരികൾക്കെതിരെ ശക്തിയായ നടപടി എടുക്കുന്നില്ലെന്ന് ആരോപണമുണ്ടായി. ജൂൺ 21–ലെ കോൺഗ്രസ് പ്രവർത്തകസമിതി കാശ്മീരിലെ സ്ഥിതിഗതികളിൽ ഉത്കണ്ഠ രേഖപ്പെടുത്തി. കാശ്മീർ പ്രവിശ്യാ കോൺഗ്രസ് പ്രസിഡന്റ് മുഫ്തിമുഹമ്മദ് സായിദിനെ ദില്ലിയിലേക്കു വരുത്തി. ജൂൺ 27–ാം തീയതി ഗവർണർ ജഗ്മോഹനും ദില്ലിയിലെത്തി. പിറ്റെ ദിവസം (28) നാഷണൽ കോൺഫറൻസിലെ 13 പേരും ഒരു സ്വതന്ത്രനും ഫറൂക്ക് അബ്ദുള്ളയിൽ അവിശ്വാസം രേഖപ്പെടുത്തുന്ന കത്ത് ഗവർണ്ണർക്ക് ലഭിച്ചു. റംസാൻ മാസത്തിലെ ഈദ് ദിനത്തിനു തൊട്ടുമുമ്പായിരുന്നതിനാലും രാജ്യത്തെങ്ങും സുരക്ഷിതത്വം ഉറപ്പാക്കേണ്ടിയിരുന്നതിനാലും പെട്ടെന്നു നടപടിയൊന്നും ഉണ്ടായില്ല. ജൂലായ് 1–ാം തീയതി ഫറൂക്ക് ഗവർണറെ കാണുന്നതുവരെ കാലുമാറ്റക്കാരുടെ കാര്യം രഹസ്യമായിരുന്നു. ഈദുൽഫിത്തർ വിരുന്നിനുശേഷം ഫറൂക്ക് എന്തു ചെയ്യുകയായിരുന്നു എന്ന് ഗവർണർ ചോദിച്ചു. സിനിമാതാരം ശബാനാ ആസ്മിയെ സ്കൂട്ടറിന്റെ പിൻസീറ്റിലിരുത്തി ഫറൂക്ക് ഗുൽമാർഗിലേക്ക് പോയ കഥ ഗവർണർ അറിഞ്ഞിരുന്നു. സ്ത്രീവിഷയത്തിൽ ഫറൂക്കിന്റെ ബലഹീനത ഷേക്ക് സാഹേബിനു പോലും അറിവുള്ളതാണ്. ഇക്കാര്യം ഇന്ദിരാഗാന്ധിക്കും അറിവുള്ളതാണെങ്കിലും ജി എം ഷായോട് അവർക്കുണ്ടായിരുന്ന അതൃപ്തികാരണം ഫറൂക്കിനെ ഷേക്കിന്റെ പിൻഗാമിയായി നിയമിക്കാൻ അവർ 1981–ൽ ഷേക്കിനോട് ശുപാർശ ചെയ്യുകയായിരുന്നു.

ദില്ലിയിൽ നിന്ന് വീണ്ടും ഇടപെടൽ

1984 ജൂലൈ 2–ാം തീയതി അതിരാവിലെ തന്നെ നാഷണൽ കോൺഫറൻസിലെ പന്ത്രണ്ടു കാലുമാറ്റക്കാരും ഒരു സ്വതന്ത്രനും തങ്ങൾ ഫറൂക്കിനുള്ള പിന്തുണ പിൻവലിച്ചതായി ഗവർണറെ അറിയിച്ചു. ഉടൻ തന്നെ ഫറൂക്കിനെ രാജ്ഭവനിൽ വിളിച്ച് ഗവർണർ രാജി ആവശ്യപ്പെട്ടു. ഇതെല്ലാം ദില്ലിയുടെ ഒത്താശയോടെ നടന്ന കാര്യങ്ങളാണെന്നു

ഫറൂക്കിന് അറിയാമായിരുന്നെങ്കിലും ഇന്ദിരാഗാന്ധിയോടോ തന്റെ ഉത്തമ സുഹൃത്തായ രാജീവ് ഗാന്ധിയോടോ ഒരുവാക്ക് സംസാരിക്കാൻ പോലും അദ്ദേഹം ശക്തനായിരുന്നില്ല. നിയമസഭയിൽ ഭൂരിപക്ഷം തെളിയിക്കാൻ അവസരം ചോദിക്കുന്നതിന് മുഖ്യമന്ത്രിക്ക് അവകാശമുണ്ടായിരുന്നു. അല്ലെങ്കിൽ നിയമസഭ പിരിച്ചുവിട്ട് തെരഞ്ഞെടുപ്പു നടത്താനാവശ്യപ്പെ ടാമായിരുന്നു. കോൺഗ്രസ് നേതൃത്വവുമായി അത്രയേറെ ഇടഞ്ഞു നിന്ന തിനാൽ അദ്ദേഹം അതിനൊന്നും ഒരുമ്പെട്ടില്ല. പൊതുജനം ഈ അധ്യാ യത്തിനു പകരം ചോദിക്കുമെന്ന് അദ്ദേഹം പ്രതീക്ഷിച്ചിരിക്കാം. ലഹള ഉണ്ടായാൽ അടിച്ചമർത്താൻ ഒരു വിമാനം (ബോയിംങ് 737) നിറയെ സ്പെഷ്യൽ സായുധ പോലീസിനെ അന്നു രാവിലെ തന്നെ ഗവർണർ മധ്യപ്രദേശിൽ നിന്നു വരുത്തിയിരുന്നു. അന്നു വൈകുന്നേരത്തോടു കൂടി ഫറൂക്ക് ഡിസ്മിസ് ചെയ്യപ്പെടുകയും ജി എം ഷാ മുഖ്യമന്ത്രി യായി സത്യപ്രതിജ്ഞ ചെയ്യുകയും ചെയ്തു.

നാഷണൽ കോൺഫറൻസിന്റെ വിമതൻമാരും ഒരു സ്വതന്ത്രനും 24 പേരുള്ള കോൺഗ്രസ് പാർട്ടിയും ജി എം ഷായ്ക്ക് പിന്തുണ പ്രഖ്യാ പിച്ചിരുന്നു. കോൺഗ്രസ് പാർട്ടിയുടെ സഖികളായിരുന്ന പീപ്പിൾസ് കോൺഫറൻസിലെ അബ്ദുൾ ഖനിഖാൻ ലോണും പന്തേഴ്സ് പാർട്ടി യിലെ ഭീം സിംഗും ഫറൂക്കിനെ മാറ്റി ഷായെ വാഴിച്ചതിനെതിരെ ശക്തി യായി പ്രതിഷേധിച്ചു. നാഷണൽ കോൺഫറൻസിൽനിന്നു കാലുമാറി വന്ന വിമതന്മാരെയെല്ലാം ഷാ മന്ത്രിസഭയിൽ ഉൾപ്പെടുത്തി. ദില്ലി സർക്കാരിന്റെ അന്യായമായ ഇടപെടലിനെ ഫറൂക്ക് വിരോധികൾ പോലും ശക്തിയായി എതിർത്തു. അഴിമതിക്കാരനും അഹംഭാവിയുമാ യിരുന്ന ഷായെ വാഴിച്ചത് എതിർപ്പു കൂടുതൽ ശക്തമാക്കുക യാണുണ്ടായത്. ഇന്ത്യാ ഗവൺമെന്റിനെ എതിർക്കുന്ന ആരും കാശ്മീ രിൽ ആദരിക്കപ്പെടും എന്ന സ്ഥിതിയാണുണ്ടായിരുന്നത്. കരിങ്കാലിക ളുടെയും അഴിമതിക്കാരുടെയും മന്ത്രിസഭയെന്ന് ഷാ മന്ത്രിസഭ മുദ്രകു ത്തപ്പെടാൻ ഒട്ടും താമസമുണ്ടായില്ല. പരക്കെ നടമാടിയ പ്രതിഷേധം ജൂലൈ 13–ാം തീയതി മൂർധന്യാവസ്ഥയിലെത്തി. 1931–ൽ മഹാരാജാ വിനെതിരെ നടന്ന കലാപത്തിന്റെ വാർഷികദിനമായിരുന്നു അന്ന്. ലഹ ളകൾ സാർവത്രികമായിരുന്നുവെങ്കിലും അവയെ നേരിടാൻ ഷാ മന്ത്രി സഭയ്ക്ക് കഴിഞ്ഞില്ല. ജൂലൈ 31ന് കൂടുന്ന നിയമസഭയിൽ വിശ്വാസ വോട്ടു നേടണമെന്ന വ്യവസ്ഥയിലാണ് ഷായെ മന്ത്രിസഭരൂപീകരിക്കാൻ ഗവർണർ അനുവദിച്ചത്. അന്നത്തെ നിയമസഭയിൽ ഷായുടെ വിമർശ കരായ ലോണും ഭീംസിംഗും ഹാജരാകുന്നതിനെ പൊലീസ് തടഞ്ഞു. ഷായുടെ കളികൾ അതുകൊണ്ട് അവസാനിച്ചില്ല. നിയമസഭയിൽ വിമ തർക്കെതിരെ റൂളിംഗ് നൽകിയ സ്പീക്കറെ ഷായുടെ അനുയായികൾ കസേരയോടൊപ്പം പൊക്കിയെടുത്ത് ദൂരത്തെറിഞ്ഞു. നാട്ടിൽ പരിഹാ സവും അമർഷവും ഉയർത്തിക്കൊണ്ട് ഷായുടെ ഭരണം 20 മാസം തുടർന്നു.

വീണ്ടും ഫറൂക്ക്

അകാൽതക്തിന്റെ നാശത്തിനു പ്രതികാരമായി 1984 ഒക്ടോബർ 31–ാം തീയതി ഇന്ദിരാഗാന്ധി വധിക്കപ്പെടുകയും രാജീവ് ഗാന്ധി പ്രധാനമന്ത്രിയാവുകയും ചെയ്തു. തുടർന്ന് ഡിസംബറിൽ നടന്ന തെരഞ്ഞെടുപ്പിൽ സഹതാപതരംഗം കോൺഗ്രസ് പാർട്ടിക്ക് പാർലമെന്റിൽ വമ്പിച്ച ഭൂരിപക്ഷം നേടിക്കൊടുത്തു. പഞ്ചാബിലും ആസാമിലും സൗഹൃദത്തിലൂടെ അകാലികളെയും ആസാം വിദ്യാർഥികളെയും രാഷ്ട്രീയ മുഖ്യധാരയിലേക്കു കൊണ്ടുവരുന്നതിന് താൽകാലികമായെങ്കിലും രാജീവ് വിജയിച്ചു. വ്യക്തിപരമായി ഫറൂക്ക് അബ്ദുള്ളയുമായുണ്ടായിരുന്ന സ്നേഹബന്ധം പുനഃസ്ഥാപിച്ചു. 1985 ലെ ഹജ്ജ് തീർത്ഥാടക സംഘത്തിന്റെ നേതാവായി ഫറൂക്കിനെ നിയോഗിച്ചു. ജമ്മുകാശ്മീർ പ്രദേശ് കോൺഗ്രസ് പ്രസിഡന്റായിരുന്ന മുഫ്തി മുഹമ്മദ് സായിദിന് ഫറൂക്ക് അബ്ദുള്ളയുമായി യോജിച്ചു പോകുന്നതിൽ താൽപ്പര്യം ഉണ്ടായിരുന്നില്ല. അദ്ദേഹത്തെ കേന്ദ്രത്തിൽ വിനോദസഞ്ചാരവകുപ്പിന്റെ ക്യാബിനറ്റ് മന്ത്രിയായി നിയമിച്ചു. ജി എം ഷായുടെ മന്ത്രിസഭ തികഞ്ഞ പരാജയമാണെന്ന് സായിദ് പ്രധാനമന്ത്രിയെ ധരിപ്പിച്ചു. ഷായ്ക്കു നൽകിയിരുന്ന കോൺഗ്രസ് പിന്തുണ പിൻവലിക്കുകയും 1986 മാർച്ച് 7–ാം തീയതി ഷാ മന്ത്രിസഭ രാജി വെക്കാൻ നിർബന്ധിതമാവുകയും ചെയ്തു. മുഫ്തി സാഹേബിന് ജമ്മുകാശ്മീർ മുഖ്യമന്ത്രിയാവാൻ താൽപ്പര്യമുണ്ടായിരുന്നുവെങ്കിലും തൽക്കാലം ഗവർണർ ഭരണം ഏർപ്പെടുത്തുകയാണുണ്ടായത്. ശക്തനായ ജഗ്മോഹന്റെ നേതൃത്വത്തിൽ ജമ്മുകാശ്മീരിൽ നിയമസമാധാന നില പുനഃസ്ഥാപിക്കാനാവുമെന്നായിരുന്നു പ്രതീക്ഷ.

നാഷണൽ കോൺഫറൻസും ഇന്ത്യൻ നാഷണൽ കോൺഗ്രസും ചേർന്ന് ഫറൂക്ക് അബ്ദുള്ളയുടെ നേതൃത്വത്തിൽ കൂട്ടുമന്ത്രിസഭ ഉണ്ടാക്കുകയായിരുന്നു രാജീവിന്റെ ലക്ഷ്യം. ഫറൂക്കിന് ആദ്യമൊക്കെ ഇതിനോടെതിർപ്പായിരുന്നു എങ്കിലും പിന്നീട് സമ്മർദ്ദത്തിനു വഴങ്ങി. മുഫ്തി മുഹമ്മദ് സായിദിന് ഈ ബന്ധം രുചികരമായിരുന്നില്ല. ജമ്മുകാശ്മീരിലെ മുഖ്യകക്ഷികൾ തമ്മിൽ യോജിച്ചാൽ പ്രതിപക്ഷം ഇല്ലാതാവുമെന്നും തീവ്രവാദം ശക്തിപ്പെടുമെന്നുമായിരുന്നു അദ്ദേഹത്തിന്റെ വാദം. എങ്കിലും 1987 ലെ പൊതു തിരഞ്ഞെടുപ്പിൽ നാഷണൽ കോൺഫറൻസ് – കോൺഗ്രസ് സഖ്യം ജമ്മുകാശ്മീരിലെ എല്ലാ അസംബ്ലി നിയോജക മണ്ഡലങ്ങളിലും മത്സരിച്ചു. മുസ്ലീം തീവ്രവാദികളുടെ മുന്നണിയായ മുസ്ലീം യുണൈറ്റഡ് ഫ്രണ്ടായിരുന്നു എതിരാളികൾ. മതതീവ്രവാദികളും പാക്പക്ഷപാതികളും സ്വാതന്ത്ര്യവാദികളും അതിലുണ്ടായിരുന്നു. കെട്ടുറപ്പില്ലാത്ത ആ സംഘടന ജനഹിതം പരിശോധിക്കാൻ മുതിരുകയായിരുന്നു. വോട്ടിംഗ് ശതമാനം കുറവായിരുന്ന ആ തിരഞ്ഞെടുപ്പിൽ നാഷണൽ കോൺഫറൻസ് – കോൺഗ്രസ് സഖ്യം കാശ്മീർ താഴ്വരയിൽ സീറ്റുകൾ തൂത്തുവാരി. തിരഞ്ഞെടുപ്പിൽ വ്യാപകമായ അഴിമതി നട

ന്നതായി ആരോപണമുണ്ടായി. ഫറൂക്ക് അബ്ദുള്ള മുഖ്യമന്ത്രിയായി സ്ഥാനമേറ്റു. മുഫ്തി മുഹമ്മദ് സായിദ് കേന്ദ്രമന്ത്രിസഭയിൽ നിന്ന് രാജി വെക്കുകയും വി പി സിംഗ്, അരുൺ നെഹ്രു എന്നിവരോടൊപ്പം പ്രതി പക്ഷത്തേക്കു പോവുകയും ചെയ്തു. ജഗ്മോഹനെ മാറ്റി പകരം ജന. കൃഷ്ണറാവുവിനെ കാശ്മീർ ഗവർണറായി നിയമിച്ചു.

ഭീകരപ്രവർത്തനങ്ങൾ

നീതിപൂർവമായ ഒരു തിരഞ്ഞെടുപ്പ് ജമ്മുകാശ്മീരിൽ നടക്കാത്തത് ഇന്ത്യാവിരുദ്ധരെ മറ്റു മാർഗങ്ങളിലേക്ക് ആനയിച്ചു. ഈ സ്ഥിതിവിശേഷം മുതലെടുക്കാൻ പാകിസ്ഥാൻ തയ്യാറായി. 1947 ലെ 'ഓപ്പറേഷൻ ഗുൽമാർഗ്' 1965 ലെ 'ഓപ്പറേഷൻ ജിബ്രാൾട്ടർ' എന്നിവപോലുള്ള പദ്ധതിക്ക് കാശ്മീർ താഴ്വരയിൽ കൂടുതൽ സ്വീകരണം ലഭിക്കുമെന്ന് അവർ കണ്ടു. ഇന്ത്യാവിരുദ്ധ മനോഭാവമുള്ള യുവാക്കളെ പാക് അധീനകാശ്മീരിലും സമീപമുള്ള പ്രദേശങ്ങളിലും സ്ഥാപിക്കപ്പെട്ട നിരവധി പരിശീലനകേന്ദ്രങ്ങളിൽ കൊണ്ടുപോയി ഒളിപ്പോരിനുള്ള പരിശീലനം നൽകി നവീന ആയുധങ്ങളുമായി തിരിച്ചയച്ചു. അഫ്ഘാനിസ്ഥാനിൽ നിന്ന് റഷ്യൻ സേനയെ തുരത്താൻ വേണ്ടി ജനകീയ സേനകളെ പരിശീലിപ്പിക്കുന്നതിന് ആവശ്യമായ വൈദഗ്ദ്ധ്യം പാശ്ചാത്യരും അറബി രാജ്യങ്ങളും പാകിസ്ഥാനു നൽകിയിരുന്നു. അഫ്ഘാനിസ്ഥാനിൽ നിന്നും റഷ്യൻ സേന പിൻമാറിയശേഷം സോവിയറ്റ് റഷ്യയുടെ കീഴിലുണ്ടായിരുന്ന സെൻട്രൽ ഏഷ്യൻ റിപ്പബ്ളിക്കുകളിലും അവിടത്തെ മുസ്ലീങ്ങൾക്ക് ഒളിപ്പോരിനുള്ള പരിശീലനം പാകിസ്ഥാനിൽ നിന്നു നൽകി. ഒളിപ്പോരാളികൾക്കാവശ്യമായ എല്ലാവിധ ആയുധങ്ങളും നിർമിക്കുന്ന ലോകത്തിലെ ഏറ്റവും പ്രധാന കേന്ദ്രങ്ങളിലൊന്നായി പാകിസ്ഥാനിലെ പെഷവാർ മാറിയിരുന്നു. പാകിസ്ഥാൻ സൈന്യത്തിലും പുറത്തും ഭീകരപ്രവർത്തനത്തിലും ഒളിപ്പോരിലും പരിശീലനം നൽകാൻ കഴിവുള്ളവർ ധാരാളമായിരുന്നു. ഇതര മുസ്ലീം രാജ്യങ്ങളിൽ നിന്നും ആളും അർഥവും ധാരാളമായി അങ്ങോട്ടൊഴുകി.

രണ്ടു വിധത്തിലാണ് സർക്കാരിനെതിരായ സമരം സംഘടിപ്പിക്കപ്പെട്ടത്. ബോംബേറ്, തട്ടിക്കൊണ്ടു പോകൽ, കൊല, കൊള്ളവയ്പ്പ് തുടങ്ങിയ ഭീകര പ്രവർത്തനങ്ങളിലൂടെ നാട്ടിൽ നിയമസമാധാനം തകർക്കുക. അങ്ങനെ ഭരണം പരാജയപ്പെടുത്തുക എന്നതാണ് ഒന്ന്. നാട്ടിൽ നിന്നുപോയി പാകിസ്ഥാനിൽ പരിശീലനം നേടിയവരും അഫ്ഘാനിസ്ഥാനിൽ പരിചയം നേടിയ പാകിസ്ഥാൻകാരും അഫ്ഘാൻകാരും ഇവരിലുണ്ടാവും. രാഷ്ട്രീയ പ്രക്ഷോഭണങ്ങളിലൂടെ സർക്കാരിനെതിരായി നാട്ടിൽ വിദ്വേഷം വളർത്തുകയാണ് രണ്ടാമത്തെ മാർഗം. അതിലേയ്ക്കായി നാട്ടുകാരിൽ നിന്നും ജനസമ്മതിയുള്ള നേതാക്കന്മാരെ വളർത്തിയെടുത്തിരുന്നു. നിസ്സാര സംഭവങ്ങളെപ്പോലും പെരുപ്പിച്ചു കാണിച്ച് സർക്കാരിനെതിരെ അസ്വാസ്ഥ്യം വളർത്താൻ അവർക്ക് കഴി

ഞ്ഞു. പൊലീസുകാർക്കിടയിലും സർക്കാരുദ്യോഗസ്ഥന്മാർക്കിടയിലും അനുഭാവം സൃഷ്ടിച്ച് അവർ അഞ്ചാംപത്തി പ്രവർത്തനത്തിനു തയ്യാറായി. പൊലീസിനെയും സായുധരക്ഷാഭടന്മാരെയും പ്രകോപിപ്പിക്കുന്ന തരത്തിൽ കലാപങ്ങൾ മൂർച്ഛിപ്പിച്ച് അതിർകടന്ന ബലപ്രയോഗത്തിനു കാരണമുണ്ടാക്കുകയായിരുന്നു മറ്റൊരു തന്ത്രം. ചെറിയ കാര്യം മതി അക്രമാസക്തമായ പ്രകടനങ്ങൾ ഉണ്ടാവാനും പോലീസ് വെടിവയ്പ്പിനു കാരണമാകാനും. ഇന്ത്യ- ആസ്ട്രേലിയാ ത്രിദിന ക്രിക്കറ്റ് മത്സരം, ഇന്ത്യാ-വെസ്റ്റ് ഇന്റീസ് ഏക ദിന ക്രിക്കറ്റ് മത്സരം എന്നിവ പോലും അക്രമാസക്തമായ പ്രക്ഷോഭണങ്ങൾക്കു കാരണമായി. സൽമാൻ റുഷ്ദിയുടെ *സാറ്റാനിക് വേഴ്സസ്* എന്ന നോവൽ ഇന്ത്യയിൽ നിരോധിക്കപ്പെട്ടുവെങ്കിലും കാശ്മീരിൽ പ്രക്ഷോഭണത്തിന് അതു കാരണമായി. പാകിസ്ഥാൻ പ്രസിഡന്റ് സിയ ഉൾ ഹക്ക് വിമാനാപകടത്തിൽ മരിച്ചതും പ്രതിഷേധപ്രകടനങ്ങൾക്ക് ഇട നൽകി.

ജമ്മു കാശ്മീരിലെ വിഘടനവാദത്തിന് നാലു ദശാബ്ദത്തിന്റെ ചരിത്രമുണ്ടെങ്കിലും 1987 ലെ പൊതുതെരഞ്ഞെടുപ്പിനുശേഷമാണ് അതിനു ജനകീയ സ്വഭാവം കൈവന്നത്. നാഷണൽ കോൺഫറൻസ് -കോൺഗ്രസ് സഖ്യത്തിനെതിരെ മുസ്ലീം യുണൈറ്റഡ് ഫ്രണ്ട് തിരഞ്ഞെടുപ്പിൽ പങ്കെടുത്തിരുന്നുവെങ്കിലും ഇന്ത്യാ ഗവൺമെന്റ് നടത്തുന്ന തെരഞ്ഞെടുപ്പ് വെറും പ്രഹസനമാണെന്ന് അവർക്ക് ബോധ്യമായി. മേലിൽ അത്തരം തിരഞ്ഞെടുപ്പുകളിൽ മത്സരിക്കുകയില്ല എന്നു തീരുമാനിച്ച് അവർ തീവ്രവാദത്തിലേക്ക് നീങ്ങി. ജമായിത് - ഈ-ഇസ്ലാമി എന്ന പേര് സ്വീകരിച്ചു. അതിന്റെ യുവജനവിഭാഗമായ ജമായിത്-ഈ -തുൾബ കടുത്ത പാകിസ്ഥാൻ പക്ഷപാതികളായിരുന്നു. ഇന്ത്യയിൽ രാജീവ് ഗാന്ധിക്കെതിരെ നടന്ന സ്വഭാവഹത്യ അദ്ദേഹത്തിന്റെ വ്യക്തിപ്രഭാവത്തിനു മാത്രമല്ല ഇന്ത്യയിലെ ജനാധിപത്യത്തിനും മങ്ങലേൽപ്പിച്ചത് ജമ്മു കാശ്മീരിലെ സഖ്യകക്ഷി സർക്കാരിലും പ്രതിഫലിച്ച് വിഘടനവാദത്തിന് കരുത്തേകി. 1989 ഡിസംബറിൽ പാർലമെന്റിലേക്കു നടന്ന തെരഞ്ഞെടുപ്പു ബഹിഷ്കരിക്കാൻ വിഘടനവാദികൾ ആഹ്വാനം ചെയ്തു. വെറും അഞ്ചു ശതമാനം കാശ്മീരികളാണ് വോട്ടു ചെയ്തത്. നാട്ടുകാർ തിരഞ്ഞെടുപ്പു ബഹിഷ്കരിച്ചതും രാജീവ് സർക്കാർ പരാജപ്പെട്ടതും വിഘടന വാദികളെ ഉത്സാഹിപ്പിച്ചു.

റുബൈയാസായീദ്

പൊതു തെരഞ്ഞെടുപ്പിനെ തുടർന്ന് കേന്ദ്രത്തിൽ അധികാരത്തിൽ വന്ന വി പി സിംഗ് മന്ത്രിസഭയിൽ മുഫ്തി മുഹമ്മദ് സായിദ് ആയിരുന്നു ആഭ്യന്തര മന്ത്രി. ഫറൂക്ക് അബ്ദുള്ളയുടെ എതിരാളിയായിരുന്ന സായിദിന് വിഘടനവാദികളെ സ്വാധീനിക്കാൻ കഴിയുമെന്ന പ്രതീക്ഷ ഉണ്ടായിരുന്നിരിക്കാം. അദ്ദേഹത്തിന്റെ പുത്രി ഡോ. റുബൈയാ സായിദ് ശ്രീനഗറിലെ ഒരു ആശുപത്രിയിൽ പ്രവർത്തിക്കുകയായിരുന്നു. 1989 ഡിസംബർ 8-ാം തീയതി ഉച്ചതിരിഞ്ഞ് ആശുപത്രിയിൽ നിന്നു വീട്ടി

ലേക്കു മടങ്ങിയ ഡോ. റുബൈയായെ വീടിനു സമീപം വച്ച് നാലു പേർ ചേർന്ന് ഒരു മാരുതി കാറിൽ ബലമായി പിടിച്ചു കൊണ്ടുപോയി. സായിദിന്റെ മൂന്നാമത്തെ പുത്രിയായിരുന്ന റുബൈയ അവിവാഹിതയായിരുന്നു. സംഭവത്തിനുശേഷം ഒന്നരമണിക്കൂർ കഴിഞ്ഞ് കാശ്മീർ വിമോചനമുന്നണി (Jammu Kasmir Liberation Front, JKLF)യിലെ ഒരാൾ *കാശ്മീർ റൈംസ്* എന്ന പത്രമോഫീസിൽ വിളിച്ച്, തങ്ങൾ ഡോ. റുബൈയായെ ബന്ദിയാക്കിയിരിക്കുകയാണെന്ന് അറിയിച്ചു. ജമ്മു കാശ്മീർ വിമോചനമുന്നണിയിലെ ഏരിയാ കമാന്റും അറസ്റ്റു ചെയ്യപ്പെട്ടു ചികിത്സയിലായിരിക്കുന്നയാളുമായ ഷേക്ക് അബ്ദുൾ ഹമീദിനെയും നാലു തടവുകാരെയും സർക്കാർ മോചിപ്പിക്കുന്നതുവരെ റുബൈയ തടവുകാരിയായിരിക്കുമെന്നും അവർ അറിയിച്ചു. അന്ന് ലണ്ടനിലായിരുന്ന ഡോ. ഫറൂക്ക് അബ്ദുള്ളയും ദില്ലിയിലെ ഇന്റലിജൻസ് മേധാവികളും പിറ്റെ ദിവസം രാവിലെതന്നെ ശ്രീനഗറിലെത്തി. ഇടനിലക്കാർ മുഖാന്തരം ഭീകരരുമായി സമ്പർക്കം പുലർത്തിയതിന് ഷേക്ക് ഹമീദിനെയും ഗുലാം നബി ഭട്ടിനെയും പാകിസ്ഥാനിലേക്കയച്ചാൽ അവിടെ വച്ച് ചർച്ചയാകാമെന്നായിരുന്നു പ്രതികരണം. തടവുകാരായ ഇവരെ ഡോ. റുബൈയയെ മോചിപ്പിക്കുന്നതിനു മുമ്പു പാകിസ്ഥാനിലേക്ക് അയയ്ക്കുന്നത് സർക്കാരിന് ഇഷ്ടമായില്ല. എങ്കിലും ദുബായിലോ ഇറാനിലോ വച്ച് ചർച്ചയാവാമെന്ന് ഒടുവിൽ സമ്മതിച്ചു.

യാതൊരു വിട്ടുവീഴ്ചയ്ക്കും ഫറൂക്ക് തയ്യാറായിരുന്നില്ല. അവിവാഹിതയായ മുസ്ലീം യുവതിയെ അകാരണമായി തടവിൽ വച്ചതിനെതിരെ പൊതുവെ പ്രതികൂലമായ പ്രതികരണമാണ് നാട്ടിലുണ്ടായത്. ഇക്കാരണത്താൽ യാതൊരു ഉപാധിയും കൂടാതെ തന്നെ ഡോ. റുബൈയ മോചിതയാവുമെന്ന് മുഖ്യമന്ത്രിക്കു സൂചനയും ലഭിച്ചിരുന്നു. കീഴടങ്ങൽ ഭാവിയിൽ കൂടുതൽ ദോഷങ്ങൾക്ക് കാരണമാവുമെന്ന് ഫറൂക്ക് വാദിച്ചു. മുഫ്തി മുഹമ്മദ് സായിദിന്റെ സ്നേഹിതനായ അലഹബാദിലെ ജസ്റ്റിസ് മോട്ടിലാൽ ഭട്ടിനെ ഭീകരരുമായി ചർച്ചയ്ക്ക് അയച്ചുവെങ്കിലും പ്രയോജനം ഒന്നും ഉണ്ടായില്ല. റുബൈയയ്ക്കു യാതൊരുവിധ ഹാനിയും ഉണ്ടാകാതെ മോചിപ്പിക്കുക എന്നതാണ് ജമ്മുകാശ്മീർ ഗവൺമെന്റിന്റെ പരമപ്രധാനമായ കർത്തവ്യം എന്ന് ദില്ലിയിൽ നിന്നും കർശനമായ നിർദേശം ഫറൂക്കിനു ലഭിച്ചു. നിർദേശം നടപ്പിലാക്കാനായി രണ്ടു ക്യാബിനറ്റ് മന്ത്രിമാരെ പ്രത്യേക വിമാനത്തിൽ ശ്രീനഗറിലേക്കയച്ചു. ഭീകരരുടെ വ്യവസ്ഥകൾ അംഗീകരിച്ചുകൊണ്ടു തടവുകാരെ മോചിപ്പിച്ചു. അവർക്ക് വീരോചിതവും ഊഷ്മളവുമായ സ്വീകരണമാണ് പട്ടണമധ്യത്തിൽ ലഭിച്ചത്. പെട്ടെന്ന് തന്നെ അവർ പാകിസ്ഥാനിലേക്ക് അപ്രത്യക്ഷരായി. ഭീകരർക്കു കീഴടങ്ങുന്നതിനെ എതിർത്ത ജന. കെ വി കൃഷ്ണറാവുവിനെ തൽസ്ഥാനത്തു നിന്നു മാറ്റി ജഗ്മോഹനെ വീണ്ടും ജമ്മുകാശ്മീർ ഗവർണറായി നിയമിച്ചു. മുമ്പു തന്റെ മന്ത്രിസഭയെ പിരിച്ചു വിടാൻ കാരണക്കാരനായ ജഗ്മോ

ഹനെ വീണ്ടും ഗവർണറായി നിയമിച്ചതിൽ പ്രതിഷേധിച്ച്. ഡോ. ഫറൂക്ക് മുഖ്യമന്ത്രിപദം രാജിവെച്ച് ലണ്ടനിലേക്ക് താമസം മാറ്റി. വിഘടനവാദികളുടെ വിജയം അങ്ങനെ പൂർണമായി.

ഭീകരവാദത്തെ ഇത്രത്തോളം എത്തിച്ച സാഹചര്യം മനസിലാക്കാൻ യാസിൻമാലിക് എന്ന ജെ. കെ എൽ എഫ് നേതാവിന്റെ കഥ ഉപകരിക്കും. റുബൈയാ സായിദിനെ തട്ടികൊണ്ടുപോയ നാലു ഭീകരരിൽ പ്രധാനിയായിരുന്നു യാസിൻ മാലിക്. 1980 ൽ, അന്നു 13 വയസു മാത്രം പ്രായമുള്ള യാസിൻ മാലിക് തെരുവു കലാപങ്ങളിൽ പങ്കെടുത്തു തുടങ്ങി. ആറു വർഷം കഴിഞ്ഞ് ഇസ്ലാമിക സ്റ്റുഡന്റ്സ് ലീഗ് എന്ന സംഘടനയുടെ സ്ഥാപക സെക്രട്ടറിയായി. 1987 ലെ അസംബ്ലി തെരഞ്ഞെടുപ്പിൽ മുസ്ലീം യുണൈറ്റഡ് ഫ്രണ്ടിലെ മുഹമ്മദ് യൂസഫ്ഷാക്കു വേണ്ടി ഏറെ പ്രയത്നിച്ചു. യൂസഫ്ഷായ്ക്കു ഭൂരിപക്ഷമുണ്ടായിരുന്നിട്ടും പരാജയപ്പെട്ടതായി പ്രഖ്യാപിച്ചു എന്നാണ് പറയപ്പെടുന്നത്. അതാണ് ഭീകരവാദത്തിലേക്കു മാലിക്കിനെ ആനയിച്ചത് എന്നു തോന്നുന്നു. തെരഞ്ഞെടുപ്പിലെ അഴിമതികൾക്കെതിരായി വ്യാപകമായ കലാപങ്ങളുണ്ടായപ്പോൾ മാലിക്കും അതിൽ പങ്കെടുത്തു. അതുകാരണം അറസ്റ്റു ചെയ്യപ്പെട്ട മാലിക് എട്ടുമാസം തടവിലായിരുന്നു. 1988 മേയിൽ അയാൾ പാക് നിയന്ത്രിത കാശ്മീരിലേക്കു കടന്നു. അവിടെ വെച്ച് ഭീകരപ്രവർത്തനങ്ങളിൽ പരിശീലനം ലഭിച്ച അയാൾ അടുത്തമാസം മറ്റു ചിലരുമൊത്തു വീണ്ടും ജമ്മുകാശ്മീരിലേക്കു മടങ്ങി. ആ സെപ്തംബർ മാസത്തിൽ ഒരു പൊലീസ് ഉദ്യോഗസ്ഥനെ വധിക്കാൻ ശ്രമിക്കുന്നതിനിടയിൽ കൂട്ടുകാരിലൊരാൾ കൊല്ലപ്പെടുകയും പലരും അറസ്റ്റിലാവുകയും ചെയ്തു. മാലിക്കും മറ്റേതാനും പേരും ആസാദ് കാശ്മീരിലേക്ക് ഓടിപ്പോയി.

1989 ഫെബ്രുവരിയിൽ വീണ്ടും മടങ്ങിയെത്തിയ മാലിക്കും കൂട്ടുകാരും സെൻട്രൽ റിസർവ് പോലീസ് ഫോഴ്സിലെ (CRPF) നാലു ജവാന്മാരെ വധിച്ചത് കാശ്മീർ താഴ്വരയിലെ ആദ്യത്തെ ഗൊറില്ല ആക്രമണമായിരുന്നു. മാലിക്കും മറ്റു മൂന്നുപേരും ചേർന്ന് ജമ്മു കാശ്മീർ ലിബറേഷൻ ഫോഴ്സിന്റെ (JKLF) ഏരിയാ കമാന്റർമാരായി പ്രവർത്തിച്ചു. ജെ കെ എൽ.എഫ് 1977 ൽ സ്ഥാപിക്കപ്പെട്ടുവെങ്കിലും അത് ബ്രിട്ടനിലാണ് പ്രവർത്തിച്ചിരുന്നത്. ഇന്ത്യൻ എയർലൈൻസിലെ ഗംഗ എന്ന വിമാനം ലാഹോറിലേക്കു തട്ടിക്കൊണ്ടു പോയവരിലൊരാളും മേജർ അമാനുള്ള ഖാനും ചേർന്നാണ് ആ സംഘടനയ്ക്കു രൂപംനൽകിയത്. അതിന്റെ കാശ്മീരിലെ മുഖ്യകമാന്ററായിരുന്ന ആഷ്ഫാക് ഇന്ത്യൻ സെക്യൂരിറ്റി ഫോഴ്സുമായുള്ള ഏറ്റുമുട്ടലിൽ 1992-ൽ മരിച്ചു പോയതുകൊണ്ട് യാസിൻ മാലിക് സംഘടനയുടെ തലവനായി. സംഘടനയുടെ ആസ്ഥാനം പാകിസ്ഥാനിലായിരുന്നു. പൊലീസിലെയും രാഷ്ട്രീയത്തിലെയും ഉദ്യോഗസ്ഥരിലെയും ഉന്നതന്മാരെ വധിക്കുക, പൊതുസ്വത്തുക്കൾ നശിപ്പിക്കുക തുടങ്ങിയ ഭീകരപ്രവർത്തനങ്ങളായിരുന്നു സംഘടനയുടെ പരിപാടികൾ. കാശ്മീരിന്റെ സ്വാതന്ത്ര്യം ആയിരുന്നു

അത്യന്തിക ലക്ഷ്യം. കാശ്മീരി യുവാക്കളെ പാകിസ്ഥാനിലേക്കു കൊണ്ടുപോയി ആയുധ പരിശീലനം നൽകുകയും അവർക്ക് ആയുധ ഭേദങ്ങൾ നേടിക്കൊടുക്കുകയും പരിപാടിയുടെ ഭാഗമായിരുന്നു.

നിർദയനായ കൊലയാളിയായിരുന്നു മാലിക്. 1989 സെപ്തംബർ 14–ാം തീയതി ബി ജെ പി നേതാവും അഭിഭാഷകനും ആയിരുന്ന തപ്ളുവിനെ അയാൾ വധിച്ചു. ആ വർഷം ഡിസംബർ ഒന്നിന് രണ്ടുപേരെ അയച്ചു സൈദുള്ള ലോണിനെ കൊല്ലിച്ചു. അടുത്തമാസം ഇന്ത്യൻ ആഭ്യന്തരവകുപ്പിലെ ഏതാനും ഉദ്യോഗസ്ഥന്മാരെ കൊന്നു. 1990 ജനുവരി 25–ാം തീയതി ബസ് കാത്തുനിന്ന നാല് ഇന്ത്യൻ എയർഫോഴ്സ് ആഫീസർമാരെ ഏ കെ 47–ൽ നിന്നു നിറയൊഴിച്ചു കൊന്നു. അവർക്കു സമീപം നിന്നിരുന്ന വേറെ പന്ത്രണ്ടുപേർക്കു പരിക്കേറ്റു. 1990 ഫെബ്രുവരി 2–ാം തീയതി മറ്റൊരു സഹായിയുമൊത്ത് രണ്ട് അർദ്ധസൈനികർക്കു നേരെ നിറയൊഴിച്ചു. ഓടി രക്ഷപ്പെടുന്നതിനിടയ്ക്ക് ജീപ്പിൽ സഞ്ചരിച്ചിരുന്ന മറ്റൊരു ജവാനു നേർക്കും വെടിവച്ചു. ഡോ.റുബൈയായെ തട്ടികൊണ്ടുപോയതാണ് യാസിൻ മാലിക്കിനെ പ്രസിദ്ധനാക്കിയത്. ജെ കെ എൽ എഫിലെ മുതിർന്നവർ ഈ ഹീനകൃത്യത്തിനെതിരായിരുന്നു. മറ്റു ഇസ്ലാമിക രാജ്യങ്ങളിലും ജെ കെ എൽ എഫിനു നേർക്കുണ്ടായിരുന്ന സഹതാപം നഷ്ടമായി. എങ്കിലും കാശ്മീരിലെയും പഞ്ചാബിലെയും ആസ്സാമിലെയും തീവ്രവാദി സംഘടനകൾക്ക് സർക്കാരിന്റെ കീഴടങ്ങൽ ആത്മവീര്യം നൽകി.

1990 ആഗസ്റ്റ് 6–ാം തീയതി മറ്റു രണ്ടു സഹപ്രവർത്തകരോടൊപ്പം യാസിൻ മാലിക് അറസ്റ്റു ചെയ്യപ്പെട്ടു. സെക്യൂരിറ്റി ഭടന്മാരുടെ തിരച്ചിലിനിടയിൽ അട്ടിമറി പ്രവർത്തനങ്ങളെക്കുറിച്ച് ചർച്ച ചെയ്തുകൊണ്ടിരിക്കവെയാണ് മാലിക് പിടിക്കപ്പെട്ടത്. മാലിക് അറസ്റ്റിലാകുന്നതിന് മുമ്പ് തന്നെ ജെ കെ എൽ എഫ് നിരോധിക്കപ്പെട്ടിരുന്നു. നിരോധിക്കപ്പെട്ട സംഘടനയിലെ പ്രവർത്തകനെന്ന നിലയിലും നിരവധി കൊലപാതകങ്ങൾക്കുമാണ് മാലിക് അറസ്റ്റിലായത്. മാലിക് ഒരു ഹൃദ്രോഗിയായിരുന്നു. മരണത്തോടടുത്തിരുന്ന അയാളെ ഹൃദയ ശസ്ത്രക്രിയയിലൂടെ രക്ഷപ്പെടുത്തി. അയാളുടെ മാതാവിൽനിന്നുമുള്ള ഒരു ദയാഹർജി പരിഗണിച്ച് അയാൾക്കു 1994 മേയ് 9–ാം തീയതി സുപ്രീം കോടതി ജാമ്യം അനുവദിച്ചു.

കാശ്മീർ ഗവർണർ ഭരണത്തിൽ

റുബൈയാ സംഭവത്തിൽ ഇന്ത്യാഗവൺമെന്റിന്റെ ലജ്ജാകരമായ കീഴടങ്ങലിനുശേഷം അതുവരെ രഹസ്യമായി നടത്തിയിരുന്ന ഭീകരപ്രവർത്തനങ്ങൾ പരസ്യമായി നടപ്പിലായി. തീവ്രവാദികളുടെ ആഹ്ളാദത്തിന് അതിരില്ലായിരുന്നു. 'ആസാദി'(സ്വാതന്ത്ര്യം)ക്കു വേണ്ടിയുള്ള മുറവിളി എങ്ങും കേൾക്കാമായിരുന്നു. പള്ളികളിലെ കുത്ബായിൽ കാശ്മീരിന്റെ സ്വാതന്ത്ര്യം മാത്രമായി പ്രസംഗവിഷയം. ഇത്രയുമായപ്പോഴേക്കും ഉരുക്കു മുഷ്ടികൊണ്ട് ജനവികാരത്തെ നേരിടാനായിരുന്നു ഇന്ത്യാഗവൺമെന്റിന്റെ നീക്കം. കാശ്മീരിനു പുറത്തുനിന്ന്

രക്ഷാഭടന്മാരെ ധാരാളമായി ഇറക്കുമതി ചെയ്തു. സംസ്ഥാന പൊലീസിനെ ഒഴിവാക്കി. തന്മൂലം തീവ്രവാദികളെപ്പറ്റി ലഭിച്ചുകൊണ്ടിരുന്ന രഹസ്യവിവരങ്ങൾ സർക്കാരിനുകിട്ടാതായി. ജനുവരി 18-ാം തീയതി (1990) ശ്രീനഗറിലെ ഓരോ വീടും വിദേശികളായ അർദ്ധസൈനിക രക്ഷാഭടന്മാർ സൂക്ഷ്മപരിശോധന നടത്തി. ആപാദചൂഡം പർദ ധരിക്കുന്ന കാശ്മീരി പെണ്ണുങ്ങളുള്ള വീടുകളിൽ വിദേശികൾ അതിക്രമിച്ചു കടന്നാലത്തെ പ്രതികരണം ഊഹിക്കാവുന്നതേയുള്ളൂ. ഈ നടപടി ഗവർണർ പോലും അറിഞ്ഞില്ലത്രെ. ആഭ്യന്തരവകുപ്പുമന്ത്രി സായിദും രാജ്യരക്ഷാമന്ത്രി അരുൺ നെഹ്റുവുമാണത്രെ നടപടികൾക്കു ചുക്കാൻ പിടിച്ചത്. ഗവൺമെന്റിനോട് സന്മനോഭാവമുള്ളവർപോലും സർക്കാരിന്റെ എതിരാളികളായി. ഹിന്ദുക്കളായ കാശ്മീർ പണ്ഡിറ്റുകളുടെ വീട്ടിൽ പരിശോധനയില്ല. അക്കാരണത്താൽ മുസ്ലീങ്ങളിൽ നിന്നും ഒറ്റപ്പെട്ടു പോയ അവർക്കു നാടുവിട്ടു പോകേണ്ടി വന്നു. അവർ ജമ്മുവിലും ദില്ലിയിലും കുടിയേറി. അഭയാർഥി സംരക്ഷണത്തിന്റെ പേരിൽ കാശ്മീരി മുസ്ലീങ്ങൾക്കു നേരെ മർദ്ദന നടപടികളെടുക്കാൻ ജഗ്മോഹന് അവസരം ലഭിച്ചു.

സർക്കാരിനെതിരായ പ്രക്ഷോഭം നാട്ടിൽ എങ്ങും ശക്തിയാർജ്ജിച്ചപ്പോൾ കരുത്തനായ ഒരു ഭരണാധികാരിയെ ഗവർണറായി നിയമിക്കാൻ കേന്ദ്രം തീരുമാനിച്ചതിന്റെ ഫലമായാണ് ജഗ്മോഹൻ വീണ്ടും ജമ്മുകാശ്മീർ ഗവർണറായി നിയമിതനായത്. ആദ്യഭരണകാലത്ത് ജഗ്മോഹൻ ചില നല്ല കാര്യങ്ങൾ ശ്രീനഗറിൽ ചെയ്തിരുന്നു. ദാൽ തടാകം ശുദ്ധീകരിച്ചതും രണ്ടു പുതിയ റോഡുകൾ നിർമിച്ചതുമായിരുന്നു അവ. വൈഷ്ണോദേവിക്ഷേത്രം ഒരൊന്നാന്തരം തീർത്ഥാടനകേന്ദ്രമായി ഉയർത്തിയതും അദ്ദേഹമാണ്. എന്നാലിപ്പോൾ കാശ്മീരിലെ രാഷ്ട്രീയകാലാവസ്ഥ ഏതൊരു ഭരണാധികാരിയെയും വിഷമിപ്പിക്കുന്നതായിരുന്നു. അതുകൊണ്ട്, ഭരണം മിക്കവാറും സൈന്യത്തിന്റെ നിയന്ത്രണത്തിലായിരുന്നു എന്നു പറയാം. ഏകദേശം 80,000 ഇന്ത്യൻ സൈനികർ കാശ്മീർ താഴ്വരയിലുണ്ടായിരുന്നു. കൂടുതൽ സി ആർ പി ഭടന്മാർ വന്നു കൊണ്ടിരുന്നു. ഇന്റലിജൻസ് വിഭാഗം തകർന്നു പോയിരുന്നു. പട്ടാളവും ജനങ്ങളും നിരന്തരം ഏറ്റുമുട്ടി. ജഗ്മോഹൻ ജമ്മുവിലെത്തി അധികാരമേറ്റുകൊണ്ടു നടത്തിയ പ്രഭാഷണത്തിൽ (1999 ജനുവരി 19) താനൊരു നഴ്സിംഗ് ഓർഡർലിയായിട്ടാണ് വന്നിരിക്കുന്നതെന്നും ജനങ്ങൾ സഹകരിക്കണമെന്നും അഭ്യർഥിച്ചു. പക്ഷെ അടുത്ത ദിവസം ശ്രീനഗറിലെ ശവക്കടൽ പാലത്തിൽ വച്ചു നടന്ന വെടിവയ്പ്പിൽ നൂറോളം പേർ മൃതിയടഞ്ഞു. സുരക്ഷാഭടന്മാർ തിരച്ചിലിന്റെ പേരിൽ വീടുകൾ തോറും കയറി നടത്തിയ അതിക്രമങ്ങളിൽ പ്രതിഷേധിച്ചു നടത്തിയ ജാഥക്കു നേരെയായിരുന്നു വെടിവയ്പ്പ്. ജാഥ പാലത്തിൽ കടന്നതും രണ്ടു വശത്തു നിന്നും വെടിവയ്പ്പുണ്ടായി. 35 പേർ മരിച്ചു എന്നാണ് സർക്കാർ കണക്ക്. വെടിവയ്പ്പിനുത്തരവാദി ഫറൂക്ക് അബ്ദുള്ളയാണെന്നായിരുന്നു ജഗ്മോഹൻ പറഞ്ഞത്. ഫറൂക്ക് അതു നിഷേധിച്ചു. ജഗ്മോ

ഹൻ സത്യപ്രതിജ്ഞ ചെയ്ത ദിവസം തന്നെ പ്രതിഷേധിച്ച് ഫറൂക്ക് അബ്ദുള്ള രാജിവച്ചിരുന്നു. ഭരണം പട്ടാളത്തിന്റെ നിയന്ത്രണത്തിലായിരുന്നു എന്നതാണ് വസ്തുത. വെടികൊണ്ടു വീണവരുടെ മേൽ വീണ്ടും വെടി ഉതിർത്തു എന്നാണ് രക്ഷപ്പെട്ടവർ പറഞ്ഞത്. ഈ സമയത്തുതന്നെ മിർവെയ്സ് മൗലവി ഫറൂക്ക് തീവ്രവാദികളുടെ വെടിയേറ്റു മരണമടഞ്ഞു.

കാശ്മീർ പ്രശ്നത്തിന്റെ എല്ലാ വശങ്ങളും സമചിത്തതയോടെ മനസിലാക്കിയിരുന്ന ആളാണ് മിർവെയ്സ് മൗലവി ഫറൂക്ക്. തീവ്രവാദികൾ റുബൈയ സായിദിനെ തട്ടിക്കൊണ്ടു പോയതിനെ അദ്ദേഹം അപലപിച്ചത് തീവ്രവാദികളെ അദ്ദേഹത്തിൽ നിന്ന് അകറ്റിയിരുന്നു. സർക്കാരിന്റെ മർദ്ദന നടപടികളെ ചെറുത്തത് സർക്കാരിന്റെയും ഹിന്ദു വർഗീയവാദികളുടെയും വിമർശനത്തിനും കാരണമായി. എന്നാൽ ഇപ്പോൾ മിർവെയ്സ് മുസ്ലീം തീവ്രവാദികളുടെ തോക്കിനിരയായത് അദ്ദേഹത്തെ ദേശീയവാദിയായ രക്തസാക്ഷിയായി അംഗീകരിക്കാൻ സർക്കാരിനെ പ്രേരിപ്പിച്ചു. മിതവാദിയായ അദ്ദേഹത്തെ കൊലചെയ്ത തീവ്രവാദികളെ അടിച്ചമർത്താതെ കാശ്മീരിൽ സമാധാനം സ്ഥാപിക്കാൻ കഴിയുകയില്ലെന്നു സർക്കാർ തീരുമാനിച്ചു. ജഗ്മോഹന്റെ മർദ്ദനനയം തുടരുകയായിരുന്നു. നൂറ്റാണ്ടുകളായി കാശ്മീരികളുടെ അധ്യാപകന്മാരായിരുന്ന പണ്ഡിറ്റുകൾ മുസ്ലീങ്ങളിൽ നിന്നു ഒറ്റപ്പെടാൻ ഇതുകാരണമായി. അവർ കൂട്ടംകൂട്ടമായി ജമ്മുവിലേക്കും ഡൽഹിയിലേക്കും കുടിയേറിയത് കാശ്മീരി മുസ്ലീങ്ങൾക്കുമേൽ ഹിന്ദുക്കൾക്കുണ്ടായിരുന്ന അൽപ്പമായ സ്വാധീനവും ഇല്ലാതാക്കി. ഇതിനെല്ലാം കാരണക്കാരനെന്നു പറഞ്ഞ് രണ്ടു മാസത്തിനുശേഷം ഗവർണർ ജഗ്മോഹൻ രാജി വയ്ക്കാൻ നിർബന്ധിതനായി. മെയ് 21-ാം തീയതി രാജിവച്ച ജഗ്മോഹന്റെ സ്ഥാനത്ത് റിസർച്ച് ആന്റ് അനാലിസിസ് വിങ്ങിന്റെ തലവനായ ഗിരീഷ് സക്സേന നിയമിതനായി. തൽക്കാലം ജഗ്മോഹന്റെ അടിച്ചമർത്തൽ നയം തുടരാൻ തന്നെ സക്സേനയും തീരുമാനിച്ചു. തീവ്രവാദികളുമായി സംസാരിക്കുന്നത് പിന്നീടാകാമെന്നതായിരുന്നു അദ്ദേഹത്തിന്റെ നയതീരുമാനം.

7

ഭീകരവാദം പാക് നിയന്ത്രണത്തിൽ

1990 മുതൽ തീവ്രവാദി സംഘടനകൾ ആഴ്ചതോറും എന്ന പോലെ മുളച്ചു വന്നു. തീരെ ആശയപ്പൊരുത്തമില്ലാത്തവരുടെ സാഹസിക സംഘടനകളായിരുന്നു അവ. കടുത്ത പാകിസ്ഥാൻ പക്ഷപാതികൾ മുതൽ ഇന്ത്യയുമായി സംഭാഷണമാകാമെന്നു കരുതുന്ന മിതവാദികൾ വരെ അവയിൽപെടും. ഇതിൽ, താഴെ പറയുന്നവയായിരുന്നു ഏറ്റവും പ്രധാനപ്പെട്ടവ.

- **ജമ്മു കാശ്മീർ വിമോചനമുന്നണി (JKLF)**: ജമ്മു കാശ്മീരിൽ ഏറ്റവും ജനസ്വാധീനമുള്ള തീവ്രവാദിസംഘടനയാണ് ജമ്മുകാശ്മീർ ലിബറേഷൻ ഫ്രണ്ട്. ഗംഗ എന്ന ഇന്ത്യൻ വിമാനത്തെ പാകിസ്ഥാനിലേക്കു തട്ടിക്കൊണ്ടു പോയവരുടെ നേതാവ് ഹാഷിം ഖുറേഷിയും മേജർ അമാനുള്ള ഖാനും ചേർന്ന് ലണ്ടനിൽ വച്ച 1977 ൽ രൂപംനൽകിയതാണ് ഈ സംഘടന. അമാനുള്ള ഖാൻ ആയിരുന്നു അതിന്റെ വക്താവ്. പതിനെട്ടു മാസത്തെ കലാപത്തിന് അമാനുള്ള ഖാൻ 1989 ൽ ആഹ്വാനം ചെയ്തു. അതിന്റെ ഭാഗമായിരുന്നു റുബൈയ സായിദിന്റെ തട്ടിക്കൊണ്ടു പോകൽ. 1990 ൽ യാസിൻ മാലിക് അതിന്റെ തലവനായി. ആയുധങ്ങളും ആയുധ പരിശീലനവും അതിന് പാകിസ്ഥാനിൽ നിന്നു ധാരാളമായി ലഭിച്ചിരുന്നു. കാശ്മീരിന്റെ സ്വാതന്ത്ര്യത്തിനു വേണ്ടിയാണ് നിലകൊണ്ടതെന്നതിനാൽ അവർക്ക് പാക് പിന്തുണ പിന്നീട് നഷ്ടമായി. ആസാദ് കാശ്മീരിൽ പ്രവർത്തിച്ചിരുന്ന അമാനുള്ളാ ഖാന്റെ നേതൃത്വത്തിൽ നിന്നും യാസിൻ മാലിക് സ്വതന്ത്രമായി.
- **ഹിസ്ബുൾ മുജാഹിദ്ദീൻ:** കാശ്മീർ താഴ്‌വരയിലെ ഏറ്റവും കരുത്തുള്ള ഭീകരവാദസംഘടനയാണ് ഹിസ്ബുൾ മുജാഹിദ്ദീൻ. കടുത്ത പാകിസ്ഥാൻ പക്ഷപാതികളായിരുന്നതിനാൽ പാകിസ്ഥാൻ

ഏറ്റവും കൂടുതൽ ആളും അർഥവും പരിശീലനവും നൽകിയത് ഈ സംഘടനയ്ക്കാണ്. ക്രമേണ ജെ കെ എൽ എഫ് ഉൾപ്പെടെ പാക് പക്ഷപാതികളല്ലാത്ത തീവ്രവാദി സംഘടനകൾക്കു നേരെയും ഈ സംഘടന ഭീഷണി ഉയർത്തി.

- **ലഷ്കർ-ഇ-തോയ്ബ:** കൂടുതലും പാകിസ്ഥാൻകാരും അഫ്ഘാൻകാരും ഉൾപ്പെട്ടതാണ് ലഷ്കർ-ഇ-തോയ്ബ. കടുത്ത പാക് പക്ഷപാതികളായ ഇവർക്ക് പാകിസ്ഥാൻ കൈയയച്ചു സഹായം നൽകിയിരുന്നു.
- **ജമായിത്ത്-ഇ-ഇസ്ലാമി:** 1938 ൽ മൗലാനാ മസൗദിയാൽ സ്ഥാപിതമായ ഈ സംഘടന കാശ്മീരിലെ ഏറ്റവും പഴക്കമുള്ളതും ആശയദാർഢ്യമുള്ളതുമാണ്. അതേ പേരിൽ ഇന്ത്യയിലും പാകിസ്ഥാനിലുമുള്ള പാർട്ടികളിൽ നിന്ന് അതു വിഘടിച്ചു നിൽക്കുന്നു.
- **അൽ-ഉമർ :** മിർവേയ്സ് ഉമർ ഫറൂക്കിന്റെ നേതൃത്വത്തിലുള്ള ക്വാമി ആക്ഷൻ കമ്മിറ്റിയുടെ കീഴിലുള്ള സൈനികവിഭാഗമാണ് അൽ - ഉമർ. അവർ കാശ്മീരിന്റെ സ്വാതന്ത്ര്യത്തിനുവേണ്ടി നിലകൊണ്ടതുകൊണ്ട് പാകിസ്ഥാന്റെ സഹായം ലഭിച്ചിരുന്നില്ല. ശ്രീനഗർ ആയിരുന്നു പ്രവർത്തനകേന്ദ്രം.
- **മുസ്ലീം മുജാഹിദീൻ:** ഏകദേശം ആറായിരം അംഗങ്ങളുണ്ട്. ബാരമുള്ള, അനന്തനാഗ് എന്നീ മേഖലകളിൽ പ്രവർത്തിക്കുന്നു.
- **അൽബർഗ് :** അബ്ദുൽ ഘനി ലോണിന്റെ നേതൃത്വത്തിലുള്ള പീപ്പിൾസ്‌ലീഗ് എന്ന രാഷ്ട്രീയപാർട്ടിയുടെ സൈനികവിഭാഗമാണ് അൽബർഗ്. ഉദ്ദേശം ആയിരം പേർ വരും. ശ്രീനഗർ ആണ് പ്രവർത്തനകേന്ദ്രം.
- **മുസ്ലീം ജാൻ ബാസ്ഫോഴ്സ്:** ഷബീർ ഷായുടെ നേതൃത്വത്തിലുള്ള ഏതാണ്ട് 300 പേർ വരുന്ന സംഘടനയാണ് മുസ്ലീം ജാൻബാസ് ഫോഴ്സ്. ഡോഡാ, പൂഞ്ച്, രജൗറി, ശ്രീനഗറിലെ ചില തെരുവുകൾ എന്നിവിടങ്ങളിലായിരുന്നു പ്രവർത്തനം. ഷബീർഷാ മിതവാദിയായിരുന്നു.
- **ഹർക്കത്തുൾ അൻസാർ:** ഹർക്കത്തുൾ മുജാഹിദീൻ, ഹർത്തുൾ ജിഹാദ്-ഇ-ഇസ്ലാമി എന്നീ രണ്ടു സംഘടനകൾ പാകിസ്ഥാൻ ഐ എസ് ഐയുടെ ആഭിമുഖ്യത്തിൽ സംയോജിപ്പിച്ചുണ്ടായതാണ് ഹർക്കത്തുൾ അൻസാർ. ഇവയിൽ രണ്ടാമത്തേതിന് അനന്തനാഗ് ജില്ലയിലെ കപ്രാൻ എന്ന സ്ഥലത്ത് എല്ലാ ആധുനിക സജ്ജീകരണങ്ങളുമുള്ള ഒരു പരിശീലനകേന്ദ്രമുണ്ടായിരുന്നു. കടുത്ത പാകിസ്ഥാൻ പക്ഷപാതികളായിരുന്നു സജ്ജദ്ഖാൻ (സജ്ജുദ് അഫ്ഘാനി) നയിച്ച ഹർക്കത്തുൾ അൻസാർ.

മേൽപ്പറഞ്ഞ സംഘടനകൾ ഉൾപ്പടെ 25 സംഘടനകൾ ചേർന്നാണ് ആൾ പാർട്ടി ഹുറിയത്ത് കോൺഫറൻസ് രൂപീകരിച്ചത്. 1987 ലെ തെര

ഞ്ഞെടുപ്പിനെ എതിർക്കുകയായിരുന്നു ഹുറിയത്ത് കോൺഫറൻസിന്റെ ഉദ്ദേശ്യം. അക്കാര്യത്തിൽ മാത്രമായിരുന്നു സംഘടനകൾക്ക് യോജിപ്പ്. മിർവെയ്സ് ഉമർ ഫറൂക്കായിരുന്നു ഹുറിയത്ത് കോൺഫറൻസിന്റെ ആദ്യത്തെ പ്രസിഡന്റ്. കാശ്മീർ ജനതയുടെ യഥാർഥ പ്രതിനിധികളാണെന്നവർ അവകാശപ്പെട്ടുവെങ്കിലും സംഘടനകളുടെ കീഴിലുള്ള ഭീകരവാദികളും തീവ്രവാദികളുമായിരുന്നു യഥാർഥ പിൻബലം. ദിവസമെന്നോണം പത്രപ്രസ്താവനകൾ ഇറക്കുകയും ചെറിയകാര്യങ്ങൾക്കുപോലും പണിമുടക്കവും ഹർത്താലും നടത്താൻ ആഹ്വാനം ചെയ്യുകയുമാണ് പ്രധാനപരിപാടി. അവർ നൽകുന്ന പ്രസ്താവനകൾ പ്രാധാന്യം നൽകി പ്രസിദ്ധീകരിക്കുവാനും അവർക്കിഷ്ടമില്ലാത്ത പ്രസ്താവനകൾ പ്രസിദ്ധീകരിക്കാതിരിക്കാനും അവർ പത്രങ്ങളുടെ മേൽ സമ്മർദ്ദം ചെലുത്തി.

ഹസ്രത്ത്ബാൽ വീണ്ടും

കാശ്മീരിൽ ഏറ്റവും ജനസ്വാധീനമുള്ള ഭീകരസംഘടന ജെ.കെ എൽ എഫ് ആയിരുന്നു. അവർ സ്വാതന്ത്ര്യവാദികളായിരുന്നതുകൊണ്ട് അവരുടെ മേൽ പാകിസ്ഥാനുണ്ടായിരുന്ന താൽപ്പര്യം കുറഞ്ഞു. പാകിസ്ഥാൻ അനുകൂലികളുടെ ഒരു ഭീകരസംഘടനയെ വളർത്തിയെടുക്കാനായിരുന്നു പാകിസ്ഥാനു കൂടുതൽ താൽപ്പര്യം. ഹിസ്ബുൾ മുജാഹിദീൻ അങ്ങനെയാണ് ശക്തിയാർജ്ജിച്ചത്. മതമൗലികവാദികളുടെ ആ സംഘടനയ്ക്കു കാശ്മീരിൽ ജനസ്വാധീനം കുറവായിരുന്നുവെങ്കിലും കടുത്ത ഭീകരപ്രവർത്തനം മൂലം പെട്ടെന്നവർ ശ്രദ്ധിക്കപ്പെട്ടു. കാശ്മീരിൽ ജനശ്രദ്ധയാകർഷിക്കാൻ ഏറ്റവും പറ്റിയ മാർഗം ഹസ്രത്ബാലിന്റെ നിയന്ത്രണം ഏറ്റെടുക്കുകയെന്നതാണ്. ഹസ്രത്ബാലും പരിസരപ്രദേശങ്ങളും ഭീകരവിളയാട്ടം മൂലം സർക്കാരിന് എപ്പോഴും തലവേദനയുണ്ടാക്കികൊണ്ടിരുന്നു. പ്രത്യേകിച്ചും അടുത്തുതന്നെ സ്ഥിതിചെയ്തിരുന്ന റീജ്യണൽ എഞ്ചിനീയറിംഗ് കോളേജും കാശ്മീർ യൂണിവേഴ്സിറ്റിയും.

1993 ഒക്ടോബറിൽ രക്ഷാഭടന്മാർ ഭീകരവാദികളെ ആ പ്രദേശത്തു നിന്നും ഒഴിപ്പിക്കാനുള്ള പരിപാടിയാരംഭിച്ചു. എഞ്ചിനീയറിംഗ് കോളേജിലും യൂണിവേഴ്സിറ്റിയിലും തെരച്ചിൽ ആരംഭിച്ചപ്പോൾ അവിടെയുണ്ടായിരുന്ന ഭീകരർ ഹസ്രത്ബാൽ പള്ളിയിലേക്ക് താവളം മാറ്റി. ഹസ്രത്ബാൽ കെട്ടിടസമുച്ചയത്തിലുണ്ടായിരുന്ന സംസ്ഥാന സായുധഭടന്മാർ ഒക്ടോബർ 15–ാം തീയതി വിവരം അധികാരികളെ അറിയിച്ചു. സായുധപോലീസിന്റെ സമ്മർദ്ദം ഏറിയപ്പോൾ ഭീകരന്മാർ വിശുദ്ധ തിരുശേഷിപ്പു കൈക്കലാക്കാൻ ശ്രമിക്കുകയാണെന്നും സന്ദേശം ലഭിച്ചു. ഹസ്രത് ബാലിന്റെ അധികാരികളായിരുന്ന മുസ്ലീം ഔകത് ട്രസ്റ്റിലെ ഒരംഗം പോലീസിന് നൽകിയ പരാതിയിൽ തിരുശേഷിപ്പിലേക്കുള്ള മൂന്നുപ്രവേശനകവാടങ്ങളിൽ രണ്ടിന്റെയും പൂട്ടുകൾ ഭീകരർ തകർത്ത

തായി പറഞ്ഞു. തിരുശേഷിപ്പു നഷ്ടപ്പെട്ടാലുണ്ടാകാവുന്ന ഭവിഷ്യത്ത് അറിയാമായിരുന്ന സംസ്ഥാന ഗവൺമെന്റ് ഉടൻ നടപടിയാരംഭിച്ചു. ഒക്ടോബർ 16–ാം തീയതി വൈകുന്നേരം അതിർത്തി രക്ഷാസേന ഹസ്രത് ബാൽ പള്ളി വളഞ്ഞു. ഏതാനും മണിക്കൂറിനുശേഷം സൈന്യം അതിർത്തി രക്ഷാസേനയിൽ നിന്നു നിയന്ത്രണം ഏറ്റെടുത്തു. പരിസരപ്രദേശത്തു നിശാനിയമം ഏർപ്പെടുത്തി. ഭീകരന്മാരും രക്ഷാഭടന്മാരും തമ്മിൽ അന്നു രാത്രി ഉണ്ടായ വെടിവയ്പ്പിൽ പട്ടണത്തിൽ ഒരാൾ കൊലപ്പെട്ടു.

സർവാദരണീയനായ വജാഹത് ഹബീബുള്ള എന്ന യുവ ഐ എ എസ് ഓഫീസറെ ഭീകരൻമാരുമായി ഒത്തുതീർപ്പുണ്ടാക്കാൻ ഗവൺമെന്റ് നിയോഗിച്ചു. ഇൻസ്പെക്ടർ ജനറൽ ഏ കെ സൂരിയും അദ്ദേഹത്തോടൊപ്പം ഉണ്ടായിരുന്നു. പട്ടാളം അകത്തു കടന്നാൽ പള്ളി തകർത്തുകളയുമെന്ന് ഭീകരർ ഭീഷണിപ്പെടുത്തി. 17–ാം തീയതി ഭീകരസംഘടനകൾ ബന്ദിനാഹ്വാനം ചെയ്തിരുന്നതിനാൽ കലാപമൊന്നും ഉണ്ടായില്ല. പിന്നീടു രണ്ടുവട്ടം ചർച്ചകൾ നടന്നുവെങ്കിലും വിജയിച്ചില്ല. അന്തരിച്ച രണ്ടു ഭീകരന്മാരുടെ പിതാക്കന്മാർ പള്ളിക്കകത്തുള്ളവരുമായി സംസാരിക്കാൻ നിയോഗിക്കപ്പെട്ടു.

19–ാം തീയതി ഭീകരർ യുദ്ധസന്നദ്ധരായി തോക്കുകൾ വിന്യസിച്ചു. 400 ഓളം പേരുടെ പ്രകടനത്തിനെതിരെ പോലീസ് ലാത്തിചാർജ്ജ് നടത്തി. പിപ്പീൾസ് കോൺഫറൻസ് ചെയർമാൻ അബ്ദുൾ ഖനിലോണിനു ലാത്തിചാർജ്ജിൽ പരിക്കേറ്റു. കലാപങ്ങൾ നാട്ടിലെങ്ങും പടർന്നു പിടിച്ചു. തീവ്രവാദിസംഘടനകളുടെ ഏകോപനസമിതിയായ കാശ്മീർ ഹുറിയാത്ത് കോൺഫറൻസ് വിവിധ കേന്ദ്രങ്ങളിൽനിന്ന് ഹസ്രത്ബാലിലേക്ക് മാർച്ചു ചെയ്യാൻ ജനങ്ങളെ ആഹ്വാനം ചെയ്തു. ശ്രീനഗറിലും മറ്റ് ആറു പട്ടണങ്ങളിലും നിശാനിയമം പ്രഖ്യാപിക്കപ്പെട്ടു. ഹസ്രത്ബാലിനു ചുറ്റുമുള്ള ഉപരോധം പിൻവലിക്കണമെന്നാവശ്യപ്പെട്ടുകൊണ്ടു പ്രകടനം നടത്തിയ ജനങ്ങൾക്കു നേരെ ബിജ്ബെഹെര എന്ന സ്ഥലത്തുവച്ചു രക്ഷാഭടൻമാർ വെടിവച്ചു. 47 പേർ മരണമടഞ്ഞു.

തങ്ങളെ നിരപായം പാകിസ്ഥാനിൽ എത്തിച്ചാൽ ഒഴിഞ്ഞുപോകാമെന്ന് ഭീകരർ സമ്മതിച്ചു. 20–ാം തീയതി ഗവൺമെന്റ് അതു നിരാകരിച്ചുവെങ്കിലും ചില വ്യവസ്ഥകൾക്കു വിധേയമായി അവരെ മോചിപ്പിക്കാമെന്നു സമ്മതിച്ചു. പള്ളിക്കുള്ളിലേക്കു ഗ്യാസ്കയറ്റി ഭീകരരെ പുകച്ചു പുറത്താക്കാമെന്നു സൈന്യം പറഞ്ഞെങ്കിലും സിവിൽ ഭരണാധികാരികൾ അതിനു സമ്മതിച്ചില്ല. നാട്ടിലുടനീളം പ്രകടനങ്ങളും ലാത്തിചാർജ്ജുകളും കണ്ണീർ വാതകപ്രയോഗങ്ങളും നടന്നു. ചർച്ചകൾ തുടർന്നു പോയി. സുഹൃത്തുക്കൾ നൽകുന്ന ഭക്ഷണം സ്വീകരിക്കാൻ ഭീകരർ സമ്മതിക്കുകയും സർക്കാർ അനുവദിക്കുകയും ചെയ്തു (24ഒക്ടോബർ). *27–ാം തീയതി അഞ്ചുപേരുള്ള ഒരു മെഡിക്കൽ സംഘത്തെ അസുഖം ബാധിച്ചവരെ ചികിത്സിക്കാൻ ഗവൺമെന്റ് നിയോ

ഗിച്ചെങ്കിലും ഭീകരർ അതിനു സമ്മതിച്ചില്ല. അടുത്ത ദിവസം ഹുറിയത് കോൺഫറൻസും ചർച്ചകളിൽ പങ്കെടുത്തു.

വെള്ളവും വെളിച്ചവും പള്ളിക്കകത്ത് നിഷേധിച്ചിരുന്നു. കാശ്മീർ ഹൈക്കോടതി ഇടപെട്ട് ആഹാരവും വെള്ളവും വെളിച്ചവും നൽകാൻ 29-ാം തീയതി ഉത്തരവായി. അന്നു തന്നെ അമേരിക്കൻ സ്റ്റേറ്റ് ഡിപ്പാർട്ട്മെന്റിന്റെ ഒരു വക്താവു കാശ്മീർ ഇന്ത്യൻ യൂണിയനിൽ അന്തിമമായി ലയിച്ചു എന്ന കാര്യം തങ്ങൾ അംഗീകരിക്കുന്നില്ല, എന്ന് പറഞ്ഞു; പാകിസ്ഥാനും തീവ്രവാദികൾക്കും ആ പ്രസ്താവന ഒരു നേട്ടമായി. അടുത്തദിവസം തീവ്രവാദികളുമായുള്ള ചർച്ച തീരുമാനമൊന്നും ആകാതെ പിരിഞ്ഞു. ഹൈക്കോടതിയുടെ ഉത്തരവിൻ പ്രകാരം ഒരു പ്രാവശ്യം മാത്രം ചോറും മാംസവും പാലും തൈരും തേയിലയും നൽകപ്പെട്ടു. പിന്നീടതു നിർത്തി. സുപ്രീംകോടതിയിൽ ഹൈക്കോടതി വിധിക്കെതിരെ അപ്പീൽ പോയി. നവംബർ രണ്ടാം തീയതി ആഹാരവും കുടിവെള്ളവും നൽകാൻ സുപ്രീംകോടതി വിധിച്ചു. ശുചിത്വത്തിനാവശ്യമായ വെള്ളവും മെഴുകുതിരി വിളക്കും നൽകുവാൻ ഉത്തരവായി. ഹൈക്കോടതി വിധി ധിക്കരിച്ച സർക്കാർ നടപടിയെ സുപ്രീം കോടതി കുറ്റപ്പെടുത്തി. ദിവസവും കാലത്ത് 10 നും 12 നും ശ്രീനഗറിലെ മുഖ്യമെഡിക്കൽ ആഫീസർ പള്ളിക്കകത്തുള്ളവരെ സന്ദർശിക്കണമെന്നും സുപ്രീംകോടതി നിർദേശിച്ചു.

ജമ്മു-കാശ്മീർ ഗവൺമെന്റിലെ സീനിയർ ഉദ്യോഗസ്ഥന്മാർ ശ്രീനഗറിലെത്തി. രണ്ടു പ്രമുഖപൗരന്മാർ മാധ്യസ്ഥം വഹിക്കാമെന്നു സമ്മതിച്ചു. ഹബീബുള്ളയെ മാറ്റി പകരം ബി ആർ സിങ്ങിനെ ശ്രീനഗർ ഡിവിഷണൽ കമ്മീഷണറായി നിയമിച്ചു (നവംബർ 7). ഹബീബുള്ളയ്ക്കും ഗവർണറുടെ സെക്യൂരിറ്റി അഡ്വൈസർ ആയിരുന്ന എംഎ സാക്കിക്കും തലേദിവസം ഒരു കാറപകടത്തിൽ ഗുരുതരമായി പരിക്കേറ്റിരുന്നു. ഹുറിയത്ത് നവംബർ 12-ാം തീയതി സമർപ്പിച്ച ഒത്തുതീർപ്പു നിർദേശം സർക്കാർ തള്ളിക്കളഞ്ഞു. 15-ാം തീയതി ചർച്ചകൾ പുനരാരംഭിച്ചു.

15-ാം തീയതി അർദ്ധരാത്രിയോടെ ഭീകരർ കീഴടങ്ങാൻ തയ്യാറായി. ഗവൺമെന്റ് സമ്മതിച്ച വ്യവസ്ഥകൾ ഇന്നും അജ്ഞാതമാണ്. 16-ാം തീയതി പുലർച്ചയ്ക്കു മുമ്പ് പുറത്തു വന്നവരിൽ 27 കാശ്മീരി തീവ്രവാദികളും ഒരു പാകിസ്ഥാൻ ഭീകരനും ഉണ്ടായിരുന്നു. പള്ളിയിൽ കുടുങ്ങിപ്പോയ 35 പൗരന്മാരെ 32 ദിവസമായി പള്ളിക്കകത്തു ബന്ദികളായി വച്ചിരിക്കുകയായിരുന്നു. ബന്ദികളായിരുന്ന സ്ത്രീകളെ നേരത്തെ തന്നെ വിട്ടിരുന്നു.

---

* ആഹാരം നൽകുന്നതിനെ സൈന്യം എതിർത്തു. എങ്കിലും വജാഹിത് ഹബീബുള്ളയുടെ ശുപാർശ ഗവൺമെന്റ് അംഗീകരിക്കുകയാണുണ്ടായത്. അതോടുകൂടി ഹബീബുള്ളയുടെ നേർക്കു തീവ്രവാദികൾക്കു വിശ്വാസം ഏറി.

ഹസ്രത് ബാൽ സംഭവത്തിൽ രണ്ടു കാര്യങ്ങൾ വ്യക്തമായിരുന്നു. സൈനികോദ്യോഗസ്ഥമേധാവികളും അർദ്ധസൈനിക വിഭാഗവും സിവിൽ ഉദ്യോഗസ്ഥ മേധാവികളും തമ്മിൽ ഏകോപനമില്ലാതെ പോയതാണ് 32 ദിവസം സംഭവങ്ങൾ ഉൽക്കണ്ഠാകുലമായി നീണ്ടുപോയത്. ഇത്തവണയും ഇന്റലിജൻസ് വകുപ്പിന്റെ പരാജയമാണ് മറ്റൊരു കാര്യം.

വിദേശികൾ കാശ്മീർ താഴ്വരയിലേക്ക്

ബേനസീർ ഭൂട്ടോയുടെ നേതൃത്വത്തിൽ പാകിസ്ഥാനിൽ ഒരു സിവിലിയൻ ഗവൺമെന്റു നിലവിൽവന്നുവെങ്കിലും സൈന്യത്തിന്റെ നേതൃത്വത്തിലുള്ള ഒരു സമാന്തര ഗവൺമെന്റ് അപ്പോഴും പിന്മാറിയിരുന്നില്ല. അഫ്ഘാനിസ്ഥാനിലെ റഷ്യൻ സാന്നിധ്യമായിരുന്നു അതിനുകാരണം. അഫ്ഘാനിസ്ഥാനിലെ പാവ ഗവൺമെന്റിനെയും റഷ്യൻ സൈന്യത്തെയും അവിടെനിന്ന് തുരത്താൻ അമേരിക്കയുടെ നേതൃത്വത്തിൽ മുസ്ലീംരാഷ്ട്രങ്ങൾ നടത്തിയ കഠിനയത്നമാണ് പാകിസ്ഥാന് ലോകരാഷ്ട്രങ്ങൾക്കിടയിൽ പ്രധാന്യം നേടിക്കൊടുത്തത്. റഷ്യൻ സൈന്യത്തിനെതിരെ പൊരുതിയ മുജാഹിദിനുകൾക്ക് (സ്വാതന്ത്ര്യഭടന്മാർ) നേതൃത്വവും പരിശീലനവും നൽകിയത് പാകിസ്ഥാൻ സൈന്യത്തിനു കീഴിലുള്ള ഇന്റർ സർവ്വീസ് ഇന്റലിജൻസ് (ഐ എസ് ഐ) ആയിരുന്നു. അതിനുവേണ്ടി അമേരിക്കയിൽ നിന്ന് ആധുനിക യുദ്ധസാമഗ്രികളും മുസ്ലീം രാഷ്ട്രങ്ങളിൽ നിന്നും ആളും അർഥവും പാകിസ്ഥാനിലേക്കൊഴുകി. അവ കൈകാര്യം ചെയ്ത ഐ എസ് ഐ, സിവിലിയൻ സർക്കാരിനൊപ്പം തന്നെ കരുത്തുനേടി. അഫ്ഘാൻ ഓപ്പറേഷനുവേണ്ടി ഐ എസ് ഐ യ്ക്കു ലഭിച്ച ധനത്തിൽ ഒരു ഭാഗം അവർ കാശ്മീരിലെ വിഘടനവാദികൾക്കായി വിതരണം ചെയ്തു*. വിഘടനവാദികൾക്കു വേണ്ട ധാർമ്മിക പിന്തുണയും ധാരാളമായി നൽകിക്കൊണ്ടിരുന്നു. 1989 ൽ രാജീവ്ഗാന്ധി പാകിസ്ഥാൻ സന്ദർശിച്ചപ്പോൾ പാക്പ്രധാനമന്ത്രി ബേനസീർ ഭൂട്ടോയിൽനിന്ന് ഊഷ്മളമായ സ്വീകരണം ലഭിക്കുകയും സിംലാ കരാറിന്റെ അടിസ്ഥാനത്തിൽ ഇരുരാജ്യങ്ങളും തമ്മിലുള്ള പ്രശ്നങ്ങൾ സമാധാനപരമായി പരിഹരിക്കാമെന്ന് ധാരണയുണ്ടാവുകയും ചെയ്തെങ്കിലും പാക്സൈന്യം അപ്പോഴും കാശ്മീരിലെ തീവ്രവാദികൾക്കുള്ള പിന്തുണ തുടർന്നുകൊണ്ടിരുന്നു.

ആ വർഷം നടന്ന തെരഞ്ഞെടുപ്പിൽ കോൺഗ്രസ്സ് പാർട്ടി പരാജയപ്പെടുകയും ബി ജെ പിയുടെയും ഇടതുപാർട്ടികളുടെയും പിന്തുണയോ

* World Watch Institute 1997 ഒക്ടോബറിൽ പ്രസിദ്ധീകരിച്ച എസ്റ്റിമേറ്റനുസരിച്ച് അഫ്ഘാൻ മുജാഹിദീനുകൾക്കു നൽകാൻ അമേരിക്ക നൽകിയ ആയുധങ്ങളിൽ 60 ശതമാനം കാശ്മീർ ഭീകരർക്കാണ് പാക് ഐ എസ് ഐ നൽകിയത്. 30 ലക്ഷം കലാഷ് നിക്കോവും മറ്റായുധങ്ങളും അതിൽപ്പെടും. അവയുടെ വില 600–900 കോടി ഡോളർ.

ടുകൂടി വി പി സിംഗ് അധികാരത്തിൽ വരുകയും ചെയ്തതിനെ തുടർന്ന് കാശ്മീർ താഴ്വരയിലുണ്ടായി സംഭവങ്ങൾ പാകിസ്ഥാനിൽ ശക്തമായ അനുരണനങ്ങൾ സൃഷ്ടിച്ചു.

ഇന്ത്യയോടുള്ള തന്റെ മൃദുസമീപനത്തിന് പാകിസ്ഥാനിൽ പിന്തുണയില്ലെന്ന് മനസിലാക്കിയ ബേനസീർ ശക്തമായ ഇന്ത്യ വിരുദ്ധനിലപാടു സ്വീകരിച്ചു. കാശ്മീരിലെ ജഗ്മോഹൻ സർക്കാരിനെ കഠിനമായി വിമർശിക്കുന്നതായി അവരുടെ പ്രസംഗങ്ങൾ. കാശ്മീരിലെ തീവ്രവാദികൾക്കുള്ള ധാർമ്മിക പിന്തുണയ്ക്കു പുറമേ നേരിട്ടിടപെടാനും സൈന്യത്തിനു വഴിതുറന്നു. പാക്സൈന്യം അങ്ങനെ മുതിരാൻ രണ്ടു കാരണങ്ങളുണ്ടായിരുന്നു. അഫ്ഘാനിസ്ഥാനിൽനിന്നു റഷ്യൻസേന പിന്മാറിയതും അവിടെ പോരാട്ടം നടത്തിയ വിദേശികളായ മുജാഹിദീനുകൾ അവിടെനിന്നും പാകിസ്ഥാനിലേയ്ക്ക് മടങ്ങിയതുമായിരുന്നു ഒരു കാരണം. കാശ്മീരികൾ പൊതുവേ സമരകുതുകികളല്ലാതിരുന്നതും അവിടത്തെ തീവ്രവാദികളെല്ലാം പാക് പക്ഷപാതികളല്ലാതിരുന്നതുമാണ് മറ്റൊരു കാരണം.

അഫ്ഘാനിസ്ഥാനിൽ നിന്നു റഷ്യ പിന്മാറുമ്പോൾ പാകിസ്ഥാനിൽ ഏതാണ്ട് 30 ലക്ഷം അഫ്ഘാൻ അഭയാർഥികളാണുണ്ടായിരുന്നത്. അവർക്കു പുറമേ ഭീകര പ്രവർത്തനത്തിനു പരിശീലനം ലഭിച്ച അനേകായിരം മുജാഹിദീനുകൾ അഫ്ഘാനിസ്ഥാനിൽ നിന്നു മടങ്ങിയെത്തിയിരുന്നു. അവരിൽ അൾജിരീയ, സുഡാൻ, പാലസ്റ്റൈൻ, ബോസ്നിയ, കാശ്മീർ, അഫ്ഘാനിസ്ഥാൻ, എന്നിവിടങ്ങളിൽ നിന്നുള്ളവരുമുണ്ടായിരുന്നു. അവർ രാഷ്ട്രീയമായും സാമ്പത്തികമായും സാമൂഹികമായും സാരമായ പ്രശ്നങ്ങളാണ് പാകിസ്ഥാനിൽ ഉയർത്തിയത്. റഷ്യൻ സൈന്യം പിന്മാറിയെങ്കിലും പ്രശ്നകലുഷിതമായ അഫ്ഘാനിസ്ഥാനിലേക്ക് മടങ്ങിപ്പോകാൻ കൂട്ടാക്കാത്ത അവരെ മറ്റെവിടെയെങ്കിലും തിരിച്ചുവിടേണ്ടത് പാകിസ്ഥാന് അത്യാവശ്യമായിരുന്നു. കാശ്മീരിലേക്ക് അവരെ നിയോഗിക്കുകയായിരുന്നു പാകിസ്ഥാൻ കണ്ട മാർഗം.

കാശ്മീരികൾ പൊതുവേ സമരവീര്യം ഇല്ലാത്തവരായിരുന്നു. അഫ്ഘാന്മാരെപ്പോലെയും പത്താൻമാരെപ്പോലെയും പഞ്ചാബികളെപ്പോലെയും ജീവൻ ത്യജിച്ചും ശത്രുവിനോടു പോരാടൻ അവർ ഒരുക്കമല്ലായിരുന്നു. അതുകാരണം ഐ എസ് ഐ പ്രതീക്ഷിച്ചതുപോലെ കാശ്മീർ സർക്കാരിനെ മുട്ടുകുത്തിക്കാൻ അവർക്കു കഴിഞ്ഞില്ല. മാത്രവുമല്ല അവരിൽ ബഹുഭൂരിപക്ഷം പേരും കാശ്മീരിന്റെ സ്വാതന്ത്ര്യത്തിനുവേണ്ടിയാണ് പോരാടിയത്. അവരിൽ കാശ്മീർ പാകിസ്ഥാനോടു ചേരണമെന്നാഗ്രഹിച്ചവർ കുറവായിരുന്നു. ഏറ്റവും കൂടുതൽ ജനസ്വാധീനമുള്ള ജെ കെ എൽ എഫ് ആകട്ടെ കാശ്മീർ പാകിസ്ഥാനോടു ചേരുന്നതിൽ തീരെ താൽപ്പര്യമുള്ളവരായിരുന്നില്ല. ഹുറിയത്ത് പ്രസിഡന്റ് മിർ വെയ്സ് ഉമർ ഫറൂക്കും അപ്രകാരം തന്നെ. ഇക്കൂട്ടർക്കുവേണ്ടി പണം മുടക്കുന്നത് വൃഥാ വ്യായാമം ആയിരിക്കുമെന്നുമാത്ര

മല്ല ഭാവിയിൽ അവർ പാകിസ്ഥാനെതിരെ തിരിയാനും ഇടയുണ്ട്. അതുകൊണ്ട് പാകിസ്ഥാനോടുകൂറുള്ള നേതൃത്വം ഈ സംഘടന കൾക്കു നൽകാനും അത്തരം നേതൃത്വം സ്വീകരിക്കാൻ തയ്യാറുള്ള സംഘടനകൾക്കുമാത്രം സഹായം നൽകാനും ഐ എസ് ഐ തീരു മാനിച്ചു.

പാക് അധീന കാശ്മീരിലെ ജനവാസം കുറഞ്ഞ പ്രദേശങ്ങളിൽ അഭയാർഥി പുനരധിവാസത്തിനുള്ള ക്യാമ്പുകൾ നിർമിച്ച് അവ രിൽനിന്ന് തെരഞ്ഞെടുക്കപ്പെട്ട ഏതാനും ആയിരം പേരെ ഭീകര പ്രവർത്തനത്തിനു പരിശീലനം നൽകാൻ നടപടിയെടുത്തു. രണ്ടു പരി ശീലന കേന്ദ്രങ്ങളായിരുന്നു പ്രവർത്തനത്തിലിരുന്നത്. ലാഹോറിനു സമീപമുള്ള മർക്കസ്– ഈ– ദവായും പെഷവാറിനു സമീപമുള്ള മക്ത ബ–ഈ–ഖിത് മത്തും ആയിരുന്നു അവ. ഇവയിൽ ആദ്യത്തേതിന് പാകി സ്ഥാനിലും അഫ്ഘാനിസ്ഥാനിലും പാക് അധീന കാശ്മീരിലും ശാഖ കളുണ്ടായിരുന്നു. രണ്ടാമത്തേതിനെ ജിഹാദ് യൂണിവേഴ്സിറ്റി എന്നാണ് *ന്യൂയോർക്ക് ടൈം* വിശേഷിപ്പിച്ചത്. ജിഹാദിന്റെ തത്വശാസ്ത്രവും എല്ലാ വിധ ആയുധങ്ങളുടെ ഉപയോഗവും അട്ടിമറിയും ഈ സ്ഥാപനങ്ങളിൽ പഠിപ്പിക്കപ്പെട്ടു. ഈ വിഷയങ്ങളിൽ നിഷ്ണാതരായ 35 ലിബിയക്കാരെ പരിശീലകരായി നിയമിച്ചിരുന്നു.

പരിശീലനം ലഭിച്ച ആദ്യസംഘം 1991 ലാണ് നിയന്ത്രണരേഖ കടന്ന് കാശ്മീർ താഴ്വരയിലെത്തിയത്. അവർ കാശ്മീരികളുടെ സുഹൃത്തു ക്കളും അതിഥികളുമായിട്ടാണ് അവിടെ കഴിഞ്ഞത്. 1992 ൽ ഒട്ട നേകംപേർ വീണ്ടും നിയുക്തരായി. പാകിസ്ഥാൻ പക്ഷപാതികളായ ഹിസ്ബുൾ മുജാഹിദീൻ, ലഷ്കർ ഈ തോയ്ബ എന്നീ സംഘടന കൾക്കാണ് പരിശീലനം നേടിയവരെ അയച്ചുകൊടുത്തത്. 4000 പേരുള്ള ഹിസ്ബുൾ മുജാഹിദീനിൽ 1500 ഓളം പേർ വിദേശികളായിരുന്നു. ലക്ഷ്കർ–ഈ–തോയ്ബയിലെ ബഹുഭൂരിപക്ഷം അംഗങ്ങളും വിദേ ശികൾ തന്നെയായിരുന്നു. 1993 ൽ ഹർക്കത്തുൾ മുജാഹിദീൻ, ഹർക്ക ത്തുൾ ജിഹാദ്–ഈ– ഇസ്ലാമി എന്നീ സംഘടനകൾ രൂപീകരിച്ചു. പാകി സ്ഥാൻകാരനായ മൗലാന മാസൂദ് അഴാർ എന്നയാളെ അതിന്റെ തലവ നായി നിയമിച്ചു. അതിർത്തി സംരക്ഷണസേന (ബി എസ് എഫ്)യുടെ 1994 ഫെബ്രുവരിയിലെ കണക്കനുസരിച്ച് വിദേശികളായ 3000 ഭീകര വാദികൾ കാശ്മീർ താഴ്വരയിലുണ്ടായിരുന്നു. രണ്ടു വർഷത്തെ പ്രവർത്തനത്തിന് ലക്ഷം രൂപ പ്രതിഫലമായി മുൻകൂർ നൽകിയാണ് മുജാഹിദീനുകളെ കാശ്മീർ താഴ്വരയിലേക്ക് അയച്ചത്. വിജയകരമായ പ്രവർത്തനത്തിനുശേഷം മടങ്ങിയെത്തിയാൽ വീണ്ടും 2 ലക്ഷം രൂപ നൽകും. ഒരു മുജാഹിദീനെ സംഘടിപ്പിച്ചു കൊടുക്കുന്ന ഏജന്റിന് 5000 രൂപ പ്രതിഫലം നൽകും. ജിഹാദിനുവേണ്ടിയുള്ള ആവേശത്തിലുപരി ദാരിദ്ര്യവും തൊഴിലില്ലായ്മയുമാണ് യുവാക്കളെ മുജാഹിദീനുകൾ ആക്കിയത്. കാശ്മീർ താഴ്വരയിലെ മുജാഹിദീന് പ്രതിമാസം 1500 മുത ൽ 2000 വരെ ശമ്പളം നൽകും.

1990 മാർച്ച് മാസം മുതൽ കൊലപാതകങ്ങളുടെ ഒരു നീണ്ടപട്ടിക കാശ്മീർ താഴ്വരയിൽ അരങ്ങേറി. മിർ വേയ്സ് മുഹമ്മദ് ഫറൂക്ക് വധിക്കപ്പെട്ടതിനു രണ്ടുദിവസം മുമ്പാണ് (1990 മാർച്ച് 19) ആരംഭം. ടെലിഫോൺ ഡിപ്പാർട്ടുമെന്റ് അസിസ്റ്റന്റ് എൻജിനീയർ ബി കെ ഗഞ്ചുവിന്റെ വധത്തിലാണ് തുടക്കം. ഭീകരർ ടെലിഫോൺ ചോർത്തുന്നത് തടഞ്ഞതാണ് കാരണം. നാലുദിവസം കഴിഞ്ഞ് സ്വാതന്ത്ര്യസമര പോരാളിയും കാശ്മീർ കമ്യൂണിസ്റ്റ് പാർട്ടിയുടെ സ്ഥാപക നേതാവുമായ അബ്ദുൽ സത്താർ രഞ്ചു വധിക്കപ്പെട്ടു. കമ്യൂണിസ്ററുകൾ ഐ എസ് ഐയുടെ മുഖ്യശത്രുക്കളായിരുന്നു. ഏപ്രിൽ 14-ാം തീയതി ശ്രീനഗറിലെ സൗരാ മെഡിക്കൽ ഇൻസ്റ്റിറ്റ്യൂട്ടിലെ സ്റ്റാഫ് നഴ്സ് സരളാ ഭട്ടിനെ കൂട്ടബലാത്സംഗം ചെയ്തതിനുശേഷം വെടി വെച്ചു കൊന്നു. സരള പോലീസിന്റെ ഒറ്റുകാരിയാണെന്നു കാണിക്കുന്ന ഒരു കടലാസു കഷ്ണം മൃതശരീരത്തിൽ പതിച്ചിരുന്നു. അതേ കുറ്റത്തിന് ജൂൺ മാസത്തിൽ ലബോറട്ടറി അസിസ്റ്റന്റായിരുന്ന ഗിരിജാ ടിക്കുവിനെ അനേക ദിവസം കൂട്ടബലാത്സഗം ചെയ്തശേഷം ശരീരം കഷ്ണങ്ങളായി മുറിച്ചു ദൂരെയെറിഞ്ഞു. ജൂലൈ 18-ാം തീയതി 78 വയസ്സുള്ള ഡോ. മിസ്സിസ് സോഹാനിയെ ഭീകരർ പിടിച്ചുകെട്ടി പെട്രോൾ ഒഴിച്ചു തീവെച്ചുകൊന്നു. നാട്ടിൽ പ്രിയങ്കരിയായിരുന്ന അവരുടെ കുറ്റം ഭീകരന്മാരാൽ ബലാത്സംഗം ചെയ്യപ്പെട്ട് ഗർഭിണികളായ സ്ത്രീകളെ ഗർഭഛിദ്രം നടത്തി എന്നതായിരുന്നു. ആഗസ്റ്റ് 13-ാം തീയതി ബബ്ളി റയ്ന എന്ന റ്റീച്ചറെ അവരുടെ വീട്ടിൽ മറ്റംഗങ്ങളുടെ മുന്നിൽ വച്ച് കൂട്ടബലാത്സംഗം ചെയ്തശേഷം വെടിവച്ചുകൊന്നു.

ആഗസ്റ്റ് 8-ാം തീയതി അറഷാ കൗൾ എന്ന സ്ത്രീയെ അനന്തനാഗിൽ നിന്നു ശ്രീനഗറിലേക്കു കൊണ്ടുപോയി ബലാത്സംഗം ചെയ്തു കൊന്നു. 1991 ഏപ്രിൽ 23-ാം തീയതി രണ്ടുകുട്ടികൾ ചേർന്ന് *അൽസഫാ* എന്ന ഉർദു ദിനപത്രത്തിന്റെ എഡിറ്റർ മുഹമ്മദ് ഷാ ബാൻ വക്കീലിനെ വെടിയുതിർത്തു കൊന്നു. തീവ്രവാദികൾ നൽകുന്ന പ്രസ്താവനകൾ അദ്ദേഹം പ്രസിദ്ധീകരിക്കാറുണ്ടായിരുന്നുവെങ്കിലും അവരുടെ അന്യായ പ്രവൃത്തികളെ അദ്ദേഹം വിമർശിക്കുകയും ചെയ്തിരുന്നു എന്നതാണ് കുറ്റം. ആ വർഷം ഡിസംബറിൽ സജ്ദ ഹുസൈൻ എന്ന അധ്യാപികയെ തട്ടിക്കൊണ്ടുപോയി. ബലാത്സംഗത്തിനുശേഷം മൃതശരീരം ഝലം നദിയിലെറിഞ്ഞു. 1992 മാർച്ച് 30-ാാ തീയതി സോഹൻലാൽ ബ്രാനു എന്നയാളിന്റെ വീട്ടിൽ കടന്നു കയറിയ ഭീകരൻ അയാളുടെ ഭാര്യയെയും ബാലികയായ പുത്രിയെയും ബലാത്സംഗം ചെയ്തു. ബാലിക മരണമടഞ്ഞു. മാതാവിനെ വെടിവെച്ചുകൊന്നു. എച്ച് എൻ വാഞ്ചു മനുഷ്യാവകാശത്തിനുവേണ്ടി പോരാടിയ ആദരണീയനായ അഭിഭാഷകനായിരുന്നു. ഭീകരരിൽ പലരെയും കോടതി മുഖേന അദ്ദേഹം രക്ഷിച്ചിട്ടുണ്ട്. പല ഭീകരസംഘടനകൾക്കും സർക്കാരിനും ഇടയിൽ മാധ്യസ്ഥം വഹിച്ചിട്ടുണ്ട്. 1992 ഡിസംബർ 5-ാം തീയതി അദ്ദേ

ഹത്തെ ഭീകരർ തട്ടിക്കൊണ്ടുപോയി വെടിവെച്ചുകൊന്നു. ശവശരീരം ശ്രീനഗറിലെ തെരുവിലെറിഞ്ഞു. പാകിസ്ഥാൻ പക്ഷപാതികളായ ജമിയത് ഉൾ– മുജാഹിദീൻ എന്ന സംഘടനയാണ് കൃത്യം ചെയ്തത്. ഭീകരർ ഹിന്ദുക്കളുടെ സഹായം സ്വീകരിക്കുന്നതു തടയാനാണത്രേ കൊല ചെയ്തത്. മുസ്ലീം യുണൈറ്റഡ് ഫ്രണ്ടിന്റെ സ്ഥാപകന്മാരിലൊരാളായ ഡോ. ക്വാസി നിസ്സാർ അഹമ്മദ് (തെക്കൻ കാശ്മീർ വെയ്സ്) 1990 ൽ അറസ്റ്റു ചെയ്യപ്പെടുകയും 1992 ൽ മോചിതനാവുകയും ചെയ്തിരുന്നു. പിന്നീടു സമാധാന ജീവിതം നയിച്ചിരുന്ന അദ്ദേഹത്തെ പാകിസ്ഥാൻ പക്ഷപാതികളായ ഹിസ് ബുൾ മുജാഹിദീൻ തീവ്രവാദികൾ 1994 ജൂൺ 19–ാം തീയതി തട്ടിക്കൊണ്ടുപോയി വെടിവച്ചുകൊന്നു. അദ്ദേഹത്തിന്റെ പള്ളിയിൽ ഭീകരവാദികൾക്ക് താമസസൗകര്യം നിഷേധിച്ചതാണ് കാരണം. പട്ടിക വളരെ നീണ്ടതാണ്. ഹിന്ദുസ്ഥാൻ മെഷീൻ ടൂൾസ് ജനറൽ മാനേജർ എച്ച് എൽ ഖേര, കാശ്മീർ യൂണിവേഴ്സിറ്റി വൈസ് ചാൻസലർ മുഷീദുൽ ഗക്ക് തുടങ്ങിയവരും അതിൽപ്പെടും.

കാശ്മീർ പ്രശ്നം മനുഷ്യാവകാശകമ്മീഷനിൽ

സിംലാകരാറിനുശേഷം കാശ്മീർ പ്രശ്നം ലോകരാഷ്ട്രങ്ങൾ മറന്നുതുടങ്ങിയിരുന്നു. സുൽഫിക്കർ ആലി ഭൂട്ടോയുടെ ദുരന്തവും തുടർച്ചയായി പാകിസ്ഥാൻ സൈനിക ഭരണത്തിലായിരുന്നതും ലോകത്തിനു മുമ്പിൽ പാകിസ്ഥാന്റെ നില പരുങ്ങലിലാക്കി. ഇന്ത്യയിലാകട്ടെ തെരഞ്ഞെടുപ്പിലൂടെ ഇന്ദിരാഗാന്ധി തിരിച്ചുവന്നതും അതിനെക്കാൾ തിളക്കമാർന്ന വിജയത്തോടെ രാജീവ് ഗാന്ധി അധികാരത്തിൽ വന്നതും അഭിമാനാർഹമായ കാര്യങ്ങളായിരുന്നു. സൈനികഭരണത്തിനുശേഷം ബേനസീർ ഭൂട്ടോ പാകിസ്ഥാൻ പ്രധാനമന്ത്രിയായെങ്കിലും ശക്തനായ പ്രസിഡന്റും ഊർജ്ജസ്വലമായ സൈന്യവും ബേനസീറിനു മേൽ നിഴൽ പരത്തിയിരുന്നു. സിംലാകരാറിന്റെ സൃഷ്ടാക്കളായ ഇന്ദിരാഗാന്ധിയുടെയും ഭൂട്ടോയുടെയും സന്തതികളായ രണ്ട് യുവപ്രതിഭകൾ സമാധാനപരമായി കാശ്മീർ പ്രശ്നം പരിഹരിക്കാൻ ആത്മാർത്ഥമായി ശ്രമിക്കുമെന്ന ധാരണ പരത്തി. പക്ഷേ ജനാധിപത്യം അടിതെറ്റിയ പാകിസ്ഥാനിലും അതിന്റെ വൈകൃതത്തിൽപ്പെട്ട ഇന്ത്യയിലും രണ്ടു പ്രധാനമന്ത്രിമാരും ഒഴുകിപ്പോയി. റുബൈയാസായീദ് സംഭവവും ഹസ്രത്ബാൽ സംഭവവും വേണ്ടവണ്ണം മുതലെടുക്കാൻ ഇരുകക്ഷികൾക്കും കഴിഞ്ഞില്ല. 1992 ഡിസംബർ ആറിലെ ബാബറി മസ്ജിദ് സംഭവം ലോകസമക്ഷം ഇന്ത്യയെ കരിതേച്ചുകാണിക്കാൻ ഇടയായി. തെരഞ്ഞെടുപ്പിലൂടെ രണ്ടാമതും പാകിസ്ഥാനിൽ അധികാരത്തിൽ വന്ന ബേനസീർ ഭൂട്ടോ തിളക്കമുള്ള ഒരു വ്യക്തിത്വത്തിന്റെ ഉടമയാണ്. അധികാരമേറ്റയുടനെതന്നെ ചുഴലിക്കാറ്റെന്നപോലെ പ്രധാന ലോക തലസ്ഥാനങ്ങളെല്ലാം സന്ദർശിച്ച് ലോകനേതാക്കളിൽ പലരെയും തന്റെ മാസ്മര വലയത്തിൽ പെടുത്താൻ അവർക്കു കഴിഞ്ഞു. ഇസ്ലാമിക രാഷ്ട്രങ്ങളുടെ നേതൃ

ത്വവും അവർക്കു ലഭിച്ചു. ആദ്യഭരണകാലത്ത് അവർ സിംലാകരാറിന്റെ ശക്തയായ വക്തവായിരുന്നുവെങ്കിലും കാശ്മീർ പ്രശ്നത്തിനു പരിഹാരമുണ്ടാക്കാൻ അതിനു കഴിയുകയില്ലെന്നു പിന്നീടവർക്കു ബോധ്യമായി. കാശ്മീർ പ്രശ്നത്തിൽ പാകിസ്ഥാനു വളരെയെറെ വൈകാരിക പ്രാധാന്യമുണ്ടായിരുന്നതിനാൽ അതിനെ ലോകശ്രദ്ധയിൽ പിടിച്ചു നിറുത്തുകയെങ്കിലും വേണമെന്നവർക്കു തോന്നി. 1994 ആദ്യം അതിനെ ഐക്യരാഷ്ട്ര മനുഷ്യാവകാശ കമ്മീഷന്റെ മുന്നിൽ അവതരിപ്പിച്ച് ഇന്ത്യക്കെതിരായി തീരുമാനം എടുപ്പിക്കുവാൻ ബേനസീർ ശ്രമിച്ചു.

പാശ്ചാത്യ രാജ്യങ്ങളിലെ ഇലക്ട്രോണിക് മാധ്യമങ്ങളിലും ഇസ്ലാമിക രാഷ്ട്രങ്ങളിലും ബേനസീറിനു ലഭിച്ച തിളക്കം മനുഷ്യവകാശ കമ്മീഷനിൽ പാകിസ്ഥാനു ശുഭപ്രതീക്ഷ ഉണർത്തി. ആസാദ് കാശ്മീരിൽ പാർപ്പിച്ചിരുന്ന കാശ്മീരി അഭയാർഥികളുടെ കദനകഥയ്ക്കു വലിയ പ്രചാരം സിദ്ധിച്ചിരുന്നു. ഇന്ത്യൻ രക്ഷാഭടന്മാർ കാശ്മീരിൽ കാട്ടിക്കൂട്ടിയ ക്രൂരതകളും വാർത്താമാധ്യമങ്ങളിൽ ധാരാളമായി സ്ഥലം പിടിച്ചിരുന്നു. ചൈനയും ഇറാനും ഇന്ത്യയോടെന്നതിനേക്കാൾ പാകിസ്ഥാനോടു കൂടുതൽ അടുപ്പം കാണിച്ചതും പാകിസ്ഥാനു പ്രത്യാശയ്ക്കു വക നൽകിയിരുന്നു. മനുഷ്യാവകാശപ്രശ്നങ്ങൾക്ക് അമേരിക്കയിലും യൂറോപ്പിലും അടുത്തകാലത്തായി ലഭിച്ച മുന്തിയ പരിഗണനയും പാകിസ്ഥാനനുകൂലമായിരുന്നു. ജനീവായിൽ വച്ചു നടക്കുന്ന യു എൻ മനുഷ്യാവകാശ കമ്മീഷൻ ഇന്ത്യയെ കുറ്റപ്പെടുത്തിയാൽ കാശ്മീർ പ്രശ്നം വളരെ സങ്കീർണ്ണമാകുമെന്നു തോന്നിയതിനാൽ ഇക്കാര്യത്തിൽ ഇന്ത്യ വളരെ സൂക്ഷ്മതയോടെ പ്രതിരോധം ശക്തിപ്പെടുത്തി. ഒരു കേന്ദ്രമനുഷ്യാവകാശ കമ്മീഷനെ നേരത്തെതന്നെ ഇന്ത്യ നിയമിച്ചിരുന്നു. ഇന്ത്യൻ കോടതികൾ മനുഷ്യാവകാശസംരക്ഷണത്തിൽ കാണിച്ചിരുന്ന ജാഗ്രതയും ഇന്ത്യക്കു ഗുണകരമായി. പ്രതിപക്ഷ നേതാവായ അടൽ ബിഹാരി വാജ്പേയിയായിരുന്നു ഇന്ത്യൻ ഡെലിഗേഷന്റെ തലവൻ എന്നത് സർക്കാരും പ്രതിപക്ഷവും മനുഷ്യാവകാശ സംരക്ഷണത്തിൽ തുല്യമായി ശ്രദ്ധിച്ചിരുന്നു എന്നു കാട്ടാൻ പ്രയോജനപ്പെട്ടു. കാശ്മീരിൽ രണ്ടുവട്ടം മുഖ്യമന്ത്രിയായിരുന്ന ഫറൂക്ക് അബ്ദുള്ള ഡെലിഗേഷൻ അംഗമായിരുന്നു എന്നതും ചെറിയ കാര്യമായിരുന്നില്ല. ഇന്ത്യയിലേതിനെക്കാൾ മനുഷ്യാവകാശധ്വംസനങ്ങൾ കൂടുതൽ ഇതര രാജ്യങ്ങളിൽ ഉണ്ടായിരുന്നു എന്നതാണു മറ്റൊരു കാര്യം. കറാച്ചി ലഹളകൾ പാകിസ്ഥാൻ കൈകാര്യം ചെയ്തിരുന്ന വിധവും ചൂണ്ടിക്കാണിക്കാനാവും. കാശ്മീരിലെ മനുഷ്യാവകാശ പ്രശ്നങ്ങൾ കാശ്മീർ പ്രശ്നത്തിന്റെ ഭാഗമാണെന്നും കാശ്മീർ പ്രശ്നം ഉഭയകക്ഷി പ്രശ്നമാണെന്നും പാകിസ്ഥാന്റെ ചെയ്തികളാണ് പ്രശ്നങ്ങളുടെ ഉറവിടമെന്നും ചൂണ്ടിക്കാണിക്കപ്പെട്ടു. ഇന്ത്യക്കെതിരായി തുറന്ന നിലപാടെടുക്കുന്നത് മുസ്ലീം രാഷ്ട്രങ്ങൾക്ക്പോലും ഇഷ്ടമുള്ള കാര്യമായിരുന്നില്ല. അതുകൊണ്ട് പ്രശ്നം അവതരിപ്പിക്കാൻ പോലും സൗദി അറേബ്യയിലെ ഒരു ജൂനിയർ ഉദ്യോ

ഗസ്ഥനെ മാത്രമേ പാകിസ്ഥാനു ലഭിച്ചുള്ളൂ. ഇറാൻ ഇടപെട്ട് പ്രമേയം തൽക്കാലം പിൻവലിക്കാൻ പാകിസ്ഥാനെക്കൊണ്ടു സമ്മതിപ്പിച്ചു. അതു കൊണ്ട് പ്രമേയം തൽക്കാലം പിൻവലിച്ചിരിക്കുകയാണെന്നും അടുത്ത വർഷം വീണ്ടും പരിഗണനയ്ക്കെടുക്കാമെന്നും കമ്മീഷൻ പ്രസിഡന്റ് പ്രഖ്യാപിച്ചു. അതിനെ ഇന്ത്യ ശക്തിയായി എതിർത്തു. പ്രമേയം പിൻവലിച്ചു എന്ന് രേഖപ്പെടുത്തിയാൽ മതി എന്ന് ഇറാൻ പറഞ്ഞതനു സരിച്ച് അങ്ങനെ പ്രഖ്യാപിക്കപ്പെട്ടു.

ഏതാനും ഇസ്ലാമിക രാജ്യപ്രതിനിധികളെ കാശ്മീർ സന്ദർശിക്കാൻ ഇന്ത്യ ഏർപ്പാട് ചെയ്തിരുന്നു. ഇസ്ലാമിക രാഷ്ട്ര പ്രതിനിധികളെയെല്ലാം കാശ്മീർ സന്ദർശിക്കാൻ ഇന്ത്യ ക്ഷണിച്ചു. യൂറോപ്യൻ യൂണിയനിലെ മൂന്ന് പ്രതിനിധികൾ നേരത്തെ ഇന്ത്യ സന്ദർശിച്ച് നിഷ്പക്ഷ പഠനം നടത്തിയിരുന്നു. ഇന്ത്യൻ പ്രധാനമന്ത്രി സമീപകാലത്ത് അമേരിക്ക സന്ദർശിക്കാൻ പദ്ധതി ഇട്ടിരുന്നതിനാൽ അമേരിക്ക ഇന്ത്യയുടെ കാര്യ ത്തിൽ നിഷ്പക്ഷത പാലിച്ചു. കാശ്മീരിനെ ലോക ദൃഷ്ടിയിൽ നിന്ന് മറച്ചുപിടിച്ചതാണ് ഇന്ത്യക്ക് ഏറെ ദോഷകരമായത്. ആ അവസ്ഥ മാറ്റാനും നിഷ്പക്ഷമതികളെ കാശ്മീർ സന്ദർശിക്കാൻ അനുവദിക്കാനും ഇടയായത് പാകിസ്ഥാൻ കാശ്മീരിലെ മനുഷ്യവകാശപ്രശ്നം ലോക ദൃഷ്ടിയിൽ കൊണ്ടു വന്നതു കൊണ്ടാണെന്നു പറയേണ്ടിയിരിക്കുന്നു. തെരഞ്ഞെടുപ്പിലൂടെ ഒരു ജനകീയ സർക്കാരിനെ ജമ്മു-കാശ്മീർ ഭരണം ഏൽപ്പിക്കാനുള്ള ആലോചനയുണ്ടായതും അതു മുതലാണ്. മനുഷ്യാവകാശപ്രശ്നം വീണ്ടും ഉന്നയിക്കപ്പെടാൻ ഇടയുള്ളതുകൊണ്ട് അതിനുമുമ്പ് ഒരു തെരഞ്ഞെടുപ്പു നടത്തുന്നതിന് ഗൗരവപൂർവമായ ശ്രമം നടന്നു.

1994 മാർച്ച് മാസത്തിൽ ജനീവയിലെ വിജയം ഇന്ത്യയിൽ ആശ്വാസം പകർന്നുകൊണ്ടിരിക്കെ പാകിസ്ഥാൻ അടുത്ത നടപടികൾക്ക് തുടക്കമിട്ടു. ബോംബെയിലെ പാകിസ്ഥാൻ പ്രതിനിധി കാര്യാലയം ഇന്ത്യയുടെ ഭാഗത്തുനിന്നുള്ള തടസങ്ങൾ മൂലം തുടർന്നുപോകാൻ സാധിക്കുന്നില്ല എന്നുപറഞ്ഞ് ഏപ്രിൽ ആദ്യം അടച്ചുപൂട്ടി. കറാച്ചിയിലെ ഇന്ത്യൻ പ്രതിനിധി കാര്യാലയം അടച്ചുപൂട്ടിക്കാനുള്ള ശ്രമത്തിന്റെ ആദ്യ പടിയാണിതെന്ന് ഇന്ത്യ കരുതി. കറാച്ചിയിലെ നിരന്തരമായ എം ക്യു എം. ലഹളകൾക്കു പിന്നിൽ ഇന്ത്യയാണെന്നു പാകിസ്ഥാൻ സർക്കാർ ആരോപിച്ചുകൊണ്ടിരുന്നു. കാശ്മീർ കലാപകാരികളുടെ കൂട്ടായ്മയായ ഹുറിയത്ത് കോൺഫറൻസ് ജനീവയിലെ പരാജയത്തിനുശേഷം അമുസ്ലീം സംഘടനകളുമായി ഒത്തുതീർപ്പുണ്ടാക്കാൻ ശ്രമം നടത്തി. പാന്തേഴ്സ് പാർട്ടി പ്രസിഡന്റ് ഭീം സിംഗ് ഈ കാര്യത്തിൽ സഹക രിച്ചു. ജമ്മു കാശ്മീരിലെയും ആസാദ് കാശ്മീരിലെയും എല്ലാ രാഷ്ട്രീ യപാർട്ടികളും ചേർന്ന് വിയന്ന (ആസ്ട്രിയ) യിൽവച്ച് ഒരു അഖില കക്ഷി സമ്മേളനം നടത്താൻ ഏർപ്പാടുണ്ടായി. ശ്രീനഗറിലേക്ക് വരാൻ ആസാ ദ് കാശ്മീർ നേതാക്കൾക്കു പാകിസ്ഥാൻ സമ്മതം നൽകുകയില്ല എന്ന

തുകൊണ്ടാണ് ഒരു നിഷ്പക്ഷ രാഷ്ട്രത്തിൽവച്ച് സമ്മേളനം നടത്താൻ തീരുമാനിച്ചത്. എന്നാൽ ഹുറിയത്ത് കോൺഫറൻസിലെ പ്രൊഫസർ ഘനി, മൗലാന അബ്ബാസ് എന്നിവർക്ക് ഹജ്ജ് യാത്രയ്ക്ക് അവിടെ നിന്ന് വിയന്നയ്ക്ക് പോകാനും ഇന്ത്യ അനുവാദം നൽകി. പക്ഷേ വിയന്നയിൽ കാര്യമായി ഒന്നും സംഭവിച്ചില്ല. പാകിസ്ഥാന് അഭിനിവേശമില്ലാത്ത കലാപകാരികളെ ഹിസ്ബുൾ മുജാഹിദീൻ വകവരുത്താൻ ശ്രമിച്ചപ്പോൾ കാശ്മീർ സർക്കാർ നിഷ്പക്ഷത പാലിക്കുകയാണ് ചെയ്തത്. തെക്കൻ കാശ്മീരിലെ ഏറ്റവും സമാദരണീയനായിരുന്ന കാസിനിസാർ അഹമ്മദ് എന്ന മതനേതാവിനെ 1994 ജൂൺ മാസത്തിൽ അനന്തനാഗിൽവച്ച് ഹിസ്ബുൾ മുജാഹിദീൻ വധിച്ചപ്പോൾ പാകിസ്ഥാനെതിരായ മുദ്രവാക്യങ്ങൾ കാശ്മീരിൽ ശക്തമായി മുഴങ്ങി. “പാകിസ്ഥാൻ പക്ഷപാതികൾക്ക് മരണം” എന്നതായിരുന്നു മുദ്രവാക്യം. എന്നിട്ടും തെരഞ്ഞെടുപ്പിനനുകൂലമായ അന്തരീക്ഷം സൃഷ്ടിക്കാൻ സർക്കാരിന് കഴിഞ്ഞില്ല. കേന്ദ്ര ആഭ്യന്തരവകുപ്പ് മന്ത്രിയായിരുന്ന എസ് ബി ചവാനും രാജ്യരക്ഷാ മന്ത്രിയായിരുന്ന രാജേഷ് പൈലറ്റും കടകവിരുദ്ധമായ അഭിപ്രായങ്ങൾ പരസ്യമായി പറഞ്ഞത് ചിന്താക്കുഴപ്പം സൃഷ്ടിച്ചു. തെരഞ്ഞെടുപ്പിന് മുമ്പ് കാശ്മീരിനു കൂടുതൽ സ്വയംഭരണം അനുവദിക്കണമെന്ന് ഫറൂക്ക് അബ്ദുള്ള വാദിച്ചു. 1952-ലെ നെഹ്റു-ഷേക്ക് കരാറിന് പ്രാബല്യം നൽകണമെന്നതായിരുന്നു ഫറൂക്കിന്റെ വാദം. അതിനോട് രാജേഷ് പൈലറ്റ് അനുകൂലമായിരുന്നു. റ്റാഡാ (TADA) പിൻവലിക്കുന്നതിനോടും പൈലറ്റിന് തുറന്ന മനസായിരുന്നു. രണ്ടിനെയും എതിർത്ത ചവാൻ അവയെപ്പറ്റി പറയാൻ പൈലറ്റിന് അധികാരമില്ലെന്ന് തുറന്നടിച്ചു. അപ്പോൾ മാത്രമാണ് അതുവരെ നിശ്ശബ്ദനായിരുന്ന പ്രധാനമന്ത്രി നരസിംഹറാവു ഇടപ്പെട്ടത്. കാശ്മീർ കാര്യങ്ങൾ അവരിൽ രണ്ടുപേരിൽനിന്നും എടുത്തുമാറ്റി പ്രധാനമന്ത്രിയുടെ നേരിട്ടുള്ള ചുമതലയിൽ ആക്കുകയാണ് അദ്ദേഹം ചെയ്തത്. കാശ്മീരിൽ തെരഞ്ഞെടുപ്പ് നടക്കേണ്ടത് ശീതകാലത്താണ്; ഏപ്രിലിനുമുമ്പ്. ആ സമയത്ത് പാകിസ്ഥാനിൽനിന്നുള്ള അതിക്രമങ്ങൾ ഏറ്റവും കുറഞ്ഞിരിക്കും. കാശ്മീർകാര്യങ്ങൾ പ്രധാനമന്ത്രി ഏറ്റെടുത്ത് നടപടികൾ ത്വരിതപ്പെടുത്തുമെന്ന് കരുതിയവർക്ക് തെറ്റി. പെട്ടെന്ന് ഒരു തീരുമാനവും എടുക്കാൻ കഴിവുള്ളയാളാണ് അദ്ദേഹം എന്ന് ആരും പറയില്ല. ഒന്നും നടന്നില്ല. എന്നുമാത്രവുമല്ല സംഗതികൾ ഏറെ വഷളാക്കാനും അദ്ദേഹത്തിനു സാധിച്ചു.

ചരാർ-ഇ-ഷെറിഫ്

ശ്രീനഗറിൽനിന്ന് 31 നാഴിക അകലെയാണ് ഹിന്ദുമുസ്ലീം ഐക്യത്തിന്റെ പ്രവാചകനായിരുന്ന സൂഫി വിശുദ്ധൻ ഷെയ്ക്ക് നൂറുദ്ദീന്റെ ഖബർ സ്ഥിതിചെയ്യുന്ന ചരാർ എന്ന ചെറുപട്ടണം. 14-ാം നൂറ്റാണ്ടിന്റെ ഉത്തരാർദ്ധത്തിലും 15-ാം നൂറ്റാണ്ടിന്റെ ആദ്യപാദത്തിലും ജീവിച്ചിരുന്ന നൂറുദ്ദീനെ ഷെയ്ക്ക് എന്ന് മുസ്ലീങ്ങളും നന്ദ്ഋഷി എന്ന് ഹിന്ദുക്കളും

ആദരവോടെ വിളിച്ചിരുന്നു. പേർഷ്യയിൽനിന്ന് കാശ്മീരിൽ സ്ഥാനം പിടിച്ച സൂഫി ദർശനമാണ് കാശ്മീരിൽ ഋഷിമാർഗത്തിന്റെ സ്ഥാപനത്തിനു കാരണമായത്. ഋഷികളിൽ ഹിന്ദുക്കളും മുസ്ലീങ്ങളും കാശ്മീരിലുണ്ട്. നുറുദ്ദീന്റെ മാതാപിതാക്കൾ ഠാക്കൂറുകൾ (ക്ഷത്രിയർ) ആയിരുന്നു. അദ്ദേഹത്തിന്റെ പിതാവ്, യസ്മാൻ ഋഷി എന്ന സൂഫി മതപണ്ഡിതന്റെ ശിഷ്യത്വം സ്വീകരിച്ചു. 1377 ൽ ജനിച്ച നൂറുദ്ദീൻ ജനിച്ചപ്പോൾ മുതൽ മുലപ്പാൽ കുടിക്കാൻ വിസമ്മതിച്ചുവെന്നും ഹിന്ദുമുസ്ലീം ഐക്യത്തിന്റെ മറ്റൊരു പ്രതീകമായിരുന്ന യോഗിനി ലല്ലേശ്വരി (ലാൽദേദ്) യുടെ അനുഗ്രഹത്തോടെ അവരുടെ മുലപ്പാലാണ് ആദ്യം കഴിച്ചതെന്നും ഐതീഹ്യമുണ്ട്. ചരാറിലെ വനത്തിനുള്ളിൽ സംഗ്രാം ധർ നൽകിയ ഭൂമിയിൽ താമസിച്ചുകൊണ്ട് കാശ്മീരിലെ 36 പാർഗാനകളും പതിവായി സന്ദർശിച്ച് നന്ദ്ഋഷി എന്ന ഷെയ്ക്ക് നൂറുദ്ദീൻ ജീവിതത്തിന്റെ അന്ത്യനാളുകൾ ചെലവഴിച്ചു. ഹിന്ദു മുസ്ലീം സൗഹൃദത്തിന്റെ ഏറ്റവും വലിയ രക്ഷാധികാരിയായിരുന്ന സുൽത്താൻ സെയ്നുൽ അബ്ദീൻ എന്ന ബദ്ഷാ ഷേക്ക് നൂറുദ്ദീൻ ഋഷിയുടെ ഖബറിൽ ചരാർ–ഈ–ഷെറീഫ് എന്ന് അറിയപ്പെടുന്ന മന്ദിരം സ്ഥാപിച്ചു. അതിനു ചുറ്റും വരാന്തയും തൂണുകളും പണിയിച്ചത് സുൽത്താൻ അലീഷാചക്കിന്റെ കാലത്തായിരുന്നു. അഫ്ഘാൻ ഗവർണർ അട്ടാമുഹമ്മദ്ഖാൻ അതിനെ പുതുക്കി പണിയിക്കാൻ ശ്രമിച്ചെങ്കിലും സ്ഥാനഭ്രഷ്ടനാക്കപ്പെട്ടതുകൊണ്ട് പണിപൂർത്തിയാക്കാനായില്ല. പ്രധാനമന്ത്രി ഷേക്ക് അബ്ദുള്ളയും ഉപപ്രധാനമന്ത്രി ബക്ഷി ഗുലാം മുഹമ്മദും ചേർന്ന് 1951–ൽ അതിന്റെ പണി പൂർത്തിയാക്കി. അന്നുമുതൽ കാശ്മീരിലെ ഹിന്ദുക്കൾക്കും മുസ്ലീങ്ങൾക്കും ഒരുപോലെ അവിടം ഒരു തീർത്ഥാടന കേന്ദ്രമായിരുന്നു. 1964–ൽ ഷേക്ക് അബ്ദുള്ള അതിന്റെ ഭരണസമിതിയുടെ അധ്യക്ഷനായി. ആണ്ടുതോറും വർദ്ധിച്ചുവന്ന തീർത്ഥാടകർക്ക് ഭക്ഷണവും കിടപ്പാടവും നൽകുന്നതിൽ പട്ടണവാസികൾ ഏറെ ഔദാര്യം കാട്ടിയിരുന്നു.

കാശ്മീർ താഴ്വരയ്ക്കു ചുറ്റുമുള്ള ഉയർന്ന പ്രദേശങ്ങളിൽ താവളമടിച്ചിരുന്ന ഭീകരന്മാർ ശിശിരകാലത്ത് താഴ്വരയിലുള്ള ഗ്രാമങ്ങളിലേക്കും. പീർ പഞ്ചാൽ മലകളിൽ കഴിഞ്ഞിരുന്ന ഭീകരർ ചരാറിലേക്കും ശീതകാലത്ത് താമസം മാറ്റുക പതിവായിരുന്നു. ഈ ഭീകരരുടെ സമ്മർദ്ദം മൂലം ചരാറിലെ കാശ്മീരി പണ്ഡിറ്റുകൾ അവിടെ നിന്ന് ഒഴിഞ്ഞുപോയി. 1994 നവംബറിൽ ആരംഭിച്ച ശീതകാലം പതിവിലും അധികം തണുപ്പുള്ളതായിരുന്നു. അതുകൊണ്ട് പതിവുപോലെ കലാപകാരികളും ഭീകരന്മാരുമായ കുറെ പേർ ചരാർ–ഈ–ഷെറീഫിലും ചുറ്റുമുള്ള വീടുകളിലുമായി താമസമാക്കി. ഇക്കാര്യത്തിൽ പുതുമയൊന്നും ഇല്ലായിരുന്നു. 1995 മാർച്ച് 3–ാം തീയതിയിലെ ഈദ് ഉൾ ഫിത്തറിനുമുമ്പ് സാധാരണ ഗതിയിൽ അവർ ചരാർ–ഈ–ഷെരീഫ് ഒഴിഞ്ഞു പോകുമായിരുന്നു. കാശ്മീരിലെ മിക്കവാറും എല്ലാ പട്ടണങ്ങളിലും ഈ

സമയത്ത് ഭീകരസാന്നിധ്യം ഉണ്ടാവുക പതിവായിരുന്നുവെങ്കിലും ചരാറിൽ പ്രത്യേകമായി എന്തോ സംഭവിക്കുന്നതായി ഇന്റലിജൻസ് റിപ്പോർട്ടുകൾ ഫെബ്രുവരി മാസം മുതൽ സർക്കാരിനു ലഭിച്ചുകൊണ്ടിരുന്നു. പാകിസ്ഥാനികളും അഫ്ഘാൻകാരുമായ ഒട്ടേറെ ഭീകരർ ധാരാളം നവീനായുധങ്ങളുമായി ചരാർ–ഇ–ഷെറീഫ് പിടിച്ചെടുത്തിരിക്കുകയാണെന്നും അടുത്ത് നടക്കാൻ പോകുന്ന തെരഞ്ഞടുപ്പ് അട്ടിമറിക്കുകയാണ് അവരുടെ ലക്ഷ്യമെന്നുമൊക്കെയായിരുന്നു രഹസ്യ റിപ്പോർട്ടുകൾ. അവരിൽ 38 പേർ പാകിസ്ഥാനികളും 14 പേർ അഫ്ഘാൻകാരും 18 പേർ ആസാദ് കാശ്മീരികളും 4 പേർ ലബനൻകാരും 85 പേർ കാശ്മീരി ഗറില്ലകളുമാണെന്നാണ് പിന്നീടത്തെ കണ്ടെത്തൽ. അവരുടെ കൈവശം 4 മീഡിയം മെഷീൻ തോക്കുകളും രണ്ട് യൂണിവേഴ്സൽ മെഷീൻ തോക്കുകളും 12 റോക്കറ്റ് ഗ്രനേഡുകളും 85 കലാഷ്നികോവ് റൈഫിളുകളും ഉണ്ടായിരുന്നുവത്രെ.* മാർച്ച് മാസം 1–ാം തിയതി തന്നെ അതിർത്തി രക്ഷാസേന ചരാർ പട്ടണം വളഞ്ഞു; അവർ രക്ഷപ്പെടുന്നതിനു മുമ്പെ ഒന്നാകെ പിടികൂടുകയായിരുന്നു ലക്ഷ്യം.

പട്ടണം വളഞ്ഞാൽ ഭീകരരുമായി ഒരു സംഘട്ടനം തന്നെ ഉണ്ടാകുമെന്നും അത് ചരാർ–ഇ–ഷെറീഫിന്റെ നാശത്തിൽ കലാശിക്കുമെന്നും നല്ലവണ്ണം അറിഞ്ഞുകൊണ്ടായിരുന്നു പുറപ്പാട്. ചരാർ–ഇ–ഷെറീഫ് മുഴുവൻ തടികൊണ്ടുള്ള ഒരു മന്ദിരമായിരുന്നു. ഒരു തീപ്പൊരി എങ്ങാൻ അതിൽപ്പെട്ടാൽ മണിക്കൂറുകൾക്കകം അത് എരിഞ്ഞടങ്ങും. ഒരു തീക്കല്ല് (മോർട്ടാർ) അതിൽപ്പതിച്ചാൽ അഞ്ചുമിനിറ്റു മതി മന്ദിരം നശിക്കാൻ. അതുകൊണ്ട് രക്ഷാഭടന്മാർ പട്ടണം വളഞ്ഞ വിവരം സർക്കാർ നിഷേധിച്ചു. പക്ഷേ മാർച്ച് മാസം 5–ാം തിയതി ഏതാനും ഭീകരർ രക്ഷാസേനയുടെ ഒരു വാഹനത്തെ പതിയിരുന്നാക്രമിച്ചു. രണ്ടു രക്ഷാഭടന്മാൻ മരിക്കുകയും ഏറെ ഭീകരന്മാർക്ക് പരിക്കേൽക്കുകയും ചെയ്തു. മാർച്ച് 7/8 രാത്രി അതിർത്തി രക്ഷാസേനയും പട്ടാളവും പട്ടണം വളഞ്ഞതായി സർക്കാർ സമ്മതിച്ചു. ഹസ്രത്ത് ബാൽ പ്രശ്നം വിജയകരമായി നേരിട്ട ലഫ്.ജന. പത്മനാഭൻ ആയിരുന്നു സൈനിക ഓപ്പറേഷന് നേതൃത്വം വഹിച്ചത്. മാർച്ച് 11–ാം തീയതി അദ്ദേഹത്തിനു പകരം ലഫ്.ജന. ധില്ലൻ നിയമിതനായി. അതിർത്തി രക്ഷാസേനയും ഇന്ത്യൻ സൈന്യവും ചേർന്ന് ചരാറിൽനിന്നും പുറത്തുപോകാനുള്ള എല്ലാ മാർഗങ്ങളിലും കാവൽനിന്നു. ചുറ്റുമുള്ള ഉയർന്ന സ്ഥലങ്ങളിൽ നിരീക്ഷണ പോസ്റ്റുകളും സ്ഥാപിച്ചു. പുറംലോകവും പട്ടണവുമായുള്ള ബന്ധം തങ്ങൾ തടഞ്ഞിട്ടില്ലെന്ന് ധില്ലൻ പറഞ്ഞെങ്കിലും അതാണ് യഥാർഥത്തിൽ നടന്നത്. പട്ടണത്തിലെ 70 ശതമാനം പേരും സ്ഥലം വിട്ടതായിട്ടിരുന്നു. തിരിച്ചു

* ഏതാണ്ട് ഇതേ കാലത്ത് ഇന്റലിജൻസ് വകുപ്പ് കേരളത്തിൽ രൂപംനൽകിയ ഐ എസ് ആർ ഒ ചാരവൃത്തിക്കേസ്സിന് പിന്നീട് സംഭവിച്ചതാണ് ചരാർ–ഇ.ഷെറീഫിനെ സംബന്ധിച്ച റിപ്പോർട്ടിനും പിന്നീട് സംഭവിച്ചത്. നിറം പിടിപ്പിച്ച കഥകളായിരുന്നു അവ.

വരാമെന്നുള്ള പ്രതീക്ഷയിൽ അത്യാവശ്യ സാധനങ്ങൾ മാത്രമേ അവർ കൊണ്ടുപോയുള്ളു. പട്ടണവാസികളെ ഞെരുക്കിയാൽ അവർ ഭീകരരെ കയ്യൊഴിയുമെന്നും അപ്പോൾ തങ്ങൾക്ക് അവരെ പിടികൂടാൻ കഴിയുമെന്നും ആയിരുന്നു സൈന്യത്തിന്റെ പ്രതീക്ഷ. ഹസ്രത്ത്ബാൽ ഒഴിഞ്ഞുപോകാൻ ഭീകരരുടെ വ്യവസ്ഥകൾ പലതും സർക്കാർ രഹസ്യമായി അംഗീകരിച്ചത് ഇത്തവണ സംഭവിക്കരുത് എന്നതായിരുന്നു ജന. ധില്ലന്റെ അഭിപ്രായം. പട്ടണത്തിനുപുറത്ത് ഭീകരർ നിരായുധരായി ഒത്തുകൂടിയാൽ അവരെ അപകടം കൂടാതെ യഥാർഥ നിയന്ത്രണരേഖയ്ക്ക് പുറത്തുകൊണ്ടെത്തിക്കാമെന്ന് മാർച്ച് 14 ന് ജന.ധില്ലൻ പ്രഖ്യാപിച്ചു. ഭീകരർ വഴങ്ങിയില്ല. സ്വമേധയാ അവർ ഒഴിഞ്ഞുപോകുന്നതിനു സൈന്യം അനുവദിച്ചതുമില്ല,. സൈനിക ഉപരോധം പിൻവലിക്കണമെന്ന് ഹുറിയത്ത് കോൺഫറൻസ് വാദിച്ചുവെങ്കിലും സർക്കാർ അത് അംഗീകരിച്ചില്ല. പൂർണമായ കീഴടങ്ങലിനപ്പുറം ഒരു വ്യവസ്ഥയും അംഗീകരിക്കാൻ സർക്കാർ തയ്യാറായില്ല. ആരും മധ്യവർത്തികളായി വരുന്നതും സർക്കാരിന് സ്വീകാര്യമായിരുന്നില്ല. ചരാർ-ഇ-ഷെറിഫ് പിടിച്ചെടുക്കൽ തന്ത്രമാണെന്നും ചരാറിലെ ജനങ്ങളെക്കൊണ്ടു തന്നെ ഭീകരവാദികളെ കീഴടങ്ങാൻ പ്രേരിപ്പിക്കണമെന്നുമായിരുന്നു സർക്കാർ നിലപാട്.

മാർച്ച് അവസാനം സൈനികവലയം അൽപ്പം കൂടി മുന്നോട്ടു നീങ്ങി രണ്ടു കിലോമീറ്റർ അകലത്തിൽ നിലയുറപ്പിച്ചു. വെടിവെപ്പ് തുടർന്നുകൊണ്ടിരുന്നു. തിരിച്ചു വെടിവെച്ച് ഭീകരർ അവരുടെ വെടിക്കോപ്പുകൾ ഉപയോഗിച്ചു തീർക്കട്ടെ എന്നതായിരുന്നു തന്ത്രം. പല വീടുകൾക്കും ചില പള്ളികൾക്കും വെടിവെപ്പിൽ കേടുപറ്റി. തനിക്ക് ഒരു വർഷത്തേക്കാവശ്യമായ വെടിക്കോപ്പുകൾ കൈവശമുണ്ടെന്നു മാസ്റ്റ്ഗുൽ ഭീഷണിമുഴക്കിയെങ്കിലും ഒരു ഒത്തുതീർപ്പിന് താൻ തയ്യാറാണെന്ന് അയാൾ സൂചന നൽകി. സമാധാനമായി ഒഴിഞ്ഞുപോകാനും അവരുടെ സുരക്ഷിതത്വം ഉറപ്പുവരുത്താനും ഒരോ ബന്ദികളെ ഇരുകൂട്ടരും കൈമാറുകയെന്നതായിരുന്നു വ്യവസ്ഥ. അതിർത്തി സംരക്ഷണ സേനയിലെ ഡി എൻ ചൗധരിയെ സർക്കാർ വിട്ടുകൊടുത്താൽ പകരം ഹർക്കത്ത്-ഉൾ-അൻസാറിന്റെ കമാന്റർ അബുജിൻദാലിനെയോ അൽഫത്ത കമാന്റർ റഫീക്കുൾ ഇസ്ലാമിനെയോ പകരം നൽകാമെന്നു നിർദേശിച്ചു. ഈ വ്യവസ്ഥകൾ ഇരുപക്ഷത്തിനും നല്ലതാണെന്നായിരുന്നു പൊതുജനാഭിപ്രായം. ഇതേപ്പറ്റി സംസാരിക്കാൻ ഏപ്രിൽ 16-ാം തീയതി ജമാഅത്ത് ഇ ഇസ്ലാമിയിലെ സയ്യദ് ആലിഷാ ഗിലാനിയും ഷബീർ അഹമ്മദ് ഷായും മുന്നോട്ടു വന്നു. ഒത്തുതീർപ്പുവ്യവസ്ഥകൾ സ്വീകരിച്ചില്ലെന്നു മാത്രമല്ല അവർ ഇരുവരേയും അറസ്റ്റുചെയ്ത് കസ്റ്റഡിയിലെടുക്കുകയും ചെയ്തു.

ഏപ്രിലിൽ സംരക്ഷണസേന കുറെക്കൂടി മുന്നോട്ടുനീങ്ങി ൗൺ പോലീസ് സ്റ്റേഷൻ കൈവശപ്പെടുത്തി. ബസ് സ്റ്റാന്റിനു സമീപമായി

രുന്നു പോലീസ് സ്റ്റേഷൻ. അവിടെ ബങ്കറുകൾ തീർത്ത് തോക്കുകൾ കയറ്റിവെച്ച് പട്ടാളം പതിയിരുന്നു. അടുത്തുള്ള പക്കർപാറ റോഡ് ഭീകരരുടെ നിയന്ത്രണത്തിൽ നിന്ന് പിടിച്ചെടുത്തു. ഭീകരർ ചരാർ-ഇ-ഷെറീഫിൽ പതുങ്ങിയിരിക്കുകയല്ല എന്നും പട്ടണത്തിൽ വിഹരിക്കുകയായിരുന്നുവെന്നും ഇതോടെ ബോധ്യമായി. ഏപ്രൽ 27-ാം തീയതി പുതിയൊരു പ്രഖ്യാപനം നടത്തി; ഭീകരർ പോലീസ് സ്റ്റേഷനിൽ കീഴടങ്ങിയാൽ അവരെ ജമ്മു-പാകിസ്ഥാൻ അതിർത്തിയിലെ സുചേത്ഗാറിൽ വിമാനമാർഗം എത്തിക്കാം. അടുത്ത ദിവസം ഗവർണർ കെ വി കൃഷ്ണ റാവു പ്രധാനമന്ത്രിയെ നേരിൽ കണ്ട് ജമ്മുകാശ്മീർ തെരഞ്ഞെടുപ്പിന് തയ്യാറാണെന്നറിയിച്ചു. അപ്പോഴും പട്ടാളം ചരാറിലെ വീടുകൾക്കു നേരെ വെടിവെച്ചുകൊണ്ടിരിക്കുകയായിരുന്നു. 1500 ഓളം വീടുകളാണ് ചരാർ പട്ടണത്തിലുണ്ടായിരുന്നത്. മെയ് മാസം 8-ാം തീയതി രാത്രി അവയിൽ പല കെട്ടിടങ്ങളും അഗ്നിക്കിരയായി. ഷെൽ വർഷമാണ് തീ പിടിത്തത്തിനു കാരണമെന്ന് ദൃക്സാക്ഷികളും ഇന്റലിജൻസ് വകുപ്പും പറഞ്ഞു. എങ്കിലും സൈന്യം അത് നിഷേധിച്ചു. ഭീകരരാണ് തീവെപ്പ് നടത്തിയതെന്നും കാറ്റുവീശിയതാണ് കൂടുതൽ കെട്ടിടങ്ങളിൽ തീപിടിക്കാൻ കാരണമെന്നും അവർ പറഞ്ഞു. 8-ാം തീയതിക്കും 10-ാം തീയതിക്കുമിടയിൽ ആയിരുന്നു കാശ്മീരിൽ ബക്രീദ്. അതിനു മുമ്പ് കീഴടങ്ങാൻ ഭീകരരുടെമേൽ സൈന്യം സമ്മർദ്ദം ചെലുത്തുകയായിരുന്നു. ഭീകരർ പുറത്തുവരാൻ ഗവൺമെന്റ് ആഹ്വാനം ചെയ്തുകൊണ്ടിരുന്നു. പട്ടണത്തിലേക്ക് ആരെയും കയറ്റിവിട്ടില്ല. പട്ടണത്തിലേക്ക് മാർച്ച് ചെയ്ത അബ്ദുൾ ഘനി ലോൺ, ഷബീർഷാ, യസീംമാലിക് എന്നിവരെ പട്ടണത്തിന് 11 കിലോമീറ്റർ അകലെ വെച്ചു തടഞ്ഞു. 10-ാം തീയതി രാത്രി ചരാർ-ഇ-ഷെറീഫ് കത്തി എരിയുന്നത് കുന്നുകളിൽ നിന്നു കാണാമായിരുന്നു. അടുത്തദിവസം പുലർച്ചക്കുമുമ്പ് അത് പൂർണമായി കത്തിനശിച്ചിരുന്നു. 11-ാം തീയതി വെളുപ്പിന് 2.30 ന് ഭീകരർ ചരാർ-ഇ-ഷെരീഫ് കത്തിച്ചു കളഞ്ഞശേഷം സ്ഥലംവിട്ടുവെന്നാണ് സൈന്യത്തിന്റെ ഭാഷ്യം. പട്ടണത്തിലെ വീടുകൾ മിക്കവയും അതിനുമുമ്പു തന്നെ നശിച്ചുകഴിഞ്ഞിരുന്നു. അതും ഭീകരരുടെ ചെയ്തിയാണെന്നായിരുന്നു ഔദ്യോഗികഭാഷ്യം. ഭീകരർക്കും സുരക്ഷാസേനയ്ക്കും ഇടയിൽ ഒരു മറയായി നിന്ന വീടുകളെ ഭീകരർ കത്തിച്ചു കളഞ്ഞുവെന്നത് യുക്തിക്കു ചേർന്നതല്ല. മേയ് 8-ാം തീയതിക്കു ശേഷം ഓടിരക്ഷപ്പെടാൻ ശ്രമിച്ച പട്ടണവാസികളെ മേലിൽ മടങ്ങി വരരുതെന്നു പറഞ്ഞു സുരക്ഷാസേന വിരട്ടി. 1991 ൽ ഹന്ദ്വാരയും 1993 ൽ സോപോറും ഭീകരരെ തുരത്താൻ സുരക്ഷാസേന മുഴുവൻ പട്ടണവും തീവെച്ചു നശിപ്പിച്ചിരുന്നു. എന്നാൽ ചരാറിൽ മുഴുവൻ വീടുകളും നശിച്ചിരുന്നില്ല. ദൂരെനിന്നുള്ള ഷെല്ലിംഗിനാലാണ് വീടുകളും ഖബർ മന്ദിരവും നശിച്ചതെന്നു വ്യക്തമാണ്. 11-ാം തീയതി വൈകുന്നേരം മാത്രമാണ് തങ്ങൾ പട്ടണത്തിനുള്ളിൽ പ്രവേശിച്ചതെന്നും അതിനുമുമ്പ് ഭീകരരിൽ അധികം പേരും രക്ഷപ്പെട്ടുകഴിഞ്ഞുവെന്നും

സൈനിക വക്താവ് പറഞ്ഞു. സൈനിക നടപടിയിൽ മരിച്ചവർ മുപ്പതു പേരായിരുന്നു. അവരിൽ 10 പേർ മാത്രമേ ഭീകരവാദികളായിരുന്നുള്ളൂ. ആറുപേർ വിദേശികളായിരുന്നു. ഭീകരവാദികളുടെ തലവനായിരുന്ന 'മേജർ' മാസ്റ്റ് ഗുൽ രക്ഷപ്പെടുകയും ചെയ്തു. കാര്യമായി ആയുധങ്ങളൊന്നും കിട്ടിയില്ല. കടുത്ത സുരക്ഷാവലയം ഭേദിച്ച് ആർക്കും രക്ഷപ്പെടാൻ സാധിക്കുകയില്ല എന്നിരിക്കെ മാസ്റ്റ് ഗുൽ അടക്കം ഒരു ഡസനിലധികം ഭീകരവാദികൾ ചരാർ പട്ടണത്തിൽ ഉണ്ടായിരുന്നിരിക്കാനിടയില്ല എന്നാണ് കരുതേണ്ടത്. കനത്ത സൈനികവലയം ഭേദിച്ചു രക്ഷപ്പെട്ട മാസ്റ്റ് ഗുൽ വീരനായകനായി ഉയരുകയും ചെയ്തു. 10 തീവ്രവാദികളെ പിടിക്കാൻ കാശ്മീരിലെ രണ്ടു പ്രധാന ആരാധനാലയങ്ങളിൽ ഒന്നായ ചരാർ–ഇ–ഷെറിഫും ചരാർ പട്ടണവും നശിപ്പിച്ച സർക്കാരിന് കാശ്മീരിലെ മുഴുവൻ തീവ്രവാദികളെയും പിടിക്കാൻ എങ്ങനെ സാധിക്കും എന്ന ചോദ്യം ഉയർന്നു. കാശ്മീരി മനസിന് ഒരിക്കലും ഉണങ്ങാത്ത മുറിവേൽപ്പിച്ച ചരാർ–ഇ–ഷെറിഫ് സംഭവം ബാബ്റി മസ്ജിദ് സംഭവത്തെക്കാൾ പതിന്മടങ്ങു നീചമായിരുന്നു. മെയ് 22–ാം തീയതി മുതൽ മാത്രമാണ് പട്ടണം വിട്ടുപോയവരെ മടങ്ങിവരാൻ അനുവദിച്ചത്. മടങ്ങി വന്നവർക്ക് ഷെല്ലുകളുടെ അവശിഷ്ടങ്ങളല്ലാതെ ഒന്നും കാണാൻ കഴിഞ്ഞില്ല. വീടു നഷ്ടപ്പെട്ടവർക്ക് നഷ്ടപരിഹാരം നൽകാൻ ഗവൺമെന്റ് തയ്യാറായി. എന്നാൽ ചരാർ–ഇ–ഷെറിഫ് പുതുക്കി പണിയാൻ സർക്കാരിനെ അനുവദിക്കുകയില്ലെന്ന് ഹുറിയത് കോൺഫറൻസ് പറഞ്ഞു. 1990 ലെ അസ്വസ്ഥതകൾ നിറഞ്ഞ നാളുകളിലേക്ക് നാടു വീണ്ടും മടങ്ങിപ്പോയതായി നിഷ്പക്ഷമതികൾ കണ്ടു. ഭീകരരെ ഒതുക്കുന്നതിൽ കഴിഞ്ഞ നാലു വർഷങ്ങളായി നടന്ന ശ്രമങ്ങളെല്ലാം വ്യർഥമായി എന്ന് ഉദ്യോഗസ്ഥന്മാരും പോലീസും രഹസ്യമായിട്ടെങ്കിലും സമ്മതിച്ചു. അപ്പോഴും കാശ്മീരിൽ തെരഞ്ഞെടുപ്പു നടത്താൻ തയ്യാറാണെന്നു സർക്കാർ പറഞ്ഞു കൊണ്ടിരുന്നു.

വിദേശ ബന്ദികൾ

ചരാർ–ഇ–ഷെറിഫ് സംഭവം ലോകമാധ്യമങ്ങളിൽ നിന്ന് അപ്രത്യക്ഷമാകുന്നതിനു മുമ്പു തന്നെ വിനോദ സഞ്ചാരികളായി കാശ്മീരിലെത്തിയ ആറു വെള്ളക്കാരെ പുതുതായി രൂപീകരിക്കപ്പെട്ട അൽ–ഫറാൻ എന്ന ഭീകരസംഘടന തട്ടിക്കൊണ്ടു പോയി. 1995 ജൂലൈ മാസം നാലാം തീയതിയും എട്ടാം തീയതിയുമായാണ് ദക്ഷിണ കാശ്മീരിലെ പഹൽഗാമിനടുത്തുള്ള കാടുകളിൽ നിന്നും വെള്ളക്കാർ ബന്ദികളായി പിടികൂടപ്പെടുന്നത്. ബന്ദികളിൽ ഡൊണാൾഡ് ഹച്ചിംഗ്സ്, ജോൺ ചൈൽഡ് ഡൊണാൾഡ് എന്നിവർ അമേരിക്കക്കാരും പോൾവെൽസ്, കീത്മാഗാം എന്നിവർ ഇംഗ്ലീഷുകാരും ഡർക്ഹസെർട് ജർമൻകാരനും ഹാൻസ് ക്രിസ്ത്യൻ ഓസ്ട്രോ നോർവീജിയനും ആയിരുന്നു. അവരെ പിടിച്ചുകൊണ്ടു പോയ അൽ–ഫറാൻ പാകിസ്ഥാൻ പക്ഷപാതികളായ

ഹർക്കത് -ഉൾ- അൻസാറിന്റെ മറ്റൊരു പേരാണെന്നാണ് ഇന്ത്യൻ ഇന്റലിജൻസ് ബ്യൂറോ പറയുന്നത്. ഇന്ത്യൻ തടവിൽ കിടക്കുന്ന 17 തീവ്രവാദികൾക്കു പകരം ബന്ദികളെ വിട്ടു കൊടുക്കാമെന്നാണ് ഭീകരരുടെ നിലപാട്. പതിനേഴു പേരിൽ രണ്ടു പേരൊഴികെ ബാക്കിയുള്ളവരെല്ലാം പാകിസ്ഥാൻകാരോ അഫ്ഘാൻകാരോ ആണ്.

തടവുകാരായ ഭീകരന്മാരെ വിട്ടു കൊടുക്കുകയില്ല എന്നായിരുന്നു ഇന്ത്യയുടെ നിലപാട്. മനുഷ്യത്വത്തിന്റെ പേരിൽ ബന്ദികളെ മോചിപ്പിക്കണമെന്നും അങ്ങനെ ചെയ്താൽ കാശ്മീർ വിട്ടുപോകുന്നതിനു സർക്കാർ തടസമാവില്ല എന്നും ഗവൺമെന്റ് പ്രഖ്യാപിച്ചു. തടവിൽ പിടിക്കപ്പെട്ടതിന്റെ മൂന്നാം ദിവസം അമേരിക്കക്കാരനായ ജോൺ ചൈൽഡ്, ഭീകരരുടെ പിടിയിൽ നിന്നു രക്ഷപ്പെട്ടു. വയറുകടി എന്നു പറഞ്ഞു മറവിലേക്കു മാറിയാണ് അയാൾ ഓടി രക്ഷപ്പെട്ടത്. തങ്ങൾ പറയുന്നതുപോലെ പ്രവർത്തിക്കും എന്നു തെളിയിക്കാൻ വേണ്ടി നോർവീജിയനായ ക്രിസ്ത്യൻ ഓസ്ട്രോയെ തലവെട്ടി വധിച്ചു. കേരളത്തിൽ കഥകളി പരിശീലനം നേടുന്നതിനിടയിൽ വേനൽക്കാല സന്ദർശനത്തിനായി കാശ്മീരിലെത്തിയതായിരുന്നു ഓസ്ട്രോ. ഓസ്ട്രോയുടെ വധം മറ്റു ഭീകരവാദികളെപ്പോലും നടുക്കിക്കളഞ്ഞു. മനുഷ്യാവകാശ സംരക്ഷണപ്രവർത്തകർ അതിനെ അപലപിക്കുകയും മറ്റു ബന്ദികളെ ഉടൻ വിടണമെന്ന് ആവശ്യപ്പെടുകയും ചെയ്തു. ചരാർ-ഇ-ഷെറിഫിൽ നിന്ന് രക്ഷപ്പെട്ട് വീരനായകനായിത്തീർന്ന മാസ്റ്റ് ഗുൽ ബന്ദികളെ വിടാൻ ആഹ്വാനം ചെയ്തു. ജെ കെ എൽ എഫിലെ ജാവേദ്മിറും പീപ്പിൾസ് ലീഗിലെ ഷെബീർഷായും ബന്ദികളെ വിടാൻ ആഹ്വാനം ചെയ്തു. ബന്ദികൾക്ക് ജീവഹാനി സംഭവിക്കാതിരിക്കാൻ അവരെ പിടികൂടിയ ഭീകരരെ ആക്രമിക്കരുതെന്ന് സർക്കാർ കർശനമായി വിലക്കി. ഭീകരരെയും ബന്ദികളെയും കണ്ടെത്തിയാൽപ്പോലും ഒന്നും ചെയ്യരുതെന്ന് വിലക്കപ്പെട്ടു. അൽഫറാനിലെ മറ്റു തീവ്രവാദികൾ മധ്യവർത്തികളായി നിന്ന് കാശ്മീർ സർക്കാറുദ്യോഗസ്ഥനായ രാജീന്ദർ ടിക്കുവും ഭീകരരുമായി ടെലിഫോൺ ബന്ധം സ്ഥാപിച്ചു. തങ്ങളുടെ സഹപ്രവർത്തകരെ ഉടനെ വിട്ടില്ലെങ്കിൽ ബന്ദികളെ കശാപ്പു ചെയ്യുമെന്ന് അൽഫറാൻ ഭീഷണി മുഴക്കിക്കൊണ്ടിരുന്നു. താൻ കേന്ദ്രഗവൺമെന്റുമായി സമ്പർക്കത്തിലാണെന്നും കേന്ദ്രത്തിന് തീരുമാനിക്കാൻ സമയം നൽകണമെന്നും വധശിക്ഷ മാറ്റിവയ്ക്കണമെന്നും ടിക്കു ആവശ്യപ്പെട്ടുകൊണ്ടിരുന്നു. അതിനാൽ വധശിക്ഷ പലതവണ മാറ്റിവച്ചു. ലോകതലസ്ഥാനങ്ങളിൽ നിന്നെല്ലാം ബന്ദികൾക്കുവേണ്ടി അഭ്യർഥനകളുണ്ടായി. അൽഫറാൻ പാകിസ്ഥാൻ ഏജന്റുമാരാണെന്ന് ഇന്ത്യ കുറ്റപ്പെടുത്തിക്കൊണ്ടിരുന്നുവെങ്കിലും ആഗസ്റ്റ് 21-ാം തീയതി പാക് റേഡിയോയും ടിവിയും ബന്ദികളെ മോചിപ്പിക്കാൻ ആഹ്വാനം ചെയ്തു. ബന്ദികളുടെ ഭാര്യമാരും മനുഷ്യത്വത്തിന്റെ പേരിൽ ബന്ദികളെ മോചിപ്പിക്കാൻ അഭ്യർഥിച്ചു. ബ്രിട്ടീഷ്, ജർമൻ, അമേരിക്കൻ അംബാസഡർമാരും മോചനശ്രമം നടത്തി

യെങ്കിലും തടവുകാരായ ഭീകരരെ വിട്ടുകൊടുക്കണമെന്ന് അവരാരും ഇന്ത്യാ ഗവൺമെന്റിനോട് ആവശ്യപ്പെട്ടില്ല.

ഇസ്ലാമാബാദിലെ ബ്രിട്ടീഷ് ഹൈക്കമ്മീഷണറോട് മൗലാനാ ഫസ്ലൂർ റഹ്മാനുമായി ബന്ധപ്പെടാൻ അൽഫറാൻ ആവശ്യപ്പെട്ടു. അതിൻപ്രകാരം മധ്യസ്ഥനായി മൗലാനാ ഇന്ത്യയിലെത്തി. ഇന്ത്യയിലെത്തിയ മൗലാനയുമായി ഭീകരർ ബന്ധപ്പെട്ടു. മൗലാന ആവശ്യപ്പെട്ടതനുസരിച്ച് വധം കുറച്ചു ദിവസത്തേക്കു കൂടി മാറ്റിവയ്ക്കാൻ ഭീകരർ തയ്യാറായി. ഇന്ത്യാ ഗവൺമെന്റും ഭീകരരും പിന്നീട് മൗലാനയോടു ബന്ധപ്പെട്ടില്ല. ഇതെല്ലാം ഇന്ത്യൻ ഇന്റലിജൻസ് വകുപ്പിന്റെ തന്ത്രമാണെന്ന് പാകിസ്ഥാൻ കുറ്റപ്പെടുത്തി. ഇന്ത്യയിൽ മൗലാനയുടെ ടെലിഫോൺ നമ്പർ ഭീകരർക്ക് എങ്ങനെ കിട്ടിയെന്ന് പാകിസ്ഥാൻ ചോദിച്ചു. ഭീകരരും ഇന്ത്യൻ സർക്കാരും പാകിസ്ഥാനെ താറടിക്കാൻ ഒത്തുകളിക്കുകയാണെന്നും പാകിസ്ഥാൻ കുറ്റപ്പെടുത്തി. ബന്ധപ്പെട്ട ഗവൺമെന്റുകൾ പാകിസ്ഥാനുമേൽ സമ്മർദ്ദം ചെലുത്തിയാൽ പരിഹാരമുണ്ടാകുമെന്ന ശുഭപ്രതീക്ഷയാണ് ഇന്ത്യക്കുണ്ടായിരുന്നത്. ഓരോ തവണയും ഭീകരർ ടിക്കുവുമായി സമ്പർക്കം പുലർത്തുമ്പോൾ കൂടുതൽ സമയം നൽകുകയില്ല എന്ന് ഭീഷണിപ്പെടുത്താറുണ്ടെങ്കിലും വീണ്ടും വീണ്ടും അവർ ടിക്കുവുമായി ബന്ധപ്പെടുന്നത് പാകിസ്ഥാന്റെ പ്രേരണകൊണ്ടാണെന്നു കരുതപ്പെട്ടു. സെപ്തംബർ മാസം വരെയും പലതവണ അവർ ടിക്കുവുമായി ടെലിഫോൺ സംഭാഷണം നടത്തി. പിന്നീട് അവർ അതു മതിയാക്കി. ഏറെനാൾ കഴിഞ്ഞ് അവർ ബന്ദികളെ വിട്ടയച്ചതായും ബന്ദികൾ ഇന്ത്യൻ സുരക്ഷാസേനയുടെ പിടിയിലാണെന്നും അവരുടെ ഒരു വക്താവ് പറഞ്ഞു. സുരക്ഷാസേന ഇത് നിഷേധിച്ചു. 1996 മെയ് മാസത്തിൽ ബന്ദികൾ നാലു പേരും വധിക്കപ്പെട്ടതായി വിദേശ പത്രങ്ങളിൽ വാർത്ത വന്നു. ബന്ദികളെ കുഴിച്ചു മൂടിയ സ്ഥലം തനിക്കറിയാം എന്ന് അവകാശപ്പെട്ട് വക്താവ് കാണിച്ചുകൊടുത്ത സ്ഥലത്തൊന്നും മൃതദേഹങ്ങൾ ഉണ്ടായിരുന്നില്ല. ജീവനോടെ പുറത്തു വന്നാൽ പല രഹസ്യങ്ങളും പുറത്താകുമെന്നതിനാൽ ബന്ദികൾ മോചിപ്പിക്കപ്പെടുകയില്ല എന്നു തന്നെ കരുതേണ്ടിയിരിക്കുന്നു.

കലാപവിരുദ്ധ സംഘടനകൾ

1990 മാർച്ചു മാസത്തിൽ ആരംഭിച്ച ഭീകരപ്രവർത്തനങ്ങൾ കാശ്മീർ താഴ്വരയിൽ ജനജീവിതം ദുസ്സഹമാക്കിയിരുന്നു. പൊതുവേ സമാധാനകാംക്ഷികളായ കാശ്മീരികളിൽ ഭീകരവാദത്തോടു മടുപ്പു തോന്നിത്തുടങ്ങാൻ അധികകാലം വേണ്ടിവന്നില്ല. 1991 അവസാനത്തോടുകൂടി ഭീകരവാദത്തിനോടുള്ള വിപ്രതിപത്തി സാധാരണക്കാരിൽ അങ്കുരിച്ചു. ഭീകരവാദത്തിനെതിരെ സംഘടിക്കാനും കുറേപ്പേർ ചങ്കൂറ്റം കാട്ടി. ഏതാനും കലാപവിരുദ്ധ സംഘടനകൾ രൂപംകൊള്ളാൻ അതുകാരണമായി. പല കാരണങ്ങളാൽ ഇന്ത്യാ വിരുദ്ധ തീവ്രവാദം ഉപേക്ഷിച്ചവരാണ് ഈ സംഘടനകളിൽ ഉള്ളത്. തീവ്രവാദം ഉപേക്ഷിക്കുമ്പോൾ മറ്റുള്ള തീവ്രവാദികളിൽ നിന്നു രക്ഷ നേടുന്നതിന് അവർക്ക് ഇന്ത്യൻ രക്ഷാ

സേനയെ അഭയം പ്രാപിക്കുകയോ സ്വയം സംഘടിച്ച് ആയുധം എടുക്കേണ്ടിവരികയോ ചെയ്യുന്നു. ഭീകരപ്രവർത്തരെ നേരിടുന്നതിന് അവരുടെ അണികളിൽ നിന്നു രക്ഷപ്പെട്ടു വരുന്നവരെ രക്ഷാസേന പ്രയോജനപ്പെടുത്തുന്നു. ഭീകരവാദികളെ തീവ്രവാദം ഉപേക്ഷിക്കാൻ പ്രേരിപ്പിക്കുന്നതിനും അതിനു തയ്യാറാവാത്തവരുടെ ഒളിത്താവളങ്ങൾ രക്ഷാസേനക്കു കാട്ടിക്കൊടുക്കാനും അവർ തയ്യാറാകുന്നു.

1992 ൽ ചൗധുരി ജലാലുദീൻ, കുപ്വാരയിൽ ആരംഭിച്ച മുസ്ലീം ലിബറേഷൻ ആർമി ഇത്തരം കലാപവിരുദ്ധരുടെ ഒരു സംഘടനയാണ്. ആസാദ് കാശ്മീരിലെ മുസഫറാബാദ് കേന്ദ്രമായി പ്രവർത്തിച്ചിരുന്ന നാഷണൽ ലിബറേഷൻ ആർമിയിൽ നിന്നു വിഘടിച്ചു വന്ന ഗുജ്ജാറുകളുടെ സംഘടനയാണ് മുസ്ലീം ലിബറേഷൻ ആർമി. തീവ്രവാദം ഉപേക്ഷിച്ച് സർക്കാരിന് കീഴടങ്ങാൻ അയാൾ ധാരാളം പേരിൽ പ്രേരണ ചെലുത്തി.

1995 ലാണ് കലാപവിരുദ്ധ സംഘടനകൾ കൂടുതലായി രൂപം കൊണ്ടത്. രഹസ്യാന്വേഷണ വിഭാഗത്തിനും അതിർത്തി രക്ഷാസേനയ്ക്കും ഇവയുടെ രൂപീകരണത്തിൽ പങ്കുണ്ടെന്നാണ് പറയപ്പെടുന്നത്. തീവ്രവാദി സംഘടനകളിലെ ഗ്രൂപ്പുവഴക്കുകളും നേതൃത്വത്തിന് വേണ്ടിയുള്ള വടംവലിയും സംഘടന വിടാൻ പ്രേരകമാകുന്നു. അപ്രകാരം സംഘടന വിടുന്നവർ സ്വരക്ഷയ്ക്കോ പ്രതികാരത്തിനോ വേണ്ടി രക്ഷാസേനയെ സമീപിക്കുന്നു. പിന്നീടവർ ഏതെങ്കിലും കലാപവിരുദ്ധ സംഘടനയിൽ ചേർന്ന് ആയുധം എടുക്കുന്നു. ബദ്ഗാം ജില്ലയിലെ ബീർവാ ഗ്രാമത്തിൽ നടന്ന ഒരു സംഭവം ഇതിനുദാഹരണമാണ്. ഹിസ്ബുൾ മുജാഹിദ്ദീനിലെ ഒരു ഭടൻ തന്റെ സഹപ്രവർത്തകനെ പൊലീസ് ഒറ്റുകാരൻ എന്നു സംശയിച്ചു വെടിവെച്ചു കൊന്നു. ഉടൻ തന്നെ വധിക്കപ്പെട്ടയാളിന്റെ ജ്യേഷ്ഠൻ വീടും സ്വത്തും വിറ്റുപെറുക്കി കുടുംബസമേതം നാടുവിട്ട് അതിർത്തി രക്ഷാസേനയെ അഭയം പ്രാപിച്ചു. പിന്നീടയാൾ നാട്ടിൽ തിരിച്ചു വന്ന് തന്റെ സഹോദരനെ വധിച്ചയാളെ പൊതുസ്ഥലത്തുവച്ചു കൊന്നു.

ഹിസ്ബുൾ മുജാഹിദ്ദീൻ നേതാവായിരുന്ന മാസ്റ്റർ അഹ്സർ ദാർ എന്നയാളെ അട്ടിമറിച്ച് മുഹമ്മദ് യൂസഫ് ഷാ എന്നയാൾ നേതൃത്വം കൈയടക്കി. അഹ്സൻ ദാർ സംഘടനയിൽ നിന്നു രാജിവച്ചു പിരിഞ്ഞ് മുസ്ലീം മുജാഹിദീൻ എന്നു മറ്റൊരു സംഘടനയുണ്ടാക്കി. ഇരുസംഘടനകളും തമ്മിൽ രൂക്ഷമായ സംഘട്ടനങ്ങളുണ്ടാവുകയും യൂസഫ് ഷായുടെ കുടുംബാംഗങ്ങൾ അപ്പാടെ വധിക്കപ്പെടുകയും ചെയ്തു. അതിനു പ്രതികാരമായി മുസ്ലീംമുജാഹിദീനിൽ വളരെപ്പേർ തോക്കിനിരയാവുകയും ശേഷിച്ചവർ അതിർത്തി രക്ഷാസേനയെ അഭയം പ്രാപിക്കുകയും ചെയ്തു. ഇപ്പോൾ ഏതാണ്ട് 200 പേരുള്ള മുസ്ലീം മുജാഹിദീൻ രക്ഷാസേനയുടെ ഒത്താശയോടെ ഉത്തരകാശ്മീരിലും ദക്ഷിണ കാശ്മീരിലും ശക്തി ഉറപ്പിച്ചിരിക്കുകയാണ്. ദക്ഷിണ കാശ്മീരിൽ അവർ അൽ–ഇഖ്വാൻ എന്ന മറ്റൊരു കലാപവിരുദ്ധ പ്രസ്ഥാനവുമായി യോജിപ്പിലാണ്.

നാടോടിപ്പാട്ടുകാരനായിരുന്ന ജാംഷെഡ് ഷിറാസി, ഇസ്ലാം-ഉൾ-മുസ്ലിമീൻ എന്ന ഭീകരസംഘടനയിലെ അംഗമായിരുന്നു. അതിൽ നിന്നു വിട്ട് കുക്കാപറയ് എന്ന പേരു സ്വീകരിച്ച് വടക്കൻ കാശ്മീരിൽ ബന്ദിപ്പോറജില്ലയിലെ ഹാജൻ ഗ്രാമത്തിൽ ഇസ്ലാം-ഉൾ-മുസ്ലിമൂൺ എന്ന പേരിൽ ഒരു കലാപവിരുദ്ധ സംഘടന രൂപീകരിച്ചു. ക്രമേണ ശക്തിയാർജ്ജിച്ച ഈ സംഘടന കാശ്മീരിലെ മിക്കവാറും എല്ലാ ജില്ലകളിലും വ്യാപിച്ചു. രക്ഷാസേനയുടെ പിന്തുണയുണ്ടെന്നു കരുതപ്പെടുന്ന ഈ സംഘടന ഹിസ്ബുൾ മുജാഹിദീനിലെ ഒട്ടേറെപ്പേരെ വധിച്ചു. പാകിസ്ഥാനോട് താൽപ്പര്യമില്ലാത്തവരുടെമേലും ഇവർ ഭീഷണി ഉയർത്തുന്നു. അവാമിലീഗ് എന്ന പേരിൽ ഒരു രാഷ്ട്രീയ സംഘടനയുണ്ടാക്കി തെരഞ്ഞെടുപ്പുകളിൽ മത്സരിക്കാനുള്ള ഒരുക്കത്തിലാണ് കുക്കാപറയ്.

ഇന്ത്യൻ അൽബർക്ക് എന്നു പേരുള്ള മറ്റൊരു കലാപവിരുദ്ധ സംഘടന കുപ്‌വാരയിലും ഗന്തർബാലിലും പ്രവർത്തിക്കുന്നു. ഭീകരവാദികളെ കാട്ടിക്കൊടുത്ത് അവർ രക്ഷാസേനയെ സഹായിക്കുന്നു. 50 പോരോളം മാത്രമേ ഈ സംഘടനയിലുള്ളു. അവർ രണ്ടും മൂന്നും പേരായി നാട്ടിൽ ചുറ്റിക്കറങ്ങുന്നു. ഹുസ്സൈയ്നി കമാൻഡോസ്, താലിബാൻ, കാശ്മീർ ലിബറേഷൻ ജിഹാദ്ഫോഴ്സ് എന്നിവയും ഇത്തരത്തിലുള്ള സംഘടനകളാണ്. കാശ്മീർ താഴ്‌വരയിൽ ആകെ ഇത്തരം 2000 കലാപവിരുദ്ധർ ഉണ്ടാവുമെന്നാണ് കണക്ക്. സൈന്യം നടത്തുന്ന പുനരധിവാസകേന്ദ്രങ്ങളിലുള്ളവർ ഇതിനുപുറമെയാണ്. ആറുമാസത്തെ തൊഴിൽ പരിശീലനവും സ്റ്റൈപെന്റും നൽകപ്പെടുന്നവർ പുനരധിവാസകേന്ദ്രങ്ങളിലുണ്ട്.

1996 ലെ തെരഞ്ഞെടുപ്പുകൾ

കാശ്മീരിലെ മനുഷ്യാവകാശ ധ്വംസനങ്ങളെപ്പറ്റിയുള്ള പാകിസ്ഥാന്റെ പ്രചരണത്തിന് യൂറോപ്പിലും അമേരിക്കയിലും മറ്റും നല്ല സ്വീകരണമാണ് ലഭിച്ചത്. മനുഷ്യാവകാശ സംരക്ഷണ സംഘടനകളെ കാശ്മീരിൽ കടക്കാൻ അനുവദിക്കാത്തതും വിമർശനവിധേയമായി. ഹന്ദ്വാര, സോപോർ എന്നീ പട്ടണങ്ങളും ചരാർ-ഇ ഷെരീഫും നശിപ്പിക്കപ്പെട്ടത് ചെറിയ ദുഷ്പേരല്ല വരുത്തിവെച്ചത്. ചരാർ-ഇ-ഷെരീഫ് നാശത്തിനു കാരണക്കാരൻ മാസ്റ്റ് ഗുൽ ആണെന്ന് സ്ഥാപിക്കാൻ ഇന്ത്യാഗവൺമെന്റ് നടത്തിയ ശ്രമം ഫലവത്തായില്ല. ഹർക്കത്ത്-ഉൾ-അൻസാറിന്റെ തലവനായിരുന്ന അബുജിൻഡാലിന്റെ 'പ്രസ്താവന'യ്ക്ക് ഇന്ത്യ വമ്പിച്ച പ്രചാരം നൽകിയെങ്കിലും അതു വിദേശികൾ വിശ്വസിച്ചു എന്നു തോന്നുന്നില്ല. ഇന്ത്യക്കെതിരെ ജിഹാദ് പ്രഖ്യാപിച്ച അബുജിൻഡാൽ സംഘട്ടനത്തിൽ പിടിക്കപ്പെട്ടതല്ലെന്നും കുളിച്ചുകൊണ്ടിരുന്ന അയാളെ ആരോ ഒറ്റുക്കൊടുത്തതാണെന്നും മൂന്നാം മുറയ്ക്കു വിധേയനായ അയാളിൽ നിന്നു സമ്മർദ്ദം ചെലുത്തി വാങ്ങിയ പ്രസ്താവനയിലാണ് മാസ്റ്റർ ഗുല്ലിനെ കുറ്റപ്പെടുത്തിയതെന്നും മിക്കവാറും

വ്യക്തമായിരുന്നു. ചരാർ- ഇ-ഷെരീഫ് പട്ടണവാസികൾ അത്യന്തം ബഹുമാനത്തോടെയാണ് അബുജിൻഡാലിനെ സ്മരിക്കുന്നത്.

ലോകവേദിയിൽ ഇന്ത്യക്കു ലഭിച്ച ദുർയശസ്സ് മാറ്റിയെടുക്കാൻ തെരഞ്ഞെടുപ്പു നടത്തി ഒരു ജനകീയ സർക്കാരിനെ ജമ്മുകാശ്മീരിന്റെ ഭരണം ഏൽപ്പിക്കുക മാത്രമേ കരണീയമായിട്ടുള്ളു എന്നു മിക്കവാറും വ്യക്തമായിരുന്നു. ഗവർണർ കൃഷ്ണറാവുവും കേന്ദ്രവും അതിനു തയ്യാറായി. തണുപ്പുകാലത്ത് ഭീകരപ്രവർത്തനങ്ങൾ കുറയുമെന്നതിനാൽ ആ സമയം തെരഞ്ഞെടുപ്പു നടത്താനായിരുന്നു തീരുമാനം. എന്നാൽ നിയമസമാധാനനില മോശമെന്നു കണ്ട തെരഞ്ഞെടുപ്പു കമ്മീഷൻ അതു നിരസിച്ചു. 1996 ലെ പാർലമെന്റിലേക്കുള്ള പൊതുതെരഞ്ഞെടുപ്പ് ജൂൺ മാസത്തിനു മുമ്പു നടക്കേണ്ടതിനാൽ ജമ്മുകാശ്മീരിലെ തെരഞ്ഞെടുപ്പും അതോടൊപ്പം ആകാമെന്നായി അടുത്ത തീരുമാനം. എന്നാൽ ജമ്മുകാശ്മീരിന് ആഭ്യന്തര സ്വയംഭരണം നൽകാതെ തെരഞ്ഞെടുപ്പിൽ പങ്കെടുക്കുകയില്ലെന്ന് നാഷണൽ കോൺഫറൻസ് ഉറച്ചുനിന്നു. 1953 നു മുമ്പ് ജമ്മുകാശ്മീരിൽ നിലവിലിരുന്ന ഭരണക്രമം പുനഃസ്ഥാപിക്കണമെന്ന് ഫറൂക്ക് അബ്ദുള്ള ആവശ്യപ്പെട്ടു. ഒരു തെരഞ്ഞെടുപ്പിനെ നേരിടുന്ന നരസിംഹറാവു സർക്കാരിന് അത്തരം ഒരു തീരുമാനം എടുക്കുക പ്രയാസമായിരുന്നു. പ്രത്യേകിച്ചും പ്രധാന പ്രതിപക്ഷമായ ബി ജെ പി ഇന്ത്യൻ ഭരണഘടനയിലെ 370-ാം വകുപ്പു മാറ്റണമെന്നാവശ്യപ്പെട്ടു കൊണ്ടിരിക്കുന്ന സാഹചര്യത്തിൽ. എങ്കിലും, ഗവർണർ പദവി നിറുത്തലാക്കിയിട്ട് 1952-ൽ ആരംഭിച്ച സദർ-ഇ-റിയാസത്ത് പദവി പുനഃസ്ഥാപിക്കാമെന്ന് പ്രധാനമന്ത്രി വാഗ്ദാനം ചെയ്തു. ഇതൊരു നല്ല വാഗ്ദാനമായിരുന്നു. എന്തെന്നാൽ സദർ-ഈ-റിയാസത്ത് ജമ്മു കാശ്മീർ നിയമസഭയിൽ തെരഞ്ഞെടുക്കപ്പെടുന്ന ആളാണ്. ഒരിക്കൽ നിയമിക്കപ്പെട്ടാൽ അദ്ദേഹത്തെ പിരിച്ചു വിടാൻ പ്രസിഡന്റിനധികാരമുണ്ടാവില്ല. അസംബ്ലി പിരിച്ചു വിടുന്നത് സദർ-ഈ-റിയാസത്ത് ആയതുകൊണ്ട് ഇക്കാര്യത്തിൽ കേന്ദ്രത്തെ ഭയപ്പെടേണ്ടതും ഇല്ല.

നരസിംഹറാവുവിന്റെ വാഗ്ദാനം സ്വീകരിക്കാൻ ഫറൂക്ക് തയ്യാറായില്ല. അതിനദ്ദേഹത്തിന്റേതായ ന്യായീകരണം ഉണ്ടാവാം. തെരഞ്ഞെടുപ്പിനുശേഷം റാവു അധികാരത്തിൽ വരുമെന്നുറപ്പില്ല. അതുകൊണ്ട് റാവുവിന്റെ വാഗ്ദാനത്തിൽ കഴമ്പില്ല. അസംബ്ലി തെരഞ്ഞെടുപ്പു കഴിഞ്ഞാൽ മാത്രമേ സദർ-ഈ- റിയാസത്തിനെ തെരഞ്ഞെടുക്കാൻ സാധിക്കുകയുള്ളു. ഈ സാഹചര്യത്തിൽ പുതിയ ഗവൺമെന്റ് അധികാരത്തിൽ വന്നശേഷം അസംബ്ലി തെരഞ്ഞെടുപ്പിൽ പങ്കെടുക്കുന്നതായിരിക്കും ഉത്തമം എന്നു ഫറൂക്ക് കരുതിയിരിക്കാം. ശരിയായ തെരഞ്ഞെടുപ്പു സാധ്യമാണോ എന്നും ഫറൂക്കിന് ഉറപ്പില്ലായിരുന്നു. ഈ സാഹചര്യത്തിൽ പാർലമെന്റിലേക്കുള്ള തെരഞ്ഞെടുപ്പിനുശേഷം അസംബ്ലി തെരഞ്ഞെടുപ്പു നടത്താമെന്നു കേന്ദ്രം തീരുമാനിച്ചു. നാഷണൽ കോൺഫറൻസ് പങ്കെടുക്കാത്ത ഒരു തെരഞ്ഞെടുപ്പിലൂടെ പ്രാതിനിധ്യസ്വഭാവമുള്ള ഒരു സർക്കാർ ജമ്മുകാശ്മീരിലുണ്ടാവുകയില്ലെന്നും അപ്ര

കാരം ഉണ്ടാകുന്ന സർക്കാരിന് ജനങ്ങളുടെ അംഗീകാരം ലഭിക്കുകയില്ലെന്നും വ്യക്തമായിരുന്നു. അതുകൊണ്ട്, 1996 മെയ്, ജൂൺ മാസങ്ങളിലായി ഇന്ത്യൻ പാർലമെന്റിലേക്കുള്ള തെരഞ്ഞെടുപ്പ് ജമ്മുകാശ്മീരിൽ നടന്നു.

നാഷണൽ കോൺഫറൻസ് തെരഞ്ഞെടുപ്പിൽ പങ്കെടുത്തില്ല. ഹുറിയത്ത് കോൺഫറൻസ് തെരഞ്ഞെടുപ്പിനെ കഠിനമായി എതിർത്തു. മെയ് 13–ാം തീയതി മുതൽ തെരഞ്ഞെടുപ്പു തീരുന്നതുവരെ അവർ പണിമുടക്കു പ്രഖ്യാപിച്ചു. അതിനെ നേരിടുന്നതിന്, തെരഞ്ഞെടുപ്പു ചുമതല ബഹിഷ്കരിക്കുന്ന സർക്കാർ ജീവനക്കാർക്ക് നേരെ കഠിനമായ ശിക്ഷാവിധിയുണ്ടാകുമെന്ന് സർക്കാരും പ്രഖ്യാപിച്ചു. തെരഞ്ഞെടുപ്പിൽ സഹകരിക്കുന്ന ജീവനക്കാർക്ക് ഒരു മാസത്തെ അധിക ശമ്പളവും അഞ്ചു ലക്ഷം രൂപയുടെ അപകട ഇൻഷ്വറൻസും പ്രഖ്യാപിക്കപ്പെട്ടു. താൽക്കാലിക ജീവനക്കാരെ വരുന്ന ഒഴിവുകളിൽ സ്ഥിരപ്പെടുത്തുമെന്നും ഉറപ്പു നൽകി. ജീവനക്കാരുടെ പ്രതികരണം തീർച്ചയില്ലാത്തതു കൊണ്ട് ഉർദു അറിയുന്ന 9000 ജീവനക്കാരെ മറ്റ് സംസ്ഥാനങ്ങളിൽ നിന്നും തെരഞ്ഞെടുപ്പ് ചുമതലകൾക്കായി വിമാനമാർഗ്ഗം ജമ്മു കാശ്മീരിലെത്തിച്ചു. അതിർത്തി രക്ഷാസേനയ്ക്ക് പുറമെ സി ആർ പി, സംസ്ഥാന സായുധ പോലീസ്, രാഷ്ട്രീയ റൈഫിൾസ്, സ്പെഷ്യൽ ടാസ്ക് ഫോഴ്സ്, സംസ്ഥാന പോലീസ് എന്നിവയും നാടുനീളെ വിന്യസിക്കപ്പെട്ടു. ക്രമീകരണങ്ങൾക്കു നല്ല ഫലമുണ്ടായി 55 ശതമാനം പേർ വോട്ടു ചെയ്തത് വിമർശകരെപ്പോലും അത്ഭുതപ്പെടുത്തി. ബലപ്രയോഗം മൂലമാണ് വോട്ടിംഗ് ശതമാനം കൂടിയതെന്ന് ആരോപണം ഉണ്ടായെങ്കിലും അതിൽ കഴമ്പില്ലെന്ന് കണക്കുകൾ തെളിയിച്ചു. നിർബന്ധിച്ച് പോളിംഗ് ബൂത്തിലേക്ക് ആനയിക്കപ്പെട്ടവർക്ക് വേണമെങ്കിൽ വോട്ട് അസാധുവാക്കാൻ കഴിയുമായിരുന്നു. എന്നാൽ അസാധു വോട്ടിന്റെ ശതമാനം വെറും അഞ്ചായിരുന്നു. ഇന്ത്യയിലെ ശരാശരി അസാധു 2.8 ശതമാനമായിരിക്കെ ഏഴു വർഷമായി തെരഞ്ഞെടുപ്പു നടക്കാതിരുന്ന, വിദ്യാഭ്യാസത്തിൽ വളരെ പിന്നോക്കം നിന്ന, ജമ്മു കാശ്മീരിൽ അത് ഒട്ടും കൂടുതലല്ല. വോട്ടു ചെയ്യാൻ ബലം പ്രയോഗിച്ചു എന്ന് ആരോപിക്കപ്പെട്ട അവാമി ലീഗിന് ഒരിടത്തും ജയിക്കാനായില്ല. ആറ് പാർലമെന്റ് സീറ്റുകളും അഖിലേന്ത്യാ പാർട്ടികൾക്കാണ് ലഭിച്ചത്. കോൺഗ്രസിന് 4, ജനതാദളിന് 1, ഭാരതീയ ജനതാ പാർട്ടിക്ക് 1 എന്നതായിരുന്നു ഫലം.

തെരഞ്ഞെടുപ്പിനെത്തുടർന്ന് ദേവഗൗഡയുടെ നേതൃത്വത്തിൽ അധികാരത്തിൽ വന്ന 13 പാർട്ടികളുടെ കൂട്ടുമുന്നണി രൂപംനൽകിയ പൊതുമിനിമം പരിപാടിയിൽ ജമ്മുകാശ്മീരിൽ അസംബ്ലി തെരഞ്ഞെടുപ്പു നടത്താനും തെരഞ്ഞെടുപ്പിനുശേഷം പുതുതായി രൂപംകൊള്ളുന്ന സർക്കാരുമായി ചർച്ച ചെയ്ത് സംസ്ഥാനത്തിൽ സ്വയംഭരണം അനുവദിക്കാനും വ്യവസ്ഥ ചെയ്തു. പുതിയ സർക്കാരിന്റെ ഉറപ്പു സ്വീകരിച്ച് തെരഞ്ഞെടുപ്പിൽ പങ്കെടുക്കാൻ നാഷണൽ കോൺഫറൻസ് തീരുമാനിച്ചു. പാർലമെന്റ് തെരഞ്ഞെടുപ്പിലെ വോട്ടിംഗ് ശതമാനം അങ്ങനെ തീരുമാനിക്കാൻ പ്രേരകമായിരിക്കണം. തെരഞ്ഞെടുപ്പു കാലത്തെ ക്രമസമാധാനനില

താരതമ്യേന മെച്ചമായിരുന്നു എന്നതും ഉത്തേജകമായിരുന്നു. സംസ്ഥാന ജീവനക്കാർ പ്രതീക്ഷിച്ചതിലധികം തെരഞ്ഞെടുപ്പുമായി സഹകരിച്ചിരുന്നതിനാൽ പുറത്തു നിന്നും കൊണ്ടു വന്ന 9000 പേരിൽ 3000 പേരെ മാത്രമേ തെരഞ്ഞെടുപ്പു ജോലികൾ ഏൽപ്പിക്കേണ്ടി വന്നുള്ളൂ. തീവ്രവാദി നേതാക്കളായ അഞ്ചുപേർ ദില്ലി സർക്കാരുമായി സംഭാഷണത്തിനു തയ്യാറായതും പ്രത്യാശാജനകമായിരുന്നു. അവർ മുന്നോട്ടുവച്ച മൂന്നു നിർദേശങ്ങളിൽ രണ്ടെണ്ണം മിതമായ ആവശ്യങ്ങളായിരുന്നു. അതിർത്തി രക്ഷാസേന ചില പ്രദേശങ്ങൾ വളഞ്ഞ് അതിനുള്ളിലെ വീടുകൾ മുഴുവൻ പരിശോധിക്കുകയെന്ന പരിപാടി അവസാനിപ്പിക്കണമെന്നും വിദേശികളായ ഭീകരർ നുഴഞ്ഞു കയറിയെന്നു സംശയിക്കുന്ന വീടുകൾ മാത്രം പരിശോധിക്കണമെന്നുമായിരുന്നു അതിലൊന്ന്. പട്ടാളക്കാരുടെ ഗൃഹപരിശോധന അതിക്രമങ്ങൾക്കു വഴിവയ്ക്കുന്നു എന്നതാണ് ഇപ്രകാരം ആവശ്യപ്പെടാൻ കാരണം. ഇക്വാർ-ഉൾ-മുസ്ലിമൂൺ നേതാവായ കുക്കാ പറയെയും കൂട്ടരെയും നിരായുധരാക്കണമെന്നും സ്വരക്ഷയ്ക്കാണ് അവർ ആയുധമെടുക്കുന്നതെങ്കിൽ കുറെകാലത്തേക്ക് അവരെ ദൂരെയെങ്ങാനും അധിവസിപ്പിക്കണമെന്നുമായിരുന്നു മറ്റൊരാവശ്യം. കലാപകാരികളെപ്പോലെ തന്നെ ഇക്വാർ-ഉൾ-മുസ്ലിമൂൺ സംഘടനയിലുള്ളവരും ജനദ്രോഹ നടപടികളിൽ ഏർപ്പെട്ടിരുന്നുവെങ്കിലും രക്ഷാസേന അവർക്കുനേരെ കണ്ണടയ്ക്കുകയാണെന്നു വ്യാപകമായ ആരോപണം ഉണ്ടായിരുന്നു. ആസാദ് കാശ്മീരിൽ തെരഞ്ഞെടുപ്പു നടന്നതും പാകിസ്ഥാനോട് കൂറു പ്രഖ്യാപിക്കാത്തവരെ തെരഞ്ഞെടുപ്പിനു നിൽക്കാൻ അനുവദിക്കാത്തതും ഷേക്ക് അബ്ദുള്ളയ്ക്കു സമശീർഷനായ ഖാൻ അബ്ദുൾ ഖയുംഖാൻ അങ്ങനെ പുറം തള്ളപ്പെട്ടതും കാശ്മീരികൾക്കു പാകിസ്ഥാനോടുണ്ടായിരുന്ന പ്രതിപത്തിയെ സാരമായി ബാധിച്ചു. ഹുറിയത്ത് കോൺഫറൻസ് നേതാക്കൾക്ക് പത്രപ്രസ്താവനകൾ നൽകാനും പണിമുടക്കുകൾ സംഘടിപ്പിക്കാനും ധനം സമ്പാദിക്കാനും മാത്രമേ കഴിയുകയുള്ളൂ എന്ന് ആരോപണങ്ങളുണ്ടായി. ഇന്ത്യയിലെ അമേരിക്കൻ അംബാസഡർ വിസ്നർ എടുത്ത നിലപാടും ഇന്ത്യക്ക് ഏറെ അനുകൂലമായി. കാശ്മീർ സന്ദർശിച്ച് തൽപ്പരകക്ഷികളുമായി സംഭാഷണം നടത്തിയ അദ്ദേഹത്തെ ഹുറിയത്ത് കോൺഫറൻസ് അവഗണിച്ചു. പിന്നീട് പാകിസ്ഥാനിൽ പോയ അദ്ദേഹം മിലിട്ടറി സ്റ്റാഫ് കോളേജിൽവച്ച് ജമ്മുകാശ്മീരിൽ നടക്കാൻ പോകുന്ന തെരഞ്ഞെടുപ്പിനെ സാധൂകരിച്ചു സംസാരിച്ചു. പാകിസ്ഥാനിലെ പട്ടാളമേധാവികളെയാണ് വിസ്നർ അഭിസംബോധന ചെയ്തതെന്നത് അർത്ഥഗർഭമായി.

കാശ്മീരിലെ ഏറ്റവും ശക്തമായ രാഷ്ട്രീയകക്ഷി നാഷണൽ കോൺഫറൻസ് ആണെന്ന് ആദ്യം മുതൽക്കേ വ്യക്തമായിരുന്നു. കോൺഗ്രസും കേന്ദ്രത്തിൽ അധികാരത്തിൽ വന്ന ജനതാദളും നാഷണൽ കോൺഫറൻസുമായി സഖ്യമുണ്ടാക്കാൻ ശ്രമിച്ചു. കോൺഗ്രസുമായി നേരത്തെ ഉണ്ടാക്കിയിരുന്ന സഖ്യത്തിന്റെ തിക്തഫലങ്ങൾ ഫറൂക്ക് അബ്ദുള്ള മറന്നിരുന്നില്ല. ജനതാദളിന്റെ നേതൃത്വത്തിലുണ്ടായിരുന്ന

മുഫ്തി മുഹമ്മദ് സായീദ് നാഷണൽ കോൺഫറൻസുമായി സഖ്യമുണ്ടാക്കാനുള്ള ശ്രമത്തിൽ പ്രതിഷേധിച്ച് പാർട്ടിയിൽ നിന്നു രാജിവച്ചു പിരിഞ്ഞു. ദീർഘകാലമായി ഫറൂക്കിനു നേരെ സായീദിനുണ്ടായിരുന്ന എതിർപ്പായിരിക്കാം കാരണമെങ്കിലും അദ്ദേഹത്തിന്റെ വാദഗതിയിൽ കഴമ്പുണ്ടായിരുന്നു. ഫറൂക്കിന്റെ നേതൃത്വത്തിൽ മത നിരപേക്ഷ കക്ഷികളെല്ലാം യോജിച്ചാൽ പ്രതിപക്ഷം എവിടെ? ജമ്മുവിൽ മാത്രം വേരുകളുള്ള ബി ജെ പിക്ക് കാശ്മീരികളെ പ്രതിനിധീകരിക്കാനാവില്ല. കേന്ദ്രത്തിന്റെ പിണിയാളായ ഫറൂക്കിനെക്കാൾ കേന്ദ്രത്തെ എതിർക്കുന്ന ഫറൂക്കിനെയായിരിക്കും കാശ്മീരികൾക്കു കൂടുതൽ ഇഷ്ടമാവുക. അതുകൊണ്ട് കേന്ദ്രത്തിലെ ഭരണകക്ഷികളുമായി ബന്ധമില്ലാത്ത ബി എസ് പിയുമായി ഏതാനും സീറ്റുകളിൽ ധാരണയുണ്ടാക്കി ഒറ്റയ്ക്കു മത്സരിക്കാൻ തന്നെ നാഷണൽ കോൺഫറൻസ് തീരുമാനിച്ചു. നല്ല പ്രകടനം കാഴ്ചവയ്ക്കുമെന്നു പ്രതീക്ഷിച്ച ഇന്ത്യൻ നാഷണൽ കോൺഗ്രസിലേക്ക് മുഫ്തി മുഹമ്മദ് സായിദ് മടങ്ങിപ്പോയി.

അസംബ്ലി തെരഞ്ഞെടുപ്പിനെ ഹുറിയത്ത് കോൺഫറൻസ് എതിർത്തുവെങ്കിലും അതിനുള്ളിൽ അഭിപ്രായഭിന്നതകളുണ്ടായിരുന്നു എന്നു വ്യക്തമാണ്. ഹുറിയത്ത് നേതാക്കന്മാരിലൊരാളായ ഷെബീർ ഷാ ശ്രീനഗറിൽ വച്ച് അമേരിക്കൻ അമ്പാസഡർ വിസ്നറുമായി സംഭാഷണം നടത്തുകപോലുമുണ്ടായി. അക്കാരണത്താൽ ഹുറിയത്ത് നേതാക്കന്മാരിൽ ഏറ്റവും ജനസമ്മതിയുള്ള ഷെബീർഷായെ കോൺഫറൻസിൽ നിന്ന് പുറംതള്ളുകയും ചെയ്തു. തെരഞ്ഞെടുപ്പിനെ ശക്തിയായി എതിർത്തില്ലെങ്കിൽ സഹായം മുഴുവൻ നിർത്തിവെക്കുമെന്ന് ഹുറിയത്ത് കോൺഫറൻസിന് പാകിസ്ഥാന്റെ ഭീഷണിയുണ്ടായി. ഇന്ത്യയിലെ നേതാക്കന്മാരുമായി ചർച്ച ചെയ്യാനെന്ന വ്യാജേന ഹുറിയത്ത് നേതാക്കന്മാർ ദില്ലിയിലെത്തി. അവിടെ അവർ പാകിസ്ഥാൻ നയതന്ത്രകാര്യാലയവുമായി ചർച്ച നടത്തി മടങ്ങിച്ചെന്ന് ജമ്മുകാശ്മീരിൽ പൊതുപണിമുടക്ക് പ്രഖ്യാപിച്ചു. പട്ടാളം സമ്മർദ്ദം ചെലുത്തി വോട്ടു ചെയ്യിക്കാൻ ശ്രമിക്കുമെന്നും അതിനെ ചെറുക്കണമെന്നും അവർ ആഹ്വാനം ചെയ്തു. പാർലമെന്റ് തെരഞ്ഞെടുപ്പിൽ സ്വമനസാലെ വോട്ടു ചെയ്തവർ പോലും തങ്ങൾ പട്ടാളത്തിന്റെ സമ്മർദ്ദം മൂലമാണ് വോട്ടു ചെയ്തതെന്ന് പത്രക്കാരോട് പറഞ്ഞു. തീവ്രവാദികളുടെ പ്രതികാരത്തിൽനിന്ന് രക്ഷപ്പെടാനാണ് അവർ അങ്ങനെ പറഞ്ഞതെന്ന് പിന്നീട് വ്യക്തമായി. ഇത്തവണ അസംബ്ലി തെരഞ്ഞെടുപ്പിൽ അസാധു വോട്ടിംഗ് ശതമാനം ഇന്ത്യൻ ശരാശരിക്കു തുല്യമായ 1.8 ശതമാനമായിരുന്നു. 54 ശതമാനം പേർ വോട്ടു ചെയ്തു. തെരഞ്ഞെടുപ്പു കാലത്ത് നിയമസമാധാനനില താരതമ്യേന മെച്ചപ്പെട്ടതായിരുന്നു. 87 സീറ്റുകളിൽ 57 എണ്ണം നേടിയ നാഷണൽ കോൺഫറൻസ് രണ്ട് സ്വതന്ത്രന്മാരെയും കൂടെ സ്വീകരിച്ച് മൂന്നിൽ രണ്ട് ഭൂരിപക്ഷം നേടി. ലഡാക്കിലെ നാലു സീറ്റുകളിൽ മൂന്നെണ്ണവും നേടിയത് വിസ്മയകരമായ വിജയമായിരുന്നു. ബി ജെ പി 9 സീറ്റുകൾ നേടിയപ്പോൾ ഏഴ് സീറ്റുകൾ ലഭിച്ച കോൺഗ്രസ് മൂന്നാം സ്ഥാനത്തായി. പ്രധാനമന്ത്രി ദേവഗൗഡ പ്രത്യേക താൽപ്പര്യമെടുത്തിട്ടും

ജനതാദളിനു നാലു സീറ്റുകൾ മാത്രമാണ് ലഭിച്ചത്. ഒക്ടോബർ 9–ാം തീയതി ഡോ. ഫറൂക്ക് അബ്ദുള്ളയുടെ നേതൃത്വത്തിൽ 27 അംഗമന്ത്രിസഭ ഗവർണറുടെ മുമ്പാകെ സത്യപ്രതിജ്ഞ ചെയ്ത് അധികാരമേറ്റു.

അവസാനത്തെ പണ്ഡിറ്റുകളും നാടുവിടുന്നു

1997 മാർച്ച് മാസത്തിൽ കാശ്മീരിലെ അവശേഷിച്ച പണ്ഡിറ്റുകളും നാടുവിട്ടു തുടങ്ങി. ഷേക്ക് അബ്ദുള്ളയുടെ ഭരണം ആരംഭിച്ചതു മുതൽ മുസ്ലീങ്ങളിൽ നിന്ന് അകന്നുപോയതു കാരണം അവർ അസ്വസ്ഥരായിരുന്നു. അദ്ധ്യാപകന്മാരും ഉദ്യോഗസ്ഥന്മാരുമെന്നനിലയിൽ അതിനു മുമ്പവർക്കു സമൂഹത്തിൽ നല്ല സ്ഥാനമാണുണ്ടായിരുന്നത്. ഇന്ത്യയിലെ ഇതരഭാഗങ്ങളിലെ ഹിന്ദുക്കളെക്കാളും അവർക്കു സൂഫികളായിരുന്ന കാശ്മീരി മുസ്ലീങ്ങളോടായിരുന്നു കൂടുതൽ അടുപ്പം. മുസ്ലീങ്ങൾക്ക് അയിത്തം കൽപ്പിക്കാത്ത അവർ മാംസഭുക്കുകളായിരുന്നു. ദോഗ്രാഭരണാധികാരികൾ നിർബന്ധിച്ചിട്ടും അവർ മുസ്ലീങ്ങൾക്ക് അയിത്തം കല്പിച്ചില്ല. 1989 മുതലാണ് അവർ കൂട്ടമായി നാടുവിടാൻ വ്യഗ്രത കാണിച്ചത്. 1990 ലെ കണക്കനുസരിച്ച് അക്കാലത്തുമാത്രം 62,800 ബ്രാഹ്മണകുടുംബങ്ങളാണ് കാശ്മീർ താഴ്വര വിട്ട് ജമ്മു, ദില്ലി, ചണ്ഡിഗർ എന്നിവിടങ്ങളിലേക്കു കുടിയേറിയത്. 1997 ലെ കണക്കനുസരിച്ച് രണ്ടരലക്ഷം കാശ്മീരി പണ്ഡിറ്റുകൾ 1948 മുതൽ സ്വന്തം നാടുവിട്ടുപോയത് ഇന്ത്യയിലെയും ലോകത്തിലെയും മനുഷ്യാവകാശകമ്മിറ്റികൾ കാര്യമായിട്ടെടുത്തില്ല. ഒഴിഞ്ഞു പോകുന്നതിനെതിരെ അയൽവാസികളായ മുസ്ലീങ്ങൾ താണുകേണപേക്ഷിച്ചിട്ടും അവർ കൂട്ടാക്കിയില്ല. മതമൗലികവാദികളായ ജമായിത്–ഈ–ഇസ്ലാമികൾ അവരുടെ മുൻവാതിലുകളിൽ നോട്ടീസ് പതിച്ചിരുന്നു. “കാശ്മീർ മേ, രഹനഹോഗ, അള്ള അക്ബർ കഹനഹോഗ” (കാശ്മീരിൽ കഴിയണമോ, അല്ലാഹു അക്ബർ എന്നുപറയൂ). വീടുകൾ പലതും കൊള്ളയടിക്കപ്പെട്ടതുകൊണ്ട് അധികമൊന്നും കൊണ്ടുപോകാനുണ്ടായിരുന്നില്ല. വിശാലമായ വീടുകൾ ഉപേക്ഷിച്ചുപോയ അവരെ ഒറ്റമുറിമാത്രമുള്ള അഭയാർഥിക്യാമ്പുകളിലാണ് താമസിപ്പിച്ചിരുന്നത്; തീരേ വൃത്തിയില്ലാത്ത പരിതഃസ്ഥിതിയിൽ. തുച്ഛമായ അലവൻസാണ് അവർക്കു മാസംതോറും നൽകപ്പെട്ടത്. അവരുടെ സ്വന്തം വീടുകൾ സർക്കാരും മറ്റും കൈവശപ്പെടുത്തിയിരിക്കുന്നു. അല്ലാത്തവയ്ക്കു വിറ്റാൽ നല്ല വിലകിട്ടുകയില്ല. നശിച്ചുകൊണ്ടിരുന്ന വീടുകൾ കേടുപാടുകൾ തീർക്കാൻ ഭീകരവാദികൾ ആരെയും അനുവദിക്കുകയില്ല.

പട്ടണങ്ങളിലുള്ള പണ്ഡിറ്റുകൾ എല്ലാപേരും ഒഴിഞ്ഞുപോയപ്പോഴും ഏതാനും ഗ്രാമങ്ങളിൽ നിന്നൊഴിഞ്ഞുപോകാൻ അവരെ അയൽക്കാർ സമ്മതിച്ചില്ല. അത്തരം ഒരു ഗ്രാമമായിരുന്നു ബാഗ്ദാം ജില്ലയിലെ സംഗ്രാമപുരം. ഭീകരവാദികൾക്കെതിരായ ശക്തമായ നടപടികൾ കാരണം 1997 മാർച്ചുമാസത്തിൽ വർഗീയ ലഹളകൾ ശക്തിപ്രാപിച്ചു തുടങ്ങി. സാധാരണക്കാരായ മുസ്ലീങ്ങൾക്ക് അതിൽ പങ്കില്ലായിരുന്നു.

എട്ടുവർഷമായി ഒളിവിലായിരുന്ന ഹിസ് ബുൾ മുജാഹിദീൻ കമാന്റർ മുഹമ്മദ് സത്താർ മാർച്ചുമാസം 4-ാം തീയതി രക്ഷാസേനയുടെ വെടിയേറ്റുമരിച്ചു. മൂന്നുദിവസം കഴിഞ്ഞ് ഡപ്യൂട്ടികമാന്റർ യൂസഫ് ഗണായിയും കൊല്ലപ്പെട്ടു. എട്ടാം തീയതി ഹിസ് ബുൾ മുജാഹിദീനിലെ ഉയർന്ന എട്ട് ഓഫീസർമാർ കൊല്ലപ്പെട്ടു. വധിക്കപ്പെട്ടവരെല്ലാം സൈന്യത്തിന്റെ കസ്റ്റഡിയിലിരുന്നു മരിച്ചതാണെന്നുപറഞ്ഞ് ഒമ്പതും പത്തും തീയതികളിൽ തീവ്രവാദികൾ ബന്ദിനാഹ്വാനം ചെയ്തു. അതിനു നല്ല പ്രതികരണമുണ്ടായില്ല. 12-ാം തീയതി അക്രമാസക്തമായ ഒരു വിദ്യാർഥി പ്രകടനത്തിനുനേരെ പൊലീസ് ടിയർ ഗ്യാസ് ഉപയോഗിച്ചു. അമേരിക്കയിൽ നടന്ന ഒരു എക്സിബിഷനിൽ മുഹമ്മദ് നബിയുടെ ചിത്രം പ്രദർശിപ്പിച്ചതിനാണ് വിദ്യാർഥി പ്രകടനം. നബിയുടെ ചിത്രം വിലക്കപ്പെട്ടതാണ്. പോലീസിനെതിരെ പ്രകടനം നടത്താൻ ഹുറിയത്ത് കോൺഫറൻസ് ആഹ്വാനം ചെയ്തപ്പോൾ അവർ അറസ്റ്റു ചെയ്യപ്പെട്ടു. അറസ്റ്റിനെതിരെ തീവ്രവാദികളും പ്രതിഷേധിച്ചില്ല. ഹിന്ദുവിരുദ്ധ നിലപാടെടുക്കാൻ ഹുറിയത്ത് കോൺഫറൻസ് വിസമ്മതിച്ചതാണ് അവർക്കു ഭീകരവാദികൾക്കിടയിൽ പിന്തുണ നഷ്ടപ്പെടാൻ കാരണം. ദുക്ത്രൺ -ഈ-മില്ലത്ത് എന്ന സ്ത്രീകളുടെ ഭീകരസംഘടനയുടെ തലവി ആസിയാ ആൻഡ്രാബി ഹുറിയത്ത് കോൺഫറൻസിന്റെ നിലപാടിനെ ശക്തിയായി എതിർത്തു. ഇതിനെതുടർന്നാണ് 22-ാം തീയതി സംഗ്രാമപുരത്തെ ഏഴു പണ്ഡിറ്റുകൾ കൊലചെയ്യപ്പെട്ടത്.

പൊലീസ് വേഷത്തിൽ ഒരു ട്രക്കിലേറി ഭീകരവാദികൾ അന്നുരാത്രി ഗ്രാമത്തിലെത്തി. ചോദ്യം ചെയ്യാനെന്ന് പറഞ്ഞ് പണ്ഡിറ്റ് കുടുംബനാഥന്മാരെ അവർ പുറത്തേക്ക് വിളിച്ചു. സംശയം തോന്നിയ പലരും ഇരുട്ടത്ത് ഒളിച്ചുകളഞ്ഞു. എട്ടുപേരെ വരിയായി നിർത്തി. അവർക്കുനേരെ വെടി ഉതിർത്തു. ഒരാൾ രക്ഷപ്പെട്ടു. തങ്ങളുടെ എതിരാളികളുടെ പണിയാണിതെന്നു ഹുറിയത്ത് കോൺഫറൻസ് പറഞ്ഞു. ഫറൂക്ക് അബ്ദുള്ള ഹുറിയത്ത് കോൺഫറൻസിനെയാണു കുറ്റപ്പെടുത്തിയത്. ഷബീർഷാ വലിയൊരു പൊതുയോഗം വിളിച്ചു കൂട്ടി കൂട്ടക്കൊലയെ അപലപിച്ചു. വലിയൊരുവിഭാഗം രക്ഷാസേന ഗ്രാമം വളഞ്ഞു. ലഷ്കർ ഈ തോയ്ബക്കാരാണ് കുറ്റവാളികളെന്ന് ദൃക്സാക്ഷികൾ പറഞ്ഞു. നാല് ലഷ്കർ- ഈ- തോയ്ബക്കാർ വധിക്കപ്പെട്ടു. ഇതിന്റെ പേരിൽ ഹിന്ദുഭൂരിപക്ഷമുള്ള ജമ്മുവിൽ മുതലെടുപ്പുനടത്തുന്ന ബി ജെ പി അവിടെ പ്രതിഷേധയോഗം നടത്തി. ഹിന്ദുഭൂരിപക്ഷമുള്ള ജമ്മുവിൽ കഴിഞ്ഞ തെരഞ്ഞെടുപ്പിൽ 19 സീറ്റിൽ ഒന്നു മാത്രമാണ് അവർക്ക് ലഭിച്ചത്. അവശേഷിച്ച പണ്ഡിറ്റുകളും കാശ്മീർ താഴ്വര വിട്ടുപോയി. എല്ലാ പണ്ഡിറ്റുകളെയും വീണ്ടും കാശ്മീർ താഴ്വരയിൽ കുടിയിരുത്തുമെന്ന് എല്ലാ രാഷ്ട്രീയപാർട്ടികളും പറഞ്ഞു. ഹുറിയത്ത് കോൺഫറൻസും അതു തന്നെ പറഞ്ഞു. പാകിസ്ഥാൻ പക്ഷപാതികൾക്കു മാത്രമേ അതിൽ എതിർപ്പുള്ളൂ.

8

ഭീകരവാദം ഒരു തുടർക്കഥ

ദില്ലിയിൽ ബി ജെ പി സർക്കാർ

1996 ലെ കാശ്മീർ പൊതുതെരഞ്ഞെടുപ്പ് പട്ടാളത്തിന്റെ സമ്മർദ്ദത്തിലാണ് നടന്നതെന്നു പാകിസ്ഥാൻ പ്രചരിപ്പിച്ചുവെങ്കിലും അമേരിക്ക ആ തെരഞ്ഞെടുപ്പിനെ അംഗീകരിച്ചതുകൊണ്ട് ലോകരാഷ്ട്രങ്ങളും അംഗീകരിച്ചു. ഇതു ബേനസിർ ഭൂട്ടോയുടെ പരാജയമായി പാക്സൈന്യവും പാകിസ്ഥാൻ പ്രസിഡന്റും കണ്ടു. ആ വർഷം നവംബറിൽ അഴിമതിയുടെ പേരിൽ ബേനസിർ പിരിച്ചുവിടപ്പെട്ടു. 1997 ഫെബ്രുവരിയിൽ നടന്ന തെരഞ്ഞെടുപ്പിൽ വമ്പിച്ച ഭൂരിപക്ഷത്തോടെ നവാസ് ഷെരീഫിന്റെ പാകിസ്ഥാൻ മുസ്ലീം ലീഗ് അധികാരത്തിലേറി. ഇന്ത്യയിലെ ദേവഗൗഡ മന്ത്രിസഭയ്ക്ക് കോൺഗ്രസ് പിന്തുണ പിൻവലിച്ചതുകാരണം ആ വർഷം ഏപ്രിൽ 21–ാം തീയതി ഐ കെ ഗുജ്റാൾ പ്രധാനമന്ത്രിയായി. ദേവഗൗഡ മന്ത്രിസഭയിലെ വിദേശകാര്യമന്ത്രിയെന്ന നിലയിലും പ്രധാനമന്ത്രി എന്ന നിലയിലും അയൽരാജ്യങ്ങളുമായി നല്ല ബന്ധം സ്ഥാപിക്കാൻ ഗുജ്റാളിനു കഴിഞ്ഞു. എന്നാൽ കാശ്മീർ പ്രശ്നം മൂലം പാകിസ്ഥാനുമായി നല്ലബന്ധം സ്ഥാപിക്കാൻ ഗുജ്റാളിനു കഴിഞ്ഞില്ല. മുഖ്യ പ്രതിപക്ഷമായ ബി ജെ പി കാശ്മീർ കാര്യത്തിൽ ഒരു വിട്ടുവീഴ്ചയ്ക്കും തയ്യാറല്ലാതിരുന്നതാണ് അതിനുകാരണം. ജമ്മു കാശ്മീരിന് അതിന്റെ ഭാവി നിശ്ചയിക്കാൻ അവകാശം നൽകുന്ന ഇന്ത്യൻ ഭരണഘടനയുടെ 370–ാം വകുപ്പു റദ്ദാക്കണമെന്നത് ബി ജെ പിയുടെ ഏറ്റവും പ്രധാന അജണ്ടയായിരുന്നു.

സമാധാന ചർച്ചയ്ക്കു നവാസ് ഷെരീഫ് തയ്യാറായാൽത്തന്നെ അതു വിജയിക്കുകയില്ലായിരുന്നു. എന്തെന്നാൽ പാകിസ്ഥാൻ സൈന്യ

ത്തിനും ഐ എസ് ഐയ്ക്കും അവരുടേതായ അജണ്ടയുണ്ടായിരുന്നു. കാശ്മീർ പ്രശ്നം ലോകരാഷ്ട്രങ്ങളുടെ ശ്രദ്ധയിൽനിന്നു മാഞ്ഞുപോകുന്നതു തടയാൻ എന്തെങ്കിലും ചെയ്തേപറ്റൂ. യുദ്ധമുണ്ടാവുകയും നിയന്ത്രണരേഖ ലംഘിക്കുകയും ചെയ്തെങ്കിൽ മാത്രമേ അതിനു കഴിയുകയുള്ളൂ. ഇക്കാലത്ത് ഇന്ത്യ ഒരു ന്യൂക്ലിയർ ശക്തി ആകേണ്ടതിന്റെ ആവശ്യത്തെപ്പറ്റി ബി ജെ പി സംസാരിച്ചുതുടങ്ങിയിരുന്നു. ഇന്ത്യയ്ക്ക് ആറ്റം ബോംബുണ്ടെന്നും ബി ജെ പി അധികാരത്തിൽ വരാൻ സാധ്യതയുണ്ടെന്നും പാകിസ്ഥാനറിയാം. അമേരിക്കയുടെ കർശനമായ നിലപാടുകാരണമാണ് നരസിംഹറാവു മന്ത്രിസഭ ആറ്റം പരീക്ഷണത്തിൽനിന്നു പിന്മാറിയതെന്നുള്ളതും പരസ്യമായ രഹസ്യമാണ്. ബി ജെ പി സർക്കാർ അധികാരത്തിൽ വരികയും ഇന്ത്യാ-പാക് അതിർത്തിയിൽ സംഘട്ടനമുണ്ടാവുകയും ചെയ്താൽ പാകിസ്ഥാന് ആറ്റം ബോംബ് ഭീഷണി നേരിടേണ്ടിവരുമെന്നുള്ളതും തീർച്ചയാണ്. 1974 ൽ ഇന്ത്യ ആറ്റം പരീക്ഷണം നടത്തിയപ്പോൾ മുതൽ ആറ്റം ബോംബുണ്ടാക്കാൻ പാകിസ്ഥാൻ ശ്രമിച്ചുവരികയായിരുന്നു. തങ്ങൾക്ക് ആറ്റം ബോംബുണ്ടെന്നു 1993 ൽ പാക് പ്രൈം മിനിസ്റ്റർ പാർലമെന്റിൽ പറഞ്ഞിരുന്നു. പാക് ബോംബിന്റെ പിതാവായ അബ്ദുൾ ഖാദർ ഖാന്റെ പേരിലുള്ള കഹൂട്ടയിലേക്ക് ആവശ്യമായ മാഗ്നറ്റിക് റിംഗുകൾ ചൈന നൽകിയതായി 1996 ൽ വാർത്തയുണ്ടായിരുന്നു.

തങ്ങൾക്കു ബോംബുള്ളതുകൊണ്ട് ഇന്ത്യയുടെ ബോംബുഭീഷണി നേരിടാമെന്നതിനാൽ നിയന്ത്രണരേഖ ലംഘിക്കാൻതന്നെ പാക് സൈന്യം തീരുമാനിച്ചു. നിയന്ത്രണരേഖയ്ക്ക് സമീപത്തുകൂടി ലേഹിലേക്കു പോകുന്ന നാഷണൽ ഹൈവേ 14 പിടിച്ചെടുക്കുകയാണ് നിയന്ത്രണരേഖ ലംഘിക്കുന്നതിന്റെ ഉദ്ദേശ്യം. ഇതുകൊണ്ട് രണ്ടുകാര്യങ്ങളാണ് സാധിക്കാവുന്നത്. ശ്രീനഗറും ലഡാക്കുമായുള്ള ബന്ധം വിച്ഛേദിക്കുക എന്നതാണ് ആദ്യത്തേത്. സിയാച്ചിൻ മഞ്ഞുമലയിലെ ഇന്ത്യൻ സേനാതാവളത്തിലേക്കുള്ള മാർഗ്ഗം തടയുക എന്നതാണ് മറ്റൊന്ന്. സുദീർഘമായ തയ്യാറെടുപ്പാണ് ഇതിലേക്കാവശ്യം. തയ്യാറെടുപ്പുകൾ പുരോഗമിച്ചു കൊണ്ടിരിക്കെയാണ് 1998 മാർച്ച് 19-ാംതീയതി ബി ജെ പി നേതൃത്വത്തിലുള്ള കൂട്ടുമന്ത്രിസഭ ഇന്ത്യയിൽ അധികാരത്തിൽ വന്നത്.

ബി ജെ പി യുടെ ബോംബ്

ഇന്ത്യ ഒരു ന്യൂക്ലിയർ ശക്തിയാകുമെന്നും ആരുടെയും സമ്മർദ്ദത്തിനുവഴങ്ങുന്ന പ്രശ്നമില്ലെന്നും അമേരിക്ക ഇരട്ടത്താപ്പുനയം അവസാനിപ്പിക്കണമെന്നും രാജ്യത്തിന്റെ സുരക്ഷിതത്വമാണു പ്രധാനമെന്നും മറ്റും ബി ജെ പി പ്രകടനപത്രികയിൽ പറഞ്ഞിരുന്നു. പുതിയ പ്രതിരോധമന്ത്രി ജോർജ് ഫെർണാണ്ടസ് പറഞ്ഞത് താമസിയാതെ

നാഷണൽ സെക്യൂരിറ്റി കൗൺസിൽ രൂപീകരിക്കുമെന്നും അതിനു ശേഷം മാത്രമേ ആറ്റം ബോംബിന്റെ കാര്യം തീരുമാനിക്കുകയുള്ളൂ എന്നും അക്രമത്തിനല്ല പ്രതിരോധത്തിനാണ് മുൻതൂക്കം നൽകുകയെന്നും താനൊരു സമാധാന കാംക്ഷിയാണെന്നും മറ്റുമാണ്. നാഷണൽ സെക്യൂരിറ്റി കൗൺസിൽ തീരുമാനമെടുത്താൽ ആറ്റംബോംബ് പരീക്ഷണത്തിനു 30 ദിവസം വേണമെന്നാണ് ശാസ്ത്രജ്ഞർ പറഞ്ഞത്. 1998 മേയ് 11-ാം തീയതി 3 പരീക്ഷണങ്ങളും രണ്ടു ദിവസം കഴിഞ്ഞ് രണ്ടു പരീക്ഷണങ്ങളും പൊക്റാൻ പരീക്ഷണകേന്ദ്രത്തിൽ നടന്നു. നാഷണൽ സെക്യൂരിറ്റി കൗൺസിൽ രൂപീകരിക്കുകയോ കൂടുതൽ കൂടിയാലോചനകൾ നടത്തുകയോ ചെയ്തില്ല എന്നുവ്യക്തം. വാജ്പേയി സർക്കാർ അധികാരമേറ്റ ദിവസം തന്നെ അമേരിക്ക ആറ്റംബോംബ് നിർമാണത്തിനെതിരെ മുന്നറിയിപ്പുനൽകിയിരുന്നു. അമേരിക്കൻ നിയമപ്രകാരം അണു പരീക്ഷണം നടത്തുന്ന രാഷ്ട്രത്തിനെതിരെ സാമ്പത്തികവിലക്കേർപ്പെടുത്താൻ ഗവൺമെന്റ് ബാധ്യസ്ഥമാണ്. C T B T (സമഗ്ര പരീക്ഷണനിരോധനകരാർ) F C M R, M T C R എന്നീ യു എൻ കരാറുകളിൽ മിക്കവാറും രാഷ്ട്രങ്ങൾ ഒപ്പുവച്ചിട്ടുള്ളതുമാണ്. ആ രാജ്യങ്ങളും സാമ്പത്തികപ്രതിരോധം ഏർപ്പെടുത്താൻ ബാധ്യസ്ഥമാണ്. അതുതന്നെ സംഭവിക്കുകയും ചെയ്തു. മേയ് 12-ാം തീയതി അമേരിക്ക, റഷ്യ, ഇംഗ്ലണ്ട്, ഫ്രാൻസ്, ചൈന എന്നീ ന്യൂക്ലിയർ രാജ്യങ്ങളുടെ പ്രതിനിധികൾ ജനീവയിൽ സമ്മേളിച്ച് ഇന്ത്യയുടെ നടപടിയെ ശക്തിയായ ഭാഷയിൽ അപലപിച്ചു. ലോകത്തിലെ മറ്റെല്ലാ പ്രബലശക്തികളും ഇന്ത്യയുടെ നടപടിയെ അപലപിച്ചു. കോൺഗ്രസും മുൻ പ്രധാനമന്ത്രി ദേവഗൗഡയും ജ്യോതിബാസുവും സർക്കാരിന്റെ നടപടിയെ ശക്തമായി വിമർശിച്ചു. സ്റ്റോക്ക് മാർക്കറ്റ് തകർന്നു. ബി ജെ പി നേതാക്കൾ ബാലിശമായ വീരവാദങ്ങൾ മുഴക്കി. പാകിസ്ഥാനികൾ നിയന്ത്രണരേഖ കടന്നാൽ ഇന്ത്യൻ സേന കടന്നാക്രമണം നടത്തുമെന്ന് എൽ കെ അദ്വാനി പ്രസ്താവിച്ചു. ഇന്ത്യയുടെ ഒന്നാം നമ്പർ ശത്രു ചൈനയാണെന്ന് ജോർജ് ഫെർണാണ്ടസ് പത്രസമ്മേളനത്തിൽ പറഞ്ഞു.* സാമ്പത്തിക നിരോധനം ഇന്ത്യയെ തളർത്തുകയില്ലെന്നു നേതാക്കൾ വീമ്പിളക്കി. ഇന്ത്യ സാമ്പത്തിക ഭദ്രത കൈവരിച്ചത് നരസിംഹറാവു മന്ത്രിസഭയുടെ കാലത്താണെന്നും അക്കാലത്തുതന്നെ ഇന്ത്യൻ ബോംബ് തയ്യാറായിരുന്നുവെന്നുമുള്ള കാര്യങ്ങൾ വിസ്മരിക്കപ്പെട്ടു. റാവുവിന് അണുപരീക്ഷണം നടത്താൻ ധൈര്യമില്ലായിരുന്നു എന്നു പരിഹസിച്ചു.

---

* താനങ്ങനെ പറഞ്ഞില്ലെന്നും തന്റെ പ്രസ്താവന പത്രക്കാർ വളച്ചൊടിച്ചതാണെന്നും ഫെർണാണ്ടസ് പിന്നീട് പറഞ്ഞു. വാജ്പേയി ക്ലിന്റന് അയച്ചകത്തിൽ ചൈനയുടെ ബോംബാണ് ഞങ്ങൾക്കും ബോംബുണ്ടാക്കാൻ പ്രേരകമായതെന്നും പറഞ്ഞിരുന്നു.

തങ്ങളുടെ നടപടി കടുത്ത വിഡ്ഢിത്തമായിപ്പോയി എന്നു മനസിലാക്കാൻ സർക്കാരിനു അധികസമയം വേണ്ടിവന്നില്ല. കാശ്മീർ പ്രശ്നം അന്താരാഷ്ട്രവൽക്കരിച്ചു എന്നതാണ് ഏറ്റവും വലിയ അബദ്ധം. ചൈനീസ് ഭീഷണിക്കെതിരെയാണ് ആറ്റം ബോംബുണ്ടാക്കുന്നതെന്നു പറഞ്ഞുവെങ്കിലും പാകിസ്ഥാനെതിരായ നടപടിയാണ് ബോംബുണ്ടാക്കലെന്നുള്ളത് പകൽപോലെ വ്യക്തമാണ്. കാശ്മീരാണ് ഇന്ത്യയും പാകിസ്ഥാനും തമ്മിലുള്ള മുഖ്യപ്രശ്നമെന്നതിനാൽ കാശ്മീർ പ്രശ്നം അന്താരാഷ്ട്രപ്രശ്നമായി മാറുകയാണുണ്ടായത്. കാശ്മീർ പ്രശ്നം ഉഭയകക്ഷി പ്രശ്നമാണെന്നും മറ്റു രാജ്യങ്ങൾക്കതിൽ കാര്യമില്ലെന്നുമായിരുന്നു ഇതുവരെയും ഇന്ത്യയുടെ നിലപാട്.

ഐ കെ ഗുജ്റാളിന്റെ ശ്രമഫലമായി പാകിസ്ഥാനൊഴികെ എല്ലാ അയൽക്കാരുമായി ഇന്ത്യ നല്ലബന്ധം സ്ഥാപിച്ചതാണ്. ദക്ഷിണേഷ്യ അണുശക്തിവിമുക്തമായിരിക്കണമെന്ന് ഇന്ത്യയുടെ അയൽക്കാർക്കെല്ലാം താൽപ്പര്യമുണ്ടായിരുന്നു. അണുപരീക്ഷണത്തോടുകൂടി അയൽക്കാർ മാത്രമല്ല ഇന്ത്യയുമായി നല്ല ബന്ധത്തിലായിരുന്ന എല്ലാ രാജ്യങ്ങളും ഇന്ത്യയെ സംശയത്തോടെ വീക്ഷിക്കാൻ തുടങ്ങി.

അണുപരീക്ഷണം നടത്തി തങ്ങളും അണുശക്തിയാണെന്നു തെളിയിക്കാൻ പാകിസ്ഥാന് അവസരംനൽകി എന്നതാണ് മറ്റൊരു നഷ്ടം. പാകിസ്ഥാന് അണുബോംബുണ്ടാക്കാനുള്ള ശേഷി ഉണ്ടെന്നറിയാമായിരുന്നിട്ടും ഒരു അണുശക്തിയാകാനുള്ള സാമ്പത്തികശേഷി പാകിസ്ഥാനില്ലെന്നായിരുന്നു ഇന്ത്യയുടെ കണക്കുകൂട്ടൽ. എന്നാൽ ഇസ്ലാമിക് ബോംബുണ്ടാക്കാൻ സമ്പന്നമുസ്ലീം രാഷ്ട്രങ്ങൾ കൈയയച്ചു സഹായിക്കുമെന്നുള്ള കാര്യം ഇന്ത്യ ഓർത്തില്ല. മേയ് മാസം 28–ാം തീയതിയും 30–ാം തീയതിയുമായി പാകിസ്ഥാൻ എഴ് അണുബോംബുപരീക്ഷണം നടത്തി. പാകിസ്ഥാന്റെ ബോംബ് പ്രതിരോധത്തിനുള്ളതാണെന്നതിനാൽ ഇന്ത്യയോളം വിമർശനം പാകിസ്ഥാനു നേരിടേണ്ടി വന്നില്ല. ഇന്ത്യ നാഗ്, പൃഥ്വി, അഗ്നി എന്നീ മിസൈലുകൾ പരീക്ഷിച്ചുവെങ്കിലും അവയൊന്നും ന്യൂക്ലിയർ ശേഷിയുള്ളവയല്ല. പാകിസ്ഥാനാകട്ടെ ന്യൂക്ലിയർ ശേഷിയുള്ള മിസൈലുകൾ ചൈനയിൽനിന്ന് നേരത്തെ സംഭരിച്ചിരുന്നു. കൂടാതെ പാകിസ്ഥാൻ സ്വയം നിർമിച്ചത് എന്നവകാശപ്പെട്ട ഗോറി, ഘസ്നവി, അബ്ദാലി എന്നീ മിസൈലുകൾ ഇന്ത്യയെ ആക്രമിച്ച മുസ്ലീം ഭരണാധികാരികളുടെ പേരിലുള്ളവയാണ്. പൃഥ്വിരാജിനെ തോൽപ്പിച്ചയാളാണ് ഗോറി എന്നതും ഓർക്കേണ്ടതാണ്. മുസ്ലീം രാഷ്ട്രങ്ങൾക്ക് ആവേശം നൽകാനാണ് ഈ പേരുകൾ നിശ്ചയിച്ചത് എന്നും വ്യക്തമാണ്.

കാര്യങ്ങളുടെ കിടപ്പുബോധ്യമായിത്തുടങ്ങിയതോടുകൂടി വീരവാദങ്ങളും വീമ്പിളക്കങ്ങളും അവസാനിപ്പിക്കുകയും C T B Tയിൽ ഒപ്പുവയ്ക്കാൻ തയ്യാറാണെന്നു വാജ്പേയി പ്രഖ്യാപിക്കുകയും ചെയ്തു.

ഇന്ത്യക്ക് അണുബോംബുണ്ടെന്നു ലോകരാഷ്ട്രങ്ങൾക്കെല്ലാം അറിയാമായിരിക്കെ അണുപരീക്ഷണത്തിനൊരുങ്ങിയില്ലെങ്കിൽ മേൽപ്പറഞ്ഞ കരാറുകളിലൊന്നും ഒപ്പുവയ്ക്കാതെ എത്രവേണമെങ്കിലും നീട്ടിക്കൊണ്ടുപോകാമായിരുന്നു. ചൈനയ്ക്ക് അണുബോംബുള്ളത് അതിനുകാരണമായി പറയാമായിരുന്നു. നിയന്ത്രണരേഖ കടക്കാൻ പാകിസ്ഥാൻ ഒരുക്കങ്ങൾ നടത്തിക്കൊണ്ടിരിക്കെ അറിയാതെയാണ് അണുബോംബുണ്ടാക്കുകയെന്ന സാഹസികതയ്ക്ക് ഇന്ത്യ പുറപ്പെട്ടത്.

ലാഹോർ കൂടിക്കാഴ്ച

റഷ്യൻ സൈന്യത്തെ അഫ്ഗാനിസ്ഥാനിൽനിന്നും ഓടിക്കാൻ അമേരിക്കയ്ക്കു പാകിസ്ഥാന്റെ സഹായം ആവശ്യമായിരുന്നു. റഷ്യൻസേന അഫ്ഗാനിസ്ഥാനിൽ നിന്നു പിൻമാറിക്കഴിഞ്ഞെങ്കിലും സെൻട്രൽ ഏഷ്യൻ റിപ്പബ്ലിക്കുകളിൽ സ്വാധീനം സ്ഥാപിക്കാൻ പാകിസ്ഥാനെയും അഫ്ഗാനിസ്ഥാനെയും ഒപ്പം നിറുത്തേണ്ടത് അമേരിക്കയുടെ ആവശ്യമായിരുന്നു. അപ്രകാരം തന്നെ ചൈന ദക്ഷിണേഷ്യയിൽ മേധാവിത്തം സ്ഥാപിക്കാതിരിക്കാൻ ഇന്ത്യയെയും തങ്ങൾക്കൊപ്പം നിറുത്തേണ്ടത് അമേരിക്കയ്ക്കാവശ്യമായിരുന്നു. അതുകൊണ്ട് തന്നെ ഇന്ത്യയും പാകിസ്ഥാനും തമ്മിൽ സംഘട്ടനമുണ്ടാകാതിരിക്കേണ്ടതും അമേരിക്കയുടെ ആവശ്യമായിരുന്നു. ഇന്ത്യയും പാകിസ്ഥാനും തമ്മിലുള്ള ശത്രുതകൾ അവസാനിപ്പിക്കാൻ അമേരിക്ക ശ്രമിച്ചുകൊണ്ടിരുന്നു. പരസ്പര വിശ്വാസം വളർത്തിയെടുക്കാൻ ഇരുരാജ്യങ്ങളുടെമേലും അമേരിക്ക സമ്മർദ്ദം ചെലുത്തിക്കൊണ്ടിരുന്നു. അതിനുവേണ്ടി തുടങ്ങിയ നടപടികളിൽ ആദ്യത്തേത് ദില്ലി – ലാഹോർ ബസ് സർവീസ് ആരംഭിക്കുക എന്നതായിരുന്നു. ബസ് സർവീസ് ഉദ്ഘാടനം ചെയ്യാൻ നവാസ് ഷെരീഫ് ഇന്ത്യൻ പ്രധാനമന്ത്രിയെ ക്ഷണിച്ചു. ക്ഷണം സ്വീകരിച്ചുകൊണ്ട് ലാഹോറിലെത്താനും ഉഭയകക്ഷി പ്രശ്നങ്ങൾ ചർച്ചചെയ്യാനും വാജ്പേയി സമ്മതിച്ചു. അതിൻപ്രകാരം 1999 ഫെബ്രുവരിയിൽ രണ്ടു പ്രധാനമന്ത്രിമാരും ലാഹോറിൽ സമ്മേളിച്ചത് സമാധാനകാംക്ഷികളിൽ ആവേശം ഉയർത്തി. കാശ്മീർ പ്രശ്നം ഉൾപ്പെടെയുള്ള ഉഭയകക്ഷി പ്രശ്നങ്ങൾ സമാധാനപരമായി പരിഹരിക്കാമെന്നും ഇരു കക്ഷികളും കരാർ ചെയ്തു. എന്നാൽ പാക് സൈന്യത്തിനും സ്വന്തം അജണ്ടയുണ്ടായിരുന്നു. ലാഹോർ കരാറിനും സിംലാകരാറിന്റെ ഗതിയായിരിക്കുമെന്ന് പാക് സൈന്യം കരുതിയിരിക്കണം. വാജ്പേയിക്കു നൽകിയ സ്വീകരണത്തിൽ നിന്ന് ജനറൽ മുഷറഫ് വിട്ടുനിന്നത് പ്രത്യേകം ശ്രദ്ധിക്കപ്പെട്ടു. പാക്സൈന്യം നിയന്ത്രണ രേഖ ലംഘിച്ച് കാർഗിൽ മേഖലയിൽ താവളങ്ങൾ ഉറപ്പാക്കാൻ ആരംഭിച്ചിട്ട് അപ്പോഴേക്കും അഞ്ചു മാസമായി കഴിഞ്ഞിരുന്നു. ഇന്ത്യൻ സർക്കാരും ഒരു പക്ഷേ നവാസ് ഷെരീഫും ഇതറിഞ്ഞില്ല. ലാഹോർ സന്ദർശിച്ച ഇന്ത്യൻ പ്രധാന

മന്ത്രിക്കുനേരെ അക്രമാസക്തമായ പ്രകടനം നടത്തുകയും കല്ലേറുനടത്തുകയും മറ്റും ചെയ്തത് ജനറൽ മുഷറഫിന്റെ ഏർപ്പാടായിരുന്നു എന്ന് 2004 ഒക്ടോബർ മാസത്തിൽ നവാസ് ഷെരീഫ് മൊഴി നൽകി.

കാർഗിൽ ആക്രമണം

കാർഗിൽ മേഖല ആക്രമിക്കുന്നതിനു വേണ്ടിയുള്ള ആലോചനകൾ എന്നുമുതൽ ആരംഭിച്ചു എന്നും ആരാണതിന്റെ പ്രധാന സൂത്രധാരൻ എന്നും ഉള്ള കാര്യങ്ങളെപ്പറ്റി പലവിധ അഭിപ്രായങ്ങൾ പുറത്തുവന്നിട്ടുണ്ട്. അന്ന് പാക് സൈന്യാധിപനായിരുന്ന ജനറൽ പർവ്വേസ് മുഷറഫാണ് പദ്ധതിയുടെ മുഖ്യസൂത്രധാരൻ എന്ന് തനിക്കോ, നേവി, എയർഫോഴ്സ് എന്നീ വിഭാഗങ്ങൾക്കോ ആ സംഭവത്തെപ്പറ്റി അറിവില്ലായിരുന്നു എന്നും അന്ന് പാക് പ്രധാനമന്ത്രിയായിരുന്ന നവാസ് ഷെരീഫ് പിൽക്കാലത്ത് (2004 ഒക്ടോബർ) ഒരന്വേഷണക്കമ്മീഷനുമുമ്പിൽ തെളിവുനൽകി. അതു സത്യമാണെന്ന് അതിനു മുമ്പുതന്നെ ഏകദേശം വ്യക്തമായിരുന്നു. ഇന്ത്യൻ പ്രധാനമന്ത്രിക്ക് ലാഹോറിൽവച്ച് നവാസ് ഷെരീഫ് നൽകിയ സ്വീകരണത്തിൽ നിന്നു പർവ്വേസ് മുഷറഫ് വിട്ടുനിന്നത് ശ്രദ്ധിക്കപ്പെട്ടെങ്കിലും ആരും അതുകാര്യമായെടുത്തില്ല. ലാഹോർ സമ്മേളനത്തിനു മുമ്പുതന്നെ ഇന്ത്യയുമായി ഒരു സംഘട്ടനത്തിന് പാക് സൈന്യം തയ്യാറെടുക്കുകയായിരുന്നു എന്നു പിന്നീടു ബോധ്യം വന്നു.

ക്രി. 1990 ൽ മുജാഹിദീനുകളെ കാശ്മീർ താഴ്വരയിലേക്കയയ്ക്കാൻ പാകിസ്ഥാൻ സർക്കാർ അനുമതി നൽകിയതുമുതൽ ഐ എസ് ഐയും പാക്സൈന്യവും കാർഗിൽ ആക്രമണം ആസൂത്രണം ചെയ്തുതുടങ്ങി എന്ന് ചിലർ കരുതുന്നു. 1984 ൽ സിയാചിൻ മഞ്ഞുമലയിൽ ഇന്ത്യൻപട്ടാളം താവളമുറപ്പിച്ചതും അവിടെനിന്നും ഇന്ത്യൻ പട്ടാളത്തെ ബഹിഷ്കരിക്കാൻ പാക് പട്ടാളം നടത്തിയ ശ്രമങ്ങൾ പരാജയപ്പെട്ടതുമാണ് മറ്റൊരു സമരമുഖം തുറക്കാൻ പാകിസ്ഥാനെ പ്രേരിപ്പിച്ചത് എന്നു കരുതുന്നതാണ് ന്യായം. ചൈനയിൽ നിന്ന് കാരക്കോറം ചുരം വഴി സ്കാർഡുവിലേക്കും അവിടെനിന്നും ജിൽജിത്തിലേക്കും ഒരു പാത ഉണ്ടാകാതിരിക്കാൻ വേണ്ടിയാണ് സിയാചിൻ മഞ്ഞുമലയിൽ ഇന്ത്യ പട്ടാളത്താവളം നിർമിച്ചത്. ലേഹിൽ നിന്ന് ഖർദുംഗ്ലാചുരം വഴിയാണ് സിയാചിനിലേക്കു യുദ്ധോപകരണങ്ങളും മറ്റു സാമഗ്രികളും കൊണ്ടുപോകുന്നത്. ശ്രീനഗർ-ലേഹ് റോഡ് അഥവാ നാഷണൽ ഹൈവേ വഴിയാണ് അവ ലേഹിലേക്കു കൊണ്ടുപോകുന്നത്. ശ്രീനഗർ- ലേഹ് റോഡ് സോജിലാ ചുരം കഴിഞ്ഞാൽ മട്ടായി, ദ്രാസ്സ് എന്നീ ചെറുപട്ടണങ്ങൾ കടന്ന് ജില്ലാ തലസ്ഥാനമായ കാർഗിൽ വഴിയാണ് ലേഹിലെത്തുന്നത്. ദ്രാസ്സ് മുതൽ കാർഗിൽ വരെയുള്ള റോഡ് നിയന്ത്രണരേഖയ്ക്ക് വളരെ അടുത്തു കൂടെയാണ് പോകുന്നത്. നിയന്ത്ര

ണരേഖയ്ക്കു തൊട്ട് പാകിസ്ഥാൻ പ്രദേശത്തുള്ള ഹർക്ക ബഹദൂർ എന്ന സ്ഥലത്തു സ്ഥാപിച്ചിട്ടുള്ള വൻ തോക്കുകൾ ശ്രീനഗർ -ലേഹ് റോഡിൽ എന്നും ഭീഷണി ഉയർത്തുകയാണ്. ദ്രാസ്സിനു സമീപം ഇന്ത്യൻ മേഖലയിലുള്ള ടൈഗർഹിൽ ടോളൊലിംഗ് എന്നീ കുന്നുകളുടെ നിയന്ത്രണം പാകിസ്ഥാൻ പട്ടാളത്തിനു ലഭിച്ചാൽ ശ്രീനഗർ-ലേഹ് റോഡിലൂടെയുള്ള വാഹനഗതാഗതം പൂർണമായും പാക് നിയന്ത്രണത്തിലാവുകയും അതുമൂലം ലേഹിന്റെയും സിയാൻചിന്റെയും നിയന്ത്രണം ഇന്ത്യക്കു നഷ്ടമാവുകയും ചെയ്യും. നിയന്ത്രണരേഖയ്ക്കും ശ്രീനഗർ -ലേഹ് റോഡിനും ഇടയ്ക്കുള്ള, ടൈഗർഹിൽ, ടോളൊലിംഗ് കുന്നുകൾ നിൽക്കുന്ന പ്രദേശം ഏകദേശം 150 കി മീറ്റർ ദൂരം കൈവശപ്പെടുത്തി അവിടെ മുജാഹിദീനുകളെ കുടിയിരുത്തുകയായിരുന്നു പാക് സൈന്യത്തിന്റെ പരിപാടി.

ജിൽജിത്ത്, സ്കാർഡുമേഖലയിലെ ജനങ്ങൾ മഞ്ഞുമലകളിൽ ജീവിച്ചു പരിചയിച്ചിട്ടുള്ളവരാണ്. ഈ രണ്ടു മേഖലകളും പാകിസ്ഥാന്റെ നേരിട്ടുള്ള ഭരണത്തിലായിരുന്നു. അവിടത്തെ ജനങ്ങളെ ചേർത്തുള്ള പാകിസ്ഥാൻ സൈനിക വിഭാഗത്തിന് നോർത്തേൺ ലൈറ്റ് ഇൻഫൻട്രി (NLI) എന്നാണ് പറയുന്നത്. നോർത്തേൺ ലൈറ്റ് ഇൻഫൻട്രിയിലെ ഏതാനും ബ്രിഗേഡുകളെയാണ് കാർഗിൽ ഓപ്പറേഷനു ചുമതലപ്പെടുത്തിയിരുന്നത്. ദീർഘകാലം മഞ്ഞുമലകളിൽ കഴിയാനുള്ള പരിശീലനവും അതിനാവശ്യമായ അത്യന്താധുനിക ഉപകരണങ്ങളും സാമഗ്രികളും എവിടെ നിന്നും എന്തു വില കൊടുത്തും വാങ്ങി അവർക്കു നൽകിയിരുന്നു. അധിനിവേശസേനയ്ക്കാവശ്യമായ ഉപകരണങ്ങളും സാധന സാമഗ്രികളും പാക് അധീനപട്ടണമായ ഗുൽത്താരിയിൽ നിന്നാണ് ആവശ്യാനുസരണം എത്തിച്ചു കൊടുത്തിരുന്നത്. ഈ ഒരുക്കങ്ങളൊന്നും ഇന്ത്യൻസേനയ്ക്ക് അറിയാൻ കഴിഞ്ഞില്ല എന്നത് ഏറ്റവും വിസ്മയകരമായിരുന്നു. നിയന്ത്രണരേഖയ്ക്കപ്പുറത്തു നിന്നും ശ്രീനഗർ-ലേഹ് റോഡിലെ വാഹനങ്ങൾക്കു നേരെ വെടി ഉതിർക്കുക പതിവായിരുന്നതു കൊണ്ട് തിരിച്ചു വെടിവെയ്ക്കുക എന്നതല്ലാതെ മറ്റൊന്നും ഇന്ത്യൻസേന ചെയ്തില്ല. 1998 സെപ്റ്റംബർ മാസത്തിൽ ഇത്തരത്തിൽ 14 പ്രാവശ്യം വെടിവയ്പുണ്ടായിട്ടും അതൊന്നും ഗൗരവമായിട്ടെടുത്തില്ല. കാർഗിൽ മേഖലയിൽ അക്കാലത്ത് ഒരു ഇന്ത്യൻ ബ്രിഗേഡ് മാത്രമാണുണ്ടായിരുന്നത്. നിയന്ത്രണരേഖയ്ക്കപ്പുറത്തുനിന്നുള്ള വെടിവയ്പ്പ് ശീതകാലത്തിലവസാനിച്ചു കൊള്ളുമെന്നു പ്രതീക്ഷിച്ചിരുന്നു. എന്നാൽ ജനുവരി മാസം (1999)മുതൽ പാക്സൈന്യം നിയന്ത്രണരേഖ കടന്ന് കുന്നുകളുടെ പിന്നിൽ ബങ്കറുകളും മുകളിൽ ഒബ്സർവേഷൻ പോസ്റ്റുകളും സ്ഥാപിച്ചു തുടങ്ങി. മെയ് മാസത്തിനുമുമ്പ് ദ്രാസ്സിനും കാർഗിലിനും ബട്ടാലിക്കിനും വടക്കുള്ള മിക്കവാറും എല്ലാ തന്ത്രപ്രധാനമായ ഇടങ്ങളിലും പാക് സൈന്യത്തിന്റെ ബങ്കറുകളും വൻ തോക്കുകളും സ്ഥാപിച്ചു കഴിഞ്ഞിരുന്നു (ഭൂപടം 4).

മെയ് മാസം ആദ്യം ആടുമേയ്ക്കാൻ പോയ ചിലർ ചില പട്ടാളക്കാരും സിവിലിയന്മാരും നിയന്ത്രണരേഖയ്ക്കപ്പുറം പ്രവർത്തനനിരതരായിരിക്കുന്ന വിവരം സൈനികോദ്യോഗസ്ഥന്മാരെ അറിയിച്ചെങ്കിലും ആരും അതു ഗൗരവമായെടുത്തില്ല. മെയ് ആറാം തീയതി ഒരു അന്വേഷണസംഘം ലഫ്റ്റനന്റ് സൗരവ് കലിയയുടെ നേതൃത്വത്തിൽ പോയിട്ട് മടങ്ങിയെത്തിയില്ല. ബട്ടാലിക്കിൽ നിന്നു ഭടന്മാരുമായി പോയ ക്യാപ്റ്റൻ അമോൽ കലിയയും സംഘവും മടങ്ങിയെത്തിയില്ല. മെയ് 9-ാം തീയതി പാക് സൈന്യത്തിന്റെ സൂക്ഷ്മമായ മിസൈൽ പതിച്ച് കാർഗിലിലെ അമ്യൂണിഷൻ ഡിപ്പോ പൂർണമായി നശിക്കുക കാരണം കാർഗിലിലുണ്ടായിരുന്ന ഇന്ത്യൻ ബ്രിഗേഡ് നിരായുധരായി. ഈ സംഭവവും ഗൗരവമായെടുക്കാത്തതു കൊണ്ട് അടുത്തദിവസം തന്നെ ഇന്ത്യൻ കരസേനാമേധാവി ജനറൽ വി പി മാലിക് യൂറോപ്പിലേക്ക് ഒരു സൗഹൃദസന്ദർശനത്തിനുപോയി. ദ്രാസ്സിലും കാർഗിലിലും ബട്ടാലിക്കിലും ശക്തിയായ ഷെൽ വർഷം നടന്നതു കാരണം കാർഗിലിലെ കളക്ട്രേറ്റു തകർന്നു. ജനങ്ങൾ കൂട്ടം കൂട്ടമായി പട്ടണങ്ങൾ ഒഴിഞ്ഞു പൊയ്ക്കൊണ്ടിരുന്നു. അതേസമയം കാർഗിൽ മേഖലയുടെ മേലധികാരിയായ ലേഹിലെ ഡിവിഷണൽ കമാന്റർ ലഫ്. ജനറൽ എച്ച് എം ഖന്ന അവധിയെടുത്തു സ്ഥലം വിട്ടു. മെയ് 15-ാംതീയതി മുതൽ ഇന്ത്യൻ സൈനികതാവളങ്ങൾക്കു നേരെയും സിവിലിയൻ സ്ഥാപനങ്ങളിലും ഷെൽവർഷം അതിശക്തമായതോടുകൂടിയാണ് സ്ഥിതിഗതികളുടെ ഗൗരവം പിടികിട്ടിയത്. ദ്രാസ്സിനുവടക്കുള്ള മുഷ്കോ താഴ്വര മുതൽ കിഴക്കു ടിർടുക് വരെയുള്ള 150 കിലോമീറ്റർ ദൂരത്തിലെ എല്ലാ കുന്നുകളിലും കുന്നിൻ ചരിവുകളിലും ബങ്കറുകളിലും വൻ തോക്കുകളും ആന്റിഎയർ ക്രാഫ്റ്റ് മിസൈലുകളുമായി പാക് പട്ടാളം പിടിമുറുക്കിയിരിക്കുകയാണെന്ന് ഇന്ത്യൻ ആർമി ഹെലികോപ്റ്ററുകൾ കണ്ടെത്തി. അവയ്ക്കു നേരെ എയർഫോഴ്സ് വിമാനാക്രമണത്തിന് മെയ് 26-ാം തീയതി തീരുമാനമായി. എന്നാൽ ഇത്രയും ഉയർന്ന പ്രദേശത്ത് മഞ്ഞുമലകൾക്കിടയിലുള്ള അപരിചിതമേഖലയിൽ പ്രവർത്തിക്കാൻ ഇന്ത്യൻ എയർഫോഴ്സിനു കഴിയുമായിരുന്നില്ല.

രണ്ടുസൈനിക ഡിവിഷനുകളും അവയ്ക്കു കീഴിലുള്ള ബ്രിഗേഡുകളും മട്ടായി മുതൽ ടിർടുക് വരെ വിന്യസിക്കപ്പെട്ടു. മഞ്ഞുമലയിൽ പ്രവർത്തിക്കാനാവശ്യമായ നാലാഴ്ചത്തെ പരിശീലനം അവർക്കില്ലായിരുന്നു. ആയുധസാമഗ്രികളും വിരളം. കാർഗിൽ മേഖലയിലുണ്ടായിരുന്ന ഭക്ഷ്യ ഡിപ്പോ പൂർണമായും പാക് വെടിവയ്പ്പിൽ തകർന്നിരുന്നു. ദ്രാസ് മുതൽ ടിർടുക് വരെയുള്ള റോഡിലൂടെയുള്ള വാഹനഗതാഗതം പാകിസ്ഥാൻ തോക്കുകളിൽ നിന്നുള്ള ഭീഷണി കാരണം രാത്രി കൂരിരുട്ടത്തു മാത്രമേ സാധ്യമായിരുന്നുള്ളൂ. അസാധാരണമായ കർമ്മധീരത ഒന്നു മാത്രമായിരുന്നു ഇന്ത്യൻസൈനികന്റെ പ്രധാന ആയുധവും ഭക്ഷ

ണവും. അവിശ്വസനീയമായ ആത്മധൈര്യമാണ് ഇന്ത്യൻ ഭടന്മാർ കാഴ്ച വച്ചത്. ചാവേറുകളെപ്പോലെ അവർ മുന്നേറുകയായിരുന്നു. ദ്രാസ്സിനു സമീപമുള്ള ടൈഗർഹിൽ, ടൊളോലിംഗ്, ബട്ടാലിക്കിനു സമീപമുള്ള ജൂബാർ, ഖലൂബാർ, കുക്കർത്താങ് എന്നീ ശത്രുതാവളങ്ങൾ ഓരോന്നായി പിടിച്ചെടുത്തു കൊണ്ടിരിക്കെയാണ് ജൂലൈ 12–ാം തീയതി ദില്ലിയിൽ നിന്നു അറിയിപ്പുവന്നത്: ശത്രുസൈന്യം പിൻമാറാൻ സമ്മതിച്ചിരിക്കുകയാണ്, അവരെ ശല്യം ചെയ്യരുത്. രണ്ടു ദിവസം കഴിഞ്ഞ് പാക് അണികൾക്കിടയിൽ നിന്ന് വമ്പിച്ച തീജ്വാല കാണാമായിരുന്നു. വമ്പിച്ച ആയുധശേഖരങ്ങൾ, മറ്റുപകരണങ്ങൾ, ഭക്ഷ്യസാധനങ്ങൾ എല്ലാം തീകൂട്ടി നശിപ്പിക്കുകയായിരുന്നു, ഇന്ത്യൻസേന അവ കൈവശപ്പെടുത്താതിരിക്കാൻ.

ആക്രമണം തുടങ്ങിയപ്പോൾ പാക് പട്ടാളക്കാരിൽ കുറേപേർ മുജാഹിദീനുകളുടെ വേഷത്തിലാണ് വന്നത്. പാകിസ്ഥാൻ സൈന്യം നിയന്ത്രണ രേഖകടന്ന് ഇന്ത്യയെ ആക്രമിച്ചു എന്ന് ഇന്ത്യ ഐക്യരാഷ്ട്ര സഭയിലും ലോകതലസ്ഥാനങ്ങളിലും പരാതിപ്പെട്ടപ്പോഴും പാകിസ്ഥാൻ അതു നിഷേധിച്ചുകൊണ്ടിരുന്നു. ഒരുപക്ഷേ പാകിസ്ഥാൻ സിവിൽ ഭരണാധികാരികൾ അങ്ങനെ വിശ്വസിച്ചിരിക്കാം. പക്ഷേ, പാക്പട്ടാളം നിയന്ത്രണരേഖയ്ക്കപ്പുറം ബങ്കറുകളും തോക്കുകളും സൈനികതാവളങ്ങളും ഉറപ്പിച്ചിട്ടുള്ളതായി അമേരിക്ക സ്വന്തമായി തെളിവുശേഖരിച്ചിരുന്നു. യുദ്ധത്തിൽ മരിച്ച പാക്ജവാന്മാരുടെയും ഓഫീസർമാരുടെയും പേരും റാങ്കും ഫോട്ടോയും ഇന്ത്യ പ്രദർശിപ്പിച്ചു. നിയന്ത്രണരേഖയെ ഇരുരാജ്യങ്ങളും മാനിക്കണമെന്ന് അമേരിക്ക കർശനമായി നിർദേശിച്ചത് മറ്റു പ്രധാനരാഷ്ട്രങ്ങളും ആവർത്തിച്ചു. പാക്പ്രധാനമന്ത്രി നവാസ് ഷെരീഫ് ജൂലൈ 4–ാം തിയതി വാഷിംഗ്ടണിൽ ചെന്ന് പ്രസിഡന്റ് ക്ലിന്റണുമായി സംസാരിച്ചു. മുജാഹിദീനുകളെ പിൻവലിക്കാമെന്നു പ്രഖ്യാപിച്ചു. വാഷിംഗ്ടണിൽ നിന്നു മടങ്ങും വഴി ലണ്ടനിൽ വച്ചു ബ്രിട്ടീഷ് പ്രധാനമന്ത്രിയെ സന്ദർശിച്ചുവെങ്കിലും അനുകൂലമായ പ്രതികരണമല്ല അവിടെ നിന്നുണ്ടായത്. മേയ് 26–ാം തിയതി പാക്സൈന്യാധിപൻ പർവ്വേസ് മുഷറഫ് ബീജിംഗിലെത്തി ചൈനീസ് നേതാക്കളുമായി ചർച്ചകൾ നടത്തിയെങ്കിലും അവിടെ നിന്നും അനുകൂലപ്രതികരണമല്ല ഉണ്ടായത്. അന്നേ ദിവസം മുഷറഫ് പാകിസ്ഥാൻ ചീഫ് ഓഫ് സ്റ്റാഫ് ലഫ്. ജനറൽ മുഹമ്മദ് അസീസുമായി നടത്തിയ ടെലഫോൺ സംഭാഷണം ആരോ ഇന്ത്യയുടെ വിദേശ കാര്യവകുപ്പിനു ചോർത്തിക്കൊടുക്കുകയും വിദേശകാര്യവകുപ്പ് അതു പത്രങ്ങൾക്കു നൽകുകയും ചെയ്തു. പാക് ഭരണാധികാരികൾ അറിയാതെ പാകിസ്ഥാൻ സൈന്യമാണ് കാർഗിൽ ആക്രമണം ആസൂത്രണം ചെയ്തതെന്നും നടപ്പാക്കിയതെന്നുമാണ് സംഭാഷണത്തിലെ സൂചന. ആക്രമണത്തിൽ തങ്ങൾക്കു പങ്കില്ലെന്നു കാണിക്കാൻ പാക് സർക്കാർ തന്നെയാവണം ഈ സംഭാഷണം

ചോർത്തിക്കൊടുത്തത്. ഇതേ തുടർന്നാവണം സൈന്യത്തെ പിൻവലിക്കാൻ പാകിസ്ഥാൻ തയ്യാറായതും അതിനു സൗകര്യം നൽകാൻ ഇന്ത്യതീരുമാനിച്ചതും.

മുജാഹിദീനുകളെ പിൻവലിക്കാൻ താൻ തയ്യാറാണെന്നു നവാസ് ഷെറിഫ് ജൂലൈ 4–ാം തിയതി പ്രഖ്യാപിച്ചുവെങ്കിലും തങ്ങളതിനു തയ്യാറല്ല എന്ന് നാലു പാക് ഭീകരസംഘടനകൾ പറഞ്ഞു. ലഷ്കർ–ഈ–തോയ്ബ, ഹർക്കത്തുൾ മുജാഹിദീൻ, അൽബാദർ മുജാഹിദീൻ, ഹിസ്ബുൾ മുജാഹിദീൻ എന്നീ സംഘടനകളായിരുന്നു അവ. സൈന്യം അവരെക്കൊണ്ട് അങ്ങനെ പറയിക്കുകയായിരുന്നു എന്നു വ്യക്തം. സിംലാ കരാറിനുശേഷം വെടി നിറുത്തൽ രേഖയിൽ ഭേദഗതി വരുത്തിയാണ് നിയന്ത്രണരേഖ ഉണ്ടാക്കിയതെന്നും അതിനു പാകിസ്ഥാന്റെ അംഗീകാരമില്ലെന്നുമായിരുന്നു അവരുടെ വാദം. അന്യായമായി ഇന്ത്യ കൈയടക്കിയ പ്രദേശത്തു നിന്നു ഇന്ത്യൻ സൈന്യം പിന്മാറിയാൽ തങ്ങൾ വെടിനിറുത്തൽ രേഖയ്ക്കിപ്പുറം പിന്മാറാമെന്നാണു മുജാഹിദീൻ സംഘടനകൾ പറഞ്ഞത്. ഈ വാദത്തിനു പിന്നിലെ വസ്തുതകൾ ഇപ്രകാരമാണ്: 1972 ജൂലൈ 12–ാം തീയതി ഒപ്പു വച്ച സിംലാകരാറിൽ ഇരു വിഭാഗത്തെയും സൈന്യാധിപന്മാർ കൂടിയാലോചിച്ച് വെടി നിറുത്തൽ രേഖയിൽ ആവശ്യമായ മാറ്റം വരുത്താൻ തീരുമാനിച്ചിരുന്നു. അതനുസരിച്ച് ആ വർഷം നവംബർ, ഡിസംബർ മാസങ്ങളിൽ ഇരുപക്ഷത്തെയും സൈനികഡെലിഗേഷനുകൾ 12 ദിവസം കൂടിയാലോചിച്ചാണ് നിയന്ത്രണരേഖയ്ക്കു രൂപംനൽകിയത്. അതിൻപ്രകാരം പാകിസ്ഥാന് ഇന്ത്യൻ ഭാഗത്തു നിന്നും 59 ചതുരശ്ര കിലോമീറ്റർ സ്ഥലവും ഇന്ത്യക്കു പാകിസ്ഥാനിൽനിന്ന് 341 ചതുരശ്രകിലോമീറ്റർ സ്ഥലവും ലഭിച്ചു. ഈ ഭേദഗതി സിംലാകരാറിന്റെ ഭാഗമായിരുന്നു. ശ്രീനഗർ– ലേഹ് റോഡിനെ പാക് ഭീഷണിയിൽ നിന്നു രക്ഷിക്കാൻ വേണ്ടിയായിരുന്നു ഈ ഭേദഗതി. നഷ്ടപ്പെട്ട ഈ പ്രദേശങ്ങൾ തിരിച്ചു കിട്ടണമെന്നതായിരുന്നു പാക്സൈന്യത്തിന്റെ ആവശ്യം. ഇത് ഇന്ത്യ സമ്മതിച്ചില്ലെങ്കിലും ഇന്ത്യയുടെ കൈവശമിരുന്ന പോയിന്റ് 5353 എന്ന മഞ്ഞുമലയിൽ നിന്ന് ഒഴിഞ്ഞു പോകാൻ പാകിസ്ഥാൻ സൈന്യം കൂട്ടാക്കിയില്ല. അവിടെ നിന്നു പാക് പട്ടാളം ശ്രീനഗർ ജമ്മുറോഡിലുള്ള വാഹനങ്ങൾക്കു നേരെ വെടിവച്ചു കൊണ്ടിരുന്നു. പക്ഷേ 'ഓപ്പറേഷൻ വിജയ്' ആഘോഷിച്ചു കഴിഞ്ഞശേഷമാണ് ഇക്കാര്യം മാധ്യമങ്ങളിൽ വന്നത്.

കാർഗിൽ യുദ്ധത്തിന്റെ ബാക്കിപത്രം

കാർഗിൽ യുദ്ധം പത്താഴ്ച നീണ്ടു നിന്നു. യുദ്ധം അവസാനിക്കും വരെയും പാക് സൈന്യമാണ് കാർഗിൽ ആക്രമിച്ചതെന്ന് അവർ സമ്മതിച്ചില്ല. മുജാഹിദീനുകളാണ് കാർഗിൽ ആക്രമിച്ചതെന്ന വാദത്തിൽ അവർ ഉറച്ചു നിന്നു. യുദ്ധത്തിൽ മരിച്ച പാകിസ്ഥാൻ ഓഫീസർമാരു

ടെയും ഭടന്മാരുടെയും വിവരങ്ങൾ ഇന്ത്യ പ്രസിദ്ധീകരിച്ചപ്പോൾ അതം ഗീകരിക്കാനും മൃതദേഹങ്ങൾ സ്വീകരിക്കാനും അവർ കൂട്ടാക്കിയില്ല. യുദ്ധം അവസാനിച്ചതുകൊണ്ടും മരിച്ചവരുടെ ബന്ധുക്കളുടെ സമ്മർദ്ദം മൂലവും മൃതദേഹങ്ങൾ ഏറ്റുവാങ്ങാൻ പാക് അധികൃതർ തയ്യാറായി. തുടർന്ന് തങ്ങൾ 1998 സെപ്റ്റംബർ മുതൽ നിയന്ത്രണരേഖ കടന്നുവെന്നും 1999 ജനുവരി മുതൽ കാർഗിൽ മേഖലയിലെ പല കുന്നുകളിലും താവളങ്ങൾ സ്ഥാപിച്ചുവെന്നും പാക് സൈന്യം സമ്മതിച്ചു.

യുദ്ധത്തിൽ പാകിസ്ഥാന്റെ 267 ഓഫീസർമാർ കൊല്ലപ്പെടുകയും 204 പേർക്കു പരിക്കുകൾ പറ്റുകയും 24 പേരെ കാണാതാവുകയും ചെയ്തു. ആ വർഷത്തെ പാക് ബഡ്ജറ്റിന്റെ 20 ശതമാനം കാർഗിൽ യുദ്ധത്തിനു ചെലവായതായാണു കണക്ക്. എങ്കിലും ഇന്ത്യയുടെ മേൽ നേടിയ സൈനിക വിജയത്തിന് പാക് ജനത സൈന്യത്തെ അനുമോദിച്ചു. അതു നവാസ് ഷെറീഫിനെ ഭയവിഹ്വലനാക്കി. ജനറൽ മുഷറഫ് യാത്രയിലായിരിക്കെ ഷെറീഫ് അയാളെ സ്ഥാനഭ്രഷ്ടനാക്കി കരുതൽ തടവിൽ വയ്ക്കാൻ ശ്രമിച്ചു. പക്ഷേ മൂന്നു ജനറൽമാർ ചേർന്നു പ്രധാനമന്ത്രിയെ സ്ഥാനഭ്രഷ്ടനാക്കുകയും മുഷറഫിനെ തൽസ്ഥാനത്ത് അഡ്മിനിസ്ട്രേറ്ററായി നിയമിക്കാൻ പ്രസിഡന്റിന്റെ മേൽ സമ്മർദ്ദം ചെലുത്തുകയും ചെയ്തു.

ഇന്ത്യക്കുണ്ടായ നഷ്ടം അതിഭീമമാണ്. 25 ഓഫീസർമാർ ഉൾപ്പെടെ 487 ജവാന്മാർ മരിക്കുകയും 71 ഓഫീസർമാർ ഉൾപ്പെടെ 1190 ജവാന്മാർക്കു പരിക്കേൽക്കുകയും ചെയ്തു. സിവിലിയന്മാർക്കുണ്ടായ നഷ്ടത്തിന്റെ കണക്കെടുത്തിട്ടില്ല. ആയിരക്കണക്കിനാളുകൾക്ക് നാടും വീടും ഉപേക്ഷിച്ചു പോകേണ്ടി വന്നു. അവർക്കുണ്ടായ നഷ്ടം 200–300 കോടി രൂപ വരുമെന്നാണ് ഊഹം. സർക്കാരിനുണ്ടായ നഷ്ടം 7,000 മുതൽ 10,000 കോടി രൂപ വരെ വരുമെന്നാണു കണക്ക്. മഹാശക്തിയെന്നഭിമാനിക്കുന്ന ഇന്ത്യയുടെ ഒരു ഭാഗം ആറുമാസക്കാലം പാകിസ്ഥാന്റെ കൈവശമായിരുന്നുവെന്നും അമേരിക്ക ഉൾപ്പെടെയുള്ള ലോകരാഷ്ട്രങ്ങളുടെ ഇടപെടൽ കാരണം അവർ പിന്തിരിഞ്ഞുപോവുകയായിരുന്നു എന്നുമുള്ള വസ്തുതകൾ സാധാരണ ഇന്ത്യാക്കാർ ശ്രദ്ധിക്കാതെ പോയത് ഇന്ത്യൻ സൈന്യത്തിന്റെ ധീരകൃത്യങ്ങളെപ്പറ്റിയുള്ള ശക്തിയായ പ്രചരണം മൂലമാണ്. ഇന്ത്യക്കുപറ്റിയ രണ്ടു പരാജയങ്ങൾ പിൽക്കാലത്തു മാധ്യമങ്ങൾ പുറത്തു കൊണ്ടു വന്നു. പാകിസ്ഥാൻ സൈനിക നീക്കത്തെപ്പറ്റി ഇന്ത്യൻ സൈനിക മേധാവികൾക്കു നേരത്തെ വിവരം ലഭിച്ചിരുന്നു എന്നും അവരതു ഗൗരവമായെടുക്കാതെ മൂടി വച്ചുവെന്നുമുള്ളതാണ് ഒരു വസ്തുത. സൈനിക മേധാവികൾക്കയച്ച കത്തുകളുടെ ഫോട്ടോസ്റ്റാറ്റുകൾ മാധ്യമങ്ങൾ പ്രസിദ്ധീകരിച്ചു. എന്തിനാണോ പാകിസ്ഥാൻ സൈന്യം കാർഗിൽ ആക്രമിച്ചത് അതു ഭാഗികമായെങ്കിലും നേടിയശേഷമാണ് പാക്സൈന്യം കാർഗിൽ മേഖലയിൽ നിന്നു

പിന്മാറിയത് എന്നതാണ് മറ്റൊരു വസ്തുത. നിയന്ത്രണരേഖയ്ക്കിപ്പുറം ഇന്ത്യയുടെ ഭാഗമായിരുന്ന പോയിന്റ് 5353 എന്ന കുന്ന് ഇപ്പോഴും പാകിസ്ഥാന്റെ കൈവശമാണ്. അതിനു മുകളിലെ ബങ്കറുകളിൽ പാക് പട്ടാളം ഇപ്പോഴും താവളമടിച്ചു കിടക്കുന്നു. അവിടെ നിന്നും വെടിപ്പാടിനുള്ളിലാണ് ശ്രീനഗർ- ലേഹ് റോഡ്. ആ റോഡു വഴിയുള്ള വാഹനഗതാഗതം ഏതു സമയത്തും തകർക്കാൻ പോയിന്റ് 5353 ൽ നിന്നു കഴിയും. ശ്രീനഗർ-ലേഹ് റോഡിലെ വാഹനഗതാഗതം തടസപ്പെടുത്താൻ കഴിയുംവിധം നിയന്ത്രണരേഖയിൽ മാറ്റം വരുത്തണമെന്ന ഉദ്ദേശ്യം മാത്രമേ പാകിസ്ഥാൻ സൈന്യത്തിനുണ്ടായിരുന്നുള്ളുവെന്നും അതവർ സാധിച്ചുവെന്നും ആണ് വസ്തുത. ഇക്കാര്യം മാധ്യമങ്ങളിൽ വന്നപ്പോൾ ആദ്യം പ്രതിരോധവകുപ്പ് അതു നിഷേധിച്ചു. പിന്നീട് നിയന്ത്രണരേഖയും പോയിന്റ് 5353യുടെ സ്ഥിതിയും കാണിക്കുന്ന ഭൂപടം മാധ്യമങ്ങളിൽ വന്നപ്പോൾ പോയിന്റ് 5353യിലൂടെയാണ് യഥാർഥനിയന്ത്രണരേഖയെന്നു പ്രതിരോധ വകുപ്പ് മാറ്റിപ്പറഞ്ഞു. കാറക്കോറം ഹൈവേയ്ക്കുനേരെ ഭീഷണിയായി ഇന്ത്യൻ സൈന്യം സിയാചിൻ മലയിൽ താവളമടിച്ചിട്ടുള്ളതു പോലെയാണ് പോയിന്റ് 5353 ൽ താവളമടിച്ചുകൊണ്ട് പാക് സൈന്യം ശ്രീനഗർ- ലേഹ് റോഡിനു നേരെ ഭീഷണി ഉയർത്തുന്നത്.

മേൽപറഞ്ഞ വീഴ്ചകളൊന്നും ഇന്ത്യയിൽ ബി ജെ പി നേതൃത്വത്തിലുള്ള സർക്കാരിനെ ബാധിച്ചില്ല. എന്തെന്നാൽ 1999 ലെ പൊതു തെരഞ്ഞെടുപ്പു സമയത്ത് ഈ വസ്തുതകളൊന്നും പുറത്തു വന്നിരുന്നില്ല. പാകിസ്ഥാനോടുള്ള പകയും ഇന്ത്യൻ സൈന്യത്തിന്റെ ആത്മാർപ്പണവും മുതലാക്കി ബി ജെ പി നേതൃത്വത്തിലുള്ള ദേശീയ ജനാധിപത്യമുന്നണി (NDA) തെരഞ്ഞെടുപ്പിൽ വിജയം കൊയ്തു. അതു പുതിയ സർക്കാരിനു കൂടുതൽ ആത്മവീര്യം നൽകി. കാശ്മീരിൽ ദിവസവും എട്ടോ പത്തോ ഭീകരർ കൊല്ലപ്പെടുന്നുണ്ടെന്നും ഭീകരർ മുഴുവൻ വധിക്കപ്പെടുമെന്നാണു താൻ വിശ്വസിക്കുന്നതെന്നും അതു കഴിഞ്ഞാൽ കാശ്മീരിൽ സമാധാനമുണ്ടാകുമെന്നും ആഭ്യന്തരമന്ത്രി എൽ കെ അദ്വാനി മാധ്യമങ്ങളോടു പറഞ്ഞു.

വിമാനറാഞ്ചൽ വീണ്ടും

പാകിസ്ഥാനും നേപ്പാളും തമ്മിൽ കാര്യമായ വാണിജ്യബന്ധം ഒന്നും ഉണ്ടായിരുന്നില്ലെങ്കിലും ഇന്ത്യയുടേതു കഴിഞ്ഞാൽ കാഠ്മണ്ഡുവിലെ ഏറ്റവും വലിയ എംബസ്സി പാകിസ്ഥാന്റേതായിരുന്നു. ചൈനയുടെയും ബംഗ്ലാദേശിന്റെയും എംബസ്സികളെക്കാൾ വലിയ എംബസ്സി പാകിസ്ഥാനെന്തിനാണെന്ന് സംശയിച്ചു പോകാം. ഇന്ത്യയുടെ വടക്കു കിഴക്കൻ മേഖലയിൽ ചാരപ്രവർത്തനം മൂലം അസ്വസ്ഥതകൾ പടർത്തുകയാണ് ഈ സ്ഥാനപതികാര്യാലയത്തിന്റെ ചുമതലയെന്നറിയാമെ

ങ്കിലും ഇന്ത്യൻ സർക്കാരിന് ഒന്നും ചെയ്യാൻ കഴിഞ്ഞില്ല. 1998–99 കാലത്ത് എംബസ്സിയിലെ ഒന്നാം സെക്രട്ടറിയായിരുന്ന മുഹമ്മദ് അർഷാദ് ചീമ ഐ എസ് ഐയിലെ അംഗമായിരുന്നു. 1998 ഒക്ടോബറിൽ യക്കീർ സിംഗ് എന്ന സിക്ക് ഭീകരൻ 20 കിലോ ആർ ഡി എക്സുമായി അറസ്റ്റു ചെയ്യപ്പെടുകയും ചോദ്യം ചെയ്തപ്പോൾ തനിക്ക് ആർ ഡി എക്സ് തന്നത് ചീമയാണെന്നു പറയുകയും ചെയ്തു. ഇന്ത്യൻ എയർലൈൻസിലെ ബാഗ്ഗേജ് പരിശോധിക്കുന്നത് എയർലൈൻസ് ഉദ്യോഗസ്ഥരല്ല നേപ്പാളി എയർപോർട്ടുദ്യോഗസ്ഥന്മാരാണ് എന്നതാണ് കാര്യം. മേൽപ്പറഞ്ഞ സംഭവത്തിനുശേഷവും പഞ്ചാബിലേക്കും കാശ്മീരിലേക്കും ആർ ഡി എക്സ് കടത്തുന്നത് കാഠ്മണ്ഡുവഴിയാണെന്നറിയാമായിരുന്നിട്ടും ഇന്ത്യൻ എയർലൈൻസ് സ്വന്തം പരിശോധകരെ ഏർപ്പെടുത്തിയിരുന്നില്ല. 1999 ഡിസംബർ 24–ാം തീയതി ഇന്ത്യൻ എയർലൈൻസ് വിമാനം ഐ സി 814, ആറു പാകിസ്ഥാൻ ഭീകരർ ചേർന്നു റാഞ്ചിയപ്പോഴും ചീമ ഒരു ബാഗുമായി ഡിപ്പാർച്ചർ ലൗഞ്ചിലെത്തിയെന്നും അയാൾ തിരിച്ചു പോകുമ്പോൾ കൈയിൽ ബാഗില്ലായിരുന്നു എന്നും ദൃക്സാക്ഷികൾ പറയുന്നു.

155 യാത്രക്കാരും വിമാനജോലിക്കാരുമാണ് റാഞ്ചിയ വിമാനത്തിലുണ്ടായിരുന്നത്. നേരെ ലാഹോറിലേക്കു വിടാനായിരുന്നു റാഞ്ചികളുടെ നിർദേശം. എന്നാൽ ലാഹോറിലിറങ്ങാൻ അനുവാദം നിഷേധിക്കപ്പെട്ടതുകൊണ്ട് വിമാനം അന്നു വൈകുന്നേരം അമൃത്സറിലിറങ്ങി. ഇന്ധനം നിറയ്ക്കാൻ താമസിച്ചാൽ യാത്രക്കാരെ ഓരോരുത്തരെയായി കൊല്ലുമെന്നു ഭീഷണിപ്പെടുത്തുകയും ഒരാളെ വധിക്കുകയും ചെയ്തു. ഒരു മണിക്കൂറിനു ശേഷം വീണ്ടും വിമാനം ലാഹോറിലേക്കു പുറപ്പെടുകയും ലാഹോറിലിറങ്ങുകയും അവിടെ നിന്നു കാബൂളിലേക്കു പോവുകയും ചെയ്തു. കാബൂളിലിറങ്ങാൻ അനുമതി നിഷേധിക്കപ്പെട്ടതുകൊണ്ട് അന്നു രാത്രി ഒരു മണിക്കു ദുബായ് വിമാനത്താവളത്തിലിറങ്ങി. 27 പേരെ അവിടെ വിടുകയും മരിച്ചയാളിന്റെ മൃതദേഹം പുറംതള്ളുകയും ചെയ്തു. അവിടെനിന്ന് കാലത്ത് 8.30 മണിക്ക് വിമാനം കാന്റഹാർ വിമാനത്താവളത്തിലിറങ്ങി. അതുവരെ റാഞ്ചികളാരെന്നോ അവരുടെ ഉദ്ദേശ്യമെന്താണെന്നോ ആർക്കും അറിവില്ലായിരുന്നു. കാലത്ത് 10.30 മണിക്കു ദില്ലി വിമാനത്താവളത്തിൽ കിട്ടിയ ഒരു അജ്ഞാത ടെലിഫോൺ സന്ദേശത്തിൽ റാഞ്ചികൾ ഇസ്ലാമിക് സാൽവേഷൻ ഫ്രണ്ട് എന്ന അജ്ഞാതസംഘടനയിലെ അംഗങ്ങളാണെന്നും മൗലാന മാസൂദ് അഴാറിനെയും മറ്റു നാലുതടവുകാരെ വിട്ടുകിട്ടണമെന്നും അറിയിച്ചു. അഫ്ഗാനിസ്ഥാനിലെ യു എൻ പ്രതിനിധി മാധ്യസ്ഥത്തിനു തയാറായി. ഇന്ത്യയിൽ നിന്നും ഒരു ഏഴംഗ സംഘം എത്തി. പാകിസ്ഥാനിലെ ഇന്ത്യൻ എംബസ്സിയിലെ ഘനശ്യാം ആയിരുന്നു സംഘത്തലവൻ. അഞ്ചാം ദിവസം (ഡിസംബർ 28) റാഞ്ചികൾ അവരുടെ ആവ

ശ്യങ്ങൾ മുന്നോട്ടുവച്ചു. ഇന്ത്യൻ തടവിൽ കഴിയുന്ന 36 ഭീകരവാദിക ളെയും സജ്ജാദ് അഫ്ഗാനിയുടെ മൃതദേഹവും വിട്ടുകിട്ടണം, പുറമെ 20 കോടി ഡോളറും. പണവും മൃതദേഹവും ആവശ്യപ്പെടുന്നത് ഇസ്ലാ മിനു വിരുദ്ധമാണെന്നു താലിബാൻ സർക്കാർ വിധിച്ചു. നീണ്ടുനിന്ന ചർച്ചകൾക്കൊടുവിൽ മൂന്നു ഭീകരരെ വിട്ടുകൊടുക്കാൻ തീരുമാനമായി. ഹർക്കത്ത്–ഉൾ–മുജാഹിദിന്റെ തലവൻ മൗലാന മാസൂദ് അഴാർ, അൽ ഉമറിലെ മുഷാക് അഹമ്മദ് സർഗാർ, വിദേശ ബന്ദികളുടെ പിടികൂടൽ ആസൂത്രണം ചെയ്തയാളും ബ്രിട്ടീഷ് പൗരത്വമുള്ള പാകിസ്ഥാനിയു മായ അൽഫറാനിലെ ഉമർ സയീദ് ഷേയ്ക്കും. മൂന്നു പേരും പാകി സ്ഥാനിൽ പരിശീലം ലഭിച്ച ഭീകരവാദികളാണ്. അവരോടൊപ്പം വിദേ ശകാര്യമന്ത്രി ജസ്വന്ത് സിംഗ് കാന്റഹാറിലെത്തുകയും ബാക്കിയുള്ള ബന്ദികളുമായി 31–ാം തിയതി ദില്ലിയിലേക്കു മടങ്ങുകയും ചെയ്തു.

സംഭവം കഴിഞ്ഞ ഉടനെ ഇന്ത്യയെ കുറ്റപ്പെടുത്തിക്കൊണ്ട് അഫ്ഗാ നി സ്ഥാനിലെ ഒളിപ്പോരാളികളുടെ തലവനായ ഒസാമ ബിൻ ലാദന്റേ തായി ഒരു പ്രസ്താവന പ്രക്ഷേപണം ചെയ്യപ്പെട്ടു. ഒസാമാ ബിൻ ലാദൻ അതിനെ നിഷേധിച്ചു. കാർഗിൽ യുദ്ധത്തിനുശേഷവും ഇപ്രകാരം ഇന്ത്യ യുടെ നിലപാടിനെ വിമർശിച്ചു കൊണ്ടുള്ള ഒരു പ്രസ്താവന വരികയും ലാദൻ അതു നിഷേധിക്കുകയും ചെയ്തിട്ടുണ്ടായിരുന്നു. കാശ്മീരിലെ ഒളിപ്പോരിനു പിന്നിൽ ഒസാമ ബിൻലാദൻ ആണെന്നു വരുത്താൻ ആരോ ശ്രമിക്കുകയാണെന്നു വ്യക്തമായിരുന്നു. അത് ഐ എസ് ഐ ആണെന്നു കരുതപ്പെട്ടു. വിമാനറാഞ്ചലിനു പിന്നിൽ ഐ എസ് ഐ യുടെ കരങ്ങളാണെന്ന് ഇന്ത്യ കുറ്റപ്പെടുത്തി. അതിന് ആറു തെളിവു കളും ഹാജരാക്കപ്പെട്ടു. പാകിസ്ഥാനെ ഒരു ഭീകരരാഷ്ട്രമായി പ്രഖ്യാപിക്കണമെന്ന് ഇന്ത്യ അമേരിക്കയോടും മറ്റു ലോകരാഷ്ട്രങ്ങ ളോടും ആവശ്യപ്പെട്ടു. പക്ഷേ തെളിവുകൾ തൃപ്തികരമായി അമേരിക്ക കണ്ടില്ല. കാശ്മീർ പ്രശ്നത്തിലേക്ക് ഇന്ത്യയുടെ ശ്രദ്ധ ആകർഷിക്കാൻ പാകിസ്ഥാൻ നടത്തുന്ന സമ്മർദ്ദ തന്ത്രങ്ങളാണിതൊക്കെയെന്നു വ്യക്ത മായിരുന്നു. പ്രശ്നം ചർച്ച ചെയ്യാൻ അമേരിക്ക ഇരുരാജ്യങ്ങളെയും പ്രേരിപ്പിച്ചുകൊണ്ടിരുന്നു. 2000 മാർച്ച് അവസാനം ദക്ഷിണേഷ്യൻപര്യ ടനം നടത്തിയ പ്രസിഡന്റ് ക്ലിന്റന് ഇന്ത്യ സൗഹൃദം നിറഞ്ഞ വര വേൽപ്പാണ് നൽകിയത്. ക്ലിന്റൻ ഇന്ത്യയുടെ സമാധാന യത്നങ്ങളെ ശ്ലാഘിച്ചു. പാകിസ്ഥാനോടു തണുപ്പൻ നയമാണ് ക്ലിന്റൻ സ്വീകരിച്ചത്.

സമാധാനശ്രമങ്ങൾ

ഇന്ത്യാ പാക് തർക്കത്തിന്റെ കേന്ദ്രം കാശ്മീർ പ്രശ്നമാണെന്നു പാകിസ്ഥാനും ഭീകരവാദികളിലൂടെ ഇന്ത്യക്കെതിരെ പാകിസ്ഥാൻ നട ത്തുന്ന ആക്രമണം അവസാനിപ്പിക്കാതെ സമാധാനമുണ്ടാവുകയില്ലെന്ന് ഇന്ത്യയും പറഞ്ഞു കൊണ്ടിരുന്നു. എങ്കിലും അമേരിക്കയുടെ സമ്മർദ്ദം

മൂലം ഇരുരാജ്യങ്ങളും രഹസ്യമായി ചർച്ചകളും നടത്തിക്കൊണ്ടിരുന്നു. അപ്പോഴും പാകിസ്ഥാനിലേയും ഇന്ത്യയിലേയും മതമൗലീകവാദികൾ പോർവിളികൾ നടത്തിക്കൊണ്ടിരുന്നു. 2000 ജൂൺ 26-ാം തീയതി ജമ്മു കാശ്മീർ നിയമസഭ ജമ്മുകാശ്മീരിനു സ്വയംഭരണം വേണമെന്നാവശ്യപ്പെടുന്ന പ്രമേയം പാസാക്കിയത് പ്രശ്നം സങ്കീർണമാക്കി. 1952 ൽ നെഹ്റുവും ഷേക്ക് അബ്ദുള്ളയും ചേർന്നുണ്ടാക്കിയ കരാറിന്റെയും 1975ൽ ഇന്ദിരാഗന്ധിയും ഷേക്ക് അബ്ദുള്ളയുമായുണ്ടാക്കിയ കരാറിന്റെയും അടിസ്ഥാനത്തിൽ സ്വയംഭരണം വേണമെന്നതായിരുന്നു ഫറൂക്ക് അബ്ദുള്ളയുടെ നേതൃത്വത്തിലുള്ള നാഷണൽ കോൺഫറൻസിന്റെ നിലപാട്. ഇത് ഇന്തോ-പാക് ചർച്ചയിൽ നിന്നു ശ്രദ്ധ തിരിച്ചുവിടാൻ കാരണമായി. പ്രമേയം പിന്നീട് വിസ്മരിക്കപ്പെട്ടു.

ഈ പശ്ചാത്തലത്തിലാണ് ഭീകരപ്രവർത്തനങ്ങൾ 15 ദിവസത്തേക്കു നിറുത്തി വയ്ക്കാൻ ഹിസ്ബുൾ മുജാഹിദ്ദീന്റെ തലവൻ സയ്യിദ് സലാഹുദ്ദീൻ അണികളെ ആഹ്വാനം ചെയ്തത്. ഇന്ത്യയും പാകിസ്ഥാനും കാശ്മീർ പ്രശ്നം ചർച്ച ചെയ്ത് 2000 ആഗസ്റ്റ് 8-ാം തീയതിക്കുമുമ്പ് തീരുമാനമെടുക്കാനായിരുന്നു വെടി നിറുത്തൽ പ്രഖ്യാപനം. സെപ്റ്റംബർ മാസത്തിൽ വാജ്പേയിയും ജനറൽ മുഷറഫും തമ്മിൽ ന്യൂയോർക്കിൽ വച്ചു സന്ധിക്കുമ്പോൾ നടക്കാവുന്ന ചർച്ചയ്ക്കു കളമൊരുക്കുകയായിരുന്നു വെടിനിറുത്തലിന്റെ ഉദ്ദേശ്യം. പാകിസ്ഥാനിലെ മതമൗലീകവാദികളും തീവ്രവാദികളും വെടി നിറുത്തലിനെ ശക്തിയായി എതിർത്തു. ഇന്ത്യയിൽ ബി ജെ പിക്കുള്ളിൽ തന്നെയുള്ള സമാധാനകാംക്ഷികളും മൗലീകവാദികളും തമ്മിലുള്ള അഭിപ്രായഭിന്നതകൾ മൂലം വെടിനിറുത്തലിനു സർക്കാർ തലത്തിൽ ഗൗരവപൂർണമായ പ്രതികരണമുണ്ടായില്ല. പാകിസ്ഥാനിലെ യുണൈറ്റഡ് ജിഹാദി കൗൺസിലിലെ തലവനായ കാസ്സി അഹമ്മദ് ഹുസൈൻ മുജാഹിദീനെ കൗൺസിലിൽ നിന്നു പുറത്താക്കി. വെടി നിറുത്തൽ പ്രഖ്യാപനം നിഷ്ഫലമാവുകയും ഭീകരപ്രവർത്തനങ്ങൾ പൂർവ്വ ശക്തിപ്പെടുകയും ചെയ്തു. ആഗസ്റ്റ് 22-ാം തീയതി നൂറോളം സിവിലിയന്മാർ ക്രൂരമായി കൊല്ലപ്പെട്ടു. സമാധാനചർച്ചകൾ പരാജയപ്പെടാനുള്ള എല്ലാ മാർഗങ്ങളും തീവ്രവാദികൾ അവലംബിച്ചു. വെടിനിറുത്തൽ തുടരണമെന്നു വാജ്പേയി സർക്കാർ ആവശ്യപ്പെട്ടുക്കാണ്ടിരുന്നുവെങ്കിലും ഭീകരപ്രവർത്തനങ്ങൾ വർദ്ധിച്ചുകൊണ്ടിരുന്നതേയുള്ളൂ.

2001 തുടക്കത്തിൽ സമാധാനചർച്ചകൾക്കായി മുൻ പ്രതിരോധമന്ത്രിയും പ്ലാനിംഗ് കമ്മീഷൻ ഡപ്യൂട്ടി ചെയർമാനുമായിരുന്ന കെ സി പാന്തിനെ ഇന്ത്യാ ഗവൺമെന്റ് നിയമിച്ചു. ജമ്മു കാശ്മീരിലെ നേതാക്കളുമായി അദ്ദേഹം ചർച്ചകൾ നടത്തിയെങ്കിലും ഹുറിയത്ത് കോൺഫറൻസ് നേതാക്കൾ അദ്ദേഹവുമായി ചർച്ചകൾക്കു തയാറായില്ല. ചർച്ചകൾക്കു മുന്നോടിയായി ഹുറിയത്ത് കോൺഫറൻസ് പ്രതിനിധി

കളെ പാകിസ്ഥാനിലേക്കു പോയി പാകിസ്ഥാൻ സർക്കാരുമായി ചർച്ച നടത്താൻ അനുവദിക്കണമെന്നതായിരുന്നു അവരുടെ ആവശ്യം. ഇന്ത്യാ ഗവൺമെന്റ് അതനുവദിച്ചുവെങ്കിലും ജമാ-അത്-എ-ഇസ്ലാമി നേതാവ് സയ്യദ് ആലി ഷാ ഗിലാനിയെ പ്രതിനിധി സംഘത്തിൽ ഉൾപ്പെടുത്താൻ അനുവദിച്ചില്ല. കടുത്ത പാകിസ്ഥാൻ പക്ഷപാതിയായിരുന്നു ഗിലാനി. അക്കാരണത്താൽ പാകിസ്ഥാൻ സന്ദർശനം നടന്നില്ല. പാന്തുമായി സംഭാഷണവും നടന്നില്ല.

മിർവെയ്സ് മുഹമ്മദ് മുക്കിന്റെ 11-ാം ചരമവാർഷികം 2001 മാർച്ച് 21-ാം തീയതിയായിരുന്നു. അനുസ്മരണ യോഗത്തിൽ അധ്യക്ഷനായിരുന്ന അബ്ദുൾ ഘനി ഭട്ടിന്റെയും മറ്റു മിതവാദികളുടെയും പ്രസംഗങ്ങൾ തീവ്രവാദികൾ തടസ്സപ്പെടുത്തി. കൊലപാതകത്തിന്റെ യഥാർഥ ഉത്തരവാദികളായ ലഷ്കർ ഈ-തോയ്ബയ്ക്കും മറ്റും ജയ് വിളിക്കാൻ തീവ്രവാദികൾ വിളിച്ചുപറഞ്ഞു. കാശ്മീർ പാകിസ്ഥാനോടു ചേരാൻ യോഗം തീരുമാനിക്കണമെന്നും മറ്റും അവർ വിളിച്ചു പറഞ്ഞുകൊണ്ടിരുന്നു. തീവ്രവാദികൾക്കു മിതവാദികളുടെമേൽ ആധിപത്യം സ്ഥാപിക്കാനുള്ള ശ്രമമായിരുന്നു നടന്നത്.

ജനറൽ മുഷറഫിന്റെ ഇന്ത്യാ സന്ദർശനം

കാശ്മീരിൽ ഭീകരാക്രമണങ്ങളും അവയ്ക്കെതിരെ ഇന്ത്യൻ സൈന്യത്തിന്റെ കടുത്ത നടപടികളും തുടർന്നു കൊണ്ടുപോകവേതന്നെ ഇന്ത്യയും പാകിസ്ഥാനും തമ്മിൽ സമാധാന ചർച്ചകൾ നടത്തുന്നതിന് അമേരിക്കയുടെ സമ്മർദ്ദം അണിയറയിൽ നടക്കുന്നുണ്ടായിരുന്നു. കാർഗിൽ ആക്രമണത്തിന്റെ സൂത്രധാരനായ ജനറൽ മുഷറഫാണ് ഇപ്പോൾ പാകിസ്ഥാനിലെ ഭരണാധികാരിയെന്ന കാര്യം വിസ്മരിച്ചുകൊണ്ട് മുഷറഫിനെ ഇന്ത്യയിലേക്കു ക്ഷണിക്കാൻ ഇന്ത്യൻ പ്രധാനമന്ത്രിയെ പ്രേരിപ്പിച്ചത് അമേരിക്കയുടെ സമ്മർദ്ദമാണെന്ന് വ്യക്തമാണ്. ഒരു സൈനിക ഭരണാധികാരിയെന്നനിലയിൽ ലോകരാഷ്ട്രങ്ങൾക്കു മുമ്പിൽ തലയുയർത്തി നിൽക്കാൻ കഴിയാതിരുന്ന മുഷറഫിന് ഇന്ത്യയിലേക്കുള്ള ക്ഷണം ഒരു വിജയമായിരുന്നു. അതുകൊണ്ട് ദില്ലിയിൽ ജനിച്ചു വളർന്ന മുഷറഫിന് ഇന്ത്യയുടെ വീരപുത്രൻ എന്ന നിലയിലാണ് സർക്കാർ വരവേൽപ്പൊരുക്കിയത്. ആഗ്രയിൽ വച്ച് ജൂലൈ 14 മുതൽ 16 വരെ ചർച്ചകൾ നടത്താനായിരുന്നു പരിപാടി. ഇന്ത്യക്കു പുറപ്പെടുന്നതിനു മുമ്പ് പാകിസ്ഥാൻ പ്രസിഡന്റിനെ സ്ഥാനഭ്രഷ്ടനാക്കി മുഷറഫ് പ്രസിഡന്റ് പദം ഏറ്റെടുത്തു. ഔദ്യോഗികമായി മുഷറഫ് പ്രസിഡന്റ് പദവി ഏറ്റെടുക്കുന്നതിനു മണിക്കൂറുകൾക്കു മുമ്പ് തന്നെ ഇന്ത്യൻ പ്രധാനമന്ത്രി മുഷറഫിനെ മി. പ്രസിഡന്റ് എന്നു വിളിച്ച് അനുമോദിച്ചു. അമിതമായ ഈ സൗഹൃദപ്രകടനം രാഷ്ട്രീയ വൃത്തങ്ങളിൽ പ്രതീക്ഷകളുണർത്തി.

ജൂലൈ 14–ാം തീയതി പ്രസിഡന്റ് മുഷറഫ് ഭാര്യയോടൊപ്പം താജ്മഹൽ സന്ദർശിച്ചു. അടുത്ത ദിവസം പാക് പ്രസിഡന്റും ഇന്ത്യൻ പ്രധാനമന്ത്രിയും തമ്മിൽ ആഗ്രയിൽ വച്ചു നടന്ന ചർച്ചകൾ തികച്ചും സൗഹൃദപൂർണമായിരുന്നു എന്നാണ് പറയുന്നത്. അടുത്ത ദിവസം പ്രസിദ്ധീകരിക്കേണ്ട സംയുക്ത പ്രസ്താവനയുടെ നക്കലിന് ഇരുഭാഗവും അംഗീകാരം നൽകിയതായാണ് പാക് വൃത്തങ്ങൾ പിന്നീട് പറഞ്ഞത്. എന്നാൽ അന്നു വൈകുന്നേരം മാധ്യമ പ്രവർത്തകർക്കു വാർത്ത വിതരണമന്ത്രി സുഷമസ്വരാജ് നൽകിയ പ്രസ്താവനയിൽ കാശ്മീർ കാര്യം ഒഴികെ മറ്റു കാര്യങ്ങളെല്ലാം ചർച്ച ചെയ്യപ്പെട്ടു എന്ന സൂചനയാണു നൽകപ്പെട്ടത്. ഇത് എന്തോ പന്തികേടുണ്ടെന്ന സംശയം രാഷ്ട്രീയ വൃത്തങ്ങളിലുണ്ടാക്കി. അടുത്ത ദിവസം പ്രഭാതഭക്ഷണത്തിന് മുഷറഫ് മാധ്യമ പ്രതിനിധികളെ ക്ഷണിച്ചിരുന്നു. സുഷമസ്വരാജിന്റെ പ്രസ്താവനയെപ്പറ്റി മാധ്യമ പ്രതിനിധികൾ അദ്ദേഹത്തോടു ചോദിച്ചു. കാശ്മീർ കാര്യം വളരെ വളരെ വിശദമായിത്തന്നെ ചർച്ചചെയ്തു എന്ന് അദ്ദേഹം അറിയിച്ചു. ഉച്ചയ്ക്ക് നടത്താനിരുന്ന സംയുക്ത പ്രസ്താവന നീട്ടിവച്ചപ്പോൾ പന്തികേടുണ്ടെന്നകാര്യം ഉറപ്പായി. ഉച്ചകഴിഞ്ഞ് പാക്പ്രസിഡന്റ് അജ്മീർ സന്ദർശിക്കുന്നുണ്ടായിരുന്നു. അതു നടന്നില്ല. സംയുക്തപ്രസ്താവനയില്ലാതെയും പത്രക്കാരെ കാണാതെയും മുഷറഫ് അന്നു വൈകുന്നേരം പാകിസ്ഥാനിലേക്ക് മടങ്ങിയപ്പോൾ ആഗ്രാസമ്മേളനം പരാജയപ്പെട്ടു എന്ന് തീർച്ചയായി.

ജൂലൈ 15–ാം തീയതി തയ്യാറാക്കിയ സംയുക്തപ്രസ്താവനയുടെ നക്കൽ വാജ്പേയിയും ജസ്വന്ത് സിംഗും അംഗീകരിച്ചതാണെന്നും ബി ജെ പിയിലെ കടുത്ത യാഥാസ്ഥിതികർ പിന്നീടതിനെ തുരങ്കം വച്ചതാണെന്നും പാകിസ്ഥാൻ വക്താവു പറഞ്ഞു. എൽ കെ അദ്വാനിയുടെ നേതൃത്വത്തിലുള്ള യാഥാസ്ഥിതികരുടെ വക്താവായിരുന്നു സുഷമസ്വരാജ്. താഴെപ്പറയുന്ന വാചകമായിരുന്നു തർക്കത്തിനുകാരണമായത്: ഇരു രാജ്യങ്ങളും തമ്മിലുള്ള ബന്ധം സാധാരണ ഗതിയിലാക്കാൻ ജമ്മു കാശ്മീർ പ്രശ്നം പരിഹരിക്കുന്നതു വഴിതെളിക്കും. ജമ്മു കാശ്മീർ പ്രശ്നം മാറ്റിവച്ചുകൊണ്ട് ഇരുരാജ്യങ്ങളും തമ്മിലുള്ള ബന്ധം സാധാരണഗതിയിലാക്കണമെന്നതാണ് ബി ജെ പി യിലെ യാഥാസ്ഥിതികരുടെ ആഗ്രഹം. വാജ്പേയി ഈ വാദഗതിക്കു കീഴടങ്ങിയെന്നതാണ് ആഗ്രാ ചർച്ചകൾ പരാജയപ്പെടാൻ കാരണം. ആഗ്രാചർച്ചകൾ പരാജയപ്പെട്ടില്ല എന്നും ചർച്ചകൾ തുടരണമെന്നും അമേരിക്ക പറഞ്ഞെങ്കിലും ഭീകരപ്രവർത്തനങ്ങൾ കൂടുതൽ ശക്തിപ്പെടുകയാണുണ്ടായത്. കൊലപാതകങ്ങളും തുടർന്ന് പൊലീസ് വെടിവയ്പ്പും നിരവധി ജീവനുകൾ അപഹരിച്ചു. ഒക്ടോബർ ഒന്നാം തീയതി മൂന്നു ഭീകരർ ജമ്മുകശ്മീർ നിയമസഭാപരിസരത്ത് 80 കിലോ RDX ഉപയോഗിച്ച് ഒരു വലിയ പൊട്ടിത്തെറി സൃഷ്ടിച്ചു. സഭ നിമിഷങ്ങൾക്കു മുമ്പ് ഉച്ചഭക്ഷണത്തിന് പിരി

ഞ്ഞതുകൊണ്ട് അതിഭീമമായ അപകടം ഒഴിവായി. എങ്കിലും ഭീകരരെ വളഞ്ഞ് പോലീസ് വെടിവയ്പു നടത്തിയതിലുൾപ്പടെ 38 പേർ മരണമടഞ്ഞു.

പർവ്വേസ് മുഷറഫ് വിഷമവൃത്തത്തിൽ

ഒസാമാ ബിൻ ലാദന്റെ നേതൃത്വത്തിലുള്ള അൽക്വയ്ദ 2001 സെപ്റ്റംബർ 11-ാം തീയതി ന്യൂയോർക്കിലെ ലോക വാണിജ്യ കേന്ദ്രത്തിനെതിരെ നടത്തിയ ആക്രമണം ഭീകരതയ്ക്കെതിരായി സമരം പ്രഖ്യാപിക്കാൻ അമേരിക്കയെ പ്രേരിപ്പിച്ചു. അഫ്ഗാനിസ്ഥാനിലെ താലിബാൻ ഗവൺമെന്റാണ് അൽക്വയ്ദയ്ക്കു താവളം അനുവദിച്ചിരിക്കുന്നതെന്നതിനാൽ ഒക്ടോബർ മാസത്തിൽ അമേരിക്ക അഫ്ഗാനിസ്ഥാനെതിരായി ആക്രമണം ആരംഭിച്ചു. ഈ ആക്രമണത്തിന് പാകിസ്ഥാന്റെ ഭൂമിയും ആകാശവും ഉപയോഗിക്കേണ്ടിവന്നതിനാൽ പാകിസ്ഥാന്റെ ഒത്താശ അമേരിക്കയ്ക്ക് അനുപേക്ഷണീയമായിരുന്നു. കാശ്മീരിൽ നടക്കുന്ന ഭീകരപ്രവർത്തനങ്ങളിൽ പാകിസ്ഥാന്റെ പങ്കറിയാവുന്ന അമേരിക്ക ഇതുവരെയും അതിൽ നീരസം പ്രകടിപ്പിച്ചിരുന്നുവെങ്കിലും ഭീകരതയ്ക്കെതിരായ സമരത്തിൽ പാകിസ്ഥാന്റെ സഹായം ആവശ്യമായിരുന്നതിനാൽ പാകിസ്ഥാനോട് അനുനയപൂർവം പെരുമാറേണ്ടിവന്നു. എങ്കിലും പർവേസ് മുഷറഫിന്റെ നില വളരെ പരുങ്ങലിലായി. പാകിസ്ഥാൻ സൈന്യത്തിന്റെ നേതൃത്വത്തിലാണ് താലിബാൻ അഫ്ഗാനിസ്ഥാനിൽ അധികാരം പിടിച്ചെടുത്തത്. ഇപ്പോൾ ആ താലിബാൻ ഗവൺമെന്റിനെ അധികാരഭ്രഷ്ടമാക്കുവാൻ അമേരിക്കയെ സഹായിക്കേണ്ടിവന്നതാണ് എത്രയും പ്രയാസകരം. അതിനുപുറമേ, താലിബാനെതിരായും അൽക്വയിദയ്ക്കെതിരായും യുദ്ധം ചെയ്യേണ്ടിവന്നത് പാകിസ്ഥാനിലെ മതമൗലികവാദികളെ ഒട്ടല്ല ചൊടിപ്പിച്ചത്. അവർ പർവേസ് മുഷറഫിന്റെ പുതിയ നിലപാടിനെ ശക്തിയായി എതിർത്തു. മത മൗലികവാദികൾക്കു സമൂഹത്തിലും സൈന്യത്തിലുമുള്ള സ്വാധീനവും മുഷറഫിനെ വിഷമിപ്പിച്ചു. മുഷറഫ് സർവസൈന്യാധിപൻ കൂടെയായിരുന്നുവെങ്കിലും ഐ എസ് ഐയുടെ നിയന്ത്രണം വഴുതിപ്പോകാനും അതുകാരണമാകും. അഫ്ഗാനിസ്ഥാനിൽ ഭീകരർക്കെതിരെ പൊരുതാനും അതേ സമയം കാശ്മീരിൽ ഭീകരവാദികളെ സഹായിക്കാനും വേണ്ടതു ചെയ്യുക എന്നത് പ്രയാസമാണ്. കാശ്മീർഭീകരവാദികളെ സഹായിക്കുന്ന നയം ഉപേക്ഷിക്കാൻ അമേരിക്ക അനുനയപൂർവമെങ്കിലും ആവശ്യപ്പെട്ടുകൊണ്ടിരുന്നു. കാശ്മീർ ഭീകരവാദികൾ മുഷറഫിന്റെ നിയന്ത്രണം വിട്ടുപോയി എന്നുസൂചിപ്പിക്കുന്ന സംഭവമായിരുന്നു 2001 ഡിസംബർ 13-ാം തീയതിയിലെ ഭീകരവാദികളുടെ ഇന്ത്യൻ പാർലമെന്റാക്രമണം.

ഇന്ത്യൻ പാർലമെന്റാക്രമണം

ഇന്ത്യൻ പ്രധാനമന്ത്രി, പ്രതിപക്ഷനേതാവ്, വൈസ് പ്രസിഡന്റ്, ലോക്സഭാ സ്പീക്കർ, മന്ത്രിമാർ, എം പി മാർ എന്നിവരെ കൂട്ടത്തോടെ വധിക്കാനുള്ള ശ്രമമായിരുന്നു അഞ്ചു പാക്ഭീകരന്മാർ ചേർന്ന് ഡിസംബർ 13–ാം തീയതി കാലത്ത് 11.40 ന് നടത്തിയത്. അതിനുമുമ്പുള്ള മൂന്നുദിവസങ്ങളിൽ തെഹൽക്ക വിവാദത്തിൽ പ്രതിരോധ മന്ത്രി ജോർജ് ഫർണാണ്ടസ് രാജിവയ്ക്കണമെന്നാവശ്യപ്പെട്ട് പ്രതിപക്ഷം പാർലമെന്റ് നടപടികൾ സ്തംഭിപ്പിക്കുകയായിരുന്നു. അതുകൊണ്ട് അന്ന് കാലത്ത് 11.30 ന് പാർലമെന്റ് പിരിഞ്ഞു. എങ്കിലും വൈസ് പ്രസിഡന്റ് , സ്പീക്കർ, രാജ്യസഭ ഡപ്യൂട്ടി ചെയർപേഴ്സൺ, എൽ കെ അദ്വാനി ഉൾപ്പെടെ കുറെ മന്ത്രിമാർ, ഇരുന്നൂറോളം എം പി മാർ എന്നിവർ പാർലമെന്റ് മന്ദിരത്തിലുണ്ടായിരുന്നു. അപ്പോഴാണ് പാർലമെന്റിലെ ഒന്നും അഞ്ചും ഒമ്പതും പതിനൊന്നും പന്ത്രണ്ടും ഗേറ്റുകൾക്കു മുമ്പിൽ തുരുതുരാ വെടിവയ്പുണ്ടായത്. ഒന്നാം ഗേറ്റുവഴിയാണ് മന്ത്രിമാരും എം പിമാരും പാർലമെന്റിൽ പ്രവേശിക്കുന്നത്. 5–ാം ഗേറ്റുവഴിയാണ് പ്രധാനമന്ത്രി ലോക്സഭയിലേക്ക് കയറുന്നത്. 9–ാം ഗേറ്റുവഴിയാണ് അദ്ദേഹം രാജ്യസഭയിലേക്ക് കയറുന്നത്. രാജ്യസഭയിലേക്കുള്ള പ്രവേശനകവാടമാണ് 12–ാം ഗേറ്റ്. പാർലമെന്റ് വളപ്പിൽ പ്രവേശിക്കാനുള്ള ഒരു പാസുമായാണ് അംബാസിഡർ കാറിൽ ചുവന്ന ലൈറ്റും പ്രകാശിപ്പിച്ചുകൊണ്ട് അഞ്ചു ഭീകരവാദികൾ പാഞ്ഞുവന്നത്. 12–ാം ഗേറ്റിലേക്കാണ് കാർ പാഞ്ഞുപോയത്. 11–ാം ഗേറ്റിന്റെ സമീപത്തുകിടന്ന വൈസ് പ്രസിഡന്റിന്റെ പൈലറ്റ് കാറിനെ ഉരസിക്കൊണ്ടായിരുന്നു ഭീകരരുടെ കാർ കടന്നത്. 11–ാം ഗേറ്റിലെ ദ്വാരപാലകർ അവരെ നേരിട്ടപ്പോൾ അവർ കാറിൽനിന്ന് ചാടിയിറങ്ങി ദ്വാരപാലകരെ വെടിവച്ചു വീഴ്ത്തി. അതിനിടെ പാർലമെന്റ് മന്ദിരത്തിനു കാവൽനിന്ന CRPF ഭടന്മാർ ഭീകരരിൽ മൂന്നുപേരെ വെടിവച്ചുവീഴ്ത്തി. രക്ഷപ്പെട്ടവരിൽ ഒരാൾ 5–ാം ഗേറ്റിലേക്കും മറ്റേയാൾ ഒന്നാം ഗേറ്റിലേക്കും ഓടി. ഒന്നാം ഗേറ്റിലേക്ക് ഓടിയ ഭീകരന്റെ ശരീരത്തിൽ ശക്തിയുള്ള എക്സ്പ്ലോസീവ് ഘടിപ്പിച്ചിരുന്നു. അതിൽ വെടിയേൽക്കുക കാരണം അയാൾ അനേകം ചെറുകഷണങ്ങളായി പൊട്ടിത്തെറിച്ചു. ഭീകരരെ ആദ്യം കണ്ട 11–ാം ഗേറ്റിലെ ദ്വാരപാലകൻ ഉയർത്തിയ അലാറം കേട്ടപാടെ എല്ലാ പാർലമെന്റംഗങ്ങളെയും അകത്താക്കി എല്ലാ വാതിലുകളും അടച്ചിരുന്നതിനാൽ രക്ഷാഭടന്മാർക്കു മാത്രമേ അപകടം ഉണ്ടായുള്ളൂ. മുഖ്യമായും പ്രധാനമന്ത്രിയെയും അദ്വാനിയേയുമായിരുന്നു അവർ ലക്ഷ്യമിട്ടിരുന്നത് എന്നു തെളിഞ്ഞു. അവർക്കു നൽകപ്പെട്ടിരുന്ന പാസിൽ രണ്ടുപേരെയുംപറ്റി ധാരാളം തെറികളെഴുതിയിരുന്നു. വമ്പിച്ച കൂട്ടക്കുരുതിയിൽ നിന്ന് യാദൃച്ഛികമായാണ് അവർ രക്ഷപ്പെട്ടതെന്നു കാറിൽ നിന്നുകണ്ടെടുത്ത RDX തുടങ്ങിയ മാരക സാമഗ്രികളിൽ നിന്നു വ്യക്തമായി.

ഏറെ ശ്രദ്ധാപൂർവം പ്ലാൻ ചെയ്തിരുന്ന പദ്ധതിയാണിതെന്നു വ്യക്തമായിരുന്നു. ലഷ്കർ–ഈ തോയ്ബയാണ് പദ്ധതിക്ക് പിന്നിലെന്നു സംശയിക്കപ്പെട്ടു. ജയ്ഷ്–ഇ–മുഹമ്മദാണ് പദ്ധതിക്കു പിന്നിലെന്നും ലഷ്കർ ഈ തോയ്ബയും ആസൂത്രണത്തിൽ സഹായിച്ചിരിക്കാമെന്നും ഐ എസ് ഐ മേൽനോട്ടം വഹിച്ചിരിക്കാമെന്നും പോലീസ് വെളിപ്പെടുത്തി. ഇന്ത്യാഗവൺമെന്റിന്റെ പ്രതികരണം വളരെ തിടുക്കത്തിലായിരുന്നു. അന്ന് ഉച്ചയ്ക്കുമേൽ 3 മണിക്ക് പ്രധാനമന്ത്രി രാഷ്ട്രത്തോട് ചെയ്ത പ്രക്ഷേപണത്തിൽ ഭീകരപ്രവർത്തനങ്ങൾ അതിന്റെ പരമകാഷ്ഠയിലെത്തിയിരിക്കുകയാണെന്നും അതിന്റെ അവസാനം കാണാതെ അടങ്ങുകയില്ലെന്നും പറഞ്ഞു. സൈന്യം മണിക്കൂറുകൾക്കുള്ളിൽ പാർലമെന്റ് മന്ദിരവും പ്രധാനമന്ത്രിയുടെയും പ്രതിപക്ഷനേതാവിന്റെയും മന്ദിരങ്ങളും വളഞ്ഞു. സൈനികനടപടികൾക്ക് ഒട്ടും താമസമുണ്ടായില്ല. ഇന്തോപാക് അതിർത്തിയിൽ സൈന്യവിന്യാസം തുടങ്ങി. ഇസ്ലാമബാദിലെ ഇന്ത്യൻ അംബാസഡറെ തിരികെ വിളിച്ചു. പാകിസ്ഥാനെതിരായി സാമ്പത്തിക ഉപരോധങ്ങൾ പ്രഖ്യാപിച്ചു. ഇന്ത്യൻ ഭീഷണി നേരിടാൻ പാക്സൈന്യവും ഇന്ത്യൻ അതിർത്തിയിലേക്കു നീങ്ങി. ലോകരാഷ്ട്രങ്ങൾ നിയന്ത്രണം പാലിക്കാൻ ഇരു രാഷ്ട്രങ്ങളെയും ആഹ്വാനം ചെയ്തെങ്കിലും യുദ്ധം ആസന്നമാണെന്ന സൂചനയാണ് ഇന്ത്യൻ പക്ഷത്തുനിന്നുണ്ടായത്. പാർലമെന്റ് ആക്രമണത്തിൽ ഐ എസ് ഐയ്ക്കു പങ്കുണ്ടായിരിക്കാമെങ്കിലും അതിനു പാകിസ്ഥാൻ സർക്കാരിന്റെ പിന്തുണയുണ്ടായിരുന്നു എന്നു കരുതാനാവില്ല. അതുകൊണ്ട് ഇന്ത്യയുടെ ഭാഗത്തുനിന്നുള്ള പ്രകോപനപരമായ നിലപാടിനു ലോകരാഷ്ട്രങ്ങളുടെ പിന്തുണയുണ്ടായിരുന്നില്ല.

കാശ്മീരിൽ പൊതുതെരഞ്ഞെടുപ്പ്

കാശ്മീർ അസംബ്ലിയുടെ കാലാവധി 2002 ഒക്ടോബറിൽ കഴിയുമെന്നതിനാൽ അതിനുമുമ്പു തെരഞ്ഞെടുപ്പു നടക്കേണ്ടതാണ്. നിയന്ത്രണരേഖയിലും അതിർത്തിയിലുമായി 5 ലക്ഷം സൈനികരെ അണിനിരത്തി കാശ്മീരിലെ ഭീകരപ്രവർത്തനം അവസാനിപ്പിക്കാമെന്നായിരുന്നു ഇന്ത്യാഗവൺമെന്റിന്റെ കണക്കുകൂട്ടലെന്നുതോന്നുന്നു. 2002 ജനുവരി മുതൽ സെപ്തംബർ വരെ 1395 തീവ്രവാദികളെ വധിച്ചതായി കണക്കാക്കപ്പെടുന്നു. പക്ഷേ, അത്രയും പേർ വീണ്ടും പാകിസ്ഥാനിൽ നിന്നും ഇന്ത്യയിലേക്ക് കടന്നുവെന്നും കരുതപ്പെടുന്നു. ഫെബ്രുവരി മാസത്തിൽ ഗുജറാത്തിലെ ഗോധ്ര എന്ന റെയിൽവേ സ്റ്റേഷനിൽ വച്ച് 58 രാം സേവകന്മാർ തീപിടിച്ച ബോഗിയിൽവച്ചു മരണമടഞ്ഞതിനെത്തുടർന്ന് മുസ്ലീങ്ങൾക്കെതിരായി നടന്ന ഹീനമായ അതിക്രമങ്ങൾ ലോകരാഷ്ട്രങ്ങൾക്കുമുമ്പിൽ ഇന്ത്യയെ നാണം കെടുത്തി. ഫെബ്രുവരിയിൽ തുടങ്ങിയ ആക്രമണം മേയ് മാസമായിട്ടും അവസാനിച്ചിരുന്നില്ല.

അതിനെ തുടർന്ന് കാശ്മീരിലെ നാഷണൽ കോൺഫറൻസ്, ബി ജെ പി സർക്കാരിനു നൽകിയിരുന്ന പിന്തുണ പിൻവലിച്ചു. ഗുജറാത്തിലെ മുസ്ലീം കൂട്ടക്കൊലയുടെ പശ്ചാത്തലത്തിൽ ബി ജെ പിയുമായുള്ള സഖ്യം നാഷണൽ കോൺഫറൻസിനു തെരഞ്ഞടുപ്പിൽ ഏറെ ദോഷം ചെയ്യുമെന്ന് വ്യക്തമായിരുന്നു. കേന്ദ്രമന്ത്രിസഭയിൽ നിന്ന് നാഷണൽ കോൺഫറൻസ് എം പിയും ഫറൂക്ക് അബ്ദുള്ളയുടെ പുത്രനുമായ ഒമർ ഫറൂക്കിനെ പിൻവലിച്ചു കൊണ്ട് അയാൾ തന്റെ പിൻഗാമിയായിരിക്കുമെന്ന് ഫറൂക്ക് അബ്ദുള്ള പ്രഖ്യാപിച്ചു. ഫറൂക്ക് അബ്ദുള്ള തെരഞ്ഞെടുപ്പിൽ മത്സരിച്ചില്ല.

ആഗസ്റ്റ് മാസത്തിൽ യു എൻ സമ്മേളനത്തിൽ പങ്കെടുക്കാൻ അമേരിക്കയിലെത്തിയ മുഷറഫ് കാശ്മീരിൽ നടക്കുവാൻ പോകുന്ന തെരഞ്ഞെടുപ്പ് വെറും പ്രഹസനമായിരിക്കുമെന്നു പറഞ്ഞു. പക്ഷേ ലോകരാഷ്ട്രങ്ങൾ കാശ്മീർ തെരഞ്ഞെടുപ്പിനെ ശ്രദ്ധാപൂർവം വീക്ഷിക്കുകയായിരുന്നു, പ്രധാനരാഷ്ട്രങ്ങൾ തങ്ങളുടെ പ്രതിനിധികളെ തെരഞ്ഞെടുപ്പു നേരിട്ടു നിരീക്ഷിക്കാൻ അയച്ചിരുന്നു. തെരഞ്ഞെടുപ്പ് നീതിപൂർവകമാണെന്ന് അവരെല്ലാം സമ്മതിച്ചു. നാലുഘട്ടങ്ങളായിട്ടായിരുന്നു തെരഞ്ഞെടുപ്പ്. സെപ്റ്റംബർ 16–ാം തീയതി നടന്ന ആദ്യഘട്ട തെരഞ്ഞെടുപ്പിൽ 51 ശതമാനം പേർ വോട്ട് രേഖപ്പെടുത്തി. അതേതുടർന്ന് കാശ്മീരിൽ നടക്കുന്ന തെരഞ്ഞെടുപ്പ് പ്രഹസനമാണെന്ന പാകിസ്ഥാന്റെ വാദം പൊളിഞ്ഞു. ഭീകരപ്രവർത്തനങ്ങൾ അവർ ശക്തിപ്പെടുത്തുകയും അതുകാരണം പിന്നീടു നടന്ന തെരഞ്ഞെടുപ്പുകളിൽ വോട്ടിംഗ്ശതമാനം കുറയുകയും ചെയ്തു. നിയന്ത്രണരേഖയ്ക്കു സമീപമുള്ള നിയമസഭാമണ്ഡലങ്ങളിൽ വോട്ടിംഗ് ശതമാനം വളരെ കൂടുതലായിരുന്നു എന്ന സത്യം അവശേഷിക്കുന്നു. കാർഗിൽ മണ്ഡലത്തിൽ വോട്ടിംഗ് ശതമാനം 75 ആയിരുന്നു. നാഷണൽ കോൺഫറൻസിന് 28, ഇന്ത്യൻ നാഷണൽ കോൺഗ്രസിന് 21, മുഫ്തി മുഹമ്മദ് സായിദിന്റെ പി ഡി പിക്ക് 16, ബി ജെ പിക്ക് ഒന്ന്, മറ്റുള്ളവർക്ക് 21 എന്നിങ്ങനെയായിരുന്നു കക്ഷിനില. മറ്റുള്ളവർ നാഷണൽ കോൺഫറൻസിനെ തുണയ്ക്കാൻ തയാറല്ലാത്തതുകൊണ്ട് കോൺഗ്രസ്–പി ഡി പി സഖ്യം മന്ത്രിസഭ രൂപീകരിക്കുമെന്നു തീർച്ചയായി.

തീവ്രവാദികളോട് സമാധാന ചർച്ചനടത്തുക, ദീർഘകാലമായി വിചാരണയില്ലാതെ തടവിൽ കിടക്കുന്നവരെ മോചിപ്പിക്കുക തുടങ്ങിയ കാര്യങ്ങളിൽ കോൺഗ്രസും പി ഡി പിയും നേരത്തെ യോജിപ്പിലെത്തിയിരുന്നു. കാശ്മീർ താഴ്വരയുടെ പ്രതിനിധിയായിരിക്കണം മുഖ്യമന്ത്രിയായിരിക്കേണ്ടതെന്നും താനാണ് കാശ്മീരിന്റെ പ്രതിനിധിയെന്നുമുള്ള മുഫ്തി മുഹമ്മദ് സായിദിന്റെ പിടിവാശിക്കുവഴങ്ങുകയല്ലാതെ നിവൃത്തിയില്ലെന്നു കോൺഗ്രസ് മനസിലാക്കി. കേന്ദ്ര ആഭ്യന്തരമന്ത്രി എൽ കെ അദ്വാനിയുടെ പിന്തുണയും മുഫ്തിക്കായിരുന്നു.

കോൺഗ്രസ് പ്രസിഡന്റ് സോണിയാഗാന്ധിയുടെ പ്രതിനിധിയായി ശ്രീനഗറിലെത്തിയ ഡോ. മൻമോഹൻസിംഗിന്റെ മധ്യസ്ഥതയിൽ ഒത്തു തീർപ്പുണ്ടായി. ആദ്യത്തെ മൂന്നുവർഷം മുഫ്തി മുഹമ്മദ് സായിദും അടുത്ത മൂന്നുവർഷം കോൺഗ്രസ് പാർട്ടി ലീഡറും മുഖ്യമന്ത്രിയാവുക. അതിൻ പ്രകാരം 2002 നവംബർ 2–ാം തീയതി മുഫ്തി മുഹമ്മദ് സായിദ് ജമ്മുകാശ്മീർ മുഖ്യമന്ത്രിയായി സ്ഥാനമേറ്റു.

വീണ്ടും സമാധാനശ്രമങ്ങൾ

2002 ഒക്ടോബർ 16–ാം തീയതി ഇന്തോപാക് അതിർത്തിയിൽ നിന്നു സൈന്യത്തെ പിൻവലിക്കാൻ ഇന്ത്യാഗവൺമെന്റ് തീരുമാനിച്ചു. ഭീകര പ്രവർത്തനങ്ങൾ എന്നത്തെക്കാൾ അധികരിച്ചുനിന്ന ഈയവസരത്തിൽ അതിർത്തിയിൽനിന്നു സേനയെ പിൻവലിക്കാൻ ഇന്ത്യാഗവൺമെന്റ് തീരുമാനിച്ചതിന്റെ യുക്തി മനസിലാക്കാൻ വിഷമമായിരുന്നു.*

ഇന്ത്യൻ ഇന്റലിജൻസിന്റെ കണക്കനുസരിച്ച് താഴെപ്പറയുന്നവയാണ് കാശ്മീരിലെ തീവ്രവാദസംഘടനകൾ:

	സംഘടനയുടെ പേര്	അംഗസംഖ്യ	തദ്ദേശീയർ	വിദേശികൾ
1.	ഹിസ്ബുൾ മുജാഹിദീൻ	1230	980	250
2.	ലഷ്കർ–ഈ– തോയ്ബ	787	228	559
3.	ജയിഷ്–ഈ.–മുഹമ്മദ്	65	175	190
4.	അൽ–ഖാദർ	230	87	143
5.	ഹർകത്–ഉൽ–ജിഹാദ് ഈ ഇസ്ലാമി	224	119	105
6.	മറ്റുള്ളവർ	400	237	163

ഇവരിൽ 1395 പേരെ ഇന്ത്യൻ സൈന്യം വകവരുത്തിയെങ്കിലും അത്രതന്നെ പേരെ ഐ എസ് ഐ കാശ്മീർ താഴ്വരയിലും മറ്റുമായി വീണ്ടും അയച്ചിരുന്നു. ഈ സാഹചര്യത്തിൽ ഇന്ത്യൻ സേനയെ അതിർത്തിയിൽനിന്നു പിൻവലിക്കാൻ പലകാരണങ്ങളുമുണ്ട്. അതിൽ പ്രധാനമായത് അഞ്ചുലക്ഷം വരുന്ന സൈന്യത്തെ അതിർത്തിയിൽ നിറുത്തിയതുകൊണ്ട് വലിയ പ്രയോജനമില്ലെന്നുകണ്ടതുകൊണ്ടായിരുന്നു. അതിനുവേണ്ടിവന്ന അതിഭീമമായ ചെലവും പരിഗണിക്കപ്പെട്ടു. ഗുജറാത്തിലെ മുസ്ലീം കൂട്ടക്കൊലയ്ക്കുശേഷം മുസ്ലീം ഭൂരിപക്ഷപ്രദേശമായ കാശ്മീരിനുവേണ്ടി യുദ്ധം ചെയ്യാൻ ബി ജെ പി സർക്കാരിനുള്ള ധാർമ്മികാവകാശം നഷ്ടപ്പെട്ടുപോയി. പാകിസ്ഥാൻ ഭീകരരെപ്പറ്റി പരാതിയുമായി അമേരിക്കയുടെ മുമ്പിലെത്താൻ ഇന്ത്യക്കു കഴിയാതെപോയി; വിശേഷിച്ചും ഇറാക്ക് ആക്രമണത്തിൽ ശ്രദ്ധകേന്ദ്രീകരിച്ചിരിക്കുന്ന അമേരിക്കയോട്. മറ്റു ലോകരാഷ്ട്രങ്ങൾക്കും ഇന്ത്യയുടെ പരാതികേൾക്കാൻ

താൽപ്പര്യമുണ്ടായില്ല. അതുകൊണ്ട് പാകിസ്ഥാനുമായി മൂന്നാമത് ഒരു സമാധാനശ്രമം നടത്താൻ വാജ്പേയി സർക്കാർ തീരുമാനിച്ചു. അതിനായി 2003 ഏപ്രിൽ മധ്യത്തിൽ ശ്രീനഗറിലേയ്ക്കുപോയി. അവിടെവച്ച് ജമ്മുകാശ്മീർ ജനങ്ങൾക്ക് അദ്ദേഹം സമാധാനം വാഗ്ദാനം ചെയ്യുകയും പാകിസ്ഥാനുനേരെ സൗഹൃദഹസ്തം നീട്ടാൻ തയാറാണെന്നു പറയുകയും ചെയ്തു. അടുത്ത ദിവസം പ്രസ്കോൺഫറൻസിൽ വാജ്പേയി തന്റെ സമാധാനാഹ്വാനം ആവർത്തിച്ചു. കാശ്മീരിലെ ഭീകരർക്കു സഹായം നൽകുന്നതു നിറുത്തി വയ്ക്കാമെന്നു പാക്പ്രസിഡന്റ് പറഞ്ഞാൽ മതി താൻ ഇന്ത്യയുടെ പ്രതിനിധിയെ ഇസ്ലാമാബാദിലേക്ക് അയയ്ക്കാമെന്നും കാശ്മീർ കാര്യം ഉൾപ്പെടെ എല്ലാകാര്യങ്ങളും ചർച്ചചെയ്യാനുള്ള അജണ്ട നിശ്ചയിക്കാമെന്നും അദ്ദേഹം പറഞ്ഞു. ഇന്ത്യൻ സർക്കാരിന്റെ ഭാഗത്തുനിന്ന് പെട്ടെന്നുള്ള മനംമാറ്റം എല്ലാവരെയും അമ്പരപ്പിച്ചു. ഭീകരരെ നിയന്ത്രിക്കാമെന്നു വാക്കുകൊണ്ടുപറഞ്ഞാൽ പോരെന്നും പ്രവൃത്തിയിൽ കണ്ടാൽ മാത്രമേ സമാധാന ചർച്ചകളുള്ളൂ എന്ന് വിദേശകാര്യമന്ത്രി ജസ്വന്ത് സിംഗ് ഏതാനും ദിവസം മുമ്പാണ് പാർലമെന്റിൽ പ്രസ്താവിച്ചത്. "ഇതു തന്റെ മൂന്നാമത്തെയും അവസാനത്തെയും സമാധാന ശ്രമമാണെന്നും ഇത്തവണ തന്റെ ശ്രമം വിജയിക്കുമെന്നുതന്നെയാണ് പ്രതീക്ഷ"എന്നും പ്രധാനമന്ത്രി പറഞ്ഞു.

അന്നു തന്നെ പാകിസ്ഥാന്റെ പ്രതികരണമുണ്ടായി. കാശ്മീരിലെ ഭീകരവാദികൾ പാകിസ്ഥാൻ മണ്ണുപയോഗിക്കാൻ താൻ അനുവദിക്കുകയില്ല എന്ന് മുഷറഫ് പ്രഖ്യാപിച്ചു. നിലപാടുകളിൽ വന്ന മാറ്റം ഇരുരാജ്യങ്ങളിലും അത്ഭുതമുളവാക്കി. പാകിസ്ഥാൻ നിലപാടുമാറ്റാൻ വേറെയും കാരണങ്ങളുണ്ടായിരുന്നു. കാശ്മീരിലെ ഏറ്റവും വലിയ തീവ്രവാദി സംഘടനയായ ഹിസ്ബുൾ മുജാഹിദീൻ ജനുവരി മാസത്തിൽ രണ്ടായി പിളർന്നിരുന്നു. ഏകപക്ഷീയമായി വെടിനിറുത്തൽ പ്രഖ്യാപിച്ചതിന് 2001 മേയ് മാസത്തിൽ താഴ്വരയിലെ കമാന്ററായ ദാറിനെ പുറത്താക്കിയതുമുതൽ സംഘടനയിൽ അന്തഃഛിദ്രം ആരംഭിച്ചതാണ്. ചേരിതിരിഞ്ഞു കൊലചെയ്യലും എതിരാളിയെ ഇന്ത്യൻ സേനയ്ക്ക് ഒറ്റുകൊടുക്കലും ഉണ്ടായി. മറ്റുസംഘടനകളെ അപേക്ഷിച്ച് ഹിസ്ബുൾ മുജാഹിദീനിൽ വിദേശികളുടെ ശതമാനം വളരെ കുറവായിരുന്നു. മറ്റു സംഘടനകളിൽ വിദേശികളായിരുന്നു ഭൂരിപക്ഷം എന്നതുകൊണ്ട് അവർക്കു കാശ്മീർ താഴ്വരയിൽ സ്വാധീനം കുറവായിരുന്നു.

സമാധാന നീക്കത്തിന് ഒട്ടും താമസിക്കാതെ ഫലം കണ്ടു. ഹിസ്ബുൾ മുജാഹിദീന്റെ തലവനും കടുത്ത പാകിസ്ഥാൻ പക്ഷപാതിയുമായിരുന്ന സയീദ് ആലീഷാ ഗിലാനി 24 അംഗ ആൾ പാർട്ടി ഹുറിയത്ത് കോൺഫറൻസിൽ നിന്ന് മെയ് 24-ാം തീയതി പുറത്താക്കപ്പെട്ടു. ആരോഗ്യ കാരണങ്ങളാലാണ് പുറത്താക്കിയത് എന്ന് പറഞ്ഞെങ്കിലും മിതവാദികൾക്ക് ഹുറിയത്ത് കോൺഫറൻസിൽ മേൽക്കൈ ലഭിച്ചതാണു

കാരണം. ജമാ–അത്– ഈ–ഇസ്ലാമിയുടെ തലവൻ ഗുലാം മുഹമ്മദ് ഭട്ട് ആണ് ഹുറിയത്തിന്റെ നേതൃസ്ഥാനത്തു നിയമിതനായത്. ഭട്ട് മിതവാദിയായിരുന്നു.

അടുത്ത വർഷം ജനുവരിയിൽ ഇസ്ലാമാബാദിൽ വച്ചു നടക്കേണ്ട ദക്ഷിണേഷ്യൻ (SARC) രാജ്യങ്ങളുടെ ഉന്നതതല സമ്മേളനത്തിൽ ഇന്ത്യൻ പ്രധാനമന്ത്രി പങ്കെടുക്കേണ്ടത് സമ്മേളനത്തിന്റെ വിജയത്തിന് ആവശ്യമായിരുന്നതിനാൽ പാക് പ്രസിഡന്റ് ഇന്ത്യയുമായുള്ള ബന്ധം ഊഷ്മളമാക്കാൻ വേണ്ടതു ചെയ്തുകൊണ്ടിരുന്നു. അതു ഫലപ്രദമാവുകയും വാജ്പേയി ഇസ്ലാമാബാദിൽ സ്വതസിദ്ധമായ ഊഷ്മളത പ്രകടിപ്പിക്കുകയും ചെയ്തു. രണ്ടുവർഷമായി നടക്കുന്ന ശീതസമരത്തിനു പൂർണ വിരാമമിട്ടുകൊണ്ട് മുഷറഫും വാജ്പേയിയും സമ്മേളനകേന്ദ്രത്തിൽ വച്ച് എല്ലാ പ്രശ്നങ്ങളും ചർച്ചചെയ്തു. പാകിസ്ഥാൻമണ്ണിൽ ഭീകരവാദത്തിനു യാതൊരു പിന്തുണയും നൽകപ്പെടില്ല എന്ന് മുഷറഫ് സമ്മേളനത്തിൽ പ്രഖ്യാപിച്ചു.

വിദേശ നയത്തിലും സാമ്പത്തിക രംഗത്തും കണ്ട 'തിളക്കം'മുതലെടുത്തു വിജയം കൊയ്യാൻ എൻ ഡി എ സർക്കാർ പൊതുതെരഞ്ഞെടുപ്പു നേരത്തെയാക്കി. പക്ഷേ, ഇവ രണ്ടും ഇന്ത്യൻ വോട്ടർക്കു താൽപ്പര്യമുള്ള കാര്യങ്ങളല്ല. എല്ലാപ്രവചനങ്ങളെയും തിരസ്കരിച്ചുകൊണ്ട് എൻ ഡി എ സർക്കാർ അധികാരത്തിനു പുറത്തായി. കോൺഗ്രസ് നേതൃത്വത്തിലുള്ള യു പി എ സർക്കാർ കേന്ദ്രത്തിലധികാരത്തിൽ വന്നു. (മേയ് 2004) ആറ്റം പരീക്ഷണത്തെ കോൺഗ്രസ് എതിർത്തുവെങ്കിലും അവർക്കും വ്യക്തമായ ഒരു കാശ്മീർ നയം ഉള്ളതായി തെളിഞ്ഞിട്ടില്ല. അതുകൊണ്ടുതന്നെ അടൽബിഹാരി വാജ്പേയി തുടങ്ങിവച്ച സമാധാനനയങ്ങൾക്ക് എന്തു സംഭവിക്കുമെന്ന് പാകിസ്ഥാൻ ഉറ്റുനോക്കുകയായിരുന്നു. സമാധാനത്തിലേക്കുള്ള യാത്ര ദ്രുതമാക്കണമെന്നത് പ്രസിഡന്റ് മുഷറഫിന്റെ ആവശ്യമായിരുന്നു. സർവസൈന്യാധിപനായി തുടരാൻ പ്രസിഡന്റ് മുഷറഫിനെ അനുവദിക്കുന്ന ബിൽ ഒക്ടോബർ 14–ാം തീയതി പാകിസ്ഥാൻ പാർലമെന്റ് പാസാക്കി.

സെപ്തംബർ മാസത്തിൽ നടക്കുന്ന യു എൻ ജനറൽ അസംബ്ലിയിൽ വച്ച് ഇന്ത്യൻ പ്രധാനമന്ത്രി മൻമോഹൻ സിംഗുമായി സൗഹൃദം പങ്കിടാനും സംഭാഷണം നടത്തുവാനും മുഷറഫ് താൽപ്പര്യം പ്രകടിപ്പിച്ചു. ഇന്ത്യയിൽ ജനിച്ച പാകിസ്ഥാൻ പ്രസിഡന്റും പാകിസ്ഥാനിൽ ജനിച്ച ഇന്ത്യൻപ്രധാനമന്ത്രിയും തമ്മിൽ ന്യൂയോർക്കിൽ വച്ചു സംഭാഷണം നടന്നു. ഡോ. മൻമോഹൻസിംഗ് പടിഞ്ഞാറൻ പഞ്ചാബിൽ വിദ്യാർഥിയായിരിക്കെ എടുത്ത കുറെ ചിത്രങ്ങൾ മുഷറഫ് മൻമോഹൻസിംഗിനു സമ്മാനിച്ചു. പ്രസിഡന്റ് മുഷറഫ് ഇടപാടുകൾ നടത്താൻ തക്ക വിശ്വസ്തതയുള്ളയാളാണെന്ന് ഇന്ത്യൻ പ്രധാനമന്ത്രി പ്രഖ്യാപിച്ചു.

സെപ്റ്റംബർ മാസത്തിൽ പ്രസിഡന്റ് മുഷറഫിന്റെ മറ്റൊരു പ്രസ്താവന വന്നു: സിയാചിനിൽ നിന്ന് ഇന്ത്യൻ സൈന്യം പിന്മാറുകയാണെങ്കിൽ പാകിസ്ഥാൻ സൈന്യം അവിടെ പ്രവേശിക്കുകയില്ല. അതിനു തണുപ്പൻ പ്രതികരണമാണ് ഇന്ത്യൻ സൈന്യത്തിൽ നിന്നുണ്ടായതെങ്കിലും ഒക്ടോബർ 12-ാം തീയതി വീണ്ടും മുഷറഫിന്റെ പ്രസ്താവന വന്നു: "ഇരുപക്ഷവും മുൻനിലപാടുകളിൽനിന്നു താഴോട്ടുവരണം ഇരു കൂട്ടരും അവർക്ക് അസ്വീകാര്യമായ കാര്യങ്ങൾ മാറ്റിവച്ചുകൊണ്ടു കാര്യങ്ങൾ ചർച്ച ചെയ്തു തീരുമാനിക്കണം" തീർച്ചയായും ഇതു പാക്നിലപാടുകൾക്ക് കടക വിരുദ്ധമാണ്. തർക്കങ്ങളുടെ കേന്ദ്ര ബിന്ദു കാശ്മീർ പ്രശ്നമാണെന്നും അതു പരിഹരിക്കാതെ സമാധാനമുണ്ടാവുകയില്ലെന്നുമായിരുന്നു ഇതുവരെയുള്ള നിലപാട്. ഉടൻതന്നെ ഉദ്യോഗസ്ഥന്മാരെ ദില്ലിയിലേക്ക് ചർച്ചയ്ക്കയയ്ക്കുന്നുണ്ടെന്നും മുഷറഫ് പറഞ്ഞു. ശ്രീനഗർ - മുസഫറബാദ് ബസ് സർവീസ് ആരംഭിക്കുന്നത് പരിഗണനയിലാണെന്നും പാക് പ്രസിഡന്റ് പ്രസ്താവിച്ചു. ഇറാനിൽനിന്നു പാകിസ്ഥാൻ വഴി എണ്ണക്കുഴൽ സ്ഥാപിക്കുന്ന കാര്യം ഇന്ത്യയ്ക്കു താൽപ്പര്യമില്ലെങ്കിൽ തന്നെ പാകിസ്ഥാൻ അതു തുടങ്ങുമെന്നും പ്രസ്താവിച്ചു.

അടുത്ത ദിവസം തന്നെ ഇസ്ലാമാബാദിൽ നിന്നറിയിപ്പുവന്നു : പാക് പ്രധാനമന്ത്രി നവംബറിൽ ദില്ലിയിലേക്കുവരുന്നു, ശ്രീനഗർ - മുസഫറാബാദ് ബസ്സർവീസ് ഉദ്ഘാടനം ചെയ്യപ്പെടും. ബസ്സിൽ വച്ചുതന്നെ ഇരുപക്ഷവും കൂടിയാലോചനകൾ നടത്താമെന്നാണ് പറഞ്ഞത്. അതുമാത്രമല്ല നിറുത്തിവച്ച റയിൽവേ സർവ്വീസ് പുനരാരംഭിക്കാനും കോസ്റ്റ് ഗാർഡ് സർവീസിലെ പ്രശ്നങ്ങൾ തീർക്കാനുള്ള ചർച്ചകൾ നവംബർ അവസാനവും ഡിസംബർ ആദ്യവുമായി തീയതികൾ നിശ്ചയിച്ചു. കാശ്മീർ പ്രശ്നം തൽക്കാലം മാറ്റിവച്ചുകൊണ്ട് ഇന്ത്യയുമായുള്ള ബന്ധം സാധാരണഗതിയിലാക്കുന്നതിന് പർവേസ് മുഷറഫ് ധൃതികാണിക്കുകയാണ്. കാശ്മീർ പ്രശ്നം പരിഹരിക്കാതെ ഇന്ത്യാ പാകിസ്ഥാൻ ബന്ധം സാധാരണഗതിയിലാക്കാനും ദക്ഷിണേഷ്യയിൽ സമാധാനം സ്ഥാപിക്കാനും സാധ്യമല്ല എന്നുപറഞ്ഞുകൊണ്ടിരുന്ന മുഷറഫിനു പെട്ടെന്നുള്ള മനം മാറ്റത്തിന് എന്തുകാരണമെന്നു പരിശോധിക്കാം.

1. കാശ്മീർ പ്രശ്നത്തിനു ശാശ്വത പരിഹാരം ഉണ്ടാക്കുക എളുപ്പമല്ലെന്നു പാകിസ്ഥാനു ബോധ്യം വന്നു. 90 ശതമാനം കാശ്മീരികളും സ്വാതന്ത്ര്യമാണ് കാംക്ഷിക്കുന്നതെന്നും അവർക്കു പാകിസ്ഥാനോട് ചേരുന്നതിൽ താൽപ്പര്യമില്ലെന്നും പാകിസ്ഥാൻ മനസിലാക്കുന്നു. കാശ്മീരിനു സ്വാതന്ത്ര്യം നൽകിക്കൊണ്ടുള്ള ഒത്തുതീർപ്പിൽ പാകിസ്ഥാനും താൽപ്പര്യമില്ല. ജമ്മുവും ലഡാക്കും വിട്ടുകൊടുത്തുകൊണ്ടുള്ള ഒരു ഒത്തുതീർപ്പിന് ഇന്ത്യയും സമ്മതിക്കുകയില്ല. ജമ്മുവിൽനിന്നു ലഡാക്കിലേക്കുള്ള പ്രധാന രാജപാത ശ്രീനഗർ, സോജില, കാർഗിൽ,

പ്രദേശങ്ങളിലൂടെ കടന്നുപോകുന്നതായതുകൊണ്ട് ആ പ്രദേശങ്ങൾ വിട്ടുകൊടുക്കുന്നതിന് ഇന്ത്യസമ്മതിക്കുകയില്ല. അപ്പോൾ ഇപ്പോഴത്തെ നിയന്ത്രണരേഖ അൽപ്പം ഭേദഗതികളോടുകൂടി അതിർത്തി രേഖയായി അംഗീകരിക്കുകയായിരിക്കും പരിഹാരം. എന്നാലതു കാശ്മീരികൾ ഒരിക്കലും അംഗീകരിക്കാനിടയില്ല. ഇപ്പോഴത്തെ സ്ഥിതി തുടരുകയല്ലാതെ പെട്ടെന്നൊരു പരിഹാരം ഉണ്ടാവുകയില്ല.

2. അഞ്ചുലക്ഷത്തോളം വരുന്ന കാശ്മീരി പണ്ഡിറ്റുകളാണ് മറ്റൊരു പ്രശ്നം. അവരിൽ മൂന്നുലക്ഷത്തിലധികം പേർ ഇപ്പോൾ ജമ്മുവിലും ചണ്ഡിഗറിലും ദില്ലിയിലുമായി കഴിയുകയാണ്. കാശ്മീരിപണ്ഡിറ്റുകൾ കൂടുതലും അധ്യാപകരും മറ്റുള്ളവർ ഉദ്യോഗസ്ഥന്മാരുമായി കഴിഞ്ഞിരുന്നവരാണ്. അവർക്ക് ഇന്ത്യയിലെ ഹിന്ദുക്കളോടെന്നതിനേക്കാൾ കാശ്മീരി സൂഫി മുസ്ലിങ്ങളോടാണടുപ്പം. അവരുടെ മാതൃഭാഷ ഉർദുവാണ്. കാശ്മീരിമുസ്ലിങ്ങളല്ല, പാകിസ്ഥാനിൽ നിന്നുള്ള ഭീകരവാദികളാണ് അവരെ കാശ്മീരിൽ നിന്നോടിച്ചത്. കാശ്മീരിൽ ഏറെ ബഹുമാനിക്കപ്പെട്ടിരുന്ന അവരിൽ ഭൂരിപക്ഷവും ഇപ്പോൾ അത്യന്തം പരിതാപകരമായ അവസ്ഥയിലാണ് കഴിയുന്നത്. അവരിൽ പലർക്കും മടങ്ങിപ്പോകാൻ ഭയമാണ്. അവർ മടങ്ങിപ്പോയാൽത്തന്നെ അവരുടെ അയൽക്കാർ ഇപ്പോഴെങ്ങനെ അവരെ സ്വീകരിക്കും എന്ന കാര്യവും സംശയമാണ്. അവരുടെ പ്രശ്നം പരിഹരിക്കാതെ ജമ്മുകാശ്മീർ പ്രശ്നത്തിനു ശാശ്വത പരിഹാരമുണ്ടാവില്ലെന്നു പാകിസ്ഥാനറിയാം.

3. ആഗ്രാ സന്ദർശനത്തിനുമുമ്പ് പാക് പ്രസിഡന്റ് പദവി ഏറ്റെടുത്ത മുഷറഫിന് ജമ്മുകാശ്മീർ പ്രശ്നം ഉൾപ്പെടെയുള്ള എല്ലാ ഇന്ത്യാ പാക് പ്രശ്നങ്ങളും ചുരുങ്ങിയകാലം കൊണ്ട് പരിഹരിക്കാമെന്ന പ്രതീക്ഷയുണ്ടായിരുന്നു. ആഗ്രാസന്ദർശനം ഫലപ്രദമായില്ലെങ്കിലും മുഷറഫ് ആ ശ്രമം തുടർന്നുകൊണ്ടിരുന്നു. അപ്പോഴാണ് ഭീകരരുടെ ഇന്ത്യൻ പാർലമെന്റ് ആക്രമണമുണ്ടായത്. അതു മുഷറഫിന്റെ അറിവോടുകൂടിയല്ലെങ്കിൽ ഐ എസ് ഐയുടെ അറിവോടുകൂടിയാണത് നടന്നതെന്നും മുഷറഫ് അറിയാതെ ഐ എസ് ഐ രാഷ്ട്രീയം കളിക്കുകയാണെന്നും മുഷറഫിന് ബോധ്യമായി. പാർലമെന്റാക്രമണത്തിനെതിരെ ഇന്ത്യ അതിശക്തിയായി പ്രതികരിക്കുകയും അതിർത്തിയിൽ സൈനികകേന്ദ്രീകരണം നടത്തുകയും ചെയ്തത് മുഷറഫിനെ വിഷമിപ്പിച്ചു. കാശ്മീരിൽ നടന്ന പൊതുതെരഞ്ഞെടുപ്പിനെ ലോകരാഷ്ട്രങ്ങൾ അംഗീകരിച്ചതും മുഷറഫിനെ വിഷമവൃത്തത്തിലാക്കി. ഇന്ത്യപാക് സംഭാഷണത്തിനു സഹായിക്കണമെന്ന് മുഷറഫ് അമേരിക്കൻ സ്റ്റേറ്റ് സെക്രട്ടറി കോളിൻ പവലിനോടാവശ്യപ്പെട്ടതും പവൽ ഇടപെട്ട് പാക് പ്രധാനമന്ത്രി ഇന്ത്യൻ പ്രധാനമന്ത്രിയോട് സംസാരിച്ചതും തുടർന്ന് ഇന്ത്യൻ സൈന്യത്തെ അതിർത്തിയിൽനിന്ന് പിൻവലിച്ചതും ഈ സാഹചര്യത്തിലാണ്. തുടർന്നാണ് ഇന്ത്യൻ പ്രധാനമന്ത്രി സാർക്ക് സമ്മേളനത്തിനായി

ഇസ്ലാമാബാദിലെത്തിയതും സൗഹൃദം പങ്കുവച്ചതും. പാക്സൈന്യം സമാധാന ശ്രമങ്ങളെ വീണ്ടും അട്ടിമറിക്കാതിരിക്കാൻ സൈന്യത്തിൽ അഴിച്ചുപണി നടത്തിയിരുന്നു. തന്നെ ഭരണം പിടിച്ചെടുക്കാൻ സഹായിച്ച മൂന്നു ജനറൽമാരെയും അവഗണിച്ചുകൊണ്ട് അവർക്കുമുകളിൽ അവരുടെ ജൂനിയർമാരായ തന്റെ വിശ്വസ്തരെ പ്രതിഷ്ഠിച്ചത് അതിനുവേണ്ടിയാണ്. 2004 അവസാനം താൻ സൈന്യാധിപസ്ഥാനം ഒഴിയുമെന്ന് മുഷറഫ് പ്രഖ്യാപിച്ചത് അതിനുമുമ്പ് തന്റെ സമാധാനശ്രമങ്ങൾ പൂർത്തിയാകും എന്ന പ്രതീക്ഷയിലായിരുന്നിരിക്കാം. പക്ഷേ വാജ്പേയി സർക്കാർ തെരഞ്ഞെടുപ്പ് നേരത്തേയാക്കിയത് അൽപ്പം ആശങ്കയുളവാക്കി. തെരഞ്ഞെടുപ്പിൽ വാജ്പേയി പരാജയപ്പെടുകയും കോൺഗ്രസ്സ് നേതൃത്വത്തിലുള്ള പുതിയ സർക്കാർ അധികാരത്തിൽ വരികയും ചെയ്തപ്പോൾ അനിശ്ചിതത്വം ഉണ്ടായിരുന്നു എങ്കിലും അതുമാറ്റാൻ ഐക്യരാഷ്ട്രസഭാ സമ്മേളനത്തിൽ വച്ചു പാക് പ്രസിഡന്റ് മുഷറഫും ഇന്ത്യൻ പ്രധാനമന്ത്രി മൻമോഹൻ സിംഗും തമ്മിൽ നടന്ന കൂടിക്കാഴ്ചയ്ക്കു കഴിഞ്ഞു. കൂടിക്കാഴ്ചയ്ക്കുശേഷം ഡോ. മൻമോഹൻ സിംഗ് പറഞ്ഞത് പാക് പ്രസിഡന്റ് വിശ്വസിക്കാൻ കൊള്ളാവുന്നയാളാണെന്നാണ്. തുരങ്കത്തിനപ്പുറം പ്രകാശം കണ്ടുതുടങ്ങിയെന്ന് മുഷറഫ് തന്നെ സന്ദർശിച്ച ഇന്ത്യൻ പത്രപ്രതിനിധികളോട് പറഞ്ഞു.

രണ്ടുപ്രാവശ്യം വധശ്രമത്തിൽ നിന്നുരക്ഷപ്പെട്ട മുഷറഫിനു ഭീകരവാദത്തെ പ്രോത്സാഹിപ്പിക്കുന്നത് തീക്കളിയാണെന്നു ബോധ്യമായിരുന്നു. അതുകൊണ്ട് കഴിയുംവേഗം കാശ്മീർ പ്രശ്നം പരിഹരിക്കേണ്ടത് ആവശ്യമായിതോന്നി. അമേരിക്കയുടെ സമ്മർദ്ദവും ഉണ്ടായിരുന്നിരിക്കാം. തർക്കമുള്ള കാര്യങ്ങൾ മാറ്റിവച്ചുകൊണ്ട് യോജിക്കാവുന്ന കാര്യങ്ങളിൽ പെട്ടെന്നു തീരുമാനമെടുക്കാമെന്ന് മുഷറഫ് പറഞ്ഞത് സമാധാനം സ്ഥാപിക്കാനുള്ള ആവേശം മൂലമായിരിക്കും. അതിനുപാകിസ്ഥാന് എന്തെങ്കിലും നിർദേശങ്ങൾ മുന്നോട്ട് വയ്ക്കാമെങ്കിൽ അതു പരിഗണിക്കാവുന്നതാണ് എന്ന് ന്യൂയോർക്കിൽ വച്ച് ഡോ. മൻമോഹൻസിംഗ് പറഞ്ഞിരുന്നു. അതിൻപ്രകാരം ഒക്ടോബർ 25–ാം തീയതി ഒരു ഇഫ്താർ പാർട്ടിയിൽവച്ച് കാശ്മീർ പ്രശ്നം പരിഹരിക്കാനുള്ള ഒരു നിർദേശം മുമ്പോട്ടുവച്ചു. അത് ഇപ്രകാരമായിരുന്നു: ജമ്മു കാശ്മീരിന് ഏഴുവിഭാഗങ്ങളുണ്ട്. രണ്ടെണ്ണം പാക് അധീനതയിലും അഞ്ചെണ്ണം ഇന്ത്യയുടെ അധീനതയിലും (ഭൂപടം 5). ജമ്മു കാശ്മീരിനെ മുഴുവനായോ അല്ലെങ്കിൽ ഏതെങ്കിലും വിഭാഗത്തെയോ സൈന്യവിമുക്തമാക്കുകയും അവയുടെ പദവി മാറ്റുകയും ചെയ്യുക. അവയ്ക്കു സ്വാതന്ത്ര്യം നൽകുകയോ ഇരുരാജ്യങ്ങളുടെയും യോജിച്ചുള്ള നിയന്ത്രണത്തിൽ വയ്ക്കുകയോ അല്ലെങ്കിൽ ഐക്യരാഷ്ട്രസഭയുടെ നിയന്ത്രണത്തിൽ പങ്കുവയ്ക്കുകയോ ചെയ്യുക. ഇരുരാജ്യങ്ങളിലും ഈ നിർദേശത്തിനു കാര്യമായ സ്വീകരണം ലഭിച്ചില്ല. എങ്കിലും സ്വയം നിർണയാവകാശം എന്ന പഴയ

പല്ലവിയിൽനിന്നുപിന്മാറാൻ തയാറായത് നിഷ്പക്ഷമതികൾ ശുഭോദർക്കമായി കരുതി.

ജമ്മുകാശ്മീരിനെ ഏഴായി വിഭജിച്ചത് എങ്ങനെയെന്ന് മുഷറഫ് വ്യക്തമാക്കിയില്ല. എങ്കിലും അതെങ്ങനെയാണെന്നു രഹസ്യസൂചന നൽകപ്പെട്ടു. ഏഴുവിഭാഗങ്ങൾ ഇപ്രകാരമാണ്. 1. ജിൽജിത്തും ബാൾടിസ്ഥാനും ഉൾപ്പെട്ട ഉത്തരദേശം 2. പാക് നിയന്ത്രണത്തിലുള്ള ആസാദ് കാശ്മീർ 3. ബുദ്ധമതക്കാരുടെ ഭൂരിപക്ഷമുള്ള ലഡാക്ക് 4. ഷിയാ മുസ്ലീങ്ങൾക്കു ഭൂരിപക്ഷമുള്ള ലഡാക്കിലെ കാർഗിൽ മേഖല 5. കാശ്മീർ താഴ്‌വര 6. മുസ്ലീം ഭൂരിപക്ഷമുള്ള പൂഞ്ച്, രജൗറി, ഡോഡാ, ഉധംപൂരിന്റെ ഭാഗങ്ങൾ, 7. ഹിന്ദുഭൂരിപക്ഷമുള്ള ജമ്മു, കത്വാ, ഉധംപൂർജില്ലകൾ. ഇഫ്താർ പാർട്ടിയിൽ പറഞ്ഞകാര്യങ്ങൾ ഔദ്യോഗികമായി മുന്നോട്ടുവെയ്ക്കാമെങ്കിൽ പരിഗണിക്കാവുന്നതാണെന്ന് വിദേശകാര്യമന്ത്രി നട്‌വർ സിംഗ് പറഞ്ഞുവെങ്കിലും നവംബർ മാസത്തിൽ ശ്രീനഗർ സന്ദർശിച്ച ഡോ. മൻമോഹൻസിംഗ് പരോക്ഷമായി അതു തള്ളിക്കളയുകയാണുണ്ടായത്. രാജ്യാന്തരാതിർത്തികളിൽ മാറ്റം വരുത്തുന്നതും മതാടിസ്ഥാനത്തിൽ നാടിനെ വിഭജിക്കുന്നതും ശരിയല്ല എന്നാണദ്ദേഹം പറഞ്ഞത്. നിയന്ത്രണരേഖയെ രാജ്യാന്തരാതിർത്തിയായി അദ്ദേഹം കരുതുന്നുണ്ടോ എന്നു വ്യക്തമല്ല. 24,000 കോടിരൂപയുടെ ഒരു വികസന പദ്ധതിയാണ് അദ്ദേഹം പകരമായി ജമ്മു കാശ്മീരിനുവേണ്ടി പ്രഖ്യാപിച്ചത്. തൽക്കാലം സ്ഥിതിഗതികളിൽ മാറ്റം വരുത്താൻ ഉദ്ദേശിക്കുന്നില്ല എന്നാണു സൂചന.

ഡോ. മൻമോഹൻസിംഗിനെ ഇന്ത്യൻ പ്രധാനമന്ത്രിയായി നിർദ്ദേശിച്ചത് സാമ്പത്തികവികസനത്തിന് ഇന്ത്യമുൻഗണന നൽകുന്നു എന്നതിന്റെ സൂചനയാണ്. ധനകാര്യമന്ത്രി എന്ന നിലയിൽ അദ്ദേഹം കാഴ്ചവച്ച മികച്ച സേവനമാണ് പരിഗണിക്കപ്പെട്ടത്. സാമ്പത്തികമായി തകർന്നുകിടന്ന പാകിസ്ഥാനെ പുരോഗതിയുടെ പാതയിലേക്കു നയിച്ചയാളാണ് പാകിസ്ഥാൻ ധനകാര്യമന്ത്രിയായിരുന്ന ഷൗക്കത്ത് അസീസ്. സാമ്പത്തിക പുരോഗതിക്ക് ഊന്നൽ നൽകാൻ മുഷറഫ് തീരുമാനിച്ചതിന്റെ ഫലമായി ഷൗക്കത്ത് അസീസ് പാകിസ്ഥാൻ പ്രധാനമന്ത്രിയായി നിയമിക്കപ്പെട്ടു. ഇന്ത്യയിലും പാകിസ്ഥാനിലും സാമ്പത്തിക വിദഗ്ധന്മാർ പ്രധാനമന്ത്രിമാരായി നിയമിക്കപ്പെട്ടപ്പോൾ സാമ്പത്തിക പുരോഗതിക്കാവശ്യമായ സമാധാനം സ്ഥാപിക്കാൻ ഇരുകൂട്ടരും ശ്രമിക്കുമെന്നു പ്രതീക്ഷിക്കപ്പെട്ടു. സാർക്ക് സമ്മേളനത്തിന്റെ ചെയർമാനെന്ന നിലയിൽ നവംബർ 23-ാം തീയതി പാക് പ്രധാനമന്ത്രി ദില്ലി സന്ദർശിച്ചപ്പോൾ എന്തെങ്കിലും അത്ഭുതം സംഭവിക്കുമെന്ന് ആരും പ്രതീക്ഷിച്ചില്ല. ഇറാനിൽ നിന്നു പാകിസ്ഥാൻ വഴി പെട്രോളിയം ഗ്യാസ് പൈപ്പ് ലൈൻ സ്ഥാപിക്കുന്നതിൽ പാകിസ്ഥാന് അതിയായ താൽപ്പര്യമുണ്ടായിരുന്നു. വ്യാപാരബന്ധത്തിൽ ഇന്ത്യക്കു പാകിസ്ഥാനിൽ പ്രത്യേകപ

രിഗണന നൽകണമെന്ന ആവശ്യം ഇന്ത്യക്കുമുണ്ട്. കാശ്മീർപ്രശ്നം പരിഹരിക്കാതെ ആ പരിഗണന നൽകാൻ സാധ്യമല്ലെന്ന് അസീസ് ദില്ലിയിൽ വച്ചു പറഞ്ഞു. അതായത് കാശ്മീർപ്രശ്നം പരിഹരിക്കേണ്ടത് ഇരുരാജ്യങ്ങളുടെയും സാമ്പത്തികതാൽപ്പര്യങ്ങൾക്ക് അത്യാവശ്യമാണെന്നു ചുരുക്കം. അതു കാരണം കാശ്മീർപ്രശ്ന പരിഹാരത്തിന് ഇരുരാജ്യങ്ങളും കൂടുതൽ ശ്രദ്ധ പതിപ്പിക്കുമെന്നു പ്രതീക്ഷിക്കപ്പെടുന്നു.

ഭരണ പ്രതിസന്ധി

ജമ്മുകാശ്മീരിൽ കോൺഗ്രസ് പി ഡി പി സഖ്യത്തിന്റെ നേതൃത്വത്തിലുള്ള ഭരണം ഒട്ടും സുഗമമായിരുന്നില്ല. തീവ്രവാദികളുമായി ചർച്ച വേണമെന്നും ഇന്ത്യൻ സുരക്ഷാസേനയെ പിൻവലിക്കണമെന്നുമുള്ള പി ഡി പി യുടെ ആവശ്യം കേന്ദ്രം ഗൗരവമായി എടുത്തില്ല. എങ്കിലും മൂന്നു വർഷത്തിനുശേഷം ഐക്യം തുടരാനും കരാറനുസരിച്ച് കോൺഗ്രസ്സിന് മുഖ്യമന്ത്രിപദം ഏൽപ്പിക്കാനും പി ഡി പി തയ്യാറായി. അതിൻപ്രകാരം ഗുലാംനബി ആസാദ് 2005 നവംബറിൽ മുഖ്യമന്ത്രിയായി സ്ഥാനമേറ്റു. പാക്കിസ്ഥാന്റെ പിന്തുണ ലഭിക്കാത്തതുകൊണ്ട് തീവ്രവാദികളുടെ നുഴഞ്ഞുകയറ്റത്തിൽ കുറവുണ്ടായി എങ്കിലും സുരക്ഷാസേനയെ പിൻവലിക്കാനോ കുറയ്ക്കാനോ കേന്ദ്രം തയ്യാറായില്ല. എന്നു മാത്രമല്ല തീവ്രവാദത്തെ നേരിടാനെന്ന പേരിൽ പൗരാവകാശ ധ്വംസനങ്ങൾ മുറയ്ക്കു നടന്നു. കാശ്മീരിൽ സമാധാനം കൈവരികയാണെന്നും അടുത്ത തെരഞ്ഞെടുപ്പിൽ അറുപതു ശതമാനം വോട്ടർമാർ പങ്കെടുക്കുമെന്നും പ്രതീക്ഷ ഉളവായി. എന്നാൽ ജമ്മുവിൽ വളർന്നുവന്ന ഹിന്ദു മതതീവ്രവാദം കാശ്മീർ താഴ്വരയിൽ പ്രതിഫലിക്കുമെന്നാരും കരുതിയില്ല.

ജമ്മുവിലെ അമർനാഥ് ഗുഹാക്ഷേത്രത്തിലെ വാർഷിക തീർത്ഥാടനം ഉത്തരേന്ത്യയിൽ ജനപ്രീതി നേടുകയായിരുന്നു. 1947ൽ 20,000 പേർ പങ്കെടുത്തിരുന്ന ഈ തീർത്ഥാടനം അറുപതുവർഷം കൊണ്ട് അഞ്ചു ലക്ഷം പേർ പങ്കെടുക്കുന്നതായി വളർന്നു. ഇടയ്ക്കിടെ മുസ്ലീം തീവ്രവാദികളുടെ ആക്രമണം തീർത്ഥാടനത്തിന്റെ ജനപ്രീതി വർദ്ധിപ്പിച്ചതേയുള്ളൂ. സംഘപരിവാർ തീർത്ഥാടനത്തിന്റെ സംരക്ഷകരായി മാറാനും ഇതു കാരണമായി. ജമ്മുകാശ്മീർ ഗവർണർ അധ്യക്ഷനായുള്ള ഒരു സംരക്ഷണ സമിതിക്കായിരുന്നു അമർനാഥ് ക്ഷേത്രത്തിന്റെ ഭരണച്ചുമതല. ഗവർണർ എസ്. കെ. സിൻഹ ക്ഷേത്രകാര്യങ്ങളിൽ പ്രത്യേക താൽപ്പര്യമുള്ളയാളായിരുന്നു. വനഭൂമിയിലായിരുന്നു ക്ഷേത്രം നിന്നിരുന്നത് എന്നതിനാൽ തീർത്ഥാടനകാലത്ത് തീർത്ഥാടകർക്ക് താമസിക്കാൻ സൗകര്യമൊരുക്കുന്നതിന് നൂറേക്കർ ഭൂമി ആവശ്യപ്പെട്ടുകൊണ്ട് ക്ഷേത്രസംരക്ഷണസമിതി പ്രമേയം സർക്കാരിനു നൽകി. ജമ്മുകാശ്മീരിലെ വനസംരക്ഷണനിയമം ഏറെ നൂലാമാലകൾ ഉള്ളതായിരുന്നതി

നാൽ വനംവിട്ടുകൊടുക്കുന്നത് എളുപ്പമുള്ള കാര്യമായിരുന്നില്ല. ഗവർണറുടെ പ്രത്യേക താൽപ്പര്യപ്രകാരം വിവിധ കമ്മിറ്റികൾ രണ്ടു വർഷത്തോളം നീണ്ടു നിന്ന തെളിവെടുപ്പുകൾ നടത്തി. ജമ്മുവിൽ വളർന്നു വന്ന ഹിന്ദുസാന്നിദ്ധ്യം കാശ്മീർ താഴ്‌വരയിൽ അസ്വസ്ഥതകൾക്കു കാരണമായി. ആൾപാർട്ടി ഹുറിയത്ത് കോൺഫറൻസിൽ നിന്നു പുറത്താക്കപ്പെടുകയും, പാകിസ്താൻ പക്ഷപാതിയാണെങ്കിലും പാകിസ്താന്റെ പിന്തുണ ലഭിക്കാതിരിക്കുകയും കാൻസർ രോഗത്തിനു ചികിത്സയിലായിരിക്കുകയും മൂലം അവഗണിക്കപ്പെട്ടുകിടന്ന സയ്യദ്ഷാ ഗിലാനിക്കു ഇതു നല്ലൊരവസരമായി. ജമ്മുവിൽ ഹിന്ദുക്കളെ കുടിയിരുത്തുകമൂലം ജമ്മുകാശ്മീരിലെ ഹിന്ദുക്കൾക്കു ഭൂരിപക്ഷം ഉണ്ടാക്കാൻ സംസ്ഥാന സർക്കാരും ഇന്ത്യൻ സർക്കാരും ശ്രമിക്കുകയാണെന്നു അയാൾ നടത്തിയ പ്രചരണം ജനം ശ്രദ്ധിച്ചു. അങ്ങനെയിരിക്കെയാണ് നൂറേക്കർ വനഭൂമി അമർനാഥ് ക്ഷേത്രത്തിനു വിട്ടു കൊടുത്തു കൊണ്ട് 2008 മേയ് 26-ാം തീയതി സർക്കാർ ഉത്തരവു പുറപ്പെടുവിച്ചത്.

വനഭൂമി മനുഷ്യ വാസത്തിനു വിട്ടുകൊടുക്കുന്നത് നിലവിലുള്ള നിയമങ്ങൾക്കും സുപ്രീംകോടതിവിധിക്കും എതിരാണെന്നു പഠനങ്ങൾ തെളിയിച്ചിരുന്നു. ജമ്മുവിൽ വളർന്നു വരുന്ന വിശ്വഹിന്ദു പരിഷത്തിന്റെയും ബജ്റംഗ് ദളിന്റെയും സ്വാധീനം അടുത്ത തെരഞ്ഞെടുപ്പിൽ ബി ജെ പി യെ സഹായിക്കുമെന്നതിനാൽ തങ്ങളുടെ സ്വാധീനം നിലനിറുത്താൻ വേണ്ടിയാണ് കോൺഗ്രസ് പാർട്ടി വനം കൈമാറ്റ ഉത്തരവിനു തയ്യാറായത്. സഖ്യകക്ഷിയായ പി ഡി പി യും പ്രതിപക്ഷകക്ഷിയായ നാഷണൽ കോൺഫറൻസും അതിനു സമ്മതം നൽകിയിരുന്നു. എങ്കിലും, വനം കൈമാറ്റ ഉത്തരവിനെതിരെ കാശ്മീർ താഴ്‌വരയിലുണ്ടായ ശക്തമായ ജനവികാരം എല്ലാ രാഷ്ട്രീയ പാർട്ടികളെയും അത്ഭുതപ്പെടുത്തി. പാർലമെന്റാക്രമണക്കേസിലെ മുഖ്യപ്രതിയെ തൂക്കിക്കൊല്ലാനുള്ള കോടതി വിധിക്കെതിരെ കാശ്മീരിൽ ജനവികാരം ശക്തമായിരിക്കെയാണ് ന്യായീകരണമില്ലാത്ത സർക്കാരുത്തരവുണ്ടാകുന്നത്. ഗോ സംരക്ഷണത്തിന്റെ പേരിൽ, നിരുപയോഗമായ കന്നുകാലികളെ മുസ്ലീങ്ങൾ കൊല്ലാൻ കൊണ്ടുപോകുന്നതിനെ ഹിന്ദുമത മൗലികവാദികൾ തടഞ്ഞത് ജമ്മുവിലെ മുസ്ലീങ്ങളെ പട്ടിണിയിലാക്കാനും അവരെ ജമ്മുവിൽനിന്നു ഓടിച്ചു കളയാനുമാണെന്നും കാശ്മീരിലെ മുസ്ലീങ്ങൾ വ്യാഖ്യാനിച്ചു. അനുദിനമെന്നപോലെ കാശ്മീർ താഴ്‌വരയിൽ ഇന്ത്യാവിരുദ്ധ പ്രകടനങ്ങൾ ശക്തിപ്പെട്ടു. രക്ഷാസേന ഉരുക്കുമുഷ്ടികൊണ്ടു പ്രകടനങ്ങളെ അടിച്ചമർത്താൻ ശ്രമിച്ചത് പരക്കെ മനുഷ്യാവകാശ ധ്വംസനങ്ങൾക്കു കാരണമായി. അതുപ്രതിഷേധങ്ങൾക്കും പ്രകടനങ്ങൾക്കും കരുത്തു കൂട്ടി. നാഷണൽ കോൺഫറൻസും പി ഡി പിയും നിലപാടുകൾ മാറ്റി വനം കൈമാറ്റ ഉത്തരവ് പിൻവലിക്കണമെന്നാവശ്യപ്പെട്ടു. ഉത്തരവുപിൻവലിച്ചില്ലെങ്കിൽ സർക്കാരിനുള്ള പിന്തുണ

പിൻവലിക്കുമെന്നു പി ഡി പി നോട്ടീസ് നൽകി. കാലാവധി പൂർത്തിയായതിനെ തുടർന്ന് ഗവർണർ എസ് കെ സിൻഹ വിരമിക്കുകയും എൻ എൻ വോറ അധികാരമേൽക്കുകയും ചെയ്തു. വോറയുടെ അധ്യക്ഷതയിൽ ക്ഷേത്ര സംരക്ഷണസമിതിയോഗം ചേർന്ന്, വനഭൂമി ക്ഷേത്രത്തിനു വേണ്ടെന്നും തീർത്ഥാടകർക്ക് താമസസൗകര്യം ഗവർൺമെന്റ് ചെയ്തു കൊടുത്താൽ മതിയെന്നും പ്രമേയം പാസാക്കി. അതിൻപ്രകാരം ജൂലൈ ഒന്നിനു ഭൂമി കൈമാറ്റ ഉത്തരവു പിൻവലിക്കപ്പെട്ടു. അതിനു മൂന്നു ദിവസം മുമ്പുതന്നെ പി ഡി പി സഖ്യത്തിൽ നിന്നു പിന്മാറിയതായി പ്രസിഡന്റ് മെഹ്ബൂബാ മുഫ്തി മുഖ്യമന്ത്രി ആസാദിനെ അറിയിച്ചു കഴിഞ്ഞു. കാശ്മീർ താഴ്വരയിലെ ജനവികാരം ഇന്ത്യാഗവൺമെന്റിനും കോൺഗ്രസിനും എതിരാണെന്നും മനസിലാക്കിയതിനാൽ അടുത്ത തെരഞ്ഞെടുപ്പിനെ ലക്ഷ്യം വച്ചായിരുന്നു പി ഡി പിയുടെ തീരുമാനം.

ഭൂമികൈമാറ്റം റദ്ദാക്കിയത് കാശ്മീർ ജനതയെ ഒട്ടും സ്വാധീനിച്ചില്ല. ഭൂമി കൈമാറ്റമല്ല സ്വാതന്ത്ര്യം (ആസാദി)ആണു പ്രശ്നമെന്ന് ഗിലാനി പ്രഖ്യാപിച്ചത് ജനം ഏറ്റുപാടി. ജമ്മുവിലാകട്ടെ ഭൂമി കൈമാറ്റ ഉത്തരവു റദ്ദാക്കിയത് ഹിന്ദുത്വവാദികളെ അത്യന്തം ചൊടിപ്പിച്ചു. അവർ ശ്രീ അമർനാഥ് യാത്രാ സംഘർഷസമിതി രൂപീകരിച്ച് പ്രക്ഷോഭണം രൂക്ഷമാക്കി. കന്നുകാലികളെ കൊല്ലാൻ കൊണ്ടുപോകുന്ന മുസ്ലീങ്ങളെയെല്ലാം കൊല്ലാൻ പരസ്യമായി ആഹ്വാനം ചെയ്തു. കാശ്മീർ താഴ്വരയെ പുറംലോകവുമായി ബന്ധിപ്പിക്കുന്ന ഏക മാർഗ്ഗമായ ജമ്മുകാശ്മീർ നാഷണൽ ഹൈവേ ഉപരോധിക്കപ്പെട്ടു. ഭക്ഷ്യവസ്തുക്കൾപോലും കാശ്മീരിലേക്കു കൊണ്ടുപോകാൻ കഴിയാതെ കാശ്മീരികളെ പട്ടിണിക്കിടുകയായിരുന്നു ലക്ഷ്യം. കാശ്മീരിന്റെ മുഖ്യ ഉൽപ്പന്നമായ ആപ്പിൾ പുറത്തേക്കയക്കാൻ കഴിയാതെ മുഴുവൻ നശിച്ചുപോകാനും ഉപരോധം കാരണമായി. സ്വാതന്ത്ര്യത്തിനുവേണ്ടിയുള്ള മുറവിളി കാശ്മീരിൽ വ്യാപകവുമായി. മുമ്പ് കാശ്മീർ താഴ്വരയെ ഇന്ത്യയുമായി ബന്ധിപ്പിച്ചിരുന്ന ഏകമാർഗ്ഗമായ ശ്രീനഗർ – മുസറാബാദ് റോഡ് വീണ്ടും തുറക്കാൻ വിഘടനവാദികൾ ആഹ്വാനം ചെയ്തു. നിയന്ത്രണരേഖയ്ക്കപ്പുറമുള്ള മുസഫറാബാദ് പാക് അധീന കാശ്മീരിന്റെ തലസ്ഥാനമാണല്ലോ. ഇന്ത്യാ പാക് അതിർത്തി ഇല്ലാതാവുകയാവും ശ്രീനഗർ മുസഫറാബാദ് തുറന്നാൽ സംഭവിക്കുക. ആഗസ്റ്റ് ആറാം തീയതി ഒരു സർവകക്ഷി സമ്മേളനം വിളിച്ചു കൂട്ടാൻ പ്രധാനമന്ത്രി മൻമോഹൻ സിംഗ് തയാറായെങ്കിലും ബി ജെ പി വിട്ടുവീഴ്ചയ്ക്കു തയാറാവാത്തതുകാരണം തീരുമാനമാകാതെ പിരിഞ്ഞു. ആഗസ്റ്റ് 7–ാം തീയതി അസംബ്ലിയിൽ വിശ്വാസവോട്ടു നേരിടാതെ ഒരു പ്രസംഗം നടത്തിയ ശേഷം ഗുലാംനബി ആസാദ് മുഖ്യമന്ത്രി പദം രാജി വച്ചു. സംസ്ഥാനം ഗവർണർ ഭരണത്തിലായി.

ആഗസ്റ്റ് 11–ാം തീയതി അതിർത്തി ലംഘിച്ച് മുസാഫറാബാദിലേക്ക് ഒരു വമ്പിച്ച ജാഥ സംഘടിപ്പിക്കപ്പെട്ടു. പാകിസ്താൻ പതാകയുമേന്തി

പാകിസ്താൻ സിന്ദാബാദ് വിളിച്ചു മുന്നേറിയ വമ്പിച്ച ജനാവലിക്കുനേരെ ഇന്ത്യൻ സുരക്ഷാ സേന വെടി വച്ചതു കാരണം ജാഥ നയിച്ച ഷേക് അബ്ദുൾ അസീസ് കൊല്ലപ്പെട്ടു. തുടർന്നുണ്ടായ പ്രതിഷേധക്കൊടുങ്കാറ്റിൽ കാശ്മീർ താഴ്വര ഇളകി മറിഞ്ഞു. ആഗസ്റ്റ് 15ന് ഗവർണർ ഇന്ത്യൻ പതാക ഉയർത്തുമ്പോൾ എന്തുണ്ടാകുമെന്ന് സർക്കാർ ഭയന്നു. ഒന്നും സംഭവിച്ചില്ല. ശക്തമായ പോലീസ് വലയത്തിനുള്ളിൽ ഗവർണർ കൊടിയുയർത്തി. പട്ടാളവും പോലീസും കുറെ ഉദ്യോഗസ്ഥന്മാരും മാത്രം സ്റ്റേഡിയത്തിൽ സന്നിഹിതരായിരുന്നു. പോലീസ് പിന്മാറിയാൽ ഉടൻ ജനം ഇന്ത്യൻ പതാക വലിച്ചു കീറിക്കളയുമെന്നതിനാൽ രണ്ടു മണിക്കൂറിനകം അതു അഴിച്ചു മാറ്റി. കാശ്മീരികൾ ആഗസ്റ്റ് 15 അടിമത്വദിനമായി ആചരിച്ചു. ആഗസ്റ്റ് 16ന് 'രക്തസാക്ഷി'യായ ഷേക് അബ്ദുൾ അസീസിന് പ്രണാമം അർപ്പിച്ചുകൊണ്ട് അദ്ദേഹത്തിന്റെ ജന്മസ്ഥലമായ പോമ്പോറിൽ രണ്ടുലക്ഷം പേർ സംഘടിച്ചു. ആഗസ്റ്റ് 18ന് യു എൻ നിരീക്ഷകർക്ക് മെമ്മോറാണ്ടം സമർപ്പിക്കാൻ കാശ്മീർ വിഘടന വാദികൾ തീരുമാനിച്ചു. അതിനെ തടയാൻ ശ്രീനഗറിലേക്കുള്ള വഴികളെല്ലാം ഇരുമ്പു വേലികൾകൊണ്ട് 17–ാം തീയതി തന്നെ അടച്ചു. വേലികൾ എല്ലാം തകർത്തുകൊണ്ട് മൂന്നുലക്ഷം പേർ യു എൻ നിരീക്ഷകരുടെ ആസ്ഥാനത്തിനു സമീപമുള്ള ടൂറിസ്റ്റ് റിസപ്ഷൻ സെന്ററിനു മുമ്പിൽ തടിച്ചുകൂടി. കടുത്ത പാകിസ്താൻ പക്ഷപാതിയായ ഗിലാനിയും മിതവാദിയായ മിർവെയ്സ് ഒമർ ഫറൂക്കും മറ്റെല്ലാ വിഘടനവാദികളും അവിടെ ഏകോപിച്ച് ജനത്തെ അഭിസംബോധന ചെയ്തു. താനാണ് കാശ്മീരികളുടെ ഏകനേതാവെന്നു അവിടെ ഗിലാനി പ്രഖ്യാപിച്ചത് ജനം അംഗീകരിച്ചു. മൂന്നു ആവശ്യങ്ങളാണ് മെമ്മോറാണ്ടത്തിലുണ്ടായിരുന്നത്. കാശ്മീരിൽ ഇന്ത്യൻ ഭരണം അവസാനിപ്പിക്കുക. ഭരണം യു എൻ സമാധാന സേനയെ ഏൽപ്പിക്കുക, ദശാബ്ദങ്ങളായി നടക്കുന്ന കുറ്റകൃത്യങ്ങൾ യു എൻ അന്വേഷിക്കുക. കാശ്മീരിന്റെ ചന്ത ഇനി റാവൽ പിണ്ടി ആയിരിക്കുമെന്ന് പ്രഖ്യാപിച്ചുകൊണ്ട് പാക് പതാകകൾ പാറിച്ചും ജനം പിരിഞ്ഞു പോയി.

കാശ്മീരികളുടെ പ്രക്ഷോഭം ജമ്മുവിലും പ്രതികരണമുളവാക്കി. അമർനാഥ് യാത്രാസംഘർഷസമിതി ഒരു ലക്ഷം വളണ്ടിയർമാരെ ആഗസ്റ്റ് 19ഉം 20ഉം തീയതികളിൽ അറസ്റ്റുവരിക്കാൻ നിയോഗിച്ചു. ആഗസ്റ്റ് 20–ാം തീയതി നാഷണൽ സെക്യൂരിറ്റി അഡ്വൈസർ എം കെ നാരായണന്റെ നേതൃത്വത്തിൽ ഒരു ഉന്നതതലസംഘം ദില്ലിയിൽ നിന്നും ശ്രീനഗറിലെത്തി. എല്ലാപേരുമായും ചർച്ചകൾ നടത്തി പത്തു ദിവസത്തിനകം പ്രശ്നപരിഹാരമുണ്ടാക്കാമെന്നു പ്രഖ്യാപിച്ചു. വിഘടനവാദികൾ ചർച്ചകൾക്കു തയാറല്ലായിരുന്നു. അവർ ആഗസ്റ്റ് 24–ാം തീയതി ശ്രീനഗറിൽ ഒരു വമ്പിച്ച റാലിക്ക് ഒരുക്കം കൂട്ടി. നഗരത്തിൽ മുഴുവൻ

കർഫ്യൂ ഏർപ്പെടുത്തി അതു തടയപ്പെട്ടു. പ്രകടനക്കാർക്കു നേരെയുണ്ടായ വെടിവയ്പ്പിൽ എട്ടുപേർ മരിച്ചു. ആശുപത്രിയിൽ എത്താൻ കഴിയാത്തതുമൂലം രണ്ടു ഗർഭിണികൾ മരിച്ചത്രേ. ഗിലാൻ, ഓമർ ഫറൂക്ക്, യാസിം മാലിക് ഷബീർ അഹമ്മദ് ഷാ, ആസിയ അൻട്രാബി എന്നീ നേതാക്കൾ അറസ്റ്റിലായി. കാശ്മീരിലെ പ്രകടനക്കാരോടു സർക്കാർ നിർദ്ദയമായി പെരുമാറിയപ്പോൾ ജമ്മുവിൽ മൃദുസമീപനമാണ് സർക്കാർ സ്വീകരിച്ചതെന്നു ആരോപണമുണ്ടായി. ഒരു ഒത്തു തീർപ്പിനു വിശ്വ ഹിന്ദു പരിഷത്തും ബജ്റംഗ് ദളും നയിച്ച അമർനാഥ് യാത്രാസംഘർഷ സമിതിക്കു താൽപ്പര്യമുണ്ടായിരുന്നു എങ്കിലും ബി ജെ പിക്കു അതിൽ താൽപ്പര്യമില്ലായിരുന്നു. തെരഞ്ഞെടുപ്പുവരെ സംഘർഷാവസ്ഥ നീട്ടിക്കൊണ്ട് പോകാനായിരുന്നു ബി ജെ പിക്കു താൽപ്പര്യം. എന്നാൽ ജമ്മുവിനും കാശ്മീരിനും ലഡാക്കിനും സ്വയംഭരണം വേണമെന്നായിരുന്നു സംഘപരിവാറിന്റെ 2002 മുതലുള്ള നിലപാട്. കാശ്മീരിന് സ്വതന്ത്രപദവി അനുവദിക്കുന്നതിന് ബി ജെ പി അനുകൂലമായിരുന്നില്ല. അതു കൊണ്ടു തന്നെ അദ്വാനിക്ക് ജമ്മു സന്ദർശനം മാറ്റിവയ്ക്കേണ്ടിവന്നു. ആഗസ്റ്റ് 31–ാം തീയതി ഒത്തു തീർപ്പുണ്ടായി. അതിൻപ്രകാരം തീർത്ഥാടകർ ഉപയോഗിച്ചു വരുന്ന നൂറേക്കർ വനഭൂമി തീർത്ഥാടന കാലത്തേക്ക് (ജൂലൈ ഒന്നു മുതൽ ആഗസ്റ്റ് 31 വരെ) ക്ഷേത്ര സമിതിക്കു വിട്ടുകൊടുക്കും. എന്നാൽ ഭൂമിയുടെ ഉടമസ്ഥാവകാശം വനം വകുപ്പിനു തന്നെ ആയിരിക്കും. അമർനാഥ് യാത്രാ സംരക്ഷണസമിതി പുതിയ ഉത്തരവിൽ സംതൃപ്തരാണ്. ക്ഷേത്രത്തിനു ഭൂമി നൽകുന്നത് ഒരു പ്രശ്നമല്ല എന്നു വിഘടനവാദികൾ നേരത്തെ പ്രസ്താവിച്ചതാണ്. അവർക്കു കാശ്മീരിന്റെ സ്വയംഭരണമാണ് പ്രശ്നം. ഗിലാനിയും, ഒമർ ഫറൂക്കും, യാസിൻ മാലിക്കും മോചിപ്പിക്കപ്പെട്ടു. ഷബീർഷായും അൻട്രാബിയും മോചിപ്പിക്കപ്പെട്ടില്ല. എന്തെന്നാൽ അവരാണ് തീവ്രവാദികളെയും മിതവാദികളെയും യോജിപ്പിലെത്തിച്ചത്. ഗിലാനിയുടെ നേതൃത്വത്തിലുള്ള തീവ്രവാദികളും ഒമർഫറൂക്കിന്റെ നേതൃത്വത്തിലുള്ള മിതവാദികളും യോജിക്കാതിരിക്കുന്നതാണ് ഇന്ത്യയുടെ താൽപ്പര്യം. താനാണ് കാശ്മീരികളുടെ ഏകനേതാവെന്നു ഗിലാനി പ്രഖ്യാപിച്ചതും ജനം അതഗീകരിച്ചതും മിതവാദികൾക്കിഷ്ടമായില്ല. ഗിലാനി തന്റെ പ്രഖ്യാപനം പിൻവലിച്ചുമാപ്പുപറഞ്ഞെങ്കിലും മിതവാദികൾ പൂർണമായും തൃപ്തരല്ല.

രാഷ്ട്രീയാനിശ്ചിതത്വം ഇന്ത്യയിലും പാകിസ്ഥാനിലും

താമസിച്ചെങ്കിലും കാശ്മീർ പ്രശ്നപരിഹാരത്തിനു ആത്മാർത്ഥമായി ശ്രമിച്ച മുഷറഫ് ഇപ്പോൾ അധികാരത്തിനു പുറത്താണ്. പാകിസ്താൻ പട്ടാളത്തിനു തീവ്രവാദികളുമായുള്ള ബന്ധം എല്ലാവർക്കും അറിയാമെങ്കിലും മുഷാറഫിന് സൈന്യത്തിനുമേൽ നിയന്ത്രണം ഉണ്ടാ

യിരുന്നു. മുഷാറഫിന്റെ പതനം ഉറപ്പായതു മുതൽ പാക്സൈന്യം വീണ്ടും അതിർത്തി ലംഘനത്തിനു തീവ്രവാദികളെ സഹായിച്ചു തുടങ്ങി. പാകിസ്ഥാനിൽ പ്രസിഡണ്ടായി അധികാരമേറ്റ അസിഫ് ആലി സർദാരിയാകട്ടെ ഭരണപരിചയമില്ലാത്തയാളും സ്വന്തം വാക്കിനു വില കൽപ്പിക്കാത്തവനെന്നു തെളിയിച്ചവനുമാണ്. ഒരു ന്യൂനപക്ഷസർക്കാരാണ് അവിടെ നിലനിൽക്കുന്നത്. സൈന്യം രാഷ്ട്രീയത്തിലിടപെടുകയില്ല എന്നു ജനറൽ കയാനി പറഞ്ഞിട്ടുണ്ടെങ്കിലും ആ വാക്കുകൾ പാലിക്കപ്പെടുമെന്നുറപ്പില്ല.

ഇന്ത്യയിലെ അവസ്ഥയും ഒട്ടും മെച്ചമല്ല. ന്യൂനപക്ഷ സർക്കാരാണ് അവിടെയും. ഇന്ത്യയിലെ 600 ജില്ലകളിൽ നൂറെണ്ണവും നക്സലുകളുടെ നിയന്ത്രണത്തിലാണെന്നാണ് പറയപ്പെടുന്നത്. അടുത്ത ഒരു വർഷം കൊണ്ട് നക്സലുകളുടെ സ്വാധീനമേഖല ഇരട്ടിപ്പിക്കാൻ ശക്തമായ ശ്രമം നടക്കുന്നുണ്ടെന്നാണ് റിപ്പോർട്ട്. ആ സ്ഥിതിക്ക് അങ്ങു വടക്ക് ജമ്മുകാശ്മീരിലെ ഏതാനും ജില്ലകളെ ഒപ്പം നിറുത്താൻ സർക്കാരിന് എങ്ങനെയാണു കഴിയുക? രാഷ്ട്രീയ പാർട്ടികളാകട്ടെ മൂന്നു ചേരിയിലായാണ് അടുത്ത തെരഞ്ഞെടുപ്പിനെ നേരിടാൻ തയ്യാറെടുക്കുന്നത്. ഉറപ്പുള്ള ഒരു സർക്കാരുണ്ടാകുമെന്നും ആഭ്യന്തര സുരക്ഷിതത്വം ഉറപ്പാക്കുമെന്നും പ്രതീക്ഷയില്ല.

ജമ്മുകാശ്മീർ ചരിത്രത്തിലെ പ്രധാനസംഭവങ്ങൾ

1842 ഇംഗ്ലീഷ് ഈസ്റ്റിന്ത്യാകമ്പനി ലാഹോർ ഉടമ്പടി പ്രകാരം ജമ്മുരാജാവ് ഗുലാബ് സിംഗിന് കാശ്മീർ വിലയ്ക്കുനൽകി. ജമ്മുകാശ്മീർ രൂപപ്പെട്ടു.

1930 ദോഗ്രാഭരണത്തിനെതിരെ കാശ്മീർ താഴ്വരയിൽ രാഷ്ട്രീയപ്രക്ഷോഭണം ആരംഭിച്ചു.

1931 മുഹമ്മദ് അബ്ദുള്ളയും മിർ വെയ്സ് യൂസഫ് ഷായും ഷേക്ക് അബ്ദുള്ളയും ചേർന്ന് ജമ്മു കാശ്മീർ മുസ്ലിം ഷേക്ക് കോൺഫറൻസ് സ്ഥാപിച്ചു. ഷേക്ക് അബ്ദുള്ളയെ ആദ്യത്തെ പ്രസിഡന്റാക്കി.

1932 ഹിന്ദുക്കളെകൂടി ഉൾപ്പെടുത്തി മുസ്ലീം കോൺഫറൻസിനെ നാഷണൽ കോൺഫറൻസ് ആക്കി, ന്യൂനപക്ഷം മുസ്ലീം കോൺഫറൻസായി തുടർന്നു.

1934 പ്രജാമണ്ഡലം എന്ന നിയമസഭ സ്ഥാപിതമായി. തെരഞ്ഞെടുപ്പിൽ ഷേക്ക് അബ്ദുള്ളയുടെ കക്ഷിക്ക് ഭൂരിപക്ഷം കിട്ടിയെങ്കിലും ഉത്തരവാദഭരണം നൽകിയില്ല. കേണൽ കോൾവിൻ പ്രധാനമന്ത്രിയായി നിയമിതനായി.

1935 ജിൽജിത് ഇംഗ്ലീഷ് ഈസ്റ്റിന്ത്യാകമ്പനിക്കു പാട്ടമായി നൽകി.

1936 ഉത്തരവാദഭരണത്തിനുവേണ്ടി സമരം ആരംഭിച്ചു. ഗോപാലസ്വാമി അയ്യങ്കാർ ദിവാനായി നിയമിക്കപ്പെട്ടു.

1940 ഖാൻ അബ്ദുൾ ഗാഫർ ഖാനും പണ്ഡിറ്റ് നെഹ്റുവും ഷേക്ക് അബ്ദുള്ളയുടെ അതിഥിയായി കാശ്മീർ സന്ദർശിച്ചു.

1941 അഖിലേന്ത്യാ സംസ്ഥാനജനറൽ കൗൺസിലിൽ ജമ്മുകാശ്മീർ നാഷണൽ കോൺഫറൻസ് അംഗമായി.

1944 രണ്ടുനിയമസഭാംഗങ്ങളെ മന്ത്രിസഭയിലേക്കെടുത്തു.

1946 ഷേക്ക് അബ്ദുള്ള അഖിലേന്ത്യാ ജനറൽ കൗൺസിലിന്റെ പ്രസിഡന്റായി. നാഷണൽ കോൺഫറൻസ് ദോഗ്രാഭരണത്തിനെതിരെ ക്വിറ്റ് കാശ്മീർ പ്രഖ്യാപനം നടത്തി. ഷേക്ക് അറസ്റ്റിലായി.

1947 ആഗ്സറ്റ് 15: ഇന്ത്യക്ക് സ്വാതന്ത്ര്യം. ഒക്ടോബർ 22. പാകിസ്ഥാൻ പിന്തുണയോടെ ഗിരിവർഗക്കാർ കാശ്മീർ താഴ്വരയിൽ ആക്രമണം തുടങ്ങി. ഒക്ടോബർ 24–ാം തീയതി അക്സഷൻ കരാറിൽ ഒപ്പുവച്ച ശേഷം ഹരിസിംഗ് രാജാവ് ജമ്മുവിലേക്കുമാറി. ഷേക്ക് അബ്ദുള്ള അടിയന്തര ഭരണ കൗൺസിൽ തലവനായി ഒക്ടോബർ 30ന് നിയമിക്കപ്പെട്ടു. 26–ാം തീയതി മുതൽ ഇന്ത്യൻ സൈന്യം സൈനികനടപടി ആരംഭിച്ചു.

1948 ജനുവരി. ഐക്യരാഷ്ട്രസഭയിൽ പാകിസ്ഥാനെതിരെ ഇന്ത്യയുടെ പരാതി. പട്ടാളം പിൻവാങ്ങിയാൽ രാജ്യാന്തരമേൽനോട്ടത്തിൽ ജനഹിതത്തിനുവിധേയമായി ജമ്മുകാശ്മീരിന്റെ ഭാവിനിശ്ചയിക്കാമെന്നുറപ്പുനൽകി. പാകിസ്ഥാൻ അനുകൂലിക്കാത്തതുകൊണ്ട് യുദ്ധം തുടർന്നു.

1949 ജനുവരി ഒന്ന്. വെടിനിറുത്തലിനു ധാരണ. ജൂൺ : മഹാരാജാഹരിസിംഗ് അധികാരം ഒഴിഞ്ഞ് മകൻ കരൺ സിംഗിനെ നിയമിച്ചു. ഷേക്കിന്റെ നേതൃത്വത്തിൽ ഏകകക്ഷിഭരണം.

1950 ജനുവരി 26: ഇന്ത്യൻ ഭരണഘടന നിലവിൽ വന്നു. ജമ്മുകാശ്മീരിന്റെ ഭാവിനിർണയിക്കാൻ ഭരണഘടനയിൽ 370–ാം വകുപ്പ്.

1951 ജമ്മുകാശ്മീരിനു പ്രത്യേകപദവി നൽകുന്നതിന് ശ്യാമപ്രസാദ് മുഖർജിയുടെ നേതൃത്വത്തിൽ ഭാരതീയ ജനസംഘം സമരം തുടങ്ങി. ഷേക്ക് അബ്ദുള്ള കോൺഗ്രസുമായി അകന്നുതുടങ്ങി.

1952 ജൂലൈ 24: കാശ്മീരിന്റെ ഭരണഘടനയെപ്പറ്റി നെഹ്റു – ഷേക്ക് കരാർ.

1953 മേയ് മാസം ഷേക്ക് അബ്ദുള്ള മൂന്നുദിവസം അമേരിക്കയിലെ അസ്ലായ് സ്റ്റീവൻസനുമായി രഹസ്യസംഭാഷണം നടത്തി. ജൂലൈ 13: പാകിസ്ഥാന്റെയോ ഇന്ത്യയുടെയോ വാലായിരിക്കേണ്ട ആവശ്യം കാശ്മിരിനില്ലെന്നു ഷേക്ക് പ്രഖ്യാപിച്ചു. ആഗസ്റ്റ് 8: ഷേക് അബ്ദുള്ള ഡിസ്മിസ് ചെയ്യപ്പെട്ടു. ബക്ഷി ഗുലാം മുഹമ്മദ് ജമ്മു കാശ്മീർ പ്രധാനമന്ത്രിയായി.

1954 അമേരിക്കയുടെ നേതൃത്വത്തിലുള്ള സൈനികസഖ്യങ്ങളായ SEATO യിലും CENTO യിലും പാകിസ്ഥാൻ അംഗമായി. ക്രൂഷ്

ചേവിന്റെ നേതൃത്വത്തിലുള്ള സോവിയറ്റ് റഷ്യ ഐക്യരാഷ്ട്ര സഭയിൽ ഇന്ത്യയെ പിന്തുണച്ചു.

1957 ജനുവരി 26: ജമ്മുകാശ്മീരിനു സ്വന്തം ഭരണഘടന. ജമ്മുകാശ്മീർ ഇന്ത്യയുടെ ഭാഗമായിരിക്കുമെന്നു വ്യവസ്ഥ. അസംബ്ലിക്ക് ആറുവർഷ കാലാവധി. തെരഞ്ഞെടുപ്പിൽ ബക്ഷിയുടെ നേതൃത്വത്തിനു ഭൂരിപക്ഷം. തെരഞ്ഞെടുപ്പിനെപ്പറ്റി സാർവത്രികമായ ആരോപണം.

1962 ചൈനീസ് ആക്രമണം. ലഡാക്കിന്റെ ഒരു ഭാഗം ചൈന കൈവശപ്പെടുത്തി.

1963 കാമരാജ് പ്ലാൻ അനുസരിച്ചു ബക്ഷി ഗുലാം മുഹമ്മദ് രാജിവച്ചു. ഷംസുദ്ദീൻ മുഖ്യമന്ത്രി. ഡിസംബർ 27: മുഹമ്മദ് നബിയുടെ തിരുശേഷിപ്പ് ഹസ്രത്ത് ബാൽ പള്ളിയിൽനിന്നും അപ്രത്യക്ഷമായി. സാർവത്രികമായ ജനരോഷം.

1964 ജനുവരി 4: തിരുശേഷിപ്പ് തിരിച്ചുകിട്ടി. ഫെബ്രുവരി 29: ഷംസുദ്ദീൻ രാജിവച്ചു, സാദിക് പ്രധാനമന്ത്രിയായി. ഏപ്രിൽ 8. ഷേക്ക് ജയിൽ മോചിതനായി. പാകിസ്ഥാനുമായി സമാധാന ചർച്ചയ്ക്ക് അദ്ദേഹം പുറപ്പെട്ടു. മേയ് 27: പണ്ഡിറ്റ് നെഹ്റു അന്തരിച്ചു. ലാൽ ബഹദൂർ ശാസ്ത്രി പ്രധാനമന്ത്രിയായി.

1965 വിദേശ സഞ്ചാരത്തിനിടയിൽ അൾജീരിയയിൽ വച്ചു ചൈനീസ് പ്രധാനമന്ത്രിയുമായി സംസാരിച്ചു മടങ്ങിയെത്തിയ ഷേക്ക് അബ്ദുള്ള മേയ് 8–ാം തീയതി വീണ്ടും അറസ്റ്റിലായി. ആഗസ്റ്റ് 7: കാശ്മീരിൽ പാകിസ്ഥാന്റെ പ്രേരണയാൽ വിധ്വംസക പ്രവർത്തനവും തുടർന്ന് ഇന്തോ പാക് യുദ്ധവും. സെപ്റ്റംബർ 23 ന് വെടിനിറുത്തൽ.

1966 ജനുവരി 10: റഷ്യയുടെ മധ്യസ്ഥതയിൽ ഇന്ത്യൻ പ്രധാനമന്ത്രിയും പാകിസ്ഥാൻ പ്രസിഡന്റ് ആയുബ് ഖാനുമായി താഷ്കെന്റ് കരാർ.

1967 ജമ്മു കാശ്മീരിൽ പാർലമെന്റ് തെരഞ്ഞെടുപ്പിനൊപ്പം അസംബ്ലി തെരഞ്ഞെടുപ്പും നടന്നു. കോൺഗ്രസിന് നല്ല ഭൂരിപക്ഷം. സാദിഖ് മുഖ്യമന്ത്രിയായി വീണ്ടും.

1968 ജനുവരി. ജയപ്രകാശ് നാരായണന്റെ മധ്യസ്ഥതയിൽ ഷേക്ക് മോചിതനായി. ഒക്ടോബർ : ജയപ്രകാശ് നാരായണനും ഷേക്ക് അബ്ദുള്ളയും ചേർന്ന് അഖില കാശ്മീർ സംസ്ഥാന കോൺഫറൻസ് വിളിച്ചുകൂട്ടി എല്ലാ സംസ്ഥാനങ്ങൾക്കും കൂടുതൽ സ്വയംഭരണം ആവശ്യപ്പെട്ടു. മേയ് 9: ഷേക്ക് കാശ്മീരിൽ നിന്നു പുറത്താക്കപ്പെട്ടു. പ്ലബിസൈറ്റ് ഫ്രണ്ട് നിരോധിക്കപ്പെട്ടു.

1971 ജനുവരി 30 ജമ്മുകാശ്മീർ നാഷണൽ ലിബറേഷൻ ഫ്രണ്ടിലെ രണ്ടുപേർ ചേർന്ന് ഗംഗ എന്ന ഇന്ത്യൻ എയർലൈൻസ് വിമാനം

ലാഹോറിലേക്ക് തട്ടിക്കൊണ്ടുപോയി തീവച്ചു നശിപ്പിച്ചു. പടിഞ്ഞാറൻ പാകിസ്ഥാനും കിഴക്കൻ പാകിസ്ഥാനുമിടയ്ക്ക് ഇന്ത്യയിലൂടെ പാക് വിമാനം പറക്കുന്നത് നിരോധിക്കപ്പെട്ടു. ഡിസംബർ 3: ഇന്ത്യൻ സൈന്യം കിഴക്കൻ പാകിസ്ഥാനിൽ പ്രവേശിച്ചു. അവിടം മോചിപ്പിച്ചു. ബംഗ്ലാദേശ് രൂപീകരിക്കപ്പെട്ടു. ഡിസംബർ 13: ജി എം സാദിഖ് അന്തരിച്ചു. മിർ കാസിം ജമ്മുകാശ്മീർ മുഖ്യമന്ത്രിയായി.

1972 ജൂൺ 28: സിംല കരാർ. പാക് പ്രധാനമന്ത്രി ഭൂട്ടോയും ഇന്ത്യൻ പ്രധാനമന്ത്രി ഇന്ദിരാഗാന്ധിയും സമാധാന മാർഗങ്ങളിലൂടെ ഉഭയകക്ഷി പ്രശ്നങ്ങൾ പരിഹരിക്കാൻ തീരുമാനിച്ചു. അസംബ്ലി തെരഞ്ഞെടുപ്പിൽ വീണ്ടും കോൺഗ്രസിന് ഭൂരിപക്ഷം.

1975 ഫെബ്രുവരി 24: കാശ്മീരിന്റെ പ്രത്യേക പദവിയെപ്പറ്റി ഇന്ദിരാഗാന്ധി – ഷേക്ക് അബ്ദുള്ള കരാർ. കോൺഗ്രസ് പിന്തുണയോടുകൂടി ഷേക്ക്അബ്ദുള്ള മുഖ്യമന്ത്രിയായി.

1977 കോൺഗ്രസ് ബന്ധം ഉപേക്ഷിച്ച് ഷേക്ക് അബ്ദുള്ള തെരഞ്ഞെടുപ്പിനെ നേരിട്ടു ഭൂരിപക്ഷം നേടി. ആദ്യത്തെ നീതിപൂർവമായ തെരഞ്ഞെടുപ്പ്. പൊതുതെരഞ്ഞെടുപ്പിൽ പരാജയപ്പെട്ട ഇന്ദിരാഗാന്ധിയെ ജമ്മുകാശ്മീരിൽ നിറുത്തി ജയിപ്പിക്കാൻ ഷേക്ക് താൽപ്പര്യപ്പെട്ടു.

1980 ഇന്ത്യൻ പൊതുതെരഞ്ഞെടുപ്പിൽ കോൺഗ്രസിനുവേണ്ടി പ്രചരണം നടത്താൻ ഷേക്ക് മകൻ ഡോ. ഫറൂക്ക് അബ്ദുള്ളയെ നിയോഗിച്ചു.

1981 ഫറൂക്കിനെ പിൻഗാമിയായി നിശ്ചയിച്ചുകൊണ്ട് ഷേക്ക് അബ്ദുള്ള അദ്ദേഹത്തെ മന്ത്രിസഭയിലേക്കെടുത്തു.

1982 സെപ്റ്റംബർ 8: ഷേക്ക് അബ്ദുള്ള നിര്യാതനായി. ഫറൂക്ക് അബ്ദുള്ള മുഖ്യമന്ത്രിയായി. ഷേക്ക് മന്ത്രിസഭ രൂപം നൽകിയ പുനരധിവാസ ബിൽ നിയമമാക്കാൻ ഡോ. ഫറൂക്ക് ശ്രമിച്ചത് കേന്ദ്രം തടഞ്ഞു.

1983 ജൂൺ 5: പൊതുതെരഞ്ഞെടുപ്പ്. നാഷണൽ കോൺഫറൻസ് തനിച്ച് നല്ല ഭൂരിപക്ഷം നേടി.

1984 മേയ്. നാഷണൽ കോൺഫറൻസിൽനിന്നു തെറ്റിപ്പിരിഞ്ഞ ജി എം ഷാ അസ്ലീനാഷണൽ കോൺഫറൻസ് രൂപീകരിച്ചു. ബി കെ നെഹ്റുവിനെ മാറ്റി ജഗ്മോഹൻ കാശ്മീർ ഗവർണറായി നിയമിതനായി. ജൂലൈ 2: കോൺഗ്രസ്സിന്റെയും നാഷണൽ കോൺഫറൻസിലെ വിമതന്മാരുടെയും മറ്റും സഹായത്തോടുകൂടി ജി എം ഷാ, ഡോ. ഫറൂക്ക് അബ്ദുള്ളയുടെ മന്ത്രിസഭയെ അട്ടിമറിച്ചു മുഖ്യമന്ത്രിയായി. ഒക്ടോബർ 31: ഇന്ദിരാഗാന്ധി വധിക്കപ്പെട്ടു. രാജീവ് ഗാന്ധി ഇന്ത്യൻ പ്രധാനമന്ത്രിയായി.

1985 ഫറൂക്ക് അബ്ദുള്ള ഹജ്ജ് തീർത്ഥാടക സംഘത്തിന്റെ തലവനായി നിയോഗിക്കപ്പെട്ടു.

1986 മുഫ്തി മുഹമ്മദ് സായിദ് കേന്ദ്രമന്ത്രിയായി. മാർച്ച് 7: കാശ്മീർ മന്ത്രിസഭ രാജിവച്ചു. ഗവർണർ ഭരണം നടപ്പിലായി.

1987 ജമ്മുകാശ്മീർ പൊതുതെരഞ്ഞെടുപ്പ്. നാഷണൽ കോൺഫറൻസ്– കോൺഗ്രസ് മുന്നണി ഫറൂക്കിന്റെ നേതൃത്വത്തിൽ മന്ത്രിസഭയുണ്ടാക്കി. തെരഞ്ഞെടുപ്പ് നീതിപൂർവമല്ലെന്നു പ്രതിപക്ഷാരോപണം. വിഘടനവാദം ശക്തിപ്പെട്ടു തുടങ്ങി.

1988 ജനകീയ പ്രക്ഷോഭണം ശക്തിയായി. അടിച്ചമർത്തലും ശക്തിപ്പെട്ടു.

1989 മുഫ്തി മുഹമ്മദ് സായിദ് വി പി സിംഗിനൊപ്പം കോൺഗ്രസ്സ് വിട്ടു. ജഗ്മോഹന് പകരം ജനറൽ കെ വി കൃഷ്ണറാവു കാശ്മീർ ഗവർണറായി. ഇന്ത്യയിൽ പൊതുതെരഞ്ഞെടുപ്പ്. കാശ്മീരിൽ 5 ശതമാനം പേർ വോട്ടുചെയ്തു. കേന്ദ്രത്തിൽ വി പി സിംഗ് മന്ത്രിസഭ. മുഫ്തി മുഹമ്മദ് സായിദ് കേന്ദ്ര മന്ത്രിസഭയിൽ ആഭ്യന്തര മന്ത്രിയായി. ഡിസംബർ 8: മുഫ്തിയുടെ മകൾ ഡോ. റുബൈയ സായിദ് ജമ്മുകാശ്മീർ ലിബറേഷൻ ഫ്രണ്ടുകാരുടെ ബന്ദിയായി. ഭീകരവാദികൾ ആവശ്യപ്പെട്ട തടവുകാരെ നൽകി റുബൈയയെ മോചിപ്പിച്ചു. അതിൽ പ്രതിഷേധിച്ച് ഫറൂക്ക് രാജിവച്ചു. ജന: കൃഷ്ണറാവുവിനെ മാറ്റി ജഗ്മോഹൻ വീണ്ടും നിയമിതനായി.

1990 ശക്തിയായ ജനകീയ പ്രക്ഷോഭണം. മിതവാദിയായിരുന്ന മിർവേയ്സ് മൗലവി മുഹമ്മദ് ഫറൂക്ക് വധിക്കപ്പെട്ടു. ശവക്കടൽ പാലത്തിൽ വച്ചു പ്രകടനക്കാർക്കുനേരെ നടന്ന വെടിവയ്പ്പിൽ നൂറോളം പേർ മരിച്ചു. കാശ്മീരി പണ്ഡിറ്റുകൾ കൂട്ടമായി നാടുവിട്ടു. മേയ്മാസത്തിൽ ജഗ്മോഹൻ പിൻവലിക്കപ്പെട്ടു. ഗിരീഷ് സക്സേന ഗവർണറായി. ഭീകരപ്രവർത്തനങ്ങൾ തുടർന്നു.

1991 പാകിസ്ഥാനിൽ പരിശീലനം ലഭിച്ച ഭീകരർ പാകിസ്ഥാന്റെ പിന്തുണയോടെ ഭീകരപ്രവർത്തനങ്ങൾ ശക്തിപ്പെടുത്തി. അടിച്ചമർത്തലും ശക്തിപ്പെട്ടു.

1993 ഒക്ടോബർ: ഭീകരവാദികൾ ഹസ്രത്ത് ബാൽ കൈയടക്കി. പിന്നീട് ഒഴിഞ്ഞുപോയി.

1994 മാർച്ച്: ജമ്മുകാശ്മീരിലെ മനുഷ്യാവകാശപ്രശ്നം ലോക മനുഷ്യാവകാശകമ്മീഷനു മുന്നിൽ. നവംബറിൽ ഹിന്ദു മുസ്ലിം ഐക്യത്തിന്റെ പ്രതീകമായ ചരാർ– ഈ– ഷെരിഫിൽ ഭീകരവാദികൾ അഭയം തേടി. ഇന്ത്യൻ സൈന്യം പള്ളി വളഞ്ഞത് അവരെ രക്ഷപ്പെടാൻ കഴിയാതാക്കി.

1995 മാർച്ച്: മാസ്റ്റ് ഗുലിന്റെ നേതൃത്വത്തിലുള്ള ഭീകരവാദികൾ പട്ടണവാസികളോടൊപ്പം രഹസ്യമായി രക്ഷപ്പെട്ടു. ചരാർ–ഈ–ഷെരീഫ് അഗ്നിക്കിരയായി. ജൂലൈ: വിനോദസഞ്ചാരികളായ ആറു

വെള്ളക്കാരെ ഹർക്കത്– ഉൽ–അൻസാറിനു കീഴിലുള്ള അൽഫ റൻ ഭീകരർ തട്ടിക്കൊണ്ടുപോയി. ഒരാൾ രക്ഷപ്പെട്ടു. മറ്റുള്ളവർ വധിക്കപ്പെട്ടു.

1996 മേയ്, ജൂൺ: ഇന്ത്യൻ പാർലമെന്റിലേക്ക് തെരഞ്ഞെടുപ്പ്. 55 ശതമാനം പേർ വോട്ടു ചെയ്തു. പട്ടാളത്തിന്റെ സമ്മർദ്ദമുണ്ടായി രുന്നു എന്നാരോപണം. കേന്ദ്രത്തിൽ ദേവഗൗഡയുടെ നേതൃത്വ ത്തിൽ ജനതാദൾ മന്ത്രിസഭ. ആഭ്യന്തരസ്വയംഭരണം വേണമെ ന്ന ആശയത്തിൽ ഉറച്ചുനിന്നുകൊണ്ട് ഫറൂക്ക് അബ്ദുള്ള തെര ഞ്ഞെടുപ്പ് ബഹിഷ്കരിച്ചു. ഒക്ടോബർ മാസത്തിലെ അസംബ്ലി തെരഞ്ഞെടുപ്പിൽ 54 ശതമാനം പേർ വോട്ടു ചെയ്തു. വിദേശപ്ര തിനിധികൾ തെരഞ്ഞെടുപ്പ് നിരീക്ഷിച്ചു. ഫറൂക്ക് അബ്ദുള്ള വമ്പിച്ച ഭൂരിപക്ഷത്തോടെ അധികാരമേറ്റു.

1997 മാർച്ച് 22: സംഗ്രാംപുര കൂട്ടക്കൊലയെത്തുടർന്ന് അവശേഷിച്ച പണ്ഡിറ്റുകളും നാടുവിട്ടു.

1998 മാർച്ച് 19: പൊതുതെരഞ്ഞെടുപ്പിനെ തുടർന്ന് ബി ജെ പി നേതൃ ത്വത്തിലുള്ള എൻ ഡി എ സർക്കാർ കേന്ദ്രത്തിൽ അധികാരത്തിൽ വന്നു. മേയ് 11, 13. ഇന്ത്യയുടെ അണുബോംബ് പരീക്ഷണത്തെ തുടർന്ന് കാശ്മീർ പ്രശ്നം അന്തരാഷ്ട്രവൽക്കരിച്ചു. സെപ്റ്റം ബർ: കാർഗിൽ ആക്രമണത്തിനു പാക്സൈന്യം ഒരുക്കങ്ങൾ ആരംഭിച്ചു.

1999 ജനുവരി: പാക്സൈന്യം നിയന്ത്രണരേഖ കടന്ന് താവളങ്ങൾ സ്ഥാപിച്ചു. ഫെബ്രുവരി: ഇന്ത്യ, പാകിസ്ഥാൻ പ്രധാനമന്ത്രിമാർ ലാഹോറിൽ സമ്മേളിച്ച് കാശ്മീരുൾപ്പെടെ ഉഭയകക്ഷിപ്രശ്ന ങ്ങൾ സമാധാനപരമായി ചർച്ച ചെയ്യാമെന്ന് കരാർ ചെയ്തു. മേയ്: കാർഗിൽ മേഖലയിലെ തന്ത്രപ്രധാനമായ സ്ഥാനങ്ങളിൽ താവ ളമുറപ്പിച്ച ശേഷം പാക് സൈന്യം ശ്രീനഗർ– ലേഹ് റോഡിലെ ഗതാഗതം തടഞ്ഞു. യുദ്ധം തുടങ്ങി. ജൂലൈ 12: പാക് സൈന്യം പിൻവാങ്ങാൻ സമ്മതിച്ചു. ഡിസംബർ 24: കാഠ്മണ്ഡുവിൽ നിന്നുള്ള ഇന്ത്യൻ എയർലൈൻസ് വിമാനം അൽഫറൻ ഭീകര വാദികൾ റാഞ്ചി. 31–ാം തീയതി മൂന്നു കൊടും ഭീകരരുമായി ജസ്വന്ത് സിംഗ് കാണ്ഡഹാറിലെത്തി. വിമാനവും യാത്രക്കാരും വിട്ടയക്കപ്പെട്ടു.

2000 ജൂൺ. ജമ്മു കാശ്മീരിനു സ്വയംഭരണം നൽകണമെന്ന പ്രമേയം നിയമസഭ പാസാക്കി. ആഗസ്റ്റ് 8: ഹിസ്ബുൾ മുജാഹിദ്ദീൻ ഇന്ത്യാ പാക് ചർച്ചയ്ക്കുവേണ്ടി വെടി നിറുത്തൽ പ്രഖ്യാപിച്ചു.

2001 നിരുപാധികചർച്ചകൾക്കായി കെ സി പാന്ത് നിയമിതനായി. ജൂലൈ 14–16: പാക് പ്രസിഡന്റ് ജനറൽ മുഷറഫ് ആഗ്രായിലെ ത്തി. ഇന്ത്യൻ പ്രധാനമന്ത്രിയുമായി ചർച്ചകൾ നടത്തി. ചർച്ച അല

സി. ഒക്ടോബർ ഒന്ന്: ജമ്മു കാശ്മീർ നിയമസഭാപരിസരത്ത് ഭീകരാക്രമണം. പോലീസ് വെടിവയ്പ്പിലും മറ്റും 88 പേർ മരിച്ചു. ഡിസംബർ 13: മൂന്നു പാക് ഭീകരന്മാർ ഇന്ത്യൻ പാർലമെന്റാക്രമിക്കാൻ ശ്രമിച്ചു. വിജയിച്ചില്ല.

2002 അതിർത്തിയിൽ സേനാ കേന്ദ്രീകരണം. ഭീകരപ്രവർത്തനം ശക്തിയായി. സെപ്റ്റംബർ, ഒക്ടോബർ മാസത്തിൽ കാശ്മീർ സഭയിലേക്ക് തെരഞ്ഞെടുപ്പ്. കോൺഗ്രസ് പി ഡി പി സഖ്യം ഭൂരിപക്ഷം നേടി. പി ഡി പിയിലെ മുഫ്തി മുഹമ്മദ് സായിദ് മുഖ്യമന്ത്രിയായി.

2003 സമാധാന ശ്രമങ്ങൾ.

2004 ഇന്ത്യൻ പ്രധാനമന്ത്രി ഇസ്ലാമാബാദിൽവച്ച് ജനുവരിയിൽ നടന്ന സാർക്ക് സമ്മേളനത്തിൽ പാകിസ്ഥാൻ സർക്കാരുമായി സൗഹൃദ ചർച്ചകൾ നടത്തി. ഏപ്രിൽ മേയ് മാസങ്ങളിൽ നടന്ന പൊതുതെരഞ്ഞെടുപ്പിൽ എൻ ഡി എ പരാജയപ്പെട്ടു. യു പി എ അധികാരത്തിൽ വന്നു. മൻമോഹൻ സിംഗ് പ്രധാനമന്ത്രിയായി. ആഗസ്റ്റ് മാസത്തിൽ ജന: മുഷറഫും ഡോ. മൻമോഹൻ സിംഗും യു എൻ സമ്മേളന സ്ഥലത്തുവച്ചു വീണ്ടും സൗഹൃദ ചർച്ചകൾ നടത്തി.

2005 നവംബർ മുഫ്തി മുഹമ്മദ് സായീദ് മുഖ്യമന്ത്രി പദം രാജി വച്ചു. ഗുലാം നബി ആസാദ് മുഖ്യമന്ത്രിയായി. അമർനാഥ് ക്ഷേത്രത്തിനു ഭൂമി നൽകാൻ ആവശ്യം ഉയർന്നു.

2008. മേയ് 26–ാം തീയതി നൂറേക്കർ വനഭൂമി അമർനാഥ് ക്ഷേത്രത്തിനു നൽകാൻ തീരുമാനമായി. ജൂൺ 30ന് ഉത്തരവു പിൻവലിച്ചു. ആഗസ്റ്റ് 11നു ഭൂമി കൈമാറ്റം സംബന്ധിച്ചു ഒത്തുതീർപ്പുണ്ടായി. എസ് കെ സിൻ്റ ഗവർണർ സ്ഥാനം ഒഴിഞ്ഞു. എൻ എൻ മോറ സ്ഥാനമേറ്റു.

ഗ്രന്ഥസൂചി

1. Akbar M.J	Kashmir Behind the Veil
2. Do.	The Siege Within
3. Atal, Maj. Gen. Hiralal	Nehru's Emissary to Kashmir
4. Banzalt, P.K	A History of Kashmir
5. Birbal, Nath	Kashmir, the Neuclear Flash Point
6. Bird wood, Lord	Two Nations in Kashmir
7. Bose, Sumantra	The Challenge in Kashmir
8. Chagla, M.C	Kashmir 1947-65
9. Charan, Sughdev	Indian Conquest of Himalayan Territory
10. Chibber, Lt.Gen. M.L	Pakisthan's Criminal Folly in Kashmir
11. Chitkara, M.G	Kashmir : A Tale of Partition
12. Christopher Thomas	Faultline Kashmir
13. Ganjoo, C.K	Kashmir, History and Politics
14. Gauhar, G.N. & Gauhar Shahnawaz	Iusurgency at Charar -e- Sherif
15. Gupta, Sisir	Kashmir, A study in India -Pak Relation
16. Hussain, F.M.	Heritage of Kashmir
17. Jagmohan	My Frozen Turbulance in Kashmir
18. Jain A.P.	Kashmir, What Really Happened
19. Joshi D.K.	A New deal in Kashmir
20. Kadian, Rajesh	The Kashmir Tangle, Issues & Options
21. Kajur Dr. M.L.	A History of Medieval Kashmir
22. Do	Kingdom of Kashmir

23 Do	Kashmir, Sold and Snatched
24.Karim, Major Gen. Afrir	Kashmir, the Troubled frontier
25.Kaul.R.N.	Wail of Kashmir in a Nest of peace
26.Kaul, Ravinidarjith	Political Awakening in Kashmir
27.Kaul, Samsah Chaud	Srinagar and its Environments
28.Khan, M. Azghar	The First round Indo-Pakistan war 1965
29.Khemlata & Waghlu	Kashmir Behind the white Curtain
30.Khurshid, Salman	Beyond Terrorism
31.Madhok, Balraj	Kashmir
32.Nanda, Lt. Gen. K.K.	Conquering Kashmir, A Pakistan Obsession
33.Pathak Jothiswar	Cultural Heritage of Dogras
34.Rabbani G.M.	Ancient Kashmir
35.Rag, Dr. Sunil Chandra	Early History and Culture of Kashmir
36.Raina, Dinanath	Unhappy Kashmir, the Hidden Story
37.Raza, Maroof	War and No Peace Over Kashmir
38.Roy, Shelzhar Basu (Ed)	Kashmir, Violence in Paradise
39.Sahni Satish	Kashmir Under ground
40.Saigal Col. Bhaskar	Trickling Insurgency and Terrorism A Blue print for Action
41.Sawant Gauran.C	Date line Kargil
42.Sharma B.L	The Kashmir Story
43.Sharma P.N.	Inside Pak Occupied Kashmir
44.Sheswani L.A.	Partition of India and Mountbatten
45.Singh, Bawa Satinder	The Jammu Fox
46.Singh Lt. Col. Bhupinder	The 1965 War
47.Sisir Gupta	Kashmir, A Study in India Pak Relations
48.Wahi, Gul Mohammed	Kashmir, A Need for a Sub Continental Initiative
49.Wirsingh, Robert. G (Ed)	Kashmir, Resolving Regional Conflict A Symposium

50.White Paper of Ministry of External Affairs, Govt.of India, Notes, Memorandum and letters exchanged and agreement signed between the Govt.of India and China, 1954-59.

www.ingramcontent.com/pod-product-compliance
Lightning Source LLC
LaVergne TN
LVHW100803051026
849519LV00006B/1954
* 9 7 8 9 3 8 3 1 5 5 0 5 7 *